'हिरो'ची यशोगाथा

नितिन गडकरी
NITIN GADKARI

सत्यमेव जयते

आज़ादी का अमृत महोत्सव

मंत्री
सड़क परिवहन एवं राजमार्ग
भारत सरकार
Minister
Road Transport and Highways
Government of India

G20
भारत 2023 INDIA
वसुधैव कुटुम्बकम्
ONE EARTH • ONE FAMILY • ONE FUTURE

संदेश

अतुल्य किंवा बलाढ्य अशा कामगिरीचेच कौतुक करणाऱ्या आजच्या जगात, नम्रता, लवचिकता आणि वचनबद्धतेवर आधारित असलेली कहाणी वाचताना एक वेगळाच आनंद मिळतो. आठ दशकांपूर्वी ब्रिजमोहनजी आणि त्यांच्या बंधूंनी सायकलच्या निमित्ताने स्वावलंबनाच्या मार्गावर चालण्याचा प्रयत्न केला. स्वतंत्र भारतातील अशा उद्योजकांबद्दल वाचणे फार प्रेरणादायी आहे. त्या लोकांनी प्रचंड प्रतिकूलतेशी संघर्ष केला आणि अंतिमतः विजय प्राप्त केला. आजही त्यांच्या प्रवासातून बोध घेण्यासारखें बरेच काही आहे. नवाचार, सचोटी आणि समाजाप्रति जबाबदारीची खोल जाणीव हा उद्यमशीलतेचा आत्मा होय. तो आत्मा यातून प्रगट झाला आहे.

भारत आत्मनिर्भरतेच्या दिशेने मार्गक्रमण करीत असताना हे पुस्तक भविष्याच्या दृष्टीने भवतालात सकारात्मक बदल घडवून आणण्याच्या आपल्यातील क्षमतेची ओळख पटवून देणारे आहे.

(नितिन गडकरी)

दिनांक: 19th जून, 2023

स्थान: नवी दिल्ली

Room No. 501, Transport Bhawan, 1, Sansad Marg, New Delhi – 110 001, Tel.: 011-23710121, 23711252 (O), 23719023 (F)
E-mail: nitin.gadkari@nic.in; website-www.morth.nic.in

या पुस्तकाविषयी प्रशंसापर अभिप्राय

‘उद्योग क्षेत्रातील कुटुंबांचा विचार करता, मुंजाल बंधू भारताच्या इतिहासात खास स्थान भूषवण्यास पात्र आहेत. सरकारकडून किंवा इतरही कोणाकडून फारसं पाठबळ नसताना ब्रिजमोहननी एका बलाढ्य यशस्वी व्यवसायाची उभारणी केली. मी त्यांना व्यवस्थित ओळखतो आणि मला त्यांच्याविषयी आदरही आहे. कष्टानं, अथक चिकाटीनं व दृढ निश्चयानं केलेला पाठपुरावा आणि उत्पादन साखळीतील संबंधांचा आणि भागीदारींचा विकास करण्याची अविश्वसनीय क्षमता या गुणधर्माच्या साहाय्यानं त्यांनी हे काम केलं. पूर्णपणे प्रामाणिकपणानं आणि सचोटीनंच त्यांनी यश मिळवलं, या वस्तुस्थितीमुळे ‘मेकिंग ऑफ हिरो’ आगळंवेगळं ठरतं. सुनील यांनी तपशिलांची आणि वैयक्तिक कथानकाची अत्यंत उत्तम गुंफण केली आहे.’

— रतन एन. टाटा, टाटा सन्स

‘मला ब्रिजमोहन लालजी अतिशय आवडत होते आणि माझे गुरू म्हणून मी त्यांचा नेहमीच जाहीर उल्लेख केला होता. ब्रिजमोहन लालजी यांच्याकडे एकाच वेळी बुद्धीनं आणि भावनाशीलतेनं विचार करण्याचा आश्चर्यकारक गुणधर्म होता. ते खरोखरच एक अद्वितीय व्यक्ती होते. त्यांच्याकडे नेतृत्व कसं करावं ते आपल्या उदाहरणातून दाखवून देण्याची क्षमता होती. सुनील यांना ही गोष्ट बरोबर उमगल्याचं आणि त्यांनी ती आत्मसात केल्याचं या पुस्तकातून दिसून येतं. आपल्या सभोवतालच्या माणसांना ब्रिजमोहन लालजी त्यांच्या चैतन्यानं आणि उत्साहानं भारून टाकत असत.’

— राहुल बजाज, बजाज ऑटो

‘‘ब्रिजमोहन लालजी हे पहिल्या पिढीतील एक आदर्श उद्योजक आणि संवेदनशील नवप्रवर्तक होते. त्यांची सुरुवात छोट्यापासून झाली असली तरीही त्यांनी मोठी स्वप्नं पाहिली. मी त्यांना संशोधक म्हणतो कारण इतरांनी जे पाहिलं तेच त्यांनीही पाहिलं पण इतर कुणीही करू शकणार नाही असा विचार त्यांनी केला. ‘हिरो’ हा एक जागतिक ब्रँड आहे ज्याचा आत्मा भारतीय आहे. मुंजाल बंधूंची कथा ही केवळ स्वावलंबनाची कथा नसून आत्मविश्वास आणि स्वाभिमान यांचीदेखील कथा आहे. आजही सुनील आणि त्याच्या कुटुंबियांना अशाच प्रकारे जगताना मी पाहतो.’’

– डॉ. रघुनाथ माशेलकर, प्रख्यात शास्त्रज्ञ

‘हे कथन एका व्यापक कॅनव्हासवर उलगडत जातं. मुंजाल कुटुंबामधील अनेकांशी माझा संबंध आल्यामुळे मला त्यातील बऱ्याचशा गोष्टींची पुन्हा एकदा

अनुभूती आल्यासारखं वाटलं. हे पुस्तक अतिशय साधेपणानं, पाय जमिनीवर ठेवून लिहिण्यात आलं आहे. त्यात अंतर्भूत असलेले व्यवस्थापन व्यवसाय, कुटुंब आणि नातेसंबंध यांविषयीचे संदेश स्वारस्यपूर्ण आणि कालातीत आहेत. या पुस्तकाकडून मला खूपच मोठ्या अपेक्षा होत्या आणि त्या बाबतीत मला निराश व्हावं लागलं नाही.'

— सुनील भारती मित्तल, भारती एंटरप्राइजेस

'भारतीय उत्पादनाला ज्या वेळी उभं राहण्यासाठी कुठलाच आधार नव्हता, त्या काळात भक्कम मन आणि त्याहूनही भक्कम अंतःकरण यांच्या साहाय्यानं या आधाराची उभारणी करणं कसं शक्य होतं, ते हिरो सायकल आणि त्यापाठोपाठ हिरो-होंडानं दाखवून दिलं. माझ्या मते, श्री. ब्रिजमोहन मुंजाल यांनी आणि त्यांच्या बंधूंनी हिरोची उभारणी करून भारतीय उद्योगाला आत्मविश्वास मिळवून दिला. हे त्यांचं सगळ्यात मोठं योगदान आहे. सुनील यांनी विनयशीलतेच्या ठाम पायावर आधारित असलेल्या संघर्षाची आणि विजयाच्या या कहाणीची लक्षणीय गुंफण केली आहे.'

— आनंद महिंद्रा, महिंद्रा समूह

'मुंजाल बंधूंनी अत्यंत मानवतावादी पद्धतीनं व्यवसाय चालवताना समान तत्त्वज्ञान आणि उच्च क्षमतेची व उत्पादकतेची संस्कृती जोपासली, ही गोष्ट अत्यंत आकर्षक वाटते. सुनी 'मेकिंग ऑफ हिरो'मधून उत्पादन व्यवसायाच्या अंतःकरणात आणि आत्म्यात शिरण्याच्या सखोल अंतर्दृष्टी देऊ करतात. जागतिक पातळीवर सक्षमपणे, स्पर्धात्मक चैतन्यानं वावरण्यासाठी आणि वर्षानुवर्षं कालसुसंगत राहण्यासाठी भारतातील इतर लोक काय करू शकतील याविषयीच्या अंतर्दृष्टीही त्यांनी दिल्या आहेत.'

— दीपक पारेख, एचडीएफसी

चेअरमनसाहेबांशी माझे संबंध जुळून आले हा मी माझा मोठाच सन्मान समजतो, कारण त्यामुळेच त्यांच्या कंपनीचा स्वतंत्र सदस्य म्हणून काम करत असताना देशातील दंतकथा बनून गेलेल्या उद्योजकाच्या सान्निध्यात मला राहता आलं. या काळात मला सखोल मानवतावाद व खंबीर नेतृत्व या त्यांच्या विलक्षण गुणवैशिष्ट्यांचा अनुभवही घेता आला. सुनीलनी अनेक दशकांच्या कालखंडातून गेलेल्या 'हिरो'च्या कथेला अचूक शब्दांतून मांडलं आहे. अनेक प्रकारचे अभाव, कमतरता असलेला स्वातंत्र्यानंतरचा काही दशकांचा कालखंड, परवाना-राजमधील प्रतिबंधात्मक कालखंड, १९८०च्या दशकात हळूहळू होत गेलेले बदल आणि १९९०च्या दशकापासून सुरू झालेल्या प्रचंड मोठ्या सुधारणा या सगळ्या गोष्टी त्यांनी उचितपणे सांगितल्या आहेत. या अवघड दशकांमध्ये मुंजाल बंधूंनी

परिस्थितीशी जुळवून घेतलं, तिला स्वीकारलं आणि अधिक शक्तिशाली होण्याचे मार्ग शोधले ही लक्षणीय बाब आहे. ही राष्ट्र उभारणीची उत्कंठावर्धक आणि स्फूर्तिदायक कथा आहे.

– विजय केळकर

मुंजाल बंधूंनी एक मोठे व्यावसायिक साम्राज्य निर्माण केलं हे सर्वज्ञात आहे. सुनील यांनी त्यांचा प्रवास अतिशय उत्कटतेने आणि नेमकेपणाने मांडला आहे. लुधियाना सांस्कृतिक समागमाद्वारे त्यांनी विविध भारतीय कलाकारांना दिलेलं प्रोत्साहन आणि पाठिंबा ही त्यांच्याबद्दलची अपरिचित माहिती आहे. सुनील यांनी मुंजाल बंधूंच्या या पैलूवर प्रकाश टाकला याचा मला विशेष आनंद आहे. कारण समाजाच्या उत्क्रांतीसाठी कलांचं संरक्षण खूप महत्त्वाचं आहे.

– मोहन आगाशे

'माझ्या दृष्टीनं 'हिरो' हे उद्योजकतेच्या चैतन्याचं आणि उत्तम कौशल्याचं प्रतीक आहे. अगणित आव्हानं आणि अडथळे यांनी भरलेल्या त्या काळात मुंजाल बंधूंनी इतक्या मूल्याची आणि सामाजिक प्रभावाची निर्मिती कशी केली हे वाचताना आपण मंत्रमुग्ध होऊन जातो. ग्राहकांना थेट सेवा देणाऱ्या व्यवसायाच्या या शाश्वत कहाणीतून कायमच आगामी पिढ्यांमधील उद्योजकांना मार्गदर्शक ठरणाऱ्या मूलभूत तत्त्वांचे धडे मिळत राहतील.'

– भाविश अगरवाल, ओला

'हिरो'ची यशोगाथा

चार बंधूंचा उद्योग विश्वातील प्रेरणादायी प्रवास

सुनील कांत मुंजाल

अनुवाद : मीना शेटे-संभू

MANJUL

मंजुल पब्लिशिंग हाउस

First published in India by

MANJUL

Manjul Publishing House

Corporate and Editorial Office
• 2nd Floor, Usha Preet Complex, 42 Malviya Nagar,
Bhopal 462 003 – India
Sales and Marketing Office
•C-16, Sector 3, Noida, Uttar Pradesh 201301, India
Website: www.manjulindia.com
Distribution Centres
Ahmedabad, Bengaluru, Bhopal, Kolkata, Chennai,
Hyderabad, Mumbai, New Delhi, Pune

Marathi translation of *The Making of Hero: Four Brothers, Two Wheels and a Revolution That Shaped India*

Marathi edition first published in 2023
by Manjul Publishing House Pvt. Ltd.

ISBN: 978-93-5543-294-0

Marathi translation: Meena Shete-Sambhu

Printed and bound in India by Parksons Graphics Private Limited.

अर्पणपत्रिका

माझ्या पालकांना,
माझी आई, माझी मार्गदर्शिका
माझे वडील, माझे हिरो

माझ्या जीवनस्तंभांना आणि भविष्याला,

माझी पत्नी मुक्ता, मुलगी शिफाली
आणि अलेना व ईशान या माझ्या नातवंडांना.

अनुक्रमणिका

चार भाऊ - चार पिढ्या

*** दयानंद मुंजाल**
*** वेदवती**

दुसरी पिढी	तिसरी पिढी	चौथी पिढी
अचला *** देविंदर हिंगल**	सोनिया राजीव सरीन	संचित विरेन
	विनय हिंगल रचना	याजूश शौर्या
विजय **रेखा**	नवीन वंदना	शिवम सायना
	गौरव स्मिता	श्रीहान
आशिष **शोभना**	नीती दविंदर सिंग (सनी)	दाबीत सिमर
	अमन रुची	आरव आईरा
अशोक **नीलम**	रोशनी नितीन पासी	लईशा सईशा
	चांदनी सुमित अरोरा	सवाना अमारा

*** सत्यानंद मुंजाल**
*** पुष्पवती**

दुसरी पिढी	तिसरी पिढी	चौथी पिढी
योगेश *** हर्ष**	नीरज चारू	अवी-रिया यजन
	निधी राजेश कपूर	माधव साधक
सुरेश **रमा**	समीर अनू	सुमंत्रा आराध्या
	गौतम स्वाती	अक्षत दैविक
*** सुषम** **जितेंदर चोपडा**	विकास चोपडा भाविका	प्रिशा क्रिशय
	ऋषी चोपडा शीतल	आशना अथर्व
सुधीर **अंजू**	अनुज रिंकल	शौर्य लावण्या
	आरती अजय चौधरी	आकांक्षा जैस्मिन
नीलम **अरुण थापर**	रीना विशाल धीर	यजुर कायना
	उदय थापर दिव्या	आरव अश्मिता
उमेश **उर्मिल**	अमोल दीप्ती	कनिश अमीरा
	अंकुर दिव्या	दिव्यांक
महेश **रेणुका**	आशिमा	
	आयुष अमिया	आर्य

चार भाऊ - चार पिढ्या

*** ब्रिजमोहन लाल मुंजाल**
*** संतोष**

दुसरी पिढी	तिसरी पिढी	चौथी पिढी
*** रमण रेणू**	राहुल पूजा	सार्थक सियोना
	राधिका सौरभ उप्पल	कविशा क्रिशव
	अभिमन्यू सलोनी	आदिव आहान
गीता	गायत्री	
	अर्जुन	अबीर रीबा
सुमन रेणुका	उज्ज्वल सोनाल	जयवीर सुवीर
	अक्षय स्वाती	आनंदनी मेहर
	विदुर	
पवन अनिषा	वसुधा पंकज दिनोदिया	शिव सायना
	सुप्रिया	
	अनुव्रत	
सुनील मुक्ता	शिफाली	अलेना ईशान

*** ओम प्रकाश मुंजाल**
*** सुदर्शन**

दुसरी पिढी	तिसरी पिढी	चौथी पिढी
नीरू सुरेश खन्ना	रुचिका विक्रम बक्षी	शिविका
	वरुण खन्ना नताशा	यशवीर आन्या
नीता राजेंद्र सेठ	श्रद्धा अमित मानिकतला	अमायरा
	सिद्धान्त सेठ	
पूनम संजीव सोनी	भरत सोनी कणिका	प्रिशा मायशा
	कुणाल सोनी अदिती	विवान विराज
	वैभव सोनी दिशा	
पंकज चारू	आदित्य ऐश्वर्या	
	अभिषेक रुहानी	
मृदु (प्रियंका) प्रवीण मल्होत्रा	निपुण	
	माणेक	

दुसऱ्या आणि तिसऱ्या रकान्यात ज्या कुटुंबाचं नाव दिलं गेलेलं नाही, ते सगळे मुंजाल कुंटुंबाचे सदस्य आहेत.

** स्वर्गवासी*

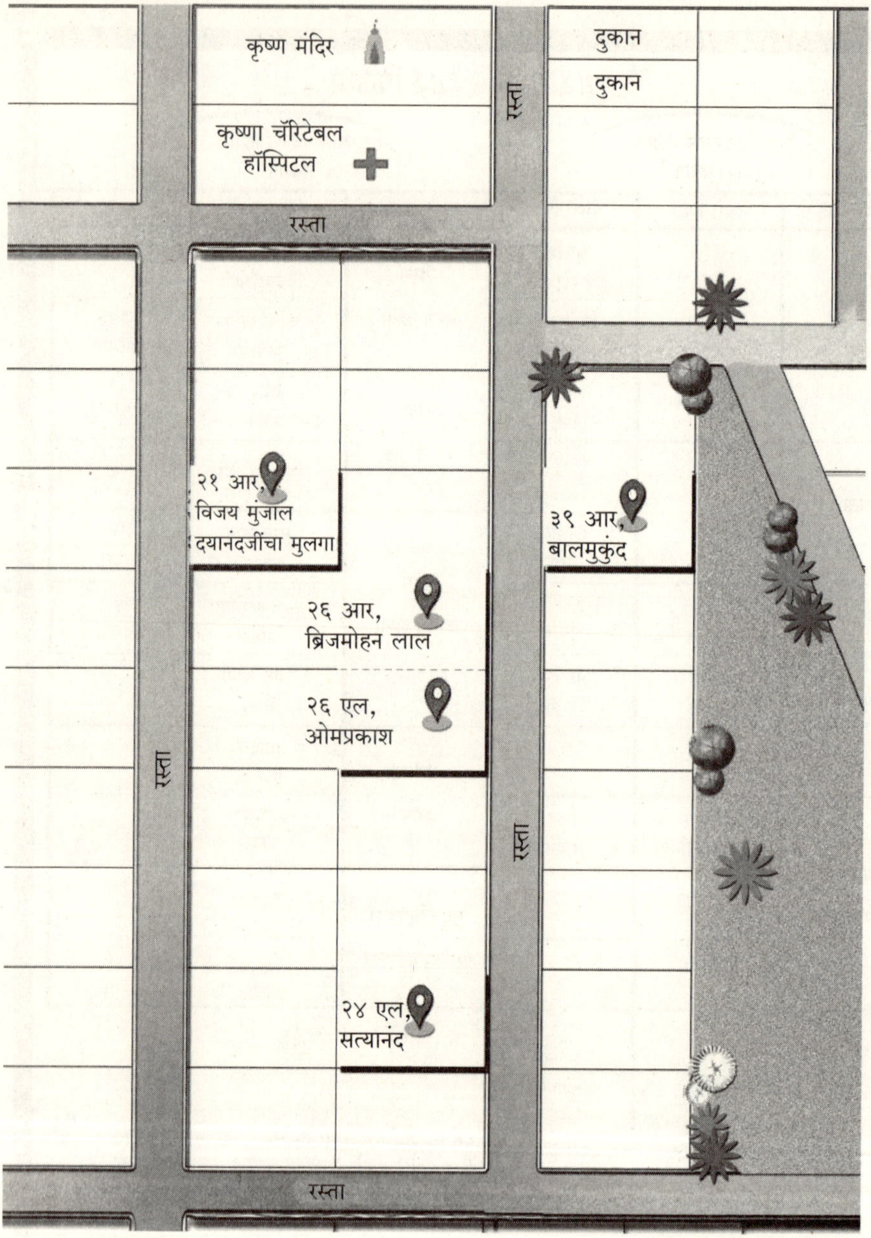

एका चित्रकाराच्या कल्पनेनुसार लुधियानाच्या मॉडेल टाउनमधील गल्ली. इथेच मुंजाल बंधू एकमेकांच्या शेजारी राहत होते.

इतिहासाशी सांकेतिक भेट
हिरोच्या उगमाचा मागोवा

काही काळापूर्वी राजकीय क्षेत्रात काम करणाऱ्या माझ्या एका मित्राचा मला फोन आला. त्याने मला सांगितलं की, त्याच्या मावशीनं माझ्या वडलांविषयीचा आणि आमच्या कुटुंबाविषयीचा एक लेख वाचला होता. माझे वडील आणि आमचे इतर कुटुंबीय हे मूळचे कमालियाचे होते (आता हा भाग पाकिस्तानात आहे), असं त्या लेखात सांगण्यात आलं होतं. माझ्या मित्राची मावशीही मूळची कमालियाची होती, त्यामुळे फाळणीपूर्व भारताशी परिचित असलेल्या एखाद्या व्यक्तीची भेट घेऊन जुन्या काळातील आठवणींना उजाळा देण्याची तिची इच्छा होती. त्याच्या फोनमुळे माझ्या मनात आमच्या बालपणापासून आम्ही ऐकत आलेल्या अनेक संभाषणांमधील आठवणींचा महापूर उसळला. जेवणाच्या टेबलाभोवती बसून आम्ही त्या वेळच्या अनेक प्रसंगांविषयी ऐकलं होतं आणि आमच्या कुटुंबाच्या इतिहासाविषयीच्याही अनेक गोष्टी ऐकल्या होत्या. कमालिया हे लायलपूर जिल्ह्यात होतं. पुढे या जिल्ह्याचं नाव फैजलाबाद आणि नंतर टोबा टेक सिंग झालं. आता हा जिल्हा पाकिस्तानात आहे. आमच्या कुटुंबाच्या अलीकडच्या इतिहासाचा प्रारंभ याच कमालियातून झाला होता हे आम्हाला माहीत होतं म्हणून या कथेचा उगम फाळणीपूर्व भारतात आहे.

हे पुस्तक अनेक वर्षांपासून लिहिलं जात आहे. आधीच्या दशकांमध्ये माझ्या वडलांना आणि आमच्यापैकी अनेकांना कित्येक लोक भेटले होते आणि त्यांनी माझ्या वडलांची जीवनकहाणी आणि अर्थातच हिरो समूहाची कहाणी यांविषयी उत्सुकता व्यक्त करून ती लिहिण्याची इच्छा दर्शवली होती. दर वेळी माझ्या वडलांनी त्यांच्या खास शैलीत त्याला नकार दिला होता. स्वत:विषयी बोलणं ही गोष्ट आमच्या कुटुंबाच्या संस्कृतीला धरून नाही, असं त्यांचं म्हणणं होतं. खरं तर हिरोची कहाणी ही केवळ त्यांची कहाणी नव्हती, तर त्याहूनही खूप मोठ्या परिवाराची कहाणी होती आणि ते या परिवाराचा फक्त एक भाग होते, यावरही त्यांनी

भर दिला होता. मात्र तरीही माझे वडीलच हिरोच्या वाढीच्या आणि विकासाच्या मागची प्रेरणा असल्याचं अनेक लोक मानतात, ही गोष्ट अलाहिदा! व्यवसायात दूरदर्शीपणाच्या पद्धती आणण्यात आणि संस्कृती जोपासतानाच सार्वजनिक जीवनात हिरोसाठी खास स्थान निर्माण करण्यात त्यांचं प्रमुख, महत्त्वपूर्ण योगदान होतं, असंही या लोकांना वाटतं.

माझ्या वडलांचं मन वळवावं म्हणून अनेक लोकांनी मला गळ घातली; परंतु नव्वदी ओलांडेपर्यंत ते आपल्या म्हणण्यावर ठाम राहिले. नंतर ते तयार झाले; पण त्या वेळी त्यांनी निवडलेले लेखक इतर एखादं पुस्तक लिहिण्यात व्यग्र होते आणि त्यामुळे त्यांनी पुस्तकाचं काम सुरू करण्यासाठी काही वेळ मागून घेतला होता. दुर्दैवानं, तो प्रकल्प सुरू होण्याच्या आधीच माझ्या वडलांचं आरोग्य आणि काळ अशा दोन्ही गोष्टी आमच्या हातून निसटून गेल्या.

त्यांच्या निधनानंतरसुद्धा त्यांच्याविषयी पुस्तक लिहिण्याकरिता आम्हाला अनेकांकडून विनंती केल्या जात होत्या. त्यानंतर माझ्या लक्षात आलं की, जर हे पुस्तक लिहिण्याची गरजच असेल, तर ते जवळच्या कोणीतरी, निकटच्या संपर्कातील कोणीतरी लिहिलं पाहिजे. अर्थातच एखाद्या नामवंत लेखकानं किंवा व्यवसायांच्या प्रख्यात इतिहासकारानं हे पुस्तक लिहिण्याऐवजी माझ्या वडलांना आणि त्यांच्या कुटुंबाला दीर्घकाळापासून जाणत असलेल्या, त्यांच्या निकटच्या सहवासात असलेल्या कोणीतरी हे पुस्तक लिहिलं पाहिजे, अशी गरज मला भासू लागली. या पुस्तकाकरिता माझ्या वडलांच्या घनिष्ठ संपर्कातील व्यक्तीकडून माहिती आणि सहकार्य मिळवण्यासाठी हे आवश्यक होतं.

पूर्ण विचारांती हे पुस्तक मीच लिहावं असं मी ठरवेपर्यंत आणखी काही स्वारस्यपूर्ण घडामोडी घडल्या होत्या. १९८०च्या दशकाच्या सुरुवातीला हिरो समूहात दाखल झालेल्या एस. के. राय यांनी हे पुस्तक लिहिण्यात त्यांना रुची असल्याचं सांगितलं. एस. के. राय हे हिरो सायकल्सचे व्यवस्थापकीय संचालक होते आणि रायसाहब या नावानंच ते ओळखले जात होते. ते हिरो परिवाराचा एक महत्त्वाचा भागच होते; परंतु त्यांना सगळ्या मुंजाल बंधूंना समाविष्ट करणारं व्यापक पायावरचं पुस्तक लिहायचं होतं. मला त्यांचा हा तर्क उचित वाटला, कारण माझ्या वडलांच्या स्वतःच्या व्यक्तिमत्त्वाची मला अर्थातच माहिती होती आणि त्याबरोबरच माझ्या काकांशी असलेल्या त्यांच्या परस्पर-लाभदायक संबंधांनाही मी जाणून होतो. हिरोची उभारणी होत असताना या बंधूंनी सगळे महत्त्वाचे निर्णय एकत्रितपणे घेतले होते आणि यशापयशाची जबाबदारीही सगळ्यांनी वाटून घेतली होती. माझ्या वडलांच्या नजरेतून ते सगळे बंधू ही एक टीम होती. ते सगळे जण एकाच टीमचा भाग होते आणि हिरोला पुढे नेण्याच्या कार्यात प्रत्येकानंच कोणती ना कोणती मोलाची भर टाकली होती. शिवाय परस्परांशी सामंजस्यानं वागणं आणि एकजुटीनं

राहणं हीच त्यांची खरी ताकद होती आणि तेच त्यांच्याकडचं खरं कौशल्य होतं, असंही माझ्या वडलांना वाटत होतं. त्यानंतर मी असं ठरवलं की, ही माझे वडील, त्यांचे बंधू आणि संपूर्ण कुटुंब यांची कथा असेल.

माझे लहान काका ओमप्रकाश यांच्याकडे आकडेमोडीची आश्चर्यकारक क्षमता होती आणि ते अथकपणे पाठपुरावा करण्यातही कुशल होते. डीलर्सच्या मोठ्या समूहाशी आश्चर्य वाटावेत असे जवळिकीचे संबंध निर्माण करण्यात ते तरबेज होते. सत्यानंद हे माझे मोठे काका संपूर्ण कुटुंबाला आणि संघटनेला नैतिक दिशा देत होते. त्यांनी केलेल्या प्रत्येक कामात त्यांनी मोठ्या प्रमाणात समरसता आणली. मग ते कामगारांशी किंवा पुरवठादारांशी व्यवहार करत असोत अगर आर्य समाज सुधारणावादी चळवळीकरिता शाळा आणि संस्था बांधण्याचं व त्या चालवण्याचं काम करत असोत, प्रत्येक काम त्यांनी समरसतेनं, इतरांविषयी सहानुभूती बाळगून केलं. दयानंदजी हे सत्यानंदजींहून मोठे होते. त्यांचं १९६८मध्ये निधन झालं, त्या वेळी हिरो सायकल्स सध्या जिथे आहे, त्या ठिकाणी स्थलांतरित होत होती. त्यांनी आधीपासूनच अत्यंत प्रामाणिकपणाची आणि जबाबदारपणाची संस्कृती प्रस्थापित केली. त्यांच्या मृत्यूनंतर विजय या त्यांच्या मुलाला तीन बंधूंनी ज्येष्ठ सदस्य म्हणून आपल्यामध्ये सामावून घेतलं.

आता तुमच्या हातात जे पुस्तक आहे, त्यात वापरण्यासाठी म्हणून श्री. राय यांनी स्वतः पुस्तक लिहिण्यासाठी गोळा केलेलं साहित्य माझ्याकडे अत्यंत औदार्यपूर्वक सुपुर्द केलं. या पुस्तकाच्या काही भागांत म्हणूनच त्यांना सहलेखकाचं स्थान देण्यात आलं आहे.

हे पुस्तक अनेकविध कथांच्या रूपात लिहिण्यात आलं आहे. या कथांचे प्रवाह एकमेकींमध्ये मिसळून जातात. त्याच्यातून कुटुंबाचा विकास कसा झाला, हिरो समूह पहिल्यांदा हळूहळू पावलं टाकण्यास आणि नंतर पंख पसरून उड्डाण करण्यास कसा शिकला ते दाखवण्याचे प्रयत्न करण्यात आले आहेत. त्याबरोबरच भारतात राजकीय आणि आर्थिक पातळ्यांवर वेगवेगळ्या टप्प्यांमध्ये काय घडत होतं त्याचा संदर्भ घेऊन या कथा सांगण्यात आल्या आहेत. शिवाय या संदर्भात काही तत्कालीन जागतिक घटनांचा आणि घडामोडींचा विचारही करण्यात आला आहे.

माझे वडील आणि काका हे फाळणीपूर्व, अखंड भारतात जन्मले होते आणि हिरो उद्योग हा पहिल्यांदा अस्तित्वात आला त्याला साठहून अधिक वर्षांचा कालावधी उलटून गेला आहे. साहजिकच, तत्कालीन काही घटना आणि घडामोडींची वैधता आणि सत्यता ठरवताना काही तफावती राहत असल्याचं आमच्या लक्षात आलं आहे. सगळ्याच घटनांना आणि घडामोडींना पुष्टी देणाऱ्या गोष्टी समोर आल्या नाहीत.

मुंजाल बंधू ज्या काळात आपल्या जीवनाची आणि व्यवसायाची सुरुवात करत होते, त्या वेळच्या स्वातंत्र्याच्या आधीच्या आणि लगेच त्यानंतरच्या भारताची कल्पना करणं खूपच अवघड होतं. ३९ कोटींहून कमी लोकसंख्या असलेल्या आणि १,००,०००हून कमी टेलीफोन असलेल्या देशाची कल्पना मी कशी काय करू शकणार होतो? त्या काळात एका रुपयाचं मूल्य हे एका अमेरिकन डॉलरइतकं होतं. सोनं प्रती तोळा ८८.६२ रुपये किमतीनं विकलं जात होतं. दक्षिण दिल्लीत तुम्ही १७,००० रुपयांना एक एकर जमीन खरेदी करू शकत होतात आणि मुंबईत दोन बीएचके फ्लॅटमध्ये ४०-५० रुपये मासिक भाड्यानं राहू शकत होतात.

नोंदींचा अभाव ही आणखी एक महत्त्वाची अडचण होती. सुरुवातीच्या दशकांमध्ये नेमकं काय, काय आणि कसं घडलं होतं त्याच्या नोंदी असलेली फारशी कागदपत्रं नाहीत. १९६०च्या दशकापर्यंत माझे वडील आणि काका आमच्या कुटुंबाचा उदरनिर्वाह चालवण्याच्या आणि शाश्वत व्यवसाय उभारणीच्या कामात व्यग्र होते. आपले विचार उतरवून काढण्याइतका ना त्यांच्याकडे वेळ होता, ना त्यांना तितका उत्साह होता. त्यांनी क्वचितच प्रसारमाध्यमांना मुलाखती दिल्या होत्या. अखंड भारतात जन्मलेले बरेचसे लोक मृत्यू पावल्यामुळेही घटना-घडामोडींची तपासणी करणं जास्त अवघड होऊन बसलं. इतर अनेक जण त्या वेळी अगदीच लहान होते, त्यामुळे माझी आई, वडील, काका आणि कुटुंबातील इतर ज्येष्ठ व्यक्तींनी सांगितलेल्या आठवणींवर मी अवलंबून राहिलो. मात्र तरीही या कथनात काही तफावती राहिल्या आहेत आणि त्या भरून काढण्याची गरज आहे, कारण अशा प्रकारच्या कौटुंबिक कथनात, अनेकदा एकच प्रसंग वेगवेगळ्या प्रकारे सांगितला जातो. उदाहरणार्थ, दिल्लीतील माझ्या कुटुंबाच्या पहिल्या व्यवसायात माझ्या वडलांबरोबर माझा एक भाऊ (सख्खा नव्हे) जतेंदरच्या आजोबांनी भागीदारी केली होती की माझ्या वडलांच्या वडलांचे म्हणजे माझ्या आजोबांचे चुलतभाऊ सतीश धिंग्रा यांनी ती केली होती, याविषयी मतभेद आहेत.

मी कुटुंबातील इतर सदस्यांबरोबर, मित्रांबरोबर आणि ज्येष्ठांबरोबर संभाषणास सुरुवात केली. ही प्रक्रिया दीर्घकाळापर्यंत चालली. अमृत नागपाल हे ओमप्रकाश या माझ्या काकांचे आणि माझ्या वडलांचेही अतिशय विश्वासू आणि जीवलग मित्र होते. लायन्स क्लबच्या समाजसेवी संघटनेत अमृत नागपाल यांनी माझ्या काकांबरोबर काम केलं होतं. माझ्या वडलांबरोबर त्यांनी दयानंद मेडिकल कॉलेजमध्ये काम केलं होतं. आता ते माझ्याबरोबर काम करत आहेत. अमृत यांनी माझे वडील मानवतावादी विचारांचे असल्याचं सांगितलं आणि वैद्यकीय शिक्षणाविषयीचा व रुग्णसेवेविषयीचा त्यांचा दृष्टिकोनही तसाच असल्याचं त्यांनी सांगितलं.

माझे ज्येष्ठ बंधू सुमन यांनी भूतकाळ उलगडण्याकरिता मला अनेक वेळा मदत केली. माझ्या आईचं २०२१च्या एप्रिलमध्ये दुःखद निधन झालं. त्या वेळी

या मूळ इंग्रजी पुस्तकाची आवृत्ती काढण्याचं नियोजन करण्यात आलं होतं. हयात असताना तिने तिच्या आठवणीला ताण देऊन माझ्या वडलांबरोबरच्या तिच्या सहजीवनातील अनेक आकर्षक घटना सांगितल्या, तसंच माझ्या काकांविषयीच्याही काही आठवणी सांगितल्या. काही आठवणी तर तिच्या विवाहाच्या वेळच्या म्हणजे नुकतीच फाळणी झाल्याच्या वेळच्या होत्या, तर काही आठवणी त्याच्याही आधीच्या होत्या.

माझा चुलतभाऊ योगेश (सत्यानंदजींचा मोठा मुलगा) हा कमालियात शिकला होता. माझ्या वडलांनंतरच्या दुसऱ्या पिढीतील म्हणजे आमच्या पिढीतील कमालियात शिकलेला तो एकमेव मुलगा आहे. त्या सुरुवातीच्या काळातील त्याला माहीत असलेल्या आणि त्याचे वडील सत्यानंदजींकडून आणि इतरांकडूनही ऐकलेल्या काही घटना त्याने मला सांगितल्या. त्याने आणि योगेशचा लहान भाऊ सुरेशने १९६०च्या दशकातील कथन तयार करण्यास मला मदत केली. त्याप्रमाणेच योगेशचा लहान भाऊ सुधीर याने १९७०च्या दशकातील मोपेडच्या उत्पादनाच्या काळातील कथनातील काही तफावती भरून काढण्यास मला मदत केली. शिवाय या काळातूनच हिरो-होंडाच्या नंतरच्या यशाचा पाया कसा घातला गेला याविषयीची आमची टिपणंही आम्ही एकमेकांना दिली. दयानंदजींचा मुलगा विजय याने मला त्याच्या वडलांविषयीच्या काही अंतर्दृष्टी दिल्या. त्या विशेषतः उपयुक्त ठरल्या, कारण दयानंदजींचा मृत्यू १९६८मध्येच झाला होता. दयानंदकाकांची एक रोजनिशीही त्याला सापडली, त्यामुळे आम्हाला सुरुवातीच्या काही तारखांना आणि महत्त्वाच्या घटनांना पुष्टी मिळवता आली आणि त्यांची वैधता सिद्ध करता आली.

अगदी या सगळ्या संभाषणांनंतरसुद्धा काही घटना तपासण्याची आणि त्यांच्यातील तफावती भरून काढण्याची गरज होती म्हणून मी कंपनीच्या काही सध्याच्या आणि काही निवृत्त ज्येष्ठ अधिकाऱ्यांशी बोललो. शिवाय काही सरकारी अधिकाऱ्यांशी आणि सरकारी कार्यालयातील इतरांशीही बोललो.

होंडाबरोबरच्या संयुक्त प्रकल्पाची सुरुवात होण्याच्या थोडंसंच आधी अमित चतुर्वेदी कंपनीत प्रकल्प व्यवस्थापकपदी रुजू झाले होते. दुर्दैवानं, इंग्रजी पुस्तक प्रकाशित झाल्यानंतर काही महिन्यांतच त्यांचा मृत्यू झाला. या संयुक्त प्रकल्पाला अंतिम रूप देण्याकरिता माझ्या वडलांबरोबर आणि माझा सगळ्यात मोठा बंधू रमणजी यांच्याबरोबर ते जपानला गेले होते. रमणजी आज हयात नाहीत. सुरुवातीच्या काळात चतुर्वेदींनी विपणन प्रमुख म्हणूनही काम केलं होतं. पवन या माझ्या मोठ्या भावानंही नंतरच्या काळात त्या वाटाघाटींमध्ये भाग घेतला होता. कामकाजाच्या पहिल्या दशकातील घडामोडींविषयी अमितनी दिलेली माहिती खूपच उपयुक्त ठरली. काही वेळा तर त्यांनी गमतीशीर आठवणीही सांगितल्या. होंडाबरोबरच्या पहिल्या

बैठकीसाठी माझे वडील गेले होते, त्या वेळी जपानी लोकांनी त्यांना ग्रीन टी दिला होता; पण माझ्या वडलांनी त्यांच्या नेहमीच्या मसाला चहाचा आग्रह धरला होता, त्यामुळे होंडाचे अधिकारी अगदीच गोंधळून गेले होते. अर्थातच दुसऱ्या भेटीच्या वेळी आधीच मसाला चहा तयार ठेवून देण्यात आला होता.

राकेश वसिष्ठ हे पहिल्यांदा माझ्या वडलांचे आणि नंतर पवनजींचे साहाय्यक अधिकारी म्हणून २०००मध्ये रुजू झाले. त्यांनी माझ्या वडलांची कंपनीतील व्यवहार्य व सक्रिय भूमिका आणि माणसाला केंद्रस्थानी मानून व्यवस्थापन करण्याची पद्धत याचं तपशीलवार वर्णन केलं. त्यांनी सांगितलं की, त्यांच्या या पद्धतीमुळे प्रत्येक व्यक्तीला असा विश्वास वाटत होता की, जणू काही माझे वडील हे त्या प्रत्येकाच्या कुटुंबाचेच प्रमुख होते.

माझा मामेभाऊ जतेंदर मेहता याच्याशीही माझ्या गप्पा झाल्या. तो रमणजीचा जीवलग मित्र आहे. लुधियानाहून धारूहेडाला हिरो-होंडाच्या पुरवठा साखळीचा भाग म्हणून स्थलांतरित झालेल्या पहिल्या साहाय्यक युनिटमध्ये त्याच्या फर्मचाही समावेश होता. १९८०च्या आणि १९९०च्या दशकांमध्ये या साहाय्यक युनिटमध्ये काय, काय घडलं होतं, त्याच्या काही सूक्ष्म तपशिलांची त्याच्याकडून पुन्हा एकदा खातरजमा करून घेतली. आमचं खूप मोठं कुटुंब आणि साहाय्यक कंपन्या यांनी भारतीय स्वयंचलित वाहन (ऑटो) उद्योगात गुणवत्तापूर्ण स्वदेशीकरणाच्या प्रमुख कार्यक्रमाची सुरुवात कशी केली होती, त्याविषयीच्या माहितीलाही त्याने दुजोरा दिला.

माझ्या वडलांच्या ९०व्या वाढदिवसाचा समारंभ जवळ आल्यावर मी त्यांचे अनेक परिचित, कुटुंबातील सदस्य, मित्र, सहकारी, पुरवठादार वगैरे लोकांना वडलांच्या आणि त्यांच्या संबंधांविषयी वडलांना पत्र लिहायला सांगितलं. ती पत्रं त्यांना थेट पाठवून देण्याच्याऐवजी त्यांनी ती मला मेलवर पाठवावीत असं मी त्यांना सांगितलं, कारण आम्हाला ती सगळी पत्रं संकलित करून एक पुस्तक प्रसिद्ध करायचं होतं आणि वाढदिवसाची भेट म्हणून पत्रांचं हे पुस्तक देऊन माझ्या वडलांना चकित करायचं होतं. याला प्रचंड प्रतिसाद मिळाला आणि प्रत्येक पत्र-लेखकाला पुस्तकाची एकेक प्रत पाठवून देण्याची आमची सुरुवातीची योजना आम्हाला मागे घ्यावी लागली, कारण अनेक पत्रं ही भावनेनं ओथंबलेली, हृदयस्पर्शी आणि अत्यंत खासगी स्वरूपाची होती. किती लोकांचे त्यांच्याशी खास संबंध होते ते पाहून मी भारावून गेलो. अनेकांनी माझ्या वडलांनी त्यांच्यावर केलेल्या निरपेक्ष उपकारांविषयी लिहिलं होतं. आम्ही याला *बुक ऑफ लेटर्स* असंच नाव दिलं होतं. या पुस्तकातून अनेक प्रकारे त्यांच्या व्यक्तिमत्त्वाचे आणि चारित्र्याचे कित्येक पैलू समोर आले होते म्हणून मग आम्ही या पुस्तकाची एकच प्रत प्रकाशित करून ती फक्त माझ्या वडलांना भेट द्यावी असं ठरवलं. त्यानंतर कित्येक महिन्यांपर्यंत त्यांच्या

कार्यालयात ते या पुस्तकातील रोज एक पत्र वाचत आणि घरी गेल्यानंतर माझ्या आईबरोबर बसून रात्री एक पत्र वाचत.

सुमन आणि पवन या माझ्या बंधूंखेरीज या पुस्तकाकरिता रोचक, मूल्यवान माहिती दिलेल्यांमध्ये माझी बहीण गीता, चुलतबहिणी नीता आणि मृदू आणि इतर अनेक चुलत-मावस-आते भावंडांचा समावेश आहे. कौटुंबिक प्रवासाच्या वेळी आणि सुट्ट्यांच्या काळात मी अनेक तास माझ्याकडची टिपणं वाचण्यात आणि ती तपासण्यात मग्न असे. त्याचा त्रास सोसलेली माझी पत्नी मुक्ता आणि मुलगी शिफाली यांनीही मला काही माहिती दिली आणि काही दुरुस्त्या करण्यास मदत केली.

ज्येष्ठ पत्रकार भवदीप कंग यांनी मला ही कथा अनुक्रमानं मांडण्यास मदत केली आणि आकाशवाणी पत्रकार शैली चोप्रा यांनीही यात योगदान दिलं. अखेरीस माझ्या टीमचा विचार करता, अश्विनी शर्मानं अनेक गोष्टींचे पाठपुरावे केले आणि विविध संबंधितांशी संपर्क साधले, तर जयदीप लाहिरीनं या प्रकल्पाचा पाया भक्कम केला आणि कथनाची उभारणी करण्यास मदत केली. हार्पर कोलिन्स पब्लिशर्सच्या सचिन शर्मा आणि क्रिशन चोप्रा यांचेही मी आभार मानतो. आम्ही अनेक वेळा महत्त्वाचे बदल केले. माझा असा विश्वास आहे की, आम्ही हळूहळू जास्त चांगल्या कथनाची वेगवेगळी रूपांतरं देत राहिलो; पण त्यांनी आम्हाला दर वेळी पाठबळ दिलं आणि संयमानं काम केलं. मला माहीत असलेल्या कथेखेरीज मी अनेकविध संशोधन स्रोतांमधील माहितीवरही अवलंबून राहिलो. त्यात हिरो कंपनीवरच्या आणि आमच्या कुटुंबाच्या व्यावसायिक शैलीवरच्या केस स्टडीजचा समावेश आहे. असे अभ्यास इन्स्टिट्यूट युरोपियन डी' ॲडमिनिस्ट्रेशन डेस अफेअरिस (INSEAD, फ्रान्स), लंडन बिझनेस स्कूल, बीबीसी आदींनी केला होता.

हिरोन भारतीयांच्या जीवनात 'क्रांती' घडवली असं म्हटलं जातं, कारण ज्या वेळी आपण मागे वळून पाहतो, त्या वेळी माझ्या वडलांनी आणि काकांनी केलेल्या कित्येक गोष्टी या काळाच्या काही पावलं पुढे होत्या, असं दिसून येतं. त्यांनी फक्त उत्पादनांच्या संदर्भातच क्रांती घडवून आणली नाही, तर त्यांनी आणलेली आणि रुजवलेली संस्कृती, त्यांनी घालून दिलेल्या उत्पादनाच्या पातळ्या, इन्व्हेंटरीज आणि करंट ॲसेट्सच्या व्यवस्थापनासाठी त्यांनी वापरलेली पद्धत, त्यांनी आग्रह धरलेल्या गुणवत्तेच्या पातळ्या, उत्पादन आणि विपणन यांमधील त्यांनी प्रोत्साहन दिलेल्या नावीन्यपूर्ण गोष्टी, त्यांनी बांधिलकी पत्करलेली शाश्वत आचरणं आणि व्यवहार, त्यांनी घालून दिलेली प्रशासकीय मानांकनं, त्यांनी निर्माण केलेले संबंध, त्यांचा विश्वास असलेला प्रामाणिकपणा आणि सचोटी या सगळ्या गोष्टीच त्या वेळी क्रांतिकारक होत्या. सध्याच्या व्यावसायिक आणि व्यवस्थापकीय जगात या सगळ्या गोष्टींना आज समकालीन उत्तम गोष्टी मानलं जात आहे; पण त्या सगळ्या

गोष्टी त्यांनी त्या काळात आपल्या उद्योगात आणल्या होत्या. हिरो समूहाच्या सगळ्या भागांमध्ये, सगळ्या कार्यालयांमध्ये या सगळ्या उत्तम गोष्टी सुमारे अर्धशतकाहून जास्त काळापासून आचरणात आणल्या जात आहेत.

ज्या उत्तम आचरणांना, पद्धतींना हिरोनं प्रोत्साहन दिलं, त्यांचा पहिल्यांदा अभियांत्रिकी क्षेत्रावर, नंतर उत्पादनाच्या क्षेत्रावर आणि अखेरीस भारताच्या सर्वांगीण अर्थकारणावर अमीट परिणाम झाला. हिरोच्या कथेचा हा आणखी एक क्रांतिकारक पैलू आहे. सर्वश्रेष्ठ पद्धती पहिल्यांदा पुरवठादारांना आणि डीलरना सांगण्यात आल्या आणि नंतर या उद्योगातील आणि त्याच्या बाहेरच्याही अनेक लोकांनी त्यांचं अंशतः किंवा संपूर्ण पालन केलं.

आर्थिक आणि प्रशासकीय सुधारणांमुळे १९९०च्या दशकाच्या सुरुवातीच्या कालखंडात भारतातील उद्योगांमध्ये उत्पादनातील उत्कृष्टपणाची किंवा श्रेष्ठतेची व्याप्ती वाढवण्याच्या धोरणाकरिता स्थान निर्माण झालं. त्यानंतर खासगी क्षेत्रानं देशाच्या औद्योगिक विकासात जास्त जबाबदारी घेण्यास सुरुवात केली. या प्रक्रियेला गती देण्यात हिरोनं आणि त्यांच्या विश्वानं महत्त्वाची भूमिका बजावली. मुंजाल बंधूंनी आपल्या हयातीत कधीही प्रौढी मिरवली नसली किंवा स्वतःविषयी बोलण्यास ते नाखूश असले तरी देशातील इतर काही आघाडीच्या उद्योगांसह मुंजाल बंधूंनी उत्कृष्टतेसह आणि अभिमानानं परिवर्तनाला दिलेली चालना हीच 'मेड इन इंडिया' किंवा 'मेक इन इंडिया'ची नांदी होती, यात कसलीच शंका नाही.

हे पुस्तक आमच्या संस्थापकांचा वारसा जपण्याचा प्रयत्न करत आहे आणि एका संघटनेनं कशा प्रकारे महत्त्वाकांक्षांना, उत्कट आकांक्षांना आकार दिला, मोठ्या प्रमाणातील उत्पादनाचा पाया घातला आणि देशाचे जगाशी असलेले संबंध कसे बळकट केले, याची कथा सांगत आहे. मला आणखी थोडं लिहिता आलं असतं तर बरं झालं असतं असं मला वाटतं. या पुस्तकात अनेक घटना आणि कथा सांगण्यात आल्या असल्या तरी अजूनही इथे न सांगितल्या गेलेल्या शेकडो आणि कदाचित हजारो घटना आणि कथा अद्याप शिल्लक राहिल्या आहेत. पुस्तकाचा प्रवाह सुगम राहावा म्हणून किंवा काही बाबतीत गोपनीयता जपण्यासाठी म्हणून त्या कथा या पुस्तकात समाविष्ट करण्यात आलेल्या नाहीत. या सगळ्यापेक्षाही प्रकाशकाच्या सल्ल्यानुसार आणि आग्रहानुसार पुस्तकाचा आकार विशिष्ट मर्यादेइतकाच ठेवण्यासाठीही असं करण्यात आलं आहे.

काही लोक याला व्यवस्थापनावरचं पुस्तक म्हणतील, इतर काही जण याला कौटुंबिक व्यवसायाची कहाणी म्हणतील. या पुस्तकाचं वर्णन करताना काही जण असं म्हणतील की, ज्या व्यवसायानं साठ वर्षांपूर्वी घालून दिलेल्या जुन्या पद्धती आजच्या काळात समकालीन आणि सुसंगत ठरल्या आहेत आणि त्या अर्थानं ज्या पद्धती कालातीत आहेत अशा पद्धती निर्माण करणाऱ्या एका आद्य

कौटुंबिक उद्योगाची ही कथा आहे. कदाचित, या पुस्तकाचं वर्णन इतिहासाचं पुस्तक असं करणंही शक्य आहे. कॉर्पोरेट भारताच्या विकासाच्या माहितीचं पुस्तक किंवा अगदी भारताची कथा असंही याला म्हटलं जाईल. मी असं म्हणेन की, ही फक्त अंतःकरणापासून, प्रेमानं करण्यात आलेल्या परिश्रमांची एक कौटुंबिक कथा आहे आणि ती तशीच प्रेमानं आणि मनापासून लिहिली गेली आहे. मला हे पुस्तक लिहिताना जितकी मजा वाटली, आनंद झाला, तितकीच मजा तुम्हालाही ते वाचताना वाटेल आणि तितकाच आनंदही होईल. अशी मला आशा आहे.

तुम्ही इतिहासाचे किंवा अर्थशास्त्राचे विद्यार्थी किंवा व्यवस्थापक किंवा शिक्षक असाल अगर तुम्ही फक्त चांगल्या कथेत रुची असलेले वाचक असाल तरी या पुस्तकातून तुम्हाला काही ना काही मिळेल आणि तुम्हाला ते मूल्यवान वाटेल, अशीही मला आशा आहे.

– सुनील कांत मुंजाल, ऑक्टोबर २०२१

प्रस्तावना

– डॉ. मनमोहन सिंग

ब्रिजमोहन लाल मुंजाल हे स्वतंत्र भारताच्या उद्यमशीलतेच्या चैतन्याचं प्रतीक होते. फाळणीमुळे निर्वासित झालेले ते आणि त्यांचे बंधू रिकाम्या हातानं पंजाबमध्ये आले. मात्र त्यांची हृदयं निर्धारानं भरलेली होती. इच्छाशक्तीच्या जोरावर त्यांनी फक्त यशच मिळवलं नाही, तर या प्रक्रियेत भारताच्या संपूर्ण चित्रातच कायापालट घडवून आणला.

त्यांनी परवडणारी खासगी वाहतूक ही संकल्पना लोकप्रिय करून शब्दशः प्रगतीच्या चाकांना गती दिली. हिरोच्या सायकलींनी आणि मोटरसायकलींनी आपल्या परवडणाऱ्या किमती आणि उत्तम गुणवत्ता यांच्या मिश्रणातून प्रगतीची महत्त्वाकांक्षा उराशी बाळगणाऱ्या भारताला अभूतपूर्व गतिशीलता प्रदान केली.

मुंजाल बंधूंची कथा हे फक्त कधीही हार न पत्करणाऱ्या मानवी स्वभावाचं उदाहरण नाही, तर ही कथा भारतीयांच्या अद्वितीय समाजाभिमुख व्यावसायिक दृष्टिकोनाचं प्रतिनिधित्वही करते. ब्रिजमोहन लाल मुंजाल आणि त्यांचे बंधू हे 'कामातून शिकण्याच्या' तत्त्वावर विश्वास असलेल्या उद्योजकांच्या पिढीतील होते. एखादं विशाल कुटुंब चालवल्याप्रमाणे या बंधूंनी हा व्यवसाय चालवला आणि परस्पर-लाभदायक नात्यांमध्ये लोकांना आणि नफ्यांना एकत्रितपणे प्राधान्य दिलं. त्यांच्या मते, समाजकल्याण आणि नफा या दोन्ही गोष्टी एकमेकींसोबतच जातात. त्या एकाच नाण्याच्या दोन बाजू आहेत. आज सर्वत्र दिसत असलेल्या अनेक व्यावसायिक पद्धतींचे ते अनेक प्रकारे प्रणेते होते. जस्ट-इन-टाइम (जेआयटी) इन्व्हेन्टरी, ट्रिपल बॉटम लाइन (टीबीएल), आर्म्स-लेंथ-रिलेटेड पार्टी ट्रान्झॅक्शन्स, संचालक मंडळाच्या सदस्यांचं स्वातंत्र्य इ. अनेक आधुनिक पद्धती त्यांनी त्या काळात अमलात आणल्या होत्या आणि प्रस्थापित केल्या होत्या.

प्रतिकूल, तापदायक व्यावसायिक वातावरणातून त्यांच्या प्रवासाला सुरुवात झाली होती. १९४०च्या दशकाच्या उत्तरार्धात दोन शतकांच्या औद्योगिक

दमनाच्या आणि शोषणाच्या काळानंतर भारत अतिरेकी प्रमाणात शेतीवर अवलंबून होता. भीषण दारिद्र्य, मंद भांडवल निर्मिती, उत्पादकतेची दारुण वाटावी इतकी खालावलेली पातळी आणि खासगी उद्योगांची गोगलगायीच्या मंद गतीनं सुरू असलेली वाढ ही तत्कालीन भारताची वैशिष्ट्यं होती.

पंडित जवाहरलाल नेहरूंनी १९५०च्या आणि १९६०च्या दशकांमध्ये वित्तीय गोष्टींवर शासकीय नियंत्रण, शक्तिशाली सार्वजनिक क्षेत्र, आयातीवर स्वदेशीकरणाचा उपाय आणि औद्योगिकीकरण यावर भर दिला, त्यामुळे भारत वाढीच्या दिशेनं निघाला होता; परंतु व्यवसायांच्या दृष्टीनं खऱ्या अर्थानं पोषक वातावरण नव्हतं.

कच्च्या मालाची कमतरता, तंत्रज्ञानातील तज्ज्ञतेचा अभाव आणि संस्थात्मक वित्तपुरवठ्याचं मर्यादित प्रमाण या अडचणींना न घाबरता मुंजाल बंधूंनी दुकान सुरू केलं. धाडस, धैर्य, नावीन्यपूर्ण कल्पना आणि आपण हे 'करू शकतो' हा दृष्टिकोन यांच्या बळावर भारत जगातील उत्तम गोष्टींशी स्पर्धा करू शकतो हे त्यांनी सिद्ध केलं. अर्थकारण इंचभर पुढे सरकलं होतं आणि त्याच्याबरोबरच उद्योग म्हणून हिरोही थोडीशी पुढे सरकली होती. कालौघात धोरणं बदलली आणि मुंजाल बंधूंनी बदलत्या परिस्थितीचा स्वीकार केला आणि आपल्या उद्योगासह पुढे वाटचाल केली.

दूरदर्शी उद्योजक ब्रिजमोहन लाल मुंजाल यांनी भविष्याचा विचार केला आणि बाजारातील मागणीचा अंदाज घेतला. नवीन बाजारपेठांची निर्मिती केली आणि स्वयंचलित वाहन उद्योगासाठी कार्यक्रम तयार केले, नावीन्यपूर्ण कल्पना राबवल्या. परदेशी कंपन्यांबरोबर काम करण्याचं आणि त्यांच्याकडून शिकण्याचं महत्त्व ओळखलेल्या सुरुवातीच्या काही लोकांमध्ये त्यांचा समावेश होता. त्याबरोबरच देशात उपलब्ध असलेल्या बुद्धिमान तरुणांची पात्रता, कौशल्य वाढवण्याचं महत्त्वही त्यांना समजलं होतं, त्यामुळे हे तरुण तंत्रज्ञान आत्मसात करून त्याची पुनर्निर्मिती करतील आणि त्याच वेळी गुणवत्तेची आंतरराष्ट्रीय मानांकनंही जपतील हे त्यांच्या लक्षात आलं होतं. शिवाय परदेशात दिसलेल्या गोष्टींमध्ये ते सुधारणाही करतील आणि हे सगळं अत्यंत किफायतशीर दरात केलं जाईल हे त्यांना जाणवलं होतं.

ब्रिजमोहन मुंजाल भारतीय व्यवसायाच्या मूल्यांमध्ये घट्ट पाय रोवून उभे असले तरी त्यांचा दृष्टिकोन जागतिक होता. त्यांनी आंतरराष्ट्रीय फर्मबरोबर निश्चितपणे अत्यंत यशस्वी व्यावसायिक भागीदारी केल्या. सायकलींचं जागतिक पातळीवर सर्वाधिक उत्पादन करणारी कंपनी होण्याच्या मार्गावरून त्यांनी हिरोला पुढे नेलं. त्यानंतर लवकरच हिरो स्वयंचलित दुचाकीचं आणि इतर अनेक भागांचं जागतिक पातळीवर सर्वाधिक उत्पादन करणारी कंपनी झाली.

उद्योगाचे नेते म्हणून त्यांनी अर्थकारणाविषयीचा सर्वांगीण दृष्टिकोन बाळगला आणि सरकारी धोरणात बदल घडवून आणण्यासाठी दबावगट तयार करण्यासही त्यांनी मागेपुढे पाहिलं नाही, कारण हे बदल संपूर्ण उद्योगाच्या आणि भारताच्याही

भल्याचे होते, असं त्यांचं मत होतं. आर्थिक उदारीकरणाचे ते प्रबळ समर्थक होते. उदारीकरणामुळे व्यवसायाविषयीच्या सरकारच्या दृष्टिकोनात लक्षणीय बदल होईल, असं त्यांना वाटत होतं. त्यांनी नेहमीच सकारात्मक विचार केला आणि भारताच्या भवितव्याविषयी विचार करताना ते नेहमीच रोमहर्षित होत होते.

ब्रिजमोहन मुंजालांनी कधीही व्यावसायिक शिक्षण घेतलं नव्हतं. खरं तर त्यांनी महाविद्यालयीन पदवीही मिळवली नव्हती, तरीही ते अनेक उद्योजकांचे आणि व्यवस्थापन क्षेत्रातील लोकांचे आदर्श होते आणि आगामी कित्येक पिढ्यांच्या उद्योजकांचे आणि व्यवस्थापन क्षेत्रातील लोकांचेही ते आदर्श असतील.

मला काही प्रसंगी ब्रिजमोहनना आणि त्यांच्या बंधूंना भेटण्याचा योग आला. व्यवहारज्ञान, निरीक्षण, अनुभव, शिकण्याची भूक आणि इतरांविषयीचा आदर यांमधून त्यांनी व्यवस्थापनाचं कौशल्य प्राप्त केलं होतं. या बंधूंनी अनेक प्रकारच्या 'हार्ड' आणि 'सॉफ्ट' कौशल्यांचा संगम घडवला होता; परंतु समरसतेला त्यांनी सर्वाधिक मूल्यवान नेतृत्व साधन मानलं होतं. ब्रिजमोहनननी मला एकदा असं सांगितलं होतं की, ही गोष्ट ते त्यांच्या आईच्या पायाशी बसून शिकले होते.

मुंजाल बंधू हे योग्य मार्गाकडे नेणारे, त्याकरिता मार्गदर्शन करणारे द्रष्टे होते. हिरो समूहातील अद्वितीय क्षमता, उत्पादनक्षमता आणि त्यांनी निर्माण केलेले औद्योगिक संबंध समजून घेण्यासाठी जगभरातील प्रख्यात संस्थांनी हिरो समूहाच्या कॉर्पोरेट तत्त्वज्ञानाचा अभ्यास केला आहे.

मुंजाल बंधू इतर काही गोष्टींचेही प्रणेते होते. 'व्यावसायिक सामाजिक जबाबदारी' (सीएसआर) हा शब्द प्रचलित होण्याच्या कितीतरी आधीपासून त्यांनी समाजाकडून मिळवलेला पैसा समाजाला परत देण्याचं महत्त्व ओळखलं होतं आणि त्याकरिता शिक्षण व सार्वजनिक आरोग्य क्षेत्र यांमध्ये पुढाकार घेतला होता. हळूहळू हिरोची सामाजिक क्षेत्रातील उपस्थिती विस्तारत गेली आणि त्यांनी व्यावसायिक प्रशिक्षण कौशल्य विकास, स्वच्छता, महिला सबलीकरणाच्या माध्यमातून स्त्री-पुरुष समानता आणणं या आणि इतर अनेक क्षेत्रांत काम केलं. त्याचप्रमाणे ज्या वेळी प्रदूषणविषयक नियम सक्तीचे नव्हते, तेव्हापासूनच हिरोनं त्या नियमांचं पालन केलं होतं.

द्रष्टे उद्योजक असण्याखेरीज ब्रिजमोहन मुंजाल यांना अत्यंत प्रेमळ व्यक्ती म्हणूनही ओळखलं जातं. त्यांच्या स्वभावात उद्धटपणाचा किंवा द्वेषाचा लवलेशही आढळत नव्हता. आमच्या दर वेळच्या गप्पांच्या वेळी मला त्यांचा हा गुण विशेषत्वानं दिसून आला होता. नोकरशाह, राजकारणी लोक, बरोबरचे उद्योजक किंवा अगदी त्यांचे कुटुंबीय इ.जीवनाच्या सर्व वाटांवरच्या लोकांमध्ये ते लोकप्रिय होते, त्यामागे हेच कारण होतं असं मला वाटतं.

मूलतः ते कुटुंबवत्सल गृहस्थ होते. मी पंतप्रधान असताना काही औपचारिक प्रसंगी त्यांनी मला आमंत्रित केलं होतं, अगदी तेव्हासुद्धा प्रत्येक वेळी त्यांचे कित्येक

कुटुंबीय तिथे उपस्थित असत होते. खरं तर कुटुंबाची त्यांची व्याख्या इतकी व्यापक झाली होती की, ती केव्हाच त्यांच्या नातेवाइकांच्या पलीकडे पोहोचली होती. त्यांच्या मित्रांच्या आणि व्यावसायिक साहाय्यकांच्या विशाल वर्तुळातील सर्वांना त्यांनी आपल्या कुटुंबात समाविष्ट करून टाकलं होतं. त्यांचा मनमिळावू, आनंदी स्वभाव आणि मोठं मन यांमुळे त्यांच्याभोवती मुत्सद्दीपणाचं एक प्रकारचं वलय निर्माण झालं होतं. व्यवसायातील प्रतिस्पर्ध्यांकडून आणि सहकाऱ्यांकडून त्यांना सारख्याच आदरानं वागवलं जात होतं. त्यांनी सल्ला दिला. दुःखाच्या वेळी लोकांना आधार दिला, त्यांचे हात हातात घेतले आणि त्यांच्या यशांच्या वेळी ते यश जणू काही आपलं स्वतःचंच असावं अशा प्रकारे मनमोकळेपणानं ते साजरं केलं. हिरोच्या ग्राहकांच्या आणि डीलरच्या बाबतीतही ते अशाच सौजन्यानं आणि अनौपचारिकतेनं वागत होते. हिरो समूह कितीही मोठा झाला असला तरी तो कधीही व्यक्तिहीन किंवा चेहरा नसलेला महाकाय प्राणी झाला नाही. ब्रिजमोहन लाल मुंजाल हा त्या समूहाचा कनवाळू आणि हसरा चेहरा होता.

म्हणूनच त्यांच्या कुटुंबीयांनी ब्रिजमोहन लाल यांच्या श्रद्धांचा, तत्त्वांचा आणि उत्तम आचरणांचा, पद्धतींचा प्रसार करण्यासाठी बीएमएल मुंजाल युनिव्हर्सिटीची स्थापना केली याचा मला आनंद होत आहे. सुनीलना तिथे कुलगुरू म्हणून स्वीकारण्यात आलं आहे. विद्यापीठाच्या दैनंदिन आचरणातून ही तत्त्वं, या पद्धती दिसून येतील, याची सुनीलनी खात्री दिली आहे. सुनील हे कॉन्फिडरेशन ऑफ इंडियन इंडस्ट्रीच्या (सीआयआय) अध्यक्षपदी असताना मी त्यांना अनेकदा भेटलो आहे. शिवाय पंतप्रधानांच्या व्यापार आणि उद्योग मंडळाचे ते दहा वर्षं सदस्य असतानाच्या काळातही माझी त्यांच्याशी अनेक वेळा भेट झाली आहे. त्यांच्या वडलांचा आणि काकांचा वारसा जपण्याचा आणि तो शाश्वत ठेवण्याचा त्यांचा ठाम निर्धार असल्याचं मला माहीत आहे.

भारताच्या आर्थिक आणि सामाजिक इतिहासाच्या पार्श्वभूमीवर आपल्या कुटुंबाची अधिकृत कथा मांडण्यासाठी सुनीलना वेळ मिळाला, त्यासाठी त्यांनी परिश्रम घेतले आणि उत्कट इच्छेनं हे काम पूर्ण केलं याचा मला आनंद होत आहे. त्यांनी या पुस्तकात अनेक आकर्षक वस्तुस्थितींची आणि कथांची गुंफण केली आहे आणि साध्या, रोचक व ओघवत्या शैलीत त्याची मांडणी केली आहे. माझ्या दृष्टीनं विचार करता, मी त्या कालखंडात जगलो असल्यानं मी त्या कथनात वैयक्तिक पातळीवरून रमू शकतो.

या पुस्तकाच्या वाचनातून कुटुंब, व्यवसाय यांची उभारणी करण्याच्या आणि राष्ट्रउभारणीत सक्रिय भूमिका पार पाडण्याच्या खऱ्याखुऱ्या अनुभवांच्या आधारावरचे अनेक मूल्यवान धडे मिळतील, असं मला वाटतं.

प्रस्तावना

अरुण जेटली[1]

भारताच्या फाळणीची आठवण सहसा नेहमीच फाळणीच्या टिकून राहिलेल्या दीर्घकालीन अनिष्ट गोष्टींसाठी काढली जात असली तरी या फाळणीनंच 'हिरो'च्या एका पिढीला जन्म दिला. काही निर्वासित उद्योजकांनी त्यांच्या कठोर परिश्रमातून आणि पथदर्शक उत्साहातून सुवर्णाक्षरांनी आपल्या प्रगतीच्या यशोगाथा लिहिल्या. त्याच वेळी त्यांनी या प्रक्रियेतून उद्योग क्षेत्राची, पायाभूत सुविधांची आणि अपरिपक्व, अननुभवी राष्ट्रासाठी रोजगारांचीही निर्मिती केली. ब्रिजमोहन लाल मुंजाल हे असेच एक हिरो होते.

'मेक इन इंडिया' ही आजच्या काळातील एक लोकप्रिय संकल्पना आहे; परंतु मुंजाल बंधू हे तिचे एक प्रणेते होते. सन १९५६मध्ये हिरो सायकलची स्थापना करण्यात आली. त्यानंतरच्या तीस वर्षांत हिरो सायकल्स जागतिक पातळीवरची नेता बनली. हिरो-होंडाची १९८५मध्ये स्थापना झाली आणि त्यानंतरच्या सतरा वर्षांत तीही जागतिक पातळीवरची नेता झाली. उत्पादनाच्या क्षेत्रात जगभरात कुठेही एखाद्या कौटुंबिक उद्योगानं विविध कंपन्यांमध्ये नेतृत्व करण्याचं याहून चांगलं उदाहरण असेल का, याविषयी माझ्या मनात शंका आहे.

ब्रिजमोहन लाल हे त्यांच्या उत्तम व्यावसायिक निर्णयांसाठी, भविष्याचा वेध घेणाऱ्या त्यांच्या दूरदर्शीत्वासाठी आणि जागतिक दृष्टिकोनासाठी ओळखले जात होतेच; पण तितक्याच प्रमाणात त्यांच्या पारंपरिक मूल्यांसाठीही त्यांना ओळखलं जात होतं. याच गुणधर्मांमुळे ते इतरांहून वेगळे ठरले होते. त्यांनी आणि त्यांच्या बंधूंनी ग्राहक, कामगार, डीलर आणि पुरवठादार यांच्याबरोबर कमालीचे

१ मी अरुण जेटलींचे विशेष आभार मानतो. ते एक मुत्सद्दी राजकारणी आणि भारताचे माजी अर्थमंत्री होते. त्यांनी या पुस्तकाचं हस्तलिखित वाचून सन २०१९च्या जुलैमध्ये हा संदेश लिहून पाठवला होता. दुर्दैवानं, हे पुस्तक प्रकाशित होण्याच्या आधीच त्यांचा मृत्यू झाला. त्यानंतर त्यांच्या कुटुंबीयांच्या परवानगीनं ही प्रस्तावना छापण्यात आली आहे. - सुनील कांत मुंजाल.

जिव्हाळ्याचे संबंध राखले होते आणि समरसतेनं, सहानुभूतीनं व्यवहार केले होते. त्या सगळ्यांना ते आपल्या 'परिवाराचे' सदस्य मानत होते. इतर कुठल्याही गोष्टींपेक्षा या जिव्हाळ्याच्या संबंधांमुळेच, आर्थिक उदारीकरणाच्या आधी हिरो सायकल कोट्यवधी भारतीयांच्या घरात पोहोचण्यास मदत झाली आणि १९९१च्या सुधारणांनंतरसुद्धा तिला सातत्यपूर्ण यशाची हमी मिळाली.

परिवर्तनाच्या आणि अनेक सामाजिक, आर्थिक घुसळणींच्या काळांमध्येसुद्धा मुंजाल बंधू तग धरून राहिलेच; पण त्यांनी व्यवसायाची प्रचंड भरभराटही केली. ज्या काळात लोकांची जगण्याची, तग धरून राहण्याची क्षमता त्यांच्या आयुष्याची दिशा ठरवत होती, त्या काळात ते जगले. ज्या वेळी पैसा, यंत्रसामग्री, सुटे भाग आणि तंत्रज्ञान उपलब्धच नव्हतं, त्या काळात त्यांनी उत्पादन व्यवसायाची उभारणी केली. त्यांचा विश्वास असलेल्या मूल्यांपासून ते कधीही दूर गेले नाहीत. अगदी गळचेपी करणाऱ्या कठोर नियमांच्या आणि बंधनांच्या व्यावसायिक वातावरणात ज्या वेळी नियमांचं उल्लंघन करणं ही सर्वसामान्य गोष्ट होती, त्या काळातसुद्धा त्यांनी इतका प्रामाणिकपणा, सचोटी आणि व्यक्तीविषयी आदर बाळगणं, निःपक्षपातीपणा या गोष्टी जपल्या होत्या.

प्रतिकूलतेमुळे मुंजाल बंधूंमधील उत्तम गोष्टी बाहेर पडल्या. स्वातंत्र्यानंतरच्या पहिल्या तीन दशकांमध्ये आयातीवर प्रतिबंध होते आणि तंत्रज्ञानाचं हस्तांतरण जवळजवळ अशक्य होतं. त्या काळात त्यांनी स्थानिक उत्पादन यंत्रणांमध्ये नावीन्यपूर्ण कल्पना आणल्या आणि त्या यंत्रणांना विकसित केलं. करंट अॅसेट्स आणि तरलता यांचं व्यवस्थापन करण्याची निर्दोष पद्धती विकसित केली. (आजच्या भाषेत यालाच 'जस्ट इन टाइम' किंवा 'जेआयटी' असं म्हणतात.)

भारतात १९८०च्या आणि १९९०च्या दशकांमध्ये बहुराष्ट्रीय कंपन्या आणि स्वस्त आयात माल येऊ लागला. हा माल बहुतांश वेळा अतिपूर्वेतून आणि दक्षिण आशियातून येत होता. त्याच्यामुळे भारतीय कंपन्यांच्या बाबतीत दोनच गोष्टी घडणं शक्य होतं. एक तर त्या बुडत होत्या किंवा हात-पाय मारून तरंगत होत्या. अक्षरशः 'करा किंवा मरा' असा हा काळ होता. त्या वेळी मुंजाल बंधूंनी आपली क्षमता वाढवली आणि ते कमालीचे कार्यक्षम झाले. त्यांनी मूल्य अभियांत्रिकीमध्ये गुंतवणूक केली. उच्च दर्जाच्या पुरवठा साखळीची उभारणी केली आणि डीलरबरोबरच्या त्यांच्या भक्कम संबंधांना गती दिली. त्यांनी उर्वरित उद्योग क्षेत्रापेक्षा अधिक झपाट्यानं वाढ आणि विकास करून घेण्यासाठी त्यांच्याकडे असलेल्या भारतीय ग्राहकाविषयीच्या ज्ञानाचा पुरेपूर उपयोग करून घेतला.

या पुस्तकात एक लहान, लुधियानातील एका छोट्याशा शेडमधून सुरू झालेला घरगुती व्यवसाय जागतिक संघटनेच्या व्याप्तीपर्यंत कसा वाढला आणि त्याने कोट्यवधी लोकांच्या जीवनांवर कसा परिणाम केला, याची अत्यंत चित्तवेधक

माहिती देण्यात आली आहे. यातून भारतीय मूल्यं, चैतन्य आणि उद्यमशीलता यांचा विजयोत्सव साजरा होत आहे. सुमारे सत्तर वर्षांचे असताना ब्रिजमोहनजींनी आपला दशकानुदशकांचा अनुभव, नेतृत्व कौशल्यं आणि बाजारपेठांविषयीचं अंगभूत ज्ञान यांच्या साहाय्यानं हिरो-होंडाला भारताच्या विकासगाथेचा एक महत्त्वाचा भाग केलं. नवीन सहस्रकाच्या उदयाच्या वेळी ते जगातील सर्वांत मोठ्या दुचाकी कंपनीची धुरा सांभाळत होते.

ब्रिजमोहनजींना मी अनेक दशकांपासून ओळखत होतो. कल्पना, तंत्रज्ञान आणि प्रशासकीय पद्धती संग्रहित करण्यात ते फक्त काळाच्या पुढेच नव्हते, तर लोकांमधील उत्तम गोष्टी काढून घेण्याची त्यांची पद्धत अतिशय आपुलकीची आणि प्रेमळपणाची होती.

त्यांनी अनेक मित्रांना जिंकून घेतल्याचं आणि वेगवेगळ्या काळांतील, वेगवेगळ्या वयोगटांतील, विविध वंशांच्या आणि सामाजिक स्तरांमधील लोकांना आपलंसं केल्याचंही मी पाहिलं आहे. त्यांच्या आयुष्याच्या प्रत्येक टप्प्यावर त्यांनी हे केल्याचं मला सांगितलं गेलं आहे. त्यांच्याकडे आपण स्वतः यशाच्या शिडीच्या पायऱ्या चढत निघालो असताना आपल्या सोबत अनेकांना घेऊन जाण्याची क्षमता होती. यातली आणखी एक उल्लेखनीय बाब अशी आहे की, हे यश कधीही त्यांच्या डोक्यापर्यंत पोहोचलंच नाही, त्यानं बिचाऱ्यानं त्यांच्या खांद्यावर चढून बसण्याइतपत मजल मारण्यातच समाधान मानलं.

या संपूर्ण काळात ते मूलतः एक वैशिष्ट्यपूर्ण पंजाबी व्यक्ती म्हणून वावरत होते. उदार अंतःकरणाची कुटुंबकेंद्रित आणि समाजशील व्यक्ती असणं ही पंजाबी व्यक्तीची वैशिष्ट्यं त्यांच्या व्यक्तिमत्त्वातून स्पष्टपणे दिसत होती. त्यांनी व्यवसायाकरिता कठोर बुद्धिमत्तेचा वापर केला आणि त्यांच्या सहकारी स्त्री-पुरुषांच्या बाबतीत त्यांनी कनवाळू अंतःकरणाचा वापर केला.

त्यांचं औदार्य आणि भारताच्या आर्थिक व सामाजिक वाढीच्या, विकासाच्या अधिक मोठ्या उद्दिष्टाशी असलेली त्यांची बांधिलकी या गोष्टींमुळे त्यांनी मोठ्या प्रमाणात सदिच्छा म्हणजेच व्यावसायिक भाषेत सांगायचं तर 'गुडविल' मिळवलं. या सदिच्छा त्यांनी फक्त सरकारकडून किंवा समाजाकडूनच मिळवल्या नाहीत, तर अगदी सायकल आणि दुचाकी व्यवसायातील प्रत्यक्ष स्पर्धकांकडूनही मिळवल्या.

ब्रिजमोहन आणि त्यांचे बंधू यांचं योगदान व्यवसायाच्या आणि उद्योगाच्या मर्यादा ओलांडून पलीकडे पोहोचलं आहे. परोपकाराच्या क्षेत्रातील आपल्या कामातून त्यांनी कॉर्पोरेट जगासमोर उदाहरण घालून दिलं आहे. शिवाय आपल्या वारसांच्या मनावरही हीच मूल्यं बिंबवली आहेत. त्यांच्या वारसांनी त्यांच्या मूल्यांचा हा वारसा पुढे नेला आहे. आज अनेक प्रकारच्या खेळांना प्रायोजकत्वं देण्यासाठी, शिक्षण, व्यावसायिक कौशल्यं, आरोग्य सेवा या क्षेत्रांतील योगदानासाठी आणि भारतीय

कला व संस्कृतीला प्रोत्साहन देण्याचे व त्यांचं जतन करण्याचे प्रयत्न करण्यासाठी हिरोला ओळखलं जातं.

मुंजाल बंधूंनी लागू केलेली अत्यंत यशस्वी धोरणं आणि प्रक्रिया या गोष्टी आज जगभरच्या संशोधन प्रबंधांचे आणि केस स्टडीचे विषय झाले आहेत. मात्र यांपैकी कोणत्याही अभ्यासातून या संपूर्ण कामकाजाचा प्राण आणि आत्मा असलेल्या या बंधूंच्या व्यक्तिमत्त्वाचं सार नेमकेपणानं समोर आलेलं नाही. त्यांच्याकडे असलेला अंगभूत मानवतावाद आणि त्यांच्या दृष्टिकोनातील व्यापकता समजून घेण्यासाठी आपल्याला व्यवसायाच्या प्रचंड वाढीच्या आणि नफ्याच्या चकचकीतपणाच्या पलीकडे पाहावं लागेल आणि या दृष्टिकोनातून विचार करता, हे पुस्तक व्यवसाय, व्यवस्थापन, इतिहास या विषयांच्या विद्यार्थ्यांसाठी आणि त्याबरोबरच सर्वसामान्य वाचकांसाठीही तितकंच समर्पक आहे. माझ्याप्रमाणे या सर्वांनाही अखंड भारतातून सुरू झालेल्या आणि आठ आकर्षक दशकांमधून गेलेल्या या प्रवासाचा अनुभव अतिशय आनंददायक वाटेल याची मला खात्री आहे.

सुनीलनी त्यांच्या कुटुंबाच्या आणि व्यवसायाच्या विकासाचा अत्यंत परिश्रमपूर्वक मागोवा घेतला आहे. त्या काळात भारतात आणि जगात काय घडत होतं त्या पार्श्वभूमीवर त्यांनी ही कथा मांडली आहे. त्यातून एक प्रामाणिक दृष्टिकोन समोर येतो आणि पुस्तकातील घटनांना जास्त सहजपणे समजून घेता येतं.

आज, (इंग्रजी पुस्तकासाठी ही प्रस्तावना सन २०१९मध्ये लिहिली गेली त्या वर्षानुसार) आपण सहस्रकाच्या दुसऱ्या दशकात प्रवेश करण्याची तयारी करत आहोत. नेमक्या याच वेळी मुंजालांनी शिकवलेले जीवनविषयक धडे आपण गमावलेले नाहीत, तर आता ते विद्वत्तेच्या सामुदायिक वारशाचा भाग झाले आहेत आणि त्यांच्यातून नवीन भारताच्या स्वप्नांना ताकद मिळत आहे, याची या पुस्तकातून सुनीलनी हमी दिली आहे. यापुढेही हे धडे अनेक भारतीयांना आणि बिगर-भारतीयांनाही असेच मार्गदर्शन करत राहतील, याचीही ही हमी आहे.

आईचं मनोगत

हिरोच्या संस्थापक बंधूंच्या दृष्टिकोनातून सुनील हिरोची आणि कुटुंबाची कहाणी लिहिणार असल्याचं काही वर्षांपूर्वी सुनीलनं मला सांगितलं. हे ऐकल्यानंतर विस्मृतीत गेलेल्या अनेक आठवणी माझ्या मनात पुन्हा एकदा ताज्या झाल्या. मी थोडीशी घाबरतही होते. आम्ही नवीन सहास्रकाच्या तिसऱ्या दशकात प्रवेश करणार आहोत आणि मुंजाल परिवाराची मुळं सुमारे शंभर वर्षांची जुनी आहेत. सुनील वास्तववादी पद्धतीनं ही सगळी कथा जिवंत करू शकेल का याची मला धास्ती वाटत होती; पण मला याची चिंता करावी लागली नाही. हे पुस्तक माझ्या सगळ्यात लहान मुलानं आपल्या वडलांना आणि त्याच्या दिवंगत बंधूला वाहिलेली श्रद्धांजली आणि इतर बंधूसाठीची आदरांजली आहे. त्याने त्यांच्या आठवणींना आणि संपूर्ण कुटुंबाच्या वारशाला जीवित ठेवल्याबद्दल एक आई म्हणून मी त्याला धन्यवाद देते.

माझं माहेरचं कुटुंब आणि फाळणीच्या भयावह अराजकतेच्या काळात मी ज्या कुटुंबात प्रवेश केला होता, ते सासरचं मुंजाल कुटुंब अशी दोन्ही कुटुंबं फाळणीच्या वेळी पळून भारतात आली होती. आम्हा कुटुंबीयांकडे असलेलं चैतन्य आणि एकजूट याशिवाय आमच्याकडे आणखी काहीही नव्हतं. आग्रा, दिल्ली आणि इतर अनेक शहरांमध्ये अत्यंत अनिश्चिततेनं भरलेली काही अशांत वर्षं घालवल्यानंतर मुंजाल भाऊ-बहिणी लुधियाना या आदर्श शहरात आले आणि अनेक वर्षं एकमेकांच्या शेजारी असलेल्या घरांमध्ये जवळजवळ एकत्रच राहिले. या काळात माझे पती, त्यांचे बंधू आणि संपूर्ण कुटुंब यांच्यामुळे मला या कुटुंबाची जीवनमूल्यं समजली आणि मी ती पाळू लागले.

१९४०च्या आणि १९५०च्या दशकांमधील संघर्ष आणि आम्हाला बसलेल्या परिस्थितीच्या अनेक फटक्यांमधून विनम्रता आणि जबाबदारीची जाणीव हे या बंधूंचे प्रिय गुण माझ्या लक्षात राहिले आहेत. त्यांनी कधीही तक्रार केली नाही किंवा आपल्या अडचणींसाठी इतरांना दोष दिला नाही. खरं तर त्यांनी अनेक दुःखं

आणि वेदना आपल्या अंतर्यामी रिचवून टाकल्या. त्या दुःखांमधून धडा शिकून ते आधीच्या तुलनेत अधिक कठोर परिश्रम करू लागले. नंतरच्या दशकांमध्ये हिरोला एका पाठोपाठ सफलता मिळू लागल्यानंतरसुद्धा माझ्या पतींना किंवा त्यांच्या बंधूंना कधीही स्वतःसाठी प्रसिद्धी मिळवण्याची इच्छा नव्हती. त्यांनी फक्त नम्रतेनं माना झुकवल्या, समाजाची सेवा केली आणि ते कुटुंबातील जास्तीत जास्त लोकांना आणि मित्रांना यशस्वी होण्यासाठी मदत करत राहिले.

सुनीलनं हे पुस्तक लिहिताना या पैलूंकडे खूपच लक्ष पुरवलं आहे, याचा मला अतिशय आनंद होत आहे. हे पुस्तक भारतातील सर्व लोकांपर्यंत पोहोचावं म्हणून त्याने याच्या प्रादेशिक भाषांमधील आवृत्त्या प्रसिद्ध करण्याचा निर्णय घेतला आहे, याचा मला विशेष आनंद होत आहे. हिंदी आवृत्तीपासून, प्रादेशिक भाषांमधील आवृत्त्यांची सुरुवात होत आहे. ही मित्रांची, कुटुंबांची, मूल्यांची आणि संघर्षाची कालातीत कहाणी आहे. ती सांगितली जाणं आणि सातत्यानं माहीत करून घेणं आवश्यक आहे, कारण विशेषतः या अवघड आणि अनिश्चित जगात कधीही इतिहास, कुटुंब आणि मैत्री यांच्याकडून मिळणारे धडे विसरून चालणार नाही. या पुस्तकात देण्यात आलेल्या छोट्या-छोट्या कथांमधून लोकांना कुठल्या ना कुठल्या मूल्यवान गोष्टी शिकता येतील आणि त्यांना त्यांचा फायदा होईल, अशी मला आशा आहे.

– संतोष मुंजाल

उपोद्घात

'हिरो'ची सुरुवात

सन १९३२च्या उन्हाळ्यात मुंजाल कुटुंबाच्या घरात एक छोटा भिक्षुक आला. तो नऊ किंवा दहा वर्षांचा होता. त्याने मुंडन केलं होतं आणि तो धोतर नेसला होता. त्याच्या हडकुळ्या छातीवर यज्ञोपवितं[२] दिसत होतं. भिक्षा मागणं हा आपला जन्मसिद्ध हक्क असल्याप्रमाणे त्याने भिक्षा मागितली होती.

खरोखरच तो त्याचा जन्मसिद्ध हक्क होताच. त्या मुलाचं नाव ब्रिजमोहन होतं आणि तो स्वतःच्या घरी आला होता. दोन वर्षांपूर्वी तो वेदाध्ययन करण्यासाठी घरातून पळून गुरुकुलात गेला होता. तिथे तो वेदकालीन तत्त्वज्ञानाचे काही सिद्धान्त आणि ग्रंथांमधील काही *श्लोक* म्हणण्यास आणि त्यांचा अन्वयार्थ लावण्यास शिकला होता. त्याच्या आईनं त्याने घरी आलंच पाहिजे, असा आग्रह धरल्यानंतर अखेरीस ते मान्य करून तो घरी परतला होता. मात्र आपल्या *ब्रह्मचर्य* व्रताचं पालन करण्यासाठी त्याने *भिक्षा* मागितली होती.

हे गुरुकुल कमालियाच्या बाहेरच्या भागात चालवलं जात होतं. कमालिया हे पश्चिम पंजाबच्या पठारावरचं प्राचीन गाव होतं आणि तिथेच मुंजाल वंशाचं वास्तव्य होतं. त्या गावात ब्रिटिश पद्धतीचं शिक्षण देणारी एकुलती एक शाळा होती आणि तिथले लोकरीचे व्यापारी बहादूरचंद मुंजाल हे 'आधुनिक' शिक्षणाविषयी जागरूक होते. ब्रिटिशशासित भारतात आधुनिक शिक्षण हे झपाट्यानं अत्यावश्यक होत चालल्याचं त्यांच्या लक्षात आलं होतं, त्यामुळे त्यांनी आपल्या मुलांची नावं त्या शाळेत घातली होती.

---

२ हिंदू मुलं गळ्यात घालत असलेलं सुती जानवं.

मात्र त्यांच्या सहा मुलांपैकी सत्यानंद या चौथ्या मुलानं गुरुकुलात जाण्याची निवड केली. पारंपरिक हिंदूवादाशी फारकत घेतलेल्या आर्य समाजानं[३] ब्रिटिश शिक्षणाच्या नमुन्याला पर्याय म्हणून भारतीय लोकांना वेदांचं ज्ञान देण्यासाठी ठिकठिकाणी वैदिक शाळांची स्थापना केली होती. सत्यानंदांच्या संन्यस्त वृत्तीला *गुरुकुलातील* कठोर आध्यात्मिक आचरण आणि शिस्त भावली होती. लहान ब्रिजमोहन आपल्या मोठ्या भावाचा जवळजवळ भक्तच होता आणि अनेक बाबतीत त्याचं अनुकरण करत होता, त्यामुळे त्यालाही गुरुकुलातच जाण्याची इच्छा होती. त्याचा काटकसरीपणा, आध्यात्मिकतेकडे असलेला कल आणि आपल्या स्वत्वाचा शोध घेण्याची अतीव इच्छा या सगळ्या गोष्टी त्याला गुरुकुलाकडे जाण्याच्या मार्गावरून जाण्यास प्रवृत्त करत होत्या. मात्र तरीही आपल्याला गुरुकुलातच जायचं आहे असं आपल्या पालकांना सांगण्याचं त्याचं धारिष्ट्य झालं नव्हतं.

एके दिवशी सकाळी ब्रिजमोहन अचानक घरातून नाहीसा झाला. अतिशय धाडसानं आणि दृढ निश्चयानं तो *गुरुकुलात* पोहोचला आणि त्याने तिथे प्रवेश मागितला. त्याचं धाडस आणि त्याची आध्यात्मिक शिक्षणाविषयीची बांधिलकी पाहून तिथले शिक्षक इतके प्रभावित झाले की, त्यांनी त्याला तिथल्या तिथे शिष्य म्हणून स्वीकारलं आणि गुरुकुलात प्रवेश दिला. त्या वेळी ब्रिजमोहन जेमतेम आठ वर्षांचा होता आणि आत्मशोधाच्या मार्गावरून जाण्याचा त्याचा प्रवास सुरू झाला होता.

आश्रमाच्या नवीन वातावरणात तो अगदी सहजपणे रुळला. धार्मिक ग्रंथांमधील पाठ व जीवनकौशल्यं आत्मसात करण्यावर त्याने आपल्या सगळ्या शक्ती एकवटल्या. मात्र त्याच वेळी त्याच्या अंतर्गत जागृतीलाही तो बळकट करत होता. ब्रिजमोहन हा अगदी उचित असा छोटा *ब्रह्मचारी* झाला होता.

ब्रिजमोहनच्या आईला त्याचा नेमका ठावठिकाणा समजल्यानंतर तिच्या मनात संमिश्र भावना निर्माण झाल्या. तो सुरक्षित असल्यामुळे तिला दिलासा मिळाला होता; परंतु त्याने निवडलेल्या मार्गामुळे तिच्या मनात क्षोभ निर्माण झाला होता. मात्र त्याच वेळी या संदर्भात निवड करण्याचं स्वातंत्र्य आपल्याकडे नसल्याचंही तिच्या लक्षात आलं होतं. आचार्यांनी[४] तिचं सांत्वन केलं आणि तिला दिलासा दिला. ते म्हणाले की, 'त्याच्याकडे फक्त आठ वर्षांचा मुलगा म्हणून पाहू नका. त्याच्या अंतरंगात प्रज्ज्वलित झालेला अग्नी त्याला एके दिवशी खूप दूरवर घेऊन जाईल.'

**

३ महर्षी दयानंद सरस्वती यांनी सन १८७५मध्ये ही हिंदू सुधारणावादी चळवळ सुरू केली होती. आर्य समाजाचा मूर्तिपूजेला आणि अर्थहीन कर्मकांडांना विरोध आहे. त्यांचा वेदकालीन श्रद्धांवर आणि कर्मकांडावर विश्वास आहे.

४ भारतीय संस्कृतीत आचार्य हा मुख्य मार्गदर्शक ब्राह्मण किंवा धार्मिक बाबतीत सूचना देणारी व्यक्ती म्हणजेच धर्मगुरू असतो.

माझ्या वडलांविषयी मी ऐकलेली ही पहिली कथा होती. अगदी बालपणीसुद्धा त्यांच्याकडे कसा दृढ निश्चय आणि खंबीरपणा होता, याचं उदाहरण म्हणून ती सांगितली जात होती. माझ्या मते, तिच्यातून आणखीही काहीतरी स्पष्ट होतं : माझे वडील आयुष्यभर सगळ्या ऐहिक, सुखासीन गोष्टींपासून का अलिप्त राहिले होते, त्याचं स्पष्टीकरण यातून मिळतं. याचा अर्थ कुठल्याही ऐश-आरामी, विलासी गोष्टी त्यांच्याकडे नव्हत्या, असा नव्हता. त्या त्यांच्या मालकीच्या होत्या; पण त्या गोष्टींनी कधीही त्यांच्यावर हुकूमत गाजवली नव्हती. ज्या माणसानं एक अब्ज डॉलर्सच्या साम्राज्याची उभारणी केली होती, तो तरीही साध्यासुध्या मध्यमवर्गीय राहणीमानाप्रमाणेच का जगत होता, याचं स्पष्टीकरण आणखी कुठल्याही मार्गानं देणं शक्य होत नाही.

ते दोन वर्षं मुंडन करून, धोतर नेसून आणि *यज्ञोपवित* घालून *गुरुकुलात* राहिले होते, त्या वेळी त्यांच्या ओठांवर *संस्कृत श्लोक* होते. त्यांच्या संपूर्ण आयुष्यभर ते गुरुकुलातील घटनांची आणि शिकवणुकीची आठवण काढत राहिले होते. ते अगदी बालपणापासूनच आपल्या आयुष्याला स्वतःच दिशा देण्यास शिकले होते. त्यांचे कुटुंबीय आणि मित्र यालाच 'प्रभावशाली व्यक्तिमत्त्व' म्हणत होते.

माझ्या आजीला एकच नव्हे तर दोन-दोन मुलांना आश्रमात सोडून त्यांचा त्याग करण्याची कल्पना असह्य वाटत होती. जर त्यांनी घरी परतण्याच्याऐवजी आश्रमातच राहण्यास प्राधान्य दिलं तर काय करायचं? हा प्रश्न तिला छळू लागला. आपल्या लहान मुलाला कायमस्वरूपी आश्रमात राहू देण्याची तिची तयारी नव्हती. तिला वाटणारी धास्ती समजल्यामुळे तिने परतण्याचा आग्रह केल्यावर माझ्या वडलांनी तिला विरोध केला नाही. ते पुन्हा पळून आश्रमात जातील अशी भीती वाटल्यामुळे माझ्या आजीनं त्यांना खोलीत कोंडून ठेवलं आणि खोलीला बाहेरून कुलूप लावून टाकलं. त्यांना परत जाऊच द्यायचं नाही, असा तिने निश्चय केला होता.

माझे वडील घरी परतल्यामुळे माझ्या आजोबांना कमालीचा आनंद झाला होता, कारण त्यांच्या लहान मुलांनी औपचारिक शालेय शिक्षण पूर्ण करावं आणि त्यांच्या मोठ्या बंधूंप्रमाणे नोकऱ्या कराव्यात अशी त्यांची इच्छा होती. ब्रिजमोहन तरीही *गुरुकुलातील* मूल्यांमध्ये गुंतलेले होते; पण आता त्यांच्या लक्षात आलं होतं की, त्यांना वेगळ्या पद्धतीनं जगात जगावं लागणार होतं. हे समजल्यामुळे त्यांच्या जीवनाची दिशा बदलून गेली. माझे वडील नेहमीच म्हणत असत की, 'त्यांनी (म्हणजे माझ्या आजोबांनी) माझ्या विचारांमध्ये परिवर्तनाची बीजं रुजवली.'

त्याची ही जाणीव समजून घेणं अतिशय सोपं आहे. त्यांचं स्थान त्या वेळी आणि त्यानंतर नेहमीच त्यांच्या कुटुंबासमवेत होतं, याची जाणीव त्यांना झाली होती.

**

या सगळ्याची सुरुवात विसाव्या शतकाच्या सुरुवातीच्या काळात झाली. त्या वेळी ठाकुरीदेवी (माझी आजी) हिचा बहाद्दूरचंद मुंजाल (माझे आजोबा) यांच्याशी विवाह झाला. या जोडप्याला सात मुलगे आणि संतोषकुमारी ही एक मुलगी झाली. बालमुकुंद हा त्यांचा सगळ्यात मोठा मुलगा होता. त्याच्या पाठोपाठ लवकरच सदानंद, दयानंद, सत्यानंद आणि सोहनलाल, ब्रिजमोहन लाल आणि ओमप्रकाश यांचे जन्म झाले. सोहनलाल यांचा बालवयातच मृत्यू झाला आणि मग ही उर्वरित सात भावंडं एकमेकांसोबत मोठी झाली.

सन १९२३मध्ये माझ्या वडलांचा जन्म झाला. त्या वेळी कमालिया हे पंजाबच्या लायलपूर या भरभराटीला आलेल्या समृद्ध जिल्ह्यातील एक शांत गाव होतं. (नंतरच्या काळात या लायलपूरलाच फैजलाबाद असं नाव मिळालं आणि आता टोबा टेक सिंग जिल्हा असं म्हटलं जात आहे.) रावी नदीच्या किनाऱ्यापासून थोड्याच अंतरावर ते वसलं आहे आणि लाहोरपासून १८५ किलोमीटरवर आहे. तिथे हिंदू आणि मुस्लीम यांची संमिश्र लोकवस्ती होती आणि तरीही गावाची लोकसंख्या २०,०००हूनही कमी होती. तोपर्यंत 'पाकिस्तान घोषणा' जाहीर झाली नव्हती. ती नंतरच्या काळात जाहीर करण्यात आली. (ही घोषणा सन १९३३मध्ये रहमत अली खाननी लिहिली.) पण त्या वेळी फाळणीच्या दातेरी करवतीची कोणी कल्पनासुद्धा केली नव्हती.

कमालिया हे गाव ख्रि. पू. ३२५ वर्षांच्या आधीपासून अस्तित्वात होतं. त्या वेळी मल्ली जमातीच्या विरोधात उघडलेल्या मोहिमेच्या दरम्यान अलेक्झांडरनं या गावात संतापानं थैमान घालून त्याचा विध्वंस केला होता. ऐतिहासिकदृष्ट्या याला कोट (किल्ला) कमालिया असं म्हटलं जात होतं. राजा सिरकूपसिंगानं चौथ्या शतकात या गावाभोवती बांधलेल्या भिंतीवर याचा संदर्भ सापडतो. (हा राजा अतिशय क्रूर होता आणि आपल्या विरोधकांची मुंडकी उडवून पोलोसदृश खेळ खेळण्याचा त्याला शौक होता, असं सांगितलं जातं.)

कमालिया हे आधुनिक नाव बहुधा इब्राहिम लोधीच्या काळात पडलं असावं. त्या वेळी सिरकूपच्या शहराला कमाल खानाच्या ताब्यात देण्यात आलं होतं; परंतु इतिहासकारांमध्ये या मुद्द्यावरून मतभेद आहेत. या भागात एक जहांगिरी मशीद आहे. तिच्या नावावरूनच ती मुघल बादशाह जहांगीरच्या काळात बांधली गेल्याचं स्पष्ट होतं. १८५७च्या उठावाच्या वेळचं हे लोकप्रिय ठिकाण होतं. गावातील लोकांनी ब्रिटिशांच्या विरोधात एक आठवडाभर गाव लढवलं होतं. माझ्या मते हा लहान पराक्रम नाही.

एकोणिसाव्या शतकाच्या अखेरीच्या सुमारास या गावापर्यंत रेल्वे पोहोचली आणि मग रेल्वेस्थानक झाल्यावर इथे व्यापाराची भरभराट सुरू झाली. ब्रिटिशांनी नदीवर कालवाही बांधला, त्यामुळे हा परिसर राज्यातील सुपीक कृषी पट्ट्यात

रूपांतरित झाला. ही गोष्ट प्रामुख्यानं जिल्ह्याच्या पूर्व भागाला लागू होत होती. तिथे पीक लागवडीला बहर आला. विशेषतः गहू, ऊस, भात आणि कापूस यांची लागवड मोठ्या प्रमाणात केली जाऊ लागली. ब्रिटिश प्रशासनानं शेतकऱ्यांना जमिनी देण्यास सुरुवात केली, त्यामुळे या प्रांतातील इतर भागांतूनही लोक या भागाकडे आकर्षित होऊ लागले. प्रामुख्यानं लाहोर, जालंधर आणि होशियारपूर येथून लोक इकडे स्थलांतरित होऊ लागले. कापूस पिंजण्याची केंद्रं, कापसापासून कापड विणण्याचे उद्योग, साखर कारखाने यांसारखे कृषी क्षेत्रावर आधारित व्यवसाय झपाट्यानं वाढले.

कमालिया एक महत्त्वाचं कृषी केंद्र आणि कापड उद्योगाचं केंद्र झालं. तिथे यंत्रमागावरच्या आणि पारंपरिक हातमागावरच्या अशा दोन्ही प्रकारच्या कपड्यांचं उत्पादन होऊ लागलं. विशेषतः खद्दार (घरगुती तयार करण्यात आलेलं सुती कापड) कापड आणि गालिचे तयार होऊ लागले. तिथे सदर बझार आणि इक्बाल बझार अशा दोन मोठ्या बाजारपेठा तयार झाल्या आणि कृषी मालाचे आणि तयार मालाचे व्यवहार सुरू झाले.

माझे पूर्वज अरोरावंशी होते. ही *क्षत्रिय* (योद्धे) आणि *वैश्य* (व्यापारी) यांच्या दरम्यानची जात होती. आमच्या कुटुंबात कधीच कुठलाही जातिभेद मानला जात नव्हता, पण १९००च्या दशकाच्या सुरुवातीच्या काळात अरोरावंशी हे प्रामुख्यानं कच्च्या लोकरीच्या व्यापारात गुंतले होते. माझे आजोबा बहाद्दूरचंद, त्यांचे मोठे बंधू गंगाराम आणि त्यांचे चुलतभाऊ किशनसिंग हे त्या परिसरातील मेंढीपालन करणाऱ्या शेतकऱ्यांकडून कच्च्या स्वरूपातील लोकर मिळवत होते.

ज्या वेळी कमालिया हे कृषी मालाच्या व्यापाराचं महत्त्वपूर्ण केंद्र होऊ लागलं, त्या वेळी माझ्या आजोबांनी छोटंसं ठोक व्यापाराचं दुकान उघडून अन्नधान्याचा व्यापार सुरू केला. हळूहळू त्यांचा व्यवसाय वाढू लागला आणि ते अन्नधान्याचे महत्त्वाचे पुरवठादार झाले. नैतिकता आणि सचोटी यासाठी प्रसिद्ध असल्यामुळे फक्त व्यापारी समुदायातच त्यांना मान–सन्मान मिळत नव्हता, तर शेतकरीही त्यांना मानत होते, कारण ते नेहमीच शेतकऱ्यांकडून त्यांचा माल रास्त भावात खरेदी करत होते. त्यांच्या मालात कधीही भेसळ केली जात नव्हती आणि ते कधीही अकारण भाववाढ करून मालाची विक्री करत नव्हते किंवा साठेबाजीही करत नव्हते, त्यामुळे त्यांनी ग्राहकांचा विश्वासही संपादन केला होता.

बहारदूचंदांच्या मुलांनी सचोटीचे आणि प्रामाणिकपणाचे हे धडे आत्मसात केले होते. त्यानंतरच्या आगामी वर्षांमध्ये हे धडे त्यांच्या व्यावसायिक तत्त्वज्ञानाचा अविभाज्य भाग झाले. ओमप्रकाश काकांनी नेहमीच त्यांच्या वडलांनी त्यांना आणि त्यांच्या इतर बंधूंना जे सांगितलं होतं, ते आम्हाला पुनःपुन्हा सांगितलं होतं. त्यांच्या वडलांनी त्यांना सांगितलं होतं की : 'तुमचा व्यवसाय तुम्ही सचोटीनं केला तर तुम्ही कोणताही व्यवसाय हाती घेतला तरी तुमची त्यात भरभराटच होईल.'

कोणत्याही दृष्टिकोनातून विचार केला तरी मुंजाल हे आनंदी कुटुंब होतं. माझे आजोबा विनम्र होते. ते हळुवार वृत्तीचे, मृदुभाषी, कष्टाळू गृहस्थ होते. माझी आजी घराची काळजी घेत होती. ती स्वयंपाक आणि घरातील इतर कामकाज नेटकेपणानं करून घराचं अंदाजपत्रक मोठ्या हुशारीनं सांभाळत होती. माझे वडील सांगत असत की, 'त्या काळात आमच्याकडे अत्यंत मर्यादित प्रमाणात पैसा होता; पण माझ्या आईनं अतिशय कौशल्यानं आणि उत्साहानं घर सांभाळलं होतं. आमच्या स्वतःच्या कितीही अडचणी असल्या तरी ती देणेकऱ्यांचे पैसे देऊन टाकण्यास प्राधान्य देत होती. याचा माझ्यावर सखोल प्रभाव पडला आणि माझ्या व्यवसायातही मी हेच आचरण ठसवलं.'

ओमप्रकाश काका आम्हाला सांगत की, माझी आजी (म्हणजे त्यांची आई) पैशांच्या व्यवहाराच्या बाबतीत अतिशय सावधगिरी बाळगत असली तरीही तिच्या व्यक्तिमत्त्वात औदार्याची झलकही होती. गरजू व्यक्तींना मदत करण्यासाठी ती नेहमीच तत्पर असे. ते सांगत, 'एखादी व्यक्ती आजारी असली आणि तिच्याकडे लक्ष देण्याची गरज असेल, तर माझी आई नेहमीच तिथे जात असे. कोणाला समारंभ साजरा करायचा असेल आणि मदतीची गरज असेल, तर त्या सगळ्या तयारीसाठी ती अगदी तत्परतेनं आणि आनंदानं त्यांच्याकडे जात असे.' माझ्या वडलांना तिच्याकडूनच हा सामाजिक कार्याचा वसा लाभला होता. तिच्याकडूनच ते परोपकाराकडे सामाजिक जबाबदारी म्हणून पाहण्यासही शिकले होते.

कुटुंबाच्या दिवसाची सुरुवात *हवन* या वैदिक कर्मकांडानं होत असे. *आर्य समाजानं* त्याला प्रोत्साहन दिलं होतं. समाजाच्या इतर सर्व सदस्यांप्रमाणे माझे आजी-आजोबाही संपूर्ण शाकाहारी होते. त्या काळातील अखंड पंजाबमधील हिंदू आणि शीख यांच्यामध्ये पाळला जाणारा एक रिवाज माझी आजीही पाळत होती. ती प्रत्येक जेवणाच्या आधी तयार करण्यात आलेल्या पहिल्या भाकरीचे तुकडे करून तिचा एक भाग गाईला, दुसरा कुत्र्याला आणि तिसरा पक्ष्यांना खाऊ घालत होती. पृथ्वीनं आपल्याला उदारपणानं दिलेल्या देणगीत सगळ्या जीवांचा वाटा असतो, या धारणेवर हा विधी आधारित होता.

माझी आजी *गुरू ग्रंथसाहिब* या शिखांच्या धर्मग्रंथालाही मानत होती. *गुरू ग्रंथसाहिब* हा शिखांचा पवित्र ग्रंथ आहे आणि त्याला शाश्वत, जीवित गुरू मानलं जातं. रोज सकाळी गुरुद्वारामध्ये (शिखांच्या मंदिरांमध्ये) जाऊन मंदिर झाडून आणि जमीन स्वच्छ पुसून घेऊन ती *करसेवा* करत असे. अशा प्रकारे बालपणापासूनच मुंजाल बंधू *आर्य समाजाच्या* आणि शीख समाजाच्या अशा दोन्ही समाजांच्या रितीरिवाजांशी परिचित होते.

इतर अनेक कुटुंबांप्रमाणेच मुंजाल कुटुंबातही दुःखद घटना घडल्या. सोहनलालजींचा जन्म माझ्या वडलांच्या थोडासाच आधी झाला होता. सात वर्षांचे

असताना एका अपघातात त्यांचा मृत्यू झाला. या दुःखातून बाहेर पडण्यासाठी माझ्या आजीला तिचा सगळा संयम पणाला लावावा लागला; पण यातून ती बाहेर पडली आणि या हानीचा परिणाम तिच्या मनमिळाऊ, बहिर्मुखी स्वभावावर आणि औदार्याच्या वृत्तीवर तिने होऊ दिला नाही.

आमच्या कुटुंबाची एकात्मता टिकून राहण्यामागे, मोठ्या माणसांचा मान आणि आदर राखण्यावर माझी आई आणि आजी देत असलेला भर हा महत्त्वाचा घटक होता. या बाबतीत कसलीच तडजोड केली जात नव्हती. सगळ्या मुलांवर त्यांच्या पालकांविषयी आदर बाळगण्याचं नैतिक बंधन होतंच, शिवाय लहान भावंडांनी त्यांच्या मोठ्या भावंडांसमोर, भावांसमोर नमतं घेणंही अपेक्षित होतं आणि मोठ्या भावंडांनी लहान भावंडांची काळजी घेणं अपेक्षित होतं. ही सवय आयुष्यभर त्या सगळ्यांनी पाळली होती. माझे वडील दर वेळी त्यांच्या मोठ्या बंधूंना भेटले की, त्यांच्या पावलांना स्पर्श करून त्यांना नमस्कार करत. ते दिवसातून तीन वेळा जरी भेटले तरी ते तितक्या वेळा त्यांना पहिल्यांदा नमस्कार करत.

ओमप्रकाशकाका रोज रात्री त्यांच्या आईचे पाय दाबून देत. माझी आजी दिवसभर भरपूर कामांमध्ये व्यग्र असे, त्यामुळे तिला आलेला शीण घालवण्यासाठी त्यांनी ही सवय लावून घेतली होती. लोकांमध्ये मिसळणं आणि त्यांच्याबरोबर वेळ घालवणं माझ्या आजीला अतिशय आवडत होतं. त्यासाठी तिला ताकद मिळावी म्हणून ते तिचे पाय चेपून देत असत.

माझ्या आजोबांची सचोटी आणि प्रामाणिकपणा या गोष्टी दंतकथा बनून गेल्या होत्या. प्रतिकूल परिस्थितीच्या कसोटीवरही त्यांची सचोटी टिकून राहिली होती. फाळणीच्या दरम्यान, सर्वसामान्य जीवन आणि व्यापार विस्कळित झाला होता. अन्नाची कमतरता निर्माण झाली होती. त्या वेळी या बंधूंना एका निर्जन, ओसाड इमारतीत अन्नाची पाकिटं सापडली. त्यांनी ती कुटुंबासमवेत वाटून खाण्यासाठी घरी आणली. बहादूरचंदांनी (माझ्या आजोबांनी) त्यांना ती पाकिटं कुठे सापडली होती असं विचारलं. या बंधूंनी त्यांना ते सांगितलं, त्या वेळी त्यांनी मुलांना ती पाकिटं पुन्हा जिथे सापडली होती, तिथे नेऊन ठेवण्यास सांगितलं. कदाचित, कोणीतरी मोठी जोखीम पत्करून ती गोळा केली असतील आणि तिथे ठेवली असतील असं त्यांना वाटलं होतं. यामुळे आपल्या स्वतःच्या कुटुंबाला बसू शकणारी मोठी झळ लक्षात घेऊनही त्यांनी ती पाकिटं पुन्हा परत पाठवून दिली होती. इतरांच्या जीवावर आपली पोटं भरणं चुकीचं असल्याचं त्यांनी त्यांच्या मुलांना सांगितलं. अखेरीस, शरमिंद्या झालेल्या त्या बंधूंनी ती पाकिटं परत होती तिथे नेऊन ठेवली आणि त्या दिवशी ते कुटुंब उपाशीपोटी झोपी गेलं.

**

प्रचंड आर्थिक आणि राजकीय उलथापालथीच्या वातावरणात मुंजाल बंधू मोठे झाले. भारतभर राष्ट्रवादाच्या भरतीच्या लाटा फोफावत चालल्या होत्या. मात्र त्याच वेळी सर्वसामान्य माणूस गरिबी आणि बेरोजगारी अशा दुहेरी ओझ्याखाली दडपला गेला होता. माझे वडील किशोरावस्थेत पोहोचेपर्यंत म्हणजे १९३०च्या दशकाच्या मध्यापर्यंत १९२९च्या महामंदीच्या परिणामांत भारत भरडला जात होता.

ज्या वेळी पाश्चात्त्य इतिहासकार असा युक्तिवाद करतात की, याचा भारतावर होणारा परिणाम अगदी नगण्य होता, त्या वेळी भारताला मंदीबरोबरच ब्रिटिश राज्याच्या दडपशाहीच्या धोरणांनाही तोंड द्यावं लागत होतं ही गोष्ट लक्षात घेतलीच पाहिजे. संरक्षित व्यापार धोरण इंग्लंडसाठी, यूकेसाठी लाभदायक ठरलं होतं; परंतु त्यामुळे भारतीय अर्थकारणाची हानी झाली होती. सन १९२९ ते १९३७ या कालावधीच्या दरम्यान निर्यातीत आणि आयातीत प्रचंड प्रमाणात घसरण झाली. विशेषतः कृषी क्षेत्राला याची गंभीर झळ बसली होती.

भारतीय मालासाठी उपलब्ध असलेल्या बाजारपेठा जवळजवळ गायब झाल्या होत्या, त्यामुळे लघू उद्योजक आणि अन्नधान्यापासून नगदी पिकांच्या लागवडीकडे वळलेले शेतकरी अडचणीत सापडले होते. तागाचा उद्योग हे याचं एक उदाहरण आहे. तागाच्या जागतिक मागणीत घट झाली आणि किमती कोसळल्या. सन १९२९ ते १९३२ या कालावधीत भारतीय निर्यातदारांची संख्या निम्म्यानं घटली, कारण भारतीय चलनाचं अवमूल्यन किंवा सरकारी खर्चात वाढ यांसारखी या परिस्थितीत सुधारणा करणारी पावलं उचलणं ब्रिटिश राज्यानं नाकारलं होतं.

त्याच वेळी आयातीत ४७ टक्क्यांची घट झाली होती. १९२०च्या दशकात स्वदेशी चळवळीला मोठीच गती प्राप्त झाली होती आणि परकी मालाच्या वापरात घट झाली होती. निर्यात आणि आयात यांच्यात घट झाल्याचा एकत्रित परिणाम रेल्वेला तीव्रतेनं जाणवला होता. रेल्वेद्वारे होणाऱ्या मालवाहतुकीत प्रचंड घट झाली होती. समुद्रमार्गे होणारा आंतरराष्ट्रीय व्यापारही कोसळला होता.

अन्नधान्याच्या आणि इतर वस्तूंच्या स्थानिक किमतीत झालेली वाढ आणि लादण्यात आलेले मोठे कर यांमुळे सर्वसामान्य माणसाची वाताहत झाली होती. रोख पैसा हातात येणं कठीण झालं होतं. याचे राजकीय पडसाद खूप मोठ्या प्रमाणात उमटणं अटळ होतं. शेतकऱ्यांनी बंड केलं आणि स्वातंत्र्य चळवळीला कमालीचा वेग आला. सविनय कायदेभंग आणि १९३०चा मिठाचा सत्याग्रह यांसारख्या चळवळींच्या माध्यमातून तो प्रकट होऊ लागला.

सर्वव्यापी आर्थिक प्रतिकूलतांच्या पार्श्वभूमीवर बहादूरचंद मुंजालांच्या मुलांना त्यांची शिक्षणं तशीच पुढे सुरू ठेवणं अवघड असल्याचं वाटू लागलं. त्यांनी शिक्षण सोडलं. शक्य तितक्या लवकर कुटुंबाच्या उत्पन्नाला हातभार लावणं क्रमप्राप्त होतं. मात्र वडलांच्या व्यवसायातच काम करणं हा त्यावरचा पर्याय नव्हता. कारण तो

तितकासा मोठा व्यवसाय नव्हता म्हणून मग मुंजाल बंधूंनी लवकरात लवकर आपल्याला शक्य होतील, त्या नोकऱ्या शोधण्यास सुरुवात केली. त्या गावात शेती आणि व्यापार याशिवाय इतर व्यवसायांमध्ये नोकऱ्या मिळणं कठीण होतं, कारण तसे फारसे इतर व्यवसाय नव्हतेच. त्यामुळे पंधरा वर्षांचे असताना माझ्या वडलांनी शेतात पहिली नोकरी केली ही आश्चर्य वाटण्याजोगी गोष्ट नाही.

उसाच्या शेतात उभं राहून कापणी सुरू असताना बाजारात पाठवल्या जाणाऱ्या उसाच्या बंडलांची मोजणी करणं हे त्यांचं काम होतं. ते शारीरिकदृष्ट्या आणि मानसिकदृष्ट्याही अतिशय कष्टदायक काम होतं, कारण त्यांना दिवसभर उभं राहावं लागत होतं आणि जागरूक राहून मोजणी करावी लागत होती. रोज संध्याकाळी सूर्यास्ताच्या वेळी ते मुनीमाला आपण मोजलेल्या उसाच्या बंडलांचा आकडा सांगत.

त्यांचे कष्ट आणि प्रामाणिकपणा (कोणतंही बंडल न मोजता बाहेर जाणार नाही, याकडे ते डोळ्यांत तेल घालून लक्ष देत होते) यांमुळे ते त्यांच्या पर्यवेक्षकाचे लाडके झाले. आणखी काय सांगावं, त्यांना दिलेलं कोणतंही काम ते उत्साहानं करत होते आणि अतिशय आत्मसंयमानं पार पाडत होते. त्यांच्या मालकाचेही ते लाडके झाले. त्यांनी जवळजवळ पाच वर्षं शेतांमध्ये कामं केली; परंतु त्यांच्याकडे याहूनही खूप मोठी क्षमता असल्याचं कुटुंबाच्या आणि माझ्या वडलांच्या स्वतःच्याही लक्षात आलं होतं. त्यांची बुद्धिमत्ता त्यांच्याकडे आणखी मोठ्या व्याप्तीच्या कामाची मागणी करत होती; पण असं काम कुठे मिळणार होतं?

याचं उत्तर क्वेट्टामध्ये होतं. क्वेट्टा हे अफगाणिस्तानच्या सीमेपासून फारसं लांब नव्हतं. (ते सुमारे १५० किलोमीटरवर होतं.) सदानंदकाका, दयानंदकाका आणि सत्यानंदकाका हे माझ्या वडलांचे मोठे बंधू आधीच क्वेट्टामध्ये काम करत होते. (क्वेट्टा या शब्दाचा पश्तू भाषेतील अर्थ किल्ला असा आहे.)

**

दयानदकाका हे माझ्या वडलांचे मोठे बंधू पहिल्यांदा क्वेट्टाला गेले होते. त्यांनी १९३१मध्ये त्यांचं शालेय शिक्षण पूर्ण केलं आणि १९३३मध्ये ते क्वेट्टाला गेले. हे गजबजलेलं शहर बलुचिस्तान प्रांताची राजधानी होतं आणि 'मिनी लंडन' असा त्याचा नेहमीच संदर्भ दिला जात होता, कारण तिथे अनेक बहुमजली इमारती होत्या.

ब्रिटिशांनी १८७६मध्ये क्वेट्टा ताब्यात घेतलं आणि त्याला महत्त्वाच्या व्यूहरचनात्मक, विपणनविषयक आणि संपर्कविषयक केंद्रात रूपांतरित केलं. हे गाव सर रॉबर्ट सँडमन याने स्थापन केलेल्या 'रेसिडेन्सी'भोवती आणि तिथल्या भक्कम लष्करी छावणीभोवती वाढलं होतं. सन १८९६पर्यंत या गावाला त्याची स्वतःची

नगरपालिका मिळाली होती. १९०७मध्ये द आर्मी कमांड अँड स्टाफ कॉलेजची स्थापना झाली आणि मग तिथे लगेच कुत्र्याच्या छत्र्यांप्रमाणे कित्येक आर्मी डेपो तयार झाले.

क्वेट्टा हे अफगाणिस्तानातील व्यापारी मार्गाचं प्रारंभीचं स्थान होतं. तिथल्या फळबागा आणि सुक्या मेव्याची दुकानं प्रसिद्ध होती, त्यामुळे क्वेट्टाला 'फळबाग' असं टोपणनावही मिळालं होतं. तिथे भरपूर नोकऱ्या उपलब्ध होत्या आणि त्यामुळे तत्कालीन अखंड भारताच्या सर्व भागांतून नोकरीच्या शोधार्थ लोकांचे तांडे तिकडे येत होते. ब्रिजमोहन यांचे बंधूही अशा लोकांपैकीच होते. त्यांच्या जन्मगावी नोकरीच्या संधी अत्यल्प होत्या; पण क्वेट्टात त्यांचा सुकाळ होता. त्यांच्यापैकी काहींना शस्त्रास्त्रांच्या फॅक्टरीत काम मिळालं.

मात्र त्याच दरम्यान तिथे मोठी आपत्तीही दबा धरून बसली होती, याची कोणालाच कल्पना नव्हती. ३१ मे १९३५ रोजी पहाटेच्या सुमारास त्या परिसरात ७.७ रिश्टर स्केलच्या भूकंपाचा जबरदस्त धक्का बसला. हा धक्का नेमका पहाटे ३.४० वाजता बसला, त्या वेळी बहुतेक लोक गाढ झोपेत होते. हा भूकंप सुमारे तीन मिनिटं झाला आणि त्याचे हादरे आग्र्यापर्यंत दूरवर जाणवले. ज्या वेळी हादरे बसणं थांबलं त्या वेळी अनेक इमारती जमीनदोस्त झाल्या होत्या आणि एकट्या क्वेट्टातच २०,००० लोक मरण पावले होते.

सिमल्याहून काढण्यात आलेल्या अधिकृत सरकारी पत्रकातून अशी माहिती देण्यात आली होती की :

> 'संपूर्ण क्वेट्टा शहर उद्ध्वस्त झालं आहे. राडारोड्याखाली सुमारे २०,००० मृतदेह गाडले गेले असावेत, असा अंदाज आहे. आणखी कोणाचीही जिवंतपणी सुटका केली जाण्याची आशा नाही. ढिगाऱ्यांखालून बाहेर काढून पुरण्यात आलेल्या मृतदेहांची संख्याही हजारोंच्या घरात पोहोचली आहे. वाचलेल्या लोकांमध्ये १०,००० भारतीय लोक आहेत आणि त्यांच्यापैकी ४,००० जण जखमी झाले आहेत. सरकारी निवासस्थान वगळता नागरी परिसरातील सगळी घरं जमीनदोस्त झाली आहेत. सरकारी निवासस्थान अंशतः बचावलं आहे; पण तरीही त्याची पडझड झाली आहेच. चर्च आणि क्लब दोन्ही कोसळली आहेत. शिवाय मुरे ब्रुअरीचाही चक्काचूर झाला आहे. लष्करी छावणीच्या पाव भागाची वाताहत झाली आहे. उर्वरित तीन चतुर्थांश भागाची किंचित हानी झाली आहे; पण तो राहण्यायोग्य आहे. आरएएफ परिसरात बहुतांश हानी झाली आहे. तिथल्या बराकी नष्ट झाल्या आहेत आणि एकूण सत्तावीस यंत्रांपैकी फक्त सहा यंत्रंच काम करण्याजोग्या स्थितीत उरली आहेत. रेल्वेचा परिसर नष्ट झाला आहे. हाना रोड आणि स्टाफ कॉलेज सुस्थितीत आहेत. त्यांची

> हानी झालेली नाही. भोवतालची खेडीही नष्ट झाली आहेत आणि तिथे मोठ्या प्रमाणात मृत्यू झाले असावेत, अशी भीती आहे. क्वेट्टा आणि खेलत यांच्या दरम्यानची सर्व गावं नष्ट झाल्याचं समजतं.'

प्रचंड प्रमाणात जीवितहानी आणि वित्तहानी झाली होती. परिसरातील मृत्यूचा आकडा सुमारे २०,००० ते ६०,०००पर्यंत होता. बचावलेल्या लोकांपैकी निम्मे लोक गंभीर जखमी झाले होते आणि त्यांच्यातच मुंजाल बंधूंचा समावेश होता. सदानंदकाका आणि सत्यानंदकाका सहीसलामत बचावले होते; परंतु दयानंदकाका तितके सुदैवी नव्हते.

ते राहत असलेली इमारत कोसळली. सत्यानंदकाकांना सुटका करून घेण्यात यश मिळालं असलं तरी दयानंदकाका ढिगाऱ्याखाली गाडले गेले होते. छत्तीस तासांनंतर त्यांना कसंबसं जिवंत बाहेर काढण्यात आलं. दयानंदकाकांच्या पाठीला कायमस्वरूपी दुखापत झाली होती आणि त्यातून ते हळूहळू, अतिशय मंद गतीनं बरे झाले. शिवाय त्यांना प्रचंड वेदना होत होत्या. त्यांच्या सोबत संपूर्ण कुटुंबानंही त्याच्या वेदनांच्या कळा सोसल्या. त्यांच्या सोबत आयुष्यभर काही प्रमाणात त्या वेदना राहिल्या होत्या आणि त्यांना थोडंसं वाकून चालावं लागत होतं. खरं तर अपघातांच्या बाबतीत दयानंदकाका नंतरच्या काळातही दुर्दैवीच ठरले होते. २६ एप्रिल १९५८ रोजी हिरोची पहिली फॅक्टरी उभी राहिल्यानंतर त्यांच्या अंगावर स्टीलचे कित्येक पत्रे कोसळले होते आणि त्यांच्या मांडीला अनेक ठिकाणी जखमा झाल्या होत्या.

कालांतरानं क्वेट्टा या धक्क्यातून सावरलं. माझे काका पुन्हा कामावर परतले आणि त्यांनी माझ्या वडलांनाही नोकरीसाठी अर्ज करण्यास प्रोत्साहन दिलं; पण यातली अडचण अशी होती की, तिथे सगळ्या नोकऱ्या या कार्यालयीन लिपिकांकरिता होत्या आणि आपल्याला ती नोकरी मिळेल का, याविषयी माझ्या वडलांच्या मनात शंका होती. त्यांचे बंधू मेकॅनिक होते आणि कुटुंबातील चर्चा नेहमीच कार्यालयीन भूमिकांऐवजी शारीरिक कामाभोवतीच फिरत राहत होत्या. कुटुंबातील कोणीही त्याआधी पांढरपेशा क्षेत्रातील नोकरी केली नव्हती.

माझ्या वडलांच्या अर्जाला शस्त्रास्त्र कारखान्यातून प्रतिसाद मिळाल्याचं बघून त्यांना आश्चर्य वाटलं. या कारखान्यात त्यांची लिपिक म्हणून निवड करण्यात आली. वीस वर्षांचे असताना त्यांना ही नोकरी मिळाली होती आणि आमच्या कुटुंबात पहिल्यांदाच कोणाला तरी अत्यंत प्रतिष्ठित नोकरी मिळवण्यात यश आलं होतं. माझे वडील यातून एक महत्त्वाचा धडा शिकले होते आणि तो त्यांनी आयुष्यभर आपल्या सोबत बाळगला होता. तुम्ही सक्षम नसल्याचा तुमचा विश्वास असला तरी संधी सोडू नका, ती साधा, कारण कदाचित तिच्यातून तुमची पूर्णपणे

वेगळीच बाजू समोर येऊ शकेल. ज्या वेळी तुम्ही जोखीम पत्करता, त्या वेळी यश मिळवण्यासाठी तुम्ही जास्त प्रमाणात कष्ट करता.

आपल्याकडे असलेल्या साधनांच्या पलीकडची स्वप्नं पाहण्यासाठी कल्पकतेची आणि धाडसाची गरज असते. माझ्या वडलांकडे आयुष्यभर या दोन्ही गोष्टी होत्या. ते नको इतकी उच्च स्वप्नं पाहत आहेत असं त्यांना आयुष्यभर लोक सांगत राहिले; पण ते आपल्या विश्वासावर तसेच ठाम राहिले.

सत्यानंदकाकांनी एक आठवण सांगितली. ते म्हणाले, 'तो केवढा सुदैवी माणूस होता! आम्ही सगळे रोजंदारीवर कामं करत होतो; पण त्याने मासिक वेतनावर काम करण्यास सुरुवात केली. त्या काळात ही गोष्ट अतिशय दुर्मीळ होती.'

माझा चुलतभाऊ आणि दयानंदकाकांचा मुलगा विजयने त्याच्या वडलांनी त्या कठीण काळातील कष्टांची सांगितलेली एक गोष्ट मला सांगितली. तो म्हणाला :

> 'माझे वडील दयानंदजी यांनी नंतरच्या काळात माझ्या काकांबरोबर हिरोची स्थापना केली. पुढे, हिरो ही जागतिक पातळीवरची नेता झाली; पण त्यांची काम करण्याची सुरुवात अतिशय छोट्या कामातून झाली होती. त्यांना शस्त्रास्त्र कारखान्यात रोजंदारी कामगार म्हणून काम मिळालं होतं. तिथे त्यांना रोज १.५० रुपये पगार मिळत होता, तरीही हळूहळू त्यांचं वेतन मासिक १६५ रुपयांपर्यंत पोहोचलं होतं. (त्यामुळेच सन १९३८च्या डिसेंबरमध्ये त्यांना विवाह करण्याचा आत्मविश्वास प्राप्त झाला.) त्यांनी सन १९४२पर्यंत क्वेट्टामध्ये काम केलं आणि नंतर ते फिरोजपूरला गेले. तिथे त्यांनी लष्कराच्या कँटिनच्या दुकानात काम केलं. त्यांना तिथे ४ रुपये रोजंदारी मिळत होती.'

**

माझ्या वडलांनी नवीन कामाच्या ठिकाणी स्वतःला कामात बुडवून टाकलं. तिथे त्यांना शिकायला भरपूर मिळणार होतं आणि त्याच्यातून त्यांना स्वतःला सिद्ध करण्याची संधीही मिळणार होती. या वस्तुस्थितीमुळे ते रोमहर्षित झाले होते. माझा बंधू सुमन असं म्हणतो की : 'उन्होंने अपना भी काम करना और बाकीयों का भी।' (ते स्वतःचं काम करत आणि शिवाय इतरांचीही कामं करत.)

माझ्या वडलांच्या संघटनात्मक क्षमतेमुळे त्यांचा पर्यवेक्षक प्रभावित झाला होता. आपल्याला रोज करावयाच्या कामांची ते यादी करत होते. या पद्धतीतून त्यांची कार्यक्षमता प्रतिबिंबित होत होती. कालौघात त्यांची बुद्धिमत्ता आणि वेळेच्या आधीच कामं पूर्ण करण्याची त्यांची क्षमता या गोष्टी शस्त्रास्त्र कारखान्यात नेमणूक झालेल्या ब्रिटिश अधिकाऱ्यांच्या लक्षात आली. फाळणीपूर्व भारतात सगळ्या

व्यवहारांच्या बाबतीत ब्रिटिशांची भूमिकाच निर्णायक होती आणि त्यांची मान्यता मिळवणं ही प्रगतीसाठीची पूर्वअट होती.

माझ्या वडलांच्या हिकमतीपणाची, धाडसीपणाची आणि संघटनक्षमतेची कीर्ती वरिष्ठ अधिकाऱ्यांपर्यंत पोहोचली. त्यानंतर त्यांना झपाट्यानं एका पाठोपाठ बढत्या मिळत गेल्या. आपल्या सहकाऱ्यांना मागे टाकून ते केव्हाच पुढे गेले आणि त्यानंतर आपल्यासमोर उत्तम करिअर असल्याचं त्यांना दिसून आलं. माझे वडील नेहमीच आम्हाला शस्त्रास्त्र कारखान्यातील त्यांच्या नोकरीचं महत्त्व सांगत असत. या कामानं आपल्याला खूप काही शिकवलं असं ते म्हणत. त्यांनी आम्हाला असं सांगितलं होतं की : 'या फॅक्टरीमुळे मला इंग्रजी भाषेचे पहिले धडे मिळाले. ब्रिटिशांकडून मी कामाच्या ठिकाणच्या शिस्तीचं महत्त्व शिकलो. मी वक्तशीरपणाबद्दल शिकलो. हातात असलेल्या कामाविषयीची बांधिलकी आणि ते काम पूर्ण करण्याचं महत्त्व मी शिकलो. युद्धतंत्रशास्त्र आणि सामग्री यांच्या व्यवस्थापनाच्या मूलभूत गोष्टीही मला शिकता आल्या.'

एके दिवशी सकाळी ते फॅक्टरीत पोहोचले, त्या वेळी त्यांना फॅक्टरीचे दरवाजे बंद असल्याचं आढळलं. ते सकाळी आठऐवजी आठ वाजून एक मिनिटानं पोहोचले होते. त्यांना फक्त एक मिनिटाचा उशीर झाला होता; पण तरीही त्यांना आत जाण्याची परवानगी मिळाली नव्हती. त्यांचं दिवसभराचं काम तसंच राहून गेलं होतं. त्यानंतर ते पुन्हा कधीही उशिरा गेले नाहीत. वेळेची किंमत ठेवण्याविषयीचा हा धडा त्यांच्या सोबत कायमच राहिला. त्यांनी आयुष्यभर कधीही स्वतःचा किंवा इतरांचाही वेळ गृहीत धरला नाही.

सायकलींची काळजी घेणं आणि त्यांची दुरुस्ती करणं ही गोष्ट ते आणि त्यांची भावंड शिकलेल्या गोष्टींपैकी सगळ्यात महत्त्वाची गोष्ट होती. शस्त्रास्त्र कारखान्यात दोन प्रकारच्या यंत्रसामग्रीचं प्रशिक्षण देण्यात येत होतं. वरवर पाहता या गोष्टींचा परस्परांशी काहीही संबंध असल्यासारखं वाटत नाही. सायकली आणि बंदुका या त्या दोन गोष्टी होत्या. मला असं वाटतं की, सायकली या युद्धाच्या वेळी संपर्कासाठी उपयुक्त ठरत होत्या म्हणून त्यांचं प्रशिक्षण दिलं जात असावं. क्वेट्टामध्ये हे बंधू जी कौशल्यं शिकले होते, त्यांनी त्यांच्या आयुष्याचा मार्गच बदलून टाकला; पण अर्थातच त्या वेळी त्यांना ते माहीत नव्हतं.

सगळ्याच मुंजाल बंधूंकडे कष्ट करण्याची क्षमता हा सामाईक गुणधर्म होता. क्वेट्टात प्रतिकूल आणि खडतर हवामान असलं तरी ते नेहमीच सगळ्यात पहिल्यांदा कामावर पोहोचत आणि सगळ्यात शेवटी कामावरून बाहेर पडत. माझ्या आईनं त्यांच्या तत्कालीन खडतर जीवनशैलीच्या कथा ऐकल्या होत्या. त्याविषयीची आठवण सांगताना ती म्हणाली, 'क्वेट्टामध्ये तिन्ही बंधू (सदानंद, दयानंद आणि ब्रिजमोहन मुंजाल) हे लष्करी फॅक्टरीचं प्रवेशद्वार बंद होईपर्यंत, रात्री आठपर्यंत

काम करत. घरी पोहोचण्यासाठी त्यांना बर्फाच्या खोल ढिगाऱ्यांमधून मार्ग काढून यावं लागत असे.'

आयुष्याच्या या टप्प्यावर माझ्या वडलांना त्यांच्या व्यक्तिमत्त्वाच्या आणखी एका पैलूचा शोध लागला आणि नंतरच्या काळात त्यांना त्याचा अतिशय उपयोगही झाला. त्यांच्याकडे सहजगत्या मैत्री करण्याची आणि जोडलेल्या मित्रांशी आयुष्यभर मैत्रीचे संबंध टिकवून ठेवण्याची क्षमता होती. माझ्या वडलांच्या नव्वदाव्या वाढदिवसाची स्मृती म्हणून आम्ही (मुंजाल कुटुंबीयांनी) प्रकाशित केलेल्या *बुक ऑफ लेटर्स*मध्ये जवळजवळ प्रत्येक पानावर त्यांनी जपलेल्या, जोपासलेल्या संबंधांचं प्रतिबिंब दिसतं. त्यांच्या दृष्टीनं त्याहून जास्त मूल्यवान असं काहीही नव्हतं. परस्पर-प्रेमाच्या पायावर आधारित संबंध तयार करणं आणि त्यांचं जतन करणं याहून त्यांच्या दृष्टीनं आणखी कुठलीही जास्त महत्त्वाची, जास्त मूल्यवान मानवी सार असलेली गोष्टच नव्हती.

काही वेळा मैत्रीत केलेल्या गुंतवणुकीमुळे त्यांना मोठे त्याग करण्याची गरज भासत असे. एके दिवशी सकाळी शस्त्रास्त्र डेपोत त्यांच्या डेस्कजवळ ते काम करत बसले होते. त्या वेळी त्यांच्या जवळच्या एका मित्राचे वडील गंभीर आजारी असल्याचं त्यांनी ऐकलं. विक्रमजीत मेहता हे त्यांचे बालपणीचे मित्र होते. पठाणकोटमधील त्यांच्या घरी माझ्या वडलांनी त्यांच्या समवेत कित्येक आनंदी क्षण घालवले होते. ते संपूर्ण कुटुंबाला चांगल्या प्रकारे ओळखत होते. त्यांना मेहताकाकांच्या आजारपणाविषयी समजल्यानंतर त्यांनी लगेच रजा मागितली. त्यांच्या वरिष्ठाला त्यांना रजा देण्याची इच्छा नव्हती; पण माझे वडील त्यांच्या मागणीवर ठाम होते. ते सरळ पठाणकोटला निघून गेले.

पठाणकोटमध्ये गेल्यानंतर त्यांना विक्रमजीतच्या वडलांची तब्येत चांगलीच ढासळल्याचं आढळलं. त्यांनी मेहता कुटुंबीयांच्या अडचणीच्या काळात आधारस्तंभासारखं काम केलं. त्यांची रजा संपली होती; परंतु विक्रमजीत यांच्या वडलांची तब्येत सुधारली नव्हती. कोणत्याही परिस्थितीत आपल्या मित्राला त्या अवस्थेत एकाकी सोडून आपण जाऊ शकणार नाही हे माझ्या वडलांना माहीत होतं. त्यांनी त्यांच्या वरिष्ठांना तिथूनच रजा वाढवून देण्याविषयी तार पाठवून दिली. त्यांच्या वरिष्ठांनी त्यांची विनंती पूर्णपणे धुडकावून लावली आणि जर ते लगेच कामावर रुजू झाले नाहीत, तर त्यांची सेवा संपुष्टात आणली जाईल असं त्यांना निक्षून सांगितलं; पण माझे वडील पठाणकोटलाच राहिले. त्यांची नोकरी गेली होती. त्यानंतर त्यांच्या मित्राजवळ राहण्याची गरज असेपर्यंत ते तिथेच राहिले आणि नंतर बिलकूल पश्चात्ताप वाटून न घेता कमालियाला परतले.

त्यांच्या संपूर्ण जीवनात आणि अगदी व्यवसायातसुद्धा माझ्या वडलांनी रूक्ष व्यवहाराऐवजी नेहमीच नातेसंबंधाला प्राधान्य दिलं. त्यांनी कधीही 'व्यवसाय'

आणि 'वैयक्तिक संबंध' यांच्यामध्ये सीमारेषा आखली नाही. ओमप्रकाशकाका हे त्यांच्यापेक्षा पाच वर्षांनी लहान आहेत. त्यांनीही हे तत्त्वज्ञान चांगल्या प्रकारे आत्मसात केलं आहे. हे बंधू ज्या सांस्कृतिक आणि सामाजिक वातावरणातून आले होते, त्या वातावरणात त्यांच्या विश्वासांची जडणघडण झाली होती. कौटुंबिक बंधांवर आणि 'अपनापन'च्या (आपलेपणाच्या) जाणिवेवर भर देणं ही गोष्ट पाश्चात्त्यांनी लोकप्रिय केलेल्या व्यवस्थापनाच्या कंत्राटी शैलीच्या विरुद्ध होती; पण पुढे मुंजालांच्या कार्यसंस्कृतीचा हाच पाया झाला आणि त्यानंतर काही दशकांनी स्वयंचलित वाहन व्यवसायातील होंडा या जपानी कंपनीला आमच्याशी भागीदारी करण्यास प्रवृत्त करण्यामागे या कार्यसंस्कृतीचाही वाटा होता.

माझ्या वडलांकडे प्राचीन भारतीय ग्रंथांमधील ज्ञानाची पार्श्वभूमी होती. व्यवसायाकडे पाहण्याच्या त्यांच्या दृष्टिकोनाला कदाचित या पार्श्वभूमीची मदत झाली असेल. सत्य, विश्वास आणि सामाजिक जबाबदारी ही मूल्यं जपून त्यांनी सगळे निर्णय घेतले आणि ही मूल्यंच त्यांच्या वारशाचे मैलाचे दगडही ठरली. यापुढच्या प्रकरणांमध्ये माझ्या वडलांच्या अद्वितीय स्थानिक व्यवसाय-'धर्माचं' स्पष्टीकरण देण्याचा प्रयत्न मी करणार आहे.

**

क्वेट्टामध्ये शिकलेल्या यांत्रिकी (मेकॅनिकल) कौशल्यांचा खासगी उद्योगात वापर करणारे सत्यानंदकाका हे मुंजाल बंधूंपैकी पहिले बंधू होत. आधी उल्लेख करण्यात आला आहे, त्याप्रमाणे माझ्या वडलांनी ज्या *गुरुकुलात* नंतर प्रवेश घेतला होता, त्याच गुरुकुलात त्यांनीही त्यांचं प्रारंभीचं शिक्षण घेतलं होतं. तिथेच त्यांनी संस्कृतचं, वेदांचं आणि *संस्कारांचं* (परंपरांचं) व्यापक ज्ञान मिळवलं होतं. हे ज्ञान हाच त्यांच्या संपूर्ण आयुष्याच्या तत्त्वज्ञानाचा आधार होता.

ज्या वेळी त्यांनी फॅक्टरीच्या कामकाजाचं व्यवस्थापन केलं, त्या वेळी त्यांच्या शांत आणि आश्वासक आचरणामुळे सह-कामगार त्यांच्याकडे आकर्षित झाले. त्यांचा काटकसरीपणा, परिपक्वता आणि उमदेपणा, उदात्तता यांमुळे सल्ला आणि मार्गदर्शन यांसाठी त्यांच्यावर मित्र आणि नातेवाईक अवलंबून राहू लागले. नंतरच्या काळात *आर्य समाजानं* सामाजिक सेवा कार्यक्रमांशी असलेली त्यांची बांधिलकी ओळखून त्यांना 'महात्मा' ही उपाधी दिली. (एखाद्या पूज्य व्यक्तीला प्रेमानं आणि आदरानं ही उपाधी दिली जाते. अशा व्यक्तीकडे विश्वासू व्यक्ती म्हणूनही पाहिलं जातं.) त्यांना ओळखणाऱ्या अनेकांनी या टोपणनावाचा तत्काळ मनापासून स्वीकार केला आणि ते त्यांना त्याच नावानं हाक मारू लागले.

शालेय शिक्षणानंतर सत्यानंदकाकांनी त्यांच्या मोठ्या बंधूंच्या पावलावर पाऊल टाकून क्वेट्टातील शस्त्रास्त्र फॅक्टरीत काम केलं. लष्करात भरती होण्यासाठी

अर्ज करावा यासाठी त्यांच्या मोठ्या बंधूंनी त्यांचं मन वळवलं; परंतु त्यांची पावलं सपाट असल्यामुळे मुलाखतीत ते नापास झाले. हा बहुधा दैवयोगच असावा, कारण जर ते लष्करात भरती झाले असते, तर त्यांच्या बंधूंनीही निश्चितपणे त्यांचं अनुसरण केलं असतं आणि मग कदाचित त्याचा वाईट परिणामही झाला असता. प्रत्यक्षात लष्करात भरती झालेले कमालियाचे चार तरुण दुसऱ्या महायुद्धात कामी आले होते.

सत्यानंदकाका क्वेट्टाहून परतल्यानंतर लवकरच कोळशाच्या व्यापारात गुंतलेल्या बालमुकुंद या आपल्या मोठ्या भावाच्या व्यवसायात काम करू लागले. दयानंदकाकांनी त्यांना लाहोरला जाण्यास सांगेपर्यंत ते तिथेच काम करत होते. लाहोरला दयानंदकाकांचा एक मित्र सायकलचं दुकान चालवत होता. सत्यानंदकाकांनी हे मान्य केलं आणि सायकलच्या चाकाचं पंक्चर कसं काढावं ते शिकून घेण्याबरोबरच त्यांनी सायकलच्या खरेदीचे व्यवहार हाताळण्यास सुरुवात केली.

लाहोरमधील नोकरी सत्यानंदकाकांना चांगलीच मानवली. सरकारी नोकरीसाठी दुसऱ्या एखाद्या गावात जाण्याची त्यांची इच्छा नव्हती, त्यामुळे त्यांनी नवीन उद्योग शिकून घेण्याची संधी साधली.

लवकरच त्यांच्या मालकाला ते अत्यंत महत्त्वाचे वाटू लागले. महिन्याभरातच दुकानाच्या मालकानं सत्यानंदकाकांवर दुकानाची जबाबदारी सोपवली आणि दुसऱ्या व्यवसायावर आपलं लक्ष केंद्रित केलं. सत्यानंदकाकांनी व्यवसायाच्या वैविध्यकरणासाठी त्याला प्रोत्साहन दिलं. सत्यानंदकाकांच्या अनुमानावर ठाम विश्वास असल्यामुळे मालकानं शिवणयंत्रांच्या विक्रीचा किरकोळ व्यवसाय सुरू केला. गृहिणींवर लक्ष एकवटून नवीन उत्पादनाचं विपणन करणं आणि त्या व्यवसायात पुरेशा प्रमाणात गुंतवणूक करणं या गोष्टी सोप्या नव्हत्या. ग्राहकांना आकर्षित करण्यासाठी त्याने विक्रीपश्चात सेवा आणि दुरुस्ती करण्याची सुविधा देऊ केली.

सत्यानंदकाकांनी त्यांचं प्रभावशाली यांत्रिकी कौशल्य आता शिवणयंत्रांच्या दुरुस्तीसाठी वापरण्यास सुरुवात केली. त्यांची निरीक्षणशक्ती दांडगी होती. बारीकसारीक तपशील त्यांच्या लगेच लक्षात येत होते, त्यामुळे त्यांनी शिवणयंत्राबरोबरच सायकलच्याही बारीकसारीक गोष्टींकडे लक्ष दिलं. त्यांना अगदी नट-बोल्टपासून सगळ्या गोष्टींचं ज्ञान मिळालं. ते त्यात इतके पारंगत झाले की, भंगारातून सायकल किंवा शिवणयंत्र तयार करणंही त्यांना सहज जमू लागलं.

मला असं सांगण्यात आलं आहे की, लाहोरमध्येच काकांची भेट पुष्पादेवी या माझ्या काकीशी झाली आणि त्या दोघांनी विवाह केला. मात्र कौटुंबिक बंध हे त्यांच्यासाठी जास्त भक्कम असल्याचं सिद्ध झालं आणि अखेरीस तेही कमालियाला घरी परत आले. त्या वेळी योगेश या त्यांच्या पहिल्या मुलाचा जन्म झाला होता आणि अर्थातच त्याला घेऊन ते परतले होते. पुढे त्यांनी कमालियातील स्थानिक शाळेत त्याचं नाव घातलं.

दयानंदकाकाही सायकलच्या व्यवसायात गुंतले होते. विजय या माझ्या चुलतभावानं त्यांच्या जुन्या रोजनिशीत बरीच शोधाशोध केली. त्या रोजनिशीत त्यांच्या जीवनातील सगळ्या महत्त्वाच्या गोष्टींची त्यांनी अतिशय काटेकोरपणे नोंद केली आहे.

दयानंदकाकांनी असं लिहिलं आहे की, ते क्वेट्टावरून फिरोजपूरला गेले. तिथे १९४३पर्यंत त्यांनी काम केलं. सन १९४४च्या जानेवारीत ते सदानंदकाका आणि सत्यानंदकाका यांच्याकडे अमृतसरला गेले. त्या दोघांनी अमृतसरला सायकलचे सुटे भाग विकण्याचा व्यवसाय सुरू केला होता. ओमप्रकाशकाका फाळणीच्या दरम्यान या बंधूंसोबत या व्यवसायात शिरले.

सन १९४६मध्ये अमृतसरला महापूर आला. जवळजवळ त्याच वेळी सायकलच्या भागांच्या विक्रीच्या दुकानात चोरी झाली. माझ्या काकांनी त्या चोराचा आग्र्यापर्यंत मागोवा घेतला. सदानंदजी आणि सत्यानंदजी यांनी तिथे त्याचा पाठलाग केला आणि त्याने चोरलेला बराचसा माल हस्तगत करण्यात त्यांना यश आलं. त्यानंतर त्यांनी आग्र्यातच दुकान सुरू करावं असं ठरवलं. दयानंदजींनी मात्र लुधियानाला जाण्यास प्राधान्य दिलं आणि तिथेच नंतर ओमप्रकाशजीही त्यांच्याकडे गेले. त्यांनी तिथे सायकलविक्रीच्या व्यवसायाचं एक लहानसं दुकान उघडलं. त्यांनी सायकलच्या सुट्या भागांच्या विक्रीच्या दुकानांना भेटी देण्यास आणि विक्रेत्यांच्या गरजांविषयी त्यांच्याकडून जाणून घेण्यास सुरुवात केली. त्यानंतर त्यांच्या ऑर्डर घेऊन ते पुरवठादारांच्या दुकानांत जात आणि संबंधित लोकांना हवा असलेला माल पुरवत. या व्यवहारात ते मध्यस्थ म्हणून काम करत होते आणि त्यांना कमिशनपोटी काही पैसे मिळत होते. अखेरीस स्वतःचं दुकान सुरू करण्याइतपत पैसे त्यांनी कमवले. त्यांचा व्यवसाय वाढल्यानंतर त्यांना सुट्या भागांच्या पुरवठ्याचा तुटवडा असल्याचा अनुभव येऊ लागला. मग त्यांनी स्वतःच्या जीवावर एक भाग तयार करायचं असं ठरवलं. सायकलच्या फोर्कचा वरचा भाग ते तयार करणार होते. अखेरीस त्यांनी एक वर्कशॉप मिळवलं आणि संपूर्ण फोर्कचं उत्पादन करण्यास सुरुवात केली. आत्मविश्वास प्राप्त झाल्यानंतर त्यांनी लवकरच सायकलचे इतरही काही भाग तयार करण्यास सुरुवात केली. दयानंदजी वर्कशॉपचं काम बघत होते आणि ओमप्रकाशजी विक्रेते म्हणून विविध शहरामध्ये प्रवास करून त्यांनी तयार केलेले सुटे भाग विकण्यासाठी वेगवेगळ्या डीलर्सचं मन वळवण्याचे प्रयत्न करत होते. सरकारनं सायकल उत्पादकाना मोठ्या प्रमाणात उत्पादन करण्याची परवानगी देईपर्यंत ते हे काम करत होते. त्यानंतर सन १९५६मध्ये विश्वकर्मा चौकाजवळ मिलरगंज इथे हिरो सायकलची पहिली फॅक्टरी उभी राहिली.

**

भारतात विसाव्या शतकाच्या सुरुवातीच्या काळात सायकल उद्योगाची कमी प्रमाणात सुरुवात झाली होती. हलते भाग असलेल्या कोणत्याही यंत्राप्रमाणे सायकलच्या भागांचीही मोडतोड होऊ शकत होती आणि तिची वेळोवेळी दुरुस्ती केली जाण्याची गरज होती. सायकलच्या सुट्या भागांची मोठ्या प्रमाणात आयात केली जात होती. पहिल्या महायुद्धाच्या आधी कलकत्त्यात (आताचं कोलकाता) सायकलच्या बदलता येण्याजोग्या (रिप्लेसेबल) भागांचं उत्पादन करणारी लहान युनिट्स सुरू झाली होती. १९३०च्या दशकापर्यंत देशाच्या इतर भागांतही अशी युनिट सुरू होऊ लागली. ज्या वेळी हा व्यवसाय वाढीसाठी सज्ज झाला होता अगदी नेमक्या त्या अचूक वेळीच या बंधूंनी या व्यवसायात प्रवेश केला होता.

इकडे कमालियात, सायकलच्या व्यवसायातून कमावलेल्या काही पैशाचा वापर करून सत्यानंदजींनी कौटुंबिक घराच्या नूतनीकरणाच्या कामाला सुरुवात केली होती. सगळ्यांनीच त्यांना तसं न करण्याचा सल्ला दिला होता, कारण आता परिवर्तनाचे वारे वाहू लागले होते; परंतु त्यांनी त्याकडे लक्ष दिलं नाही. योगेश असं म्हणतो की, 'त्यांना त्यापासून परावृत्त करण्यासाठी नानीजी (आईची आई) माँटगोमेरीवरून इतका लांबचा प्रवास करून तिकडे आली होती; पण तिच्या समजावण्याचाही काहीच उपयोग झाला नाही. कमालियाचं घर जास्त मोठं करण्यात आलं. फाळणी झाली त्या वेळी घराचं फक्त प्लास्टरिंगचं कामच शिल्लक राहिलं होतं.'

१

परिवर्तनाचे वारे

त्या वेळी माझे वडील चोवीस वर्षांचे होते आणि त्यांना गोळी लागली होती. ते कमालियातील त्यांच्या मित्राच्या घराच्या गच्चीत उभे होते. त्या वेळी अगदी एका केसाच्या फरकानं त्यांचा जीव वाचला होता. भारताच्या फाळणीनंतर सगळीकडे जातीय दंगली उसळल्या होत्या. त्यांपैकीच एका दंगलीच्या वेळी हे घडलं होतं. माझे वडील दंगलीच्या वेळची जाळपोळ आणि हिंसाचार बघत होते. तिथे किंकाळ्यांचे आणि गोळीबारांचे आवाज ऐकू येत होते. एवढ्यात त्यांना कपाळावर तीव्र वेदना जाणवल्या आणि लालसर तप्त ओघळ येत असल्याचं जाणवलं.

त्यांनी भुवईच्या वर हात लावून बघितलं, तेव्हा त्यांना तिथून रक्त येत असल्याचं आढळलं. एका गोळीनं त्यांच्या उजव्या भुवईच्या वरच्या बाजूला जखम झाली होती. फक्त एखाद्या सेंटिमीटरनं कपाळमोक्ष चुकला होता. थोडंसं अंतर मागे-पुढे झालं असतं तर ती इतकी प्राणघातक ठरू शकली असती. त्यांनी जखमेवर आपला हात दाबून धरला. समोर सुरू असलेल्या रक्तपाताच्या घटना बघताना होत असलेल्या जबरदस्त वेदनांमध्ये ते स्वतःच्या जखमेची वेदना विसरून गेले. स्वतंत्र भारताच्या हृदयावर जातीय दंगलींचा व्रण राहिला होता आणि माझ्या वडलांच्या ब्रिजमोहन लाल मुंजाल यांच्या कपाळावरही त्या दंगलींचा तसाच व्रण कायम राहिला होता.

सन १९४०मध्ये त्यांना जर कोणी सांगितलं असतं की, त्यांच्या देशाचे तुकडे होणार आहेत आणि पंजाब प्रांताचं विभाजनही होणार आहे, तर माझ्या वडलांनी त्यावर विश्वास ठेवला नसता. त्या वर्षीच्या मार्चमध्ये लाहोर ठरावात मुस्लीम राष्ट्राची मागणी करण्यात आली होती. फाळणीच्या सात वर्षं आधी रहमत अलीनं 'पाकस्तान' ही संज्ञा वापरली होती. ('क'च्या वेलांटीची भर नंतर टाकण्यात आली होती.) मात्र तरीही कमालियातील कोणालाही असं वाटलं नव्हतं की, आपलं हे हडाप्पापासून

(हडाप्पा हे जगातील अत्यंत प्रसिद्ध पुरातत्त्वशास्त्रीय स्थळ आहे.) कारनं जेमतेम एक तासाच्या अंतरावर असलेलं गाव एकदम दुसऱ्या देशाचा भाग होईल.

त्यामुळे अगदी १९४०च्या दशकाच्या मध्यापर्यंतसुद्धा लायलपुरातून स्थलांतरित होण्याचा विचार करणं खरं तर कल्पनेच्याही पलीकडचं होतं म्हणून तर सत्यानंदकाकांनी घराचं नूतनीकरण करायचं ठरवलं होतं. घराचं बांधकाम सुरू झालं आणि मग ते दुसऱ्या घरगुती कामात गढून गेले होते.

त्या वेळी माझ्या वडलांची पंचविशी उलटली होती. चांगली नोकरी मिळवण्यासाठी आपण सक्षम असल्याचं त्यांनी दाखवून दिलं होतं, त्यामुळे वर म्हणून त्यांचं भवितव्य उज्ज्वल होतं. सत्यानंदकाकांना असं वाटलं की, आपल्या या नैसर्गिक देणगी लाभलेल्या लहान बंधूचा आता विवाह करून दिला पाहिजे, त्यामुळे त्यांनी वधुसंशोधनाला सुरुवात केली. यासाठी त्यांच्या पत्नीच्या लाहोरमधील कुटुंबीयांच्या नातेवाइकांना त्यांनी सांगितलं. त्यांनी ही गोष्ट इतर लोकांना सांगितली. त्यांच्यापैकी एकानं मुंजाल घराण्यातील या अविवाहित सक्षम तरुणाविषयी विमा कंपनीत[५] काम करत असलेल्या त्याच्या एका नातेवाइकाला सांगितलं. त्याच्यातून असं निष्पन्न झालं की, त्या सद्गृहस्थांच्या पत्नीला एक बहीण होती आणि ती अविवाहित होती. तिचं नाव संतोष होतं. ती नीटनेटकी आणि सुंदर होती. शिवाय तिची पार्श्वभूमीही उत्तम होती. तिचे वडील डॉक्टर होते आणि योगायोगानं ते कमालियापासून ५० किलोमीटरवर असलेल्या समुंद्री इथे राहत होते. माझ्या मावशीचे पती ताराचंद यांनी लवकरच हा संबंध जुळवून आणला.

त्या वेळी जगातील सगळ्यात मोठा स्वातंत्र्य संग्राम सुरू होता. दोन धर्मांमधील शत्रुत्व शीगेला पोहोचलं होतं. देशभर सगळीकडे हिंसाचार, परिवर्तन आणि स्थलांतर यांची बीजं पोटात असलेले भीषण वारे वाहत होते आणि या पार्श्वभूमीवर दोन तरुण जीवांचा वाङ्निश्चय झाला होता.

**

दूरवरच्या कमालियात गरमागरम चर्चा झडत होत्या. रस्त्यांवर निदर्शनं, आंदोलनं सुरू झाली होती आणि कमालीचा जातीय तणाव निर्माण झाला होता. तिथल्या वातावरणात देशातील वातावरणाचं प्रतिबिंब दिसत होतं. राष्ट्रवादाचा उत्साह आणि त्याबरोबरच हिंदू व मुस्लीम यांच्यातील अविश्वास या दोन्ही गोष्टींची या वातावरणावर सारखीच पकड होती.

---

५ त्यांच्या कुटुंबात आणि त्यांच्या मुलापर्यंत विम्याचा हा दुवा तसाच सुरू राहिला होता. मोहन मेहता यांनी दीर्घकाळासाठी आमच्या कुटुंबातील सदस्यांच्या विमा पॉलिसी काढून दिल्या होत्या.

ब्रिटिशांची भारतावरची पकड सुटत चालल्याचं दुसऱ्या महायुद्धाच्या वेळीच स्पष्ट झालं होतं. सन १९४२मध्ये दुसऱ्या महायुद्धाकरिता भारताचा पाठिंबा मिळवण्यासाठी ब्रिटिश पार्लमेंटनं सर स्टॅफोर्ड क्रिप्सच्या नेतृत्वाखाली एका शिष्टमंडळाला पाठवलं होतं. महात्मा गांधींच्या नेतृत्वाखाली असलेल्या भारतीय राष्ट्रीय काँग्रेसनं, भारताला युद्धानंतर नवीन राज्यघटना आणि (पूर्ण स्वातंत्र्याऐवजी) वसाहतीच्या स्वातंत्र्याचा दर्जा देण्याचा ब्रिटिशांचा प्रस्ताव साफ नाकारला होता. मुस्लीम लीगनंही या प्रस्तावाला थंडा प्रतिसाद दिला होता; पण त्यामागची त्यांची कारणं वेगळी होती.

काँग्रेसनं क्रिप्स आयोगाच्या अपयशाला 'भारत छोडो' चळवळीनं प्रतिसाद दिला. ८ ऑगस्ट १९४२ रोजी मुंबईतील गोकुलदास तेजपाल संस्कृत कॉलेजपासून (या कॉलेजमध्येच अर्धशतकाहून जास्त वर्षांपूर्वी भारतीय राष्ट्रीय काँग्रेसची स्थापना झाली होती.) अर्ध्या किलोमीटरवरच्या गोवालिया टँक मैदानात झालेल्या सभेत महात्मा गांधींनी 'दृढनिश्चयानं; परंतु निष्क्रिय प्रतिकार' करण्याचं आवाहन केलं. ते म्हणाले,

'आता मी तुम्हाला एक छोटासा मंत्र देतो. तो तुम्ही तुमच्या हृदयावर कोरून ठेवा आणि तुमच्या प्रत्येक श्वासातून तो अभिव्यक्त होऊ द्या. 'करो या मरो' (करा किंवा मरा) हा तो मंत्र आहे.'

महात्मांनी 'करा किंवा मरा' असं केलेलं आवाहन देशाच्या कानाकोपऱ्यापर्यंत पोहोचलं. दुसऱ्या दिवसापासून देशात 'भारत छोडो' किंवा 'चले जाव' चळवळीला सुरुवात झाली. गांधींना आणि काँग्रेसच्या बहुतेक सगळ्या वरिष्ठ नेत्यांना अटक करण्यात आली, त्यामुळे ही चळवळ दिशाहीन झाली.

या राजकीय क्षोभाला आर्थिक संदर्भही होता. दुसऱ्या महायुद्धानं भारताच्या अर्थकारणावर प्रतिकूल परिणाम केला होता. युद्ध सुरू झाल्यानंतरच्या सुरुवातीच्या काही महिन्यांमध्ये कृषिमालाच्या निर्यातीची मागणी मोठ्या प्रमाणात वाढली होती; परंतु नंतर लवकरच पश्चिमेकडचे देश एकापाठोपाठ जर्मनीच्या ताब्यात आणि पूर्वेकडचे देश जपानच्या ताब्यात जाऊ लागल्यावर माल जहाजावर लादून पाठवण्यात अडचणी निर्माण होऊ लागल्या.

या क्षेत्रातील भारताचा व्यापार एक षष्ठांशावर आला. विशेषतः शेंगदाणा, कच्चा ताग आणि तेलबिया यांच्या बाबतीत हे घडलं, त्यामुळे एका बाजूला हा माल अतिरिक्त प्रमाणात शिल्लक राहिला होता आणि दुसरीकडे अन्नधान्याचा तुटवडा निर्माण झाला होता. युद्धाच्या तातडीच्या गरजेमुळे अन्नपुरवठ्यावर प्रचंड दबाव आला. याला सेनिकांची, निर्वासितांची आणि कैद्यांची वाढती उपस्थिती कारणीभूत होती. त्याच वेळी विपणनयोग्य अतिरिक्त मालाचाही तुटवडा निर्माण झाला, कारण एकूण परिस्थितीचा रागरंग पाहून शेतकरीही आपला शेतमाल आपल्याच ताब्यात

ठेवण्यास प्राधान्य देऊ लागले. आयातींमध्ये तीव्र घसरण झाली. १९३९मध्ये २.१५ दशलक्ष टन असलेली आयात १९४१मध्ये जेमतेम ०.५ दशलक्ष टनांवर आली. चलनाच्या अवमूल्यनाच्या भीतीपोटी आणि किमती आणखी वाढण्याच्या अपेक्षेनं साठेबाजीला प्रोत्साहन मिळालं.

बंगालमध्ये अन्नधान्याच्या पिकांना आधीच एकापाठोपाठ आलेल्या नैसर्गिक आपत्तींना तोंड द्यावं लागलं होतं. भरीस भर म्हणून १९४२च्या एप्रिलमध्ये रंगून (आताचं यंगून) जपान्यांच्या हाती पडल्यानंतर बंगालमध्ये ब्रह्मदेशातून तांदूळ येणं बंद झालं. ब्रह्मदेशातून प्रचंड प्रमाणात येणाऱ्या निर्वासितांच्या लोंढ्यांमुळे अन्नधान्याच्या साठ्यावर आणखी ताण आला आणि परिस्थिती जास्तच गंभीर झाली. या आगीत तेल ओतल्याप्रमाणे ब्रिटिशांनी 'पीक जाळण्यासारख्या' 'नकारात्मक धोरणांचा' अवलंब केला. ब्रह्मदेशातून भारतावर हल्ला होण्याची शक्यता गृहीत धरून दक्षिण बंगालमधील भाताचे साठे जपानी लोकांच्या हाती पडू नयेत म्हणून ब्रिटिशांनी ते नष्ट करून टाकले. यामुळे ब्रह्मदेशाचा हल्ला रोखला जाईल, अशी त्यांची अटकळ होती. याशिवाय लष्कराला करावा लागणाऱ्या अन्नधान्याच्या पुरवठ्यामुळेही अन्नधान्याचा भीषण तुटवडा निर्माण झाला.

अन्नधान्याचा साठा खुला करून त्याच्या समान वाटपाची हमी देण्यात ब्रिटिश-भारतीय प्रशासनाला दारुण अपयश आलं. शेतमालाच्या किमतीतील वाढीमुळे आपल्या गोदामांमध्ये अतिरिक्त साठे असलेल्या मोठ्या जमीनदारांना लाभ झाला; परंतु लहान शेतकरी आणि शेतकामगार भरडले गेले. अनेकांना जगण्यासाठी त्यांच्या शेतजमिनी विकाव्या लागल्या. सन १९४३-४४मध्ये सुमारे २५ टक्के लहान शेतकऱ्यांना त्यांच्या जमिनींना मुकावं लागलं.

आपत्तींच्या तुफानाचा नंगानाच सुरू होता. युद्ध, नैसर्गिक आपत्ती आणि आश्चर्य वाटावी इतक्या मोठ्या प्रमाणातील प्रशासकीय अक्षमता यांमुळे सगळीकडे क्षोभ निर्माण झाला होता. परिणामी, सन १९४३मध्ये बंगालमध्ये दुष्काळ पडला. कॉलरा, हगवण, हिवताप आणि देवी या आजारांनी उपाशी लोकांवर हल्ला चढवला. आजच्या काळातील पश्चिम बंगाल, ओडिशा, बिहार आणि बांगला देश इथले लाखो लोक मृत्युमुखी पडले.

युद्धाची आणि दुष्काळाची बातमी ऐकून मुंजाल कुटुंबीय अतिशय व्याकूळ झाले. मात्र सामुदायिक उपासमारीच्या पाठोपाठ फाळणीच्या क्लेशदायक सत्त्वपरीक्षेतून जावं लागणार होतं हे त्या वेळी त्यांना माहीत नव्हतं.

परंतु ही अकल्पनीय गोष्ट अटळ असल्याचं पहिल्यांदा माझ्या वडलांच्या लक्षात आलं. एके दिवशी सकाळी कमालियातील घरातील त्यांच्या खणाच्या सागवानी टेबलावर ते कामाची कागदपत्रं घेऊन काम करत बसले होते आणि त्याच वेळी रेडिओवरच्या बातम्याही ऐकत होते. बातम्यांमध्ये फक्त फाळणीविषयी झालेल्या

चर्चांच्याच बातम्या होत्या. मुहंम्मद अली जिन्नाह हे मुस्लीम लीगचे नेते होते. महात्मांनी कितीतरी आवाहनं केली असली तरी ते त्यांच्या मागणीवर ठाम होते.

अचानकच माझ्या वडलांनी हातातील पेन खाली ठेवलं आणि विचारांत गढून जात खिडकीतून बाहेर बघितलं. खिडकीबाहेर त्यांना कधीही हार न पत्करणारा त्यांचा सगळ्यात मोठा बंधू अतिशय परिश्रमानं काम करत असल्याचं दिसलं. त्यांच्या कौटुंबिक घराचं तो मन लावून नूतनीकरण करत होता. त्यांनी मनातल्या मनात ईशान्य भागाकडे आपलं लक्ष वळवलं. रावी आणि अमृतसरपर्यंतच्या भागाचा त्यांनी तसाच मनातल्या मनातच धांडोळा घेतला. फाळणीच्या वेळी दोन देशांमध्ये कोणत्या भागातून सीमारेषा आखली जाईल याचा विचार ते करू लागले.

त्या वेळी ते विशीत असले तरीही त्यांच्या वयाच्या मानानं त्यांच्याकडे विचारांची चांगलीच परिपक्वता होती. ते आपल्या अंतःप्रेरणांवर विश्वास ठेवण्यास शिकले होते. त्यांचं मन त्यांना कुटुंबाचं कमालियातील सुखकारक, आपुलकीचं जगणं लवकरच संपुष्टात येणार असल्याची ग्वाही देत होतं. जगायचं असेल तर त्यांना अतिशय वाईट, यातनामय धक्का सोसावा लागणार होता. त्यांच्या पूर्वजांच्या भूमीपासून त्यांना स्वतःला तोडून टाकावंच लागणार होतं आणि इतरत्र जाऊन आयुष्याची नव्यानं सुरुवात करावी लागणार होती. त्यांचा लवकरच विवाह होणार होता. त्यांच्या पत्नीचं भवितव्य त्यांना सुरक्षित करावंच लागणार होतं आणि कुटुंबालाही अर्थातच मदत करावी लागणार होती.

माझ्या वडलांनी त्यांची ही कल्पना घरातील ज्येष्ठांना सांगितली. त्याविषयीची आठवण सांगताना ते म्हणत की : 'आमच्या वडलांनी पुढचा मार्ग आम्हीच शोधावा असं सांगितलं. आम्हाला खरं तर आमच्या आजूबाजूला सगळीकडेच हाणामाऱ्या, हिंसाचार आणि चकमकी झडत असल्याचं दिसत असलं तरी फाळणी खरोखरच होणार आहे, यावर विश्वास ठेवण्यास कुटुंबातील काही सदस्य तयारच नव्हते.

म्हणून आम्ही कुटुंबाची एक बैठक घेतली. माझ्या वडलांनी एकामागून एक मुद्दे मांडत रेडिओवरच्या वार्तापत्रांमधून ऐकलेली माहिती सांगितली. त्यांनी असं सांगितलं की, सत्य कितीही कटू वाटलं तरी आता त्याला तोंड देण्याची वेळ आली होती. फाळणी ही आता पुढेमागे कधीतरी होऊ शकेल का, अशी शंका घेण्याजोगी गोष्ट राहिली नव्हती. ती फारशी दूरही नव्हती. ती होण्याची दाट शक्यता होती, त्यामुळे मूळातच जर सगळ्यांना एकत्र राहायचं असेल, तर कुटुंबानं आपल्या भवितव्याचं नियोजन करण्याची गरज होती.'

अमृतसर भारतातच राहील हे स्पष्टपणे दिसत होतं. सदानंदकाका आणि सत्यानंदकाका या दोघा बंधूंनी अमृतसरला जाऊन व्यवसायाची सुरुवात करायचं असं ठरवलं, त्यामुळे फाळणी झाली असती आणि कुटुंबावर कमालियातून घाईघाईनं बाहेर पडण्याची वेळ आली असती, तर त्यांच्या उदरनिर्वाहाचा स्रोत तयार झाला असता.

नशीब आणि मिळणारा नफा यांच्या आधारावर व्यवसायाची निवड करण्यात आली होती. ज्या युद्धाचा बंगालवर इतका भयावह परिणाम झाला होता तेच भारतीय उद्योगासाठी लाभदायक ठरलं होतं. जुन्या आणि नवीन उद्योगांच्या वाढीला मोठमोठ्या सरकारी आदेशांनी उत्तेजन दिलं होतं. जुन्या उद्योगांमध्ये सिमेंट, सुती कपडे, लोखंड, स्टील आणि साखर यांचा मोठ्या प्रमाणात विस्तार झाला होता. उदाहरणार्थ, १९३७ ते १९४५ या कालावधीत साखर आणि कागद व्यवसायात ९६ टक्क्यांनी वाढ झाली. कापड उद्योगात २० टक्क्यांनी, तर स्टील उद्योगात ४३ टक्क्यांनी वाढ झाली होती. लाभाचा सर्वांगीण निर्देशांक (बेस १९२८) सन १९३९च्या ७२वरून १९४५मध्ये १६३पर्यंत पोहोचला होता.

भराभर वाढ होत चाललेल्या नवीन उद्योगांमध्ये डिझेल इंजिन, पंप, शिवणयंत्रं, मशीन टूल्स आणि सायकली यांचा समावेश होता.

मुंजाल बंधूंना सायकलींची माहिती होती. त्यांच्याकडे भांडवल नव्हतं; पण झपाट्यानं वाढत चाललेल्या सायकल उद्योगावर आपला ठसा उमटवण्यासाठी आवश्यक असलेलं तांत्रिक ज्ञान आणि कौशल्य होतं.

सन १९४४मध्ये दोघा मोठ्या बंधूंनी अमृतसरला दुकान उघडलं होतं. फाळणीच्या सुमारास किशोरवयीन ओमप्रकाशजी त्यांच्या मोठ्या बंधूंच्या या व्यवसायात सहभागी झाले. ओमप्रकाशकाका गोष्टी रंगवून सांगण्यात कुशल होते. त्यांच्या त्या खास रोचक शैलीत तत्कालीन वातावरणाविषयी ते सांगत, 'जंग चल रही थी... (युद्ध सुरू होतं)... बडा छोटा काम था (काम तसं फारसं मोठं नव्हतं)... सायकल पार्ट्सका (सायकलच्या भागांचं). तो युद्धाचा काळ होता. आयात केलेले भाग येत नव्हते. अमृतसर आणि लुधियाना इथे भारतीय बनावटीचे भाग मिळत होते. या दोन्ही मोठ्या बाजारपेठा होत्या आणि तिथून संपूर्ण भारतभर मालाचा पुरवठा होत होता. बाजारातून सायकलींचे भाग खरेदी करून त्यांचा व्यापार करण्यास आम्ही सुरुवात केली.'

या कथनात माझे वडील भर घालत. ते म्हणत : 'रस्त्यांवर सायकलींशिवाय दुसरं काहीही दिसत नव्हतं; पण ज्या वेळी त्यांची दुरुस्ती करण्याची वेळ येत असे, त्या वेळी त्याकरिता लागणारे भाग उपलब्ध नसत. लुधियाना, मलेरकोटला, सियालकोट, अमृतसर आणि लाहोर येथील काही कारागिरांनी अतिशय कच्च्या पद्धतीनं हे भाग तयार करण्यास सुरुवात केली. आमच्यासारखे लोक आयात केलेले भाग शोधून काढत आणि त्या कारागिरांना देत. त्याशिवाय त्यांनी तयार केलेल्या भागांमध्ये दुरुस्ती करून अधिक चांगले भाग तयार करण्यासाठी त्यांना थोडे पैसेही देत.'

दयानंदकाकांनी आम्हाला सांगितलं होतं की, सायकलचं दुकान सुरू झालं, त्या वेळी माझे वडील कमालियात असले तरी अमृतसरमधील वाढत चाललेल्या व्यवसायाला त्यांनी बरीच मदत केली होती. माझ्या वडलांच्या अगदी सुरुवातीच्या

व्यावसायिक यशाविषयी त्यांनी मला सांगितलं होतं, त्या वेळी त्यांच्या डोळ्यांत दिसलेलं प्रेम मला आजही आठवतं. ते म्हणाले, 'ब्रिजमोहननं संपूर्ण क्षेत्राभर फिरून २,५०० रुपयांच्या ऑर्डर आणल्या होत्या. आम्हाला तोपर्यंत मिळालेल्या ऑर्डरमधली ही सगळ्यात मोठी ऑर्डर होती.' त्या काळात एखाद्या लहान व्यवसायाला इतकी मोठी ऑर्डर मिळणं हे लॉटरी लागण्यासारखंच होतं.

**

दुसरं महायुद्ध संपल्यानंतर भारताला लवकरच स्वातंत्र्य मिळणार ही गोष्ट स्पष्टच होती. या भवितव्यामुळे काँग्रेस आणि मुस्लीम लीग यांच्यातील संघर्ष कमी होण्याऐवजी जास्तच तीव्र झाला होता. गव्हर्नर जनरल लॉर्ड आर्किबाल्ड वेव्हेलनं बोलावलेल्या १९४५च्या सिमला परिषदेला आणि १९४६मध्ये ब्रिटिश पंतप्रधान क्लेमंट ॲटली यांनी पाठवलेल्या कॅबिनेट आयोगाला या दोन्ही पक्षांमधील मतभेद दूर करण्यात अपयश आलं.

मुस्लिमांसाठी स्वतंत्र राष्ट्राची मागणी जोरदारपणे पुढे रेटण्यासाठी १६ ऑगस्ट १९४६ रोजी मुस्लीम लीगनं 'डायरेक्ट ॲक्शन'ची घोषणा केली. त्यानंतर कलकत्त्यात जातीय दंगलींचा उद्रेक झाला आणि नौखालीपर्यंत त्या पसरल्या. बंगालच्या इतर भागांतही त्यांचा उद्रेक झाला आणि हळूहळू बिहारमध्ये, संयुक्त प्रांतात आणि अखेरीस पंजाबपर्यंत त्यांचं लोण पसरलं.

सन १९४७च्या सुरुवातीच्या काळापासूनच मुंजाल कुटुंबीयांना तोपर्यंत फाळणी न झालेल्या अखंड भारताच्या सगळ्या भागांमधून दंगलीच्या, जाळपोळीच्या आणि लुटालुटीच्या बातम्या ऐकू येत होत्या. फिरोजपूर, लुधियाना, जालंधर, गुरदासपूर, सियालकोट, रावळपिंडी, लाहोर, अमृतसर, माँटगोमेरी आणि लायलपूर या त्यांच्या स्वतःच्या जिल्ह्यातूनही त्यांच्या कानांवर या बातम्या येत होत्या. पंजाबमधील तिन्ही समाजांकडे त्यांचं स्वतःचं सैन्य होतं, त्यामुळे सुनियोजित स्वरूपाचा हिंसाचार होणार असल्याचं स्पष्ट होतं. पश्चिम पंजाबमध्ये हिंदूंना आणि शिखांना लक्ष्य करण्यात आलं. पूर्व पंजाबमध्ये याची दुसरी बाजू समोर आली होती. अधिकृत आकडेवारीनुसार, त्या वर्षीच्या मार्च आणि मेच्या दरम्यान झालेल्या दंगलींमध्ये पंजाब प्रांतात ३,६०० लोक मृत्युमुखी पडले होते.

**

३ जून १९४७च्या माऊंटबॅटन योजनेनं फाळणीला तत्त्वतः मान्यता दिली आणि भारत व पाकिस्तान यांना दोन पूर्णपणे स्वतंत्र, सार्वभौम राष्ट्रं म्हणून जाहीर केलं. आता फक्त सीमा आयोगाचे अध्यक्ष सिरिल रॅडक्लिफ यांनी दोन राष्ट्रांमध्ये सीमारेषा

आखायचं कामच बाकी राहिलं होतं. मुंजाल कुटुंबीय श्वास रोखून त्याच्या निर्णयाची वाट पाहत होतं. दयानंद आणि ओमप्रकाश या मुंजाल बंधूंनी दुकान उघडलं होतं ते अमृतसर त्यांनी अंदाज बांधला होता, त्याप्रमाणे भारतातच राहणार होतं का?

रॅडक्लिफ जुलैमध्ये भारतात आले, त्यामुळे १५ ऑगस्टपर्यंतच्या कालावधीचा विचार करता, त्यांच्याकडे जेमतेम पाच आठवडे होते. त्यांनी लाहोर आणि अमृतसर यांच्या मधल्या भागातून – अत्तारीमधून त्यांची प्रसिद्ध सीमारेषा आखली.

सीमारेषा आखली गेल्यानंतरसुद्धा शीख आणि हिंदू लायलपूर जिल्ह्याची सुपीक भूमी सोडण्यास तयार नव्हते. संपूर्ण प्रांतातील तो अत्यंत समृद्ध, श्रीमंत भाग होता, हे त्यामागचं कारण होतं. शिवाय त्यांनी तिथल्या उद्योगांमध्ये मोठ्या प्रमाणात गुंतवणूक केली होती. त्यांना सुरक्षिततेची हमी मिळेल या आशेवर ते द्विधा मनःस्थितीत तिथे थांबले होते. प्रॉक्टर अँड गॅम्बल इंडियाचे माजी सीईओ गुरचरण दास यांनी लिहिलेल्या पुस्तकात त्यांनी म्हटलं आहे की : 'लायलपूर हा समृद्ध जिल्हा होता. तिथे कापसाचं जिनिंग, विणकाम या कामांमध्ये आणि साखर कारखान्यांमध्ये बहुतांश भांडवलाची गुंतवणूक करण्यात आली होती, त्यामुळे हा मूर्खपणा संपेल आणि लवकरच शांतता प्रस्थापित होईल या आशेवर लायलपूरचे हिंदू तिथेच थांबले होते.'[६]

मात्र लवकरच नवीन राष्ट्रात हिंदूंचं आणि शिखांचं स्वागत केलं जाणार नव्हतं ही गोष्ट स्पष्ट झाली. हमीद नावाच्या लायलपूरच्या उपायुक्तांनी कितीही हमी दिल्या असल्या आणि प्रयत्न केले असले तरी कमालियापासून ९० किलोमीटरवरच्या तंडलियाँवाला इथे दंगलींचा उद्रेक झाला. तिथे एक गुरुद्वारा पाडण्यात आला आणि अनेक शिखांना ठार मारण्यात आलं.

त्यानंतर काही दिवसांनी कमालियात रक्तरंजित दंगली सुरू झाल्या. एक सप्टेंबरला गावातील हिंदू लष्कराला दूर करून मुस्लीम सैन्याच्या तुकड्या तैनात करण्यात आल्या. त्यानंतर पुढच्याच आठवड्यात मुस्लीम जमावानं नासधूस आणि विध्वंस करण्यास सुरुवात केली. निर्वासितांच्या ट्रेनमधून कमालियात आलेल्या मुस्लीम सैनिकांनी हा हिंसाचार सुरू केल्याच्या अफवा पसरल्या होत्या. कारण काहीही असो; पण हिंदू आणि शीख लोकांच्या निवासस्थानांवर, इतर इमारतींवर, प्रार्थनास्थळांवर आणि शाळांवर मुस्लीम जमाव संतप्त हल्ले करत होता. मुंजाल बंधूंनी शिक्षण घेतलेल्या खालसा हायस्कूलवर आणि आर्यपुत्री पाठशाळेवर हल्ले करण्यात आले. अनेक लोकांना ठार मारण्यात आलं. तरुण मुलींचं अपहरण करण्यात आलं. प्रमुख जमीनदार नवाब सादत अली खान यांनी जमावाला हात जोडून विनंती केल्यानंतरच हा हिंसाचार थांबला.

---

६ गुरचरण दास, अ फाईन फॅमिली (इंडिया : पेंग्विन, १९९०)

त्या वेळी पश्चिम पंजाबचे गव्हर्नर फ्रान्सिस मुडी लायलपूरमध्ये आले. जिल्ह्यातील मुस्लिमेतर लोकांना शांततेनं जिल्ह्याबाहेर पडता येईल, याची त्यांना खात्री करून घ्यायची होती. जिन्नाहना लिहिलेल्या पत्रात त्यांनी म्हटलं होतं : 'अद्यापही लायलपूरमधून तीन लाख शीख बाहेर पडण्याचं फारसं चिन्ह दिसत नाही; परंतु अखेरीस त्यांनासुद्धा जावंच लागेल.' त्यानंतर त्यांनी हिंदूंना आणि शिखांना सुरक्षित स्थळी स्थलांतरित करण्याच्या आधी निर्वासितांच्या छावणीत हलवावं असं जिल्हा आयुक्तांना पत्र लिहून कळवलं. ज्या लोकांनी तिथून निघून जाण्याचा निर्णय घेतला होता, त्यांच्या जीवालाही धोका होताच. सप्टेंबरच्या मध्यात कमालियातून बाहेर पडून पायी निघालेल्या लोकांवर हल्ला झाला होता आणि त्यात नऊ जणांची कत्तल करण्यात आली होती.

कुटुंबांना निर्वासितांच्या छावणीत हलवलं जात आहे आणि माँटगोमेरी व लायलपूर इथून खूप मोठा म्हणजे सुमारे चार लाख लोकांचा तांडा फिरोजपूरला जाणार आहे, असं मुंजाल बंधूंना समजलं. जमीनदार, दुकानदार, डॉक्टर, कामगार, कारागीर अशा सगळ्या प्रकारच्या लोकांना लायलपूर-बालोकी-चुनियन-फिरोजपूर मार्गे भारतात पाठवण्यात येत होतं. रोज सुमारे ५०-६०,००० निर्वासित फिरोजपूरमध्ये येत होते. स्वातंत्र्यानंतरच्या एका आठवड्याच्या कालावधीत लाखो निर्वासितांनी पश्चिम पंजाबची सीमारेषा ओलांडून पूर्व पंजाबमध्ये प्रवेश केला. त्यानंतरच्या आठवड्यात निर्वासितांच्या छावण्यांमध्ये आणखी २.५ दशलक्ष लोक गोळा झाले होते.

गोजरा, टोबा टेक सिंग, अरौती, समुंद्री अशा जिल्ह्यांतील सगळ्या गावांतून कत्तलींच्या, सामुदायिक बलात्कारांच्या आणि लुटालुटीच्या बातम्या येत होत्या. सहसा नेहमीच त्यांमध्ये लष्कराचा हात असल्याचं सांगितलं जात होतं. तांडलियाँवाला येथील निर्वासितांच्या छावणीवर झालेल्या हल्ल्यात ११५ हिंदू आणि शीख लोकांना ठार मारण्यात आलं होतं. लायलपूर गावात निर्वासितांच्या तांड्याला रेल्वे स्थानकावर अडवण्यात आलं आणि त्यांची कत्तल करण्यात आली. लायलपूरहून लष्करी संरक्षणात निघालेल्या ५,००० निर्वासितांच्या आणखी एका तांड्यावर लाहोरपासून ७५ किलोमीटरच्या अंतरावरच्या बलोकी हेट इथे हल्ला करण्यात आला आणि १,००० निर्वासितांना ठार मारण्यात आलं.[७]

हिंसाचाराची तीव्रता वाढली आणि गाव सोडून बाहेर पडण्याची निकड निर्माण झाली. सीमेच्या दोन्ही बाजूंना होत असलेली महिलांची अपहरणं, बलात्कार आणि विनयभंग यांच्या कथांमुळे गाव सोडून पळ काढणं भागच होतं. यात एका अत्यंत हृदयद्रावक कथेचाही समावेश होता. लायलपुरात ट्रकमधून येत असलेल्या एका

७ http://archive.org/details/in.ernet.dli.2015.99365/page/n100 स्टर्न रेकनिंग, गोपालदास खोसला, प्रथम प्रकाशन १९४. पाने १६५-१७२.

तांड्याची ही कथा होती. त्यात तरुणींचा समावेश होता. लाहोरच्या थोडं आधी या तांड्याला थांबवण्यात आलं आणि जमावानं त्या तरुणींना अत्यंत निर्दयीपणे वागवलं.

त्या परिसरातील सगळ्याच हिंदू कुटुंबीयांप्रमाणेच मुंजाल कुटुंबीयांनासुद्धा आपला जीव वाचवण्यासाठी तिथून पळ काढावा लागला. सत्यानंदकाकांनी कसंबसं आपल्या कुटुंबाला गावाच्या बाहेर आणलं. त्यात माझ्या वडलांचा आणि आजी-आजोबांचाही समावेश होता. त्यांनी कमालियाहून अमृतसरला जाणारी अखेरची बस पकडली. संतोष ही माझी आईसुद्धा तिच्या पालकांबरोबर ट्रेननं भारतात आली होती. योगेश त्या वेळी खूपच लहान होता; पण तरीही त्याला त्या प्रवासादरम्यान पाहिलेली 'अनेक दुष्कृत्यं' आजही आठवतात.

अमृतसरला येण्यासाठी प्रवास करण्याची गोष्ट ही कुटुंबाला जितकी वाटली होती, त्याहून खूपच अधिक दुष्कर होती. ट्रेननं प्रवास करणं असुरक्षितपणाचं होतं. त्या वर्षी ऑगस्टपासून सप्टेंबरपर्यंतच्या काळात प्रवाशांच्या इतक्या कत्तली झाल्या होत्या की, त्यामुळे रेल्वे फलाट आणि बोगी ही शवास्थिगृहं (मृतदेह आणि अस्थि ठेवण्याची ठिकाणं) झाली होती. या सगळ्या पार्श्वभूमीवर, तुलनेत किमान सुरक्षितता बाळगून लोकांचं स्थलांतर करता यावं, यासाठी खूप नंतर म्हणजे नोव्हेंबरमध्ये खास निर्वासित रेल्वे सोडण्यात आल्या होत्या. मात्र सुरुवातीच्या महिन्यांमध्ये लोक पायी चालत निघाले होते किंवा उंटांच्या पाठीवर बसून अगर बैलगाड्यांतून निघाले होते. त्यांना जी वाहनं मिळाली त्यांच्यातून ते जीव मुठीत धरून निघाले होते आणि त्यांच्यापैकी अनेकांवर रस्त्यातच हल्ले झाले होते. जीव वाचवण्यासाठी उतावळ्या झालेल्या प्रवाशांमुळे बसगाड्यांमध्ये प्रचंड प्रमाणात प्रवासी भरले जात होते. बरोबर सामान नेण्याचा प्रश्नच नव्हता. आपल्या कपड्यांमध्ये जे काही लपवणं शक्य होतं किंवा डोक्यांवरून जे वाहून नेणं शक्य होतं, तेवढंच घेऊन आणि बाकीचं सगळं जागीच सोडून लोकांनी पळ काढला होता. कुटुंबांचा विनयभंग केला जाऊ नये, यासाठी पोलिसांना लाच म्हणून सोनं आणि पैसे द्यावेच लागत होते.

इतिहासतज्ज्ञ याचं वर्णन 'नोंद झालेल्या इतिहासातील सर्वांत मोठं, रक्तरंजित आणि जबरदस्तीनं करायला भाग पाडलेलं स्थलांतर' असं करतात. यात धर्माच्या आधारावर १४ दशलक्ष लोकांचं स्थलांतर झालं होतं. नंतरच्या काळात ज्याला 'सूड म्हणून करण्यात आलेला नरसंहार किंवा वांशिक कत्तली' असं म्हटलं गेलं त्यांच्यावर नियंत्रण राखण्यासाठी, त्यांना हाताळण्यासाठी नव्यानं निर्माण झालेल्या राष्ट्रांच्या अधिकाऱ्यांकडे पुरेशी साधनसामग्री नव्हती हे अगदी स्पष्ट आहे. यात नेमके किती जणांचे मृत्यू झाले ते निश्चितपणे सांगता येणार नाही; पण हा आकडा दोन लाख ते वीस लाख या दरम्यानचा आहे.

जणू काही त्या घटना नुकत्याच घडून गेल्या आहेत अशा प्रकारे माझ्या आईला त्या अगदी लखखपणे आठवत होत्या. ती सांगत असे की :

'सगळीकडे पाकिस्तानचा झेंडा फडकत होता. माझ्या वडलांकडे बंदूक होती आणि सुदर्शन या माझ्या बहिणीला आणि मला बंदूक कशी चालवायची ते शिकवण्यात आलं होतं. आम्हाला सुटका करून घ्यावीच लागणार होती हे आम्हाला माहीत होतं. माझ्या वडलांकडे बचतीचे अत्यल्प पैसे होते, कारण ते अनेक गरीब लोकांवर मोफत उपचार करत होते. बँकेत जो काही थोडाफार पैसा होता तो सगळा त्यांनी काढून बरोबर घेतला. त्यापैकी बराचसा पैसा बसच्या चालकाला आणि वाहकाला देण्यातच संपला होता. ते प्रत्येक प्रवाशाकडून प्रत्येकी ३०० रुपये या दरानं तिकिटाचे पैसे घेत होते, कारण आमच्या अनेक बसवर जमावाचे हल्ले होत होते. आम्ही कसेबसे लायलपूरला पोहोचलो आणि तिथे निर्वासितांच्या छावण्यांमध्ये राहिलो.

त्यापुढचा प्रवास त्याहूनही जास्त कठीण होता. आम्ही ट्रेननं अमृतसरला निघालो होतो; परंतु पूर्वेकडे जाणारी ट्रेनची सेवा बेभरवशाची होती. ट्रेनमध्ये असताना कत्तली होणार नाहीत, याची कसलीही हमी नव्हती. ट्रेनची सेवा सुरू झाल्यावर आम्ही मध्यरात्री लष्कराच्या ट्रकमधून स्टेशनपर्यंत गेलो.

आमची ट्रेनमधून जाण्याची सोय झाली. सूरज हा माझा आणखी एक भाऊ पाणी आणण्यासाठी म्हणून स्टेशनवर उतरला आणि त्याला तसाच स्टेशनवर मागे सोडून ट्रेन पुढे गेली; पण सुदैवानं तोही नंतर अमृतसरला पोहोचला. अमृतसरमध्ये आपलं घर सोडून पाकिस्तानला गेलेल्या एका मुस्लिमाच्या घरात आम्ही राहिलो. त्या काळात आम्हाला रेशनिंगच्या दुकानातून आटा आणि कपडेही देण्यात आले होते.

उर्वरित कुटुंबीयही अमृतसरमध्ये गोळा झाले आणि तिथून आम्ही सगळे पानिपतला गेलो. तिथे माझे काका ब्लँकेट तयार करणाऱ्या फॅक्टरीत काम करत होते. त्यांनी फॅक्टरीतच एका खोलीची सोय केली होती. तिथेच आम्ही सगळे राहिलो.'

कुटुंबातील गप्पांमधून मला असं समजलं होतं की, अगदी डोक्यावरून पाणी जाईपर्यंत माझ्या आजी-आजोबांना कमालिया सोडून यायचं नव्हतं. गावात सगळीकडे हाहाकार माजला होता. उलटणाऱ्या प्रत्येक तासागणिक वातारण जास्तीत जास्त चिघळत चाललं होतं आणि हिंदू व शीख लोकांसाठी ते अधिकाधिक धोकादायक होत चाललं होतं. इतक्या मोठ्या प्रमाणात द्वेषाचं, तिरस्काराचं वातावरण असू शकतं, यावर माझ्या आजी-आजोबांचा विश्वासच बसत नव्हता. 'लोक एकमेकांची कत्तल करत सुटले असतील,' हे त्यांना खरंच वाटत नव्हतं.

माझ्या वडलांनी उर्वरित कुटुंबीयांसोबत सुटका करून घेण्यात यश मिळवलं होतं. १४ ऑगस्ट १९४७च्या रात्री ते दिल्लीत होते. त्यांच्या कोट्यवधी देशबांधवांप्रमाणेच तेही पंडित जवाहरलाल नेहरूंचं 'ट्रिस्ट विथ डेस्टिनी' हे रेडिओवरून प्रसारित होणारं ऐतिहासिक भाषण ऐकण्यासाठी रात्री जागे राहिले होते. दुसऱ्या दिवशी सकाळी लाल किल्ल्यावर त्यांनी भारतीय हवाई दलानं केलेली पहिली परेड बघितली. त्यात लायलपूरचे सुपुत्र ग्रुप कॅप्टन अर्जन सिंग सहभागी झाले होते. नंतरच्या काळात ते चीफ ऑफ एअर स्टाफ, एअर चीफ मार्शल आणि अखेरीस मार्शल ऑफ इंडियन एअर फोर्स झाले. माझ्या वडलांनी लाल किल्ल्याच्या लाहोर गेटवर जमलेल्या हजारो लोकांच्या साक्षीनं पंडित नेहरूंना १६ ऑगस्टला[८] पहिल्यांदा राष्ट्रध्वज फडकवताना पाहिलं.

माझ्या वडलांनी फाळणी आणि स्वातंत्र्य यांची अशी कडवट-गोड फळं चाखली होती. एका बाजूला त्यांनी रस्त्यांवर सुरू असलेला उत्साही जल्लोश पाहिला होता. त्यात लोक मिठाया वाटत होते आणि आपल्या घरांच्या बाहेर भारताचा ध्वज फडकावत होते. दुसरीकडे त्यांनी तेच रस्ते रक्तानं माखल्याचं पाहिलं होतं. ते पहाडगंजमध्ये होते. हा भाग फाळणीनंतरच्या जातीय दंगलींमध्ये अतिशय वाईट प्रकारे होरपळला होता.

आमचं कुटुंब निदान शारीरिकदृष्ट्या तरी कोणतीही इजा न होता, भारतात सुखरूप पोहोचलेल्या कुटुंबांपैकी एक होतं. त्या काळात अधातोत्तर ताण विकृती म्हणजेच पोस्ट ट्रॉमॅटिक स्ट्रेस डिस्ऑर्डर (पीटीएसडी) या आजाराविषयी कोणालाही माहीत नव्हतं. त्या आजाराला तोपर्यंत हे नावही मिळालं नव्हतं; परंतु फाळणीच्या वेळी निर्वासित म्हणून आलेल्या अनेकांमध्ये त्यानंतरची अनेक वर्षं या आजाराची लक्षणं दिसून येत होती.

सत्यानंदकाका सैरभैर झाले होते. ते अत्यंत शांतताप्रिय व्यक्ती होते. त्यांचा मानवी स्वभावातील चांगुलपणावर विश्वास होता. त्यांनी पाहिलेल्या आणि ऐकलेल्या दहशतींमुळे ते त्रस्त झाले होते. त्यात भरीस भर म्हणून त्यांच्या संपूर्ण कुटुंबाला त्याच्या राहत्या जागेतून पळून यावं लागलं होतं आणि त्यांची वाताहत झाली होती. त्या कुटुंबासाठीच तर ते कमालियातील घराचं नूतनीकरण करत होते. एकजुटीनं, एकमेकांशी गाढ जिव्हाळ्याच्या बंधांनी जोडलं गेलेलं आणि कोणासमोरही न झुकणारं, दुर्दम्य असं त्यांचं कुटुंब हेच त्यांचं सर्वस्व होतं. आता त्यांच्या समोर अनिश्चित भवितव्य होतं. आपण सगळे जण मिळून सामुदायिकपणे

८　व्हाइसरॉय लुई माऊंटबॅटन यांची मुलगी पामेला माऊंटबॅटन हिच्या रोजनिशीतील नोंदीनुसार नेहरूंना १५ ऑगस्ट १९४७ रोजी प्रचंड गर्दी उसळल्यामुळे राष्ट्रध्वज फडकवता आला नव्हता, त्यामुळे त्यांनी दुसऱ्या दिवशी राष्ट्रध्वज फडकवला होता.

कोणत्याही संकटावर मात करू शकतो हा त्यांचा आत्मविश्वास आता ढासळला होता. अर्थातच नंतर हळूहळू त्यांनी तो परत मिळवला.

**

भारत स्वतंत्र झाला होता; पण फाळणीमुळे अराजकतेचं वातावरण पसरलं होतं. पंजाब प्रांत दोन भागांत विभाजित झाला होता आणि त्याचे आर्थिक आणि लोकसंख्यात्मक अटळ परिणाम झाले होते. अमृतसरला तिथले स्थानिक रहिवासी अम्बरसर म्हणत होते. ते आता सीमेवरचं शहर झालं होतं. शिखांना अमृतसर हे त्यांच्या धर्माचं अत्यंत पवित्र स्थान वाटत होतं. साहजिकच अमृतसर भारतातच राहिल्यामुळे त्यांच्या जीवात जीव आला होता. मात्र गुरू नानक यांचं जन्मस्थळ असलेल्या ननकाना साहिबला आणि त्यांचा मृत्यू झालेल्या कर्तारपूर साहिबला ते मुकले होते, याचं त्यांना दुःख होतं. (नंतरच्या काळात या गुरुद्वाराला व्हिसा न घेता जाण्याची परवानगी मिळावी यासाठी करतारपूर कॉरिडॉर तयार करण्यात आलं आहे.) अमृतसर हे ऐहिक शक्तीचं प्रतीक आहे आणि त्याबरोबरच देशातील सगळ्या गुरुद्वारांचं व्यवस्थापन करणाऱ्या शिरोमणी गुरुद्वारा प्रबंधक समितीचं स्थानही आहे.

त्या काळात अमृतसर हे पर्यटन केंद्रही होतं. जगभरातून लोक तिथे येत होते. ते फक्त सुवर्णमंदिराला भेट देण्यासाठी आणि शहरातील प्रसिद्ध खाद्यपदार्थ चाखण्यासाठीच येत नव्हते, तर लोहगड गेटच्या जवळ असलेल्या दुर्गियानी मंदिराला भेट देण्यासाठीही येत होते. सुवर्णमंदिराच्या स्थापत्यशास्त्रीय शैलीतच हे मंदिर १९२१मध्ये बांधण्यात आलं होतं. पंडित मदन मोहन मालवीय यांच्या हस्ते त्याचं उद्घाटन झालं होतं.

हे शहर व्यापार आणि वाणिज्य यांचं केंद्र होतं. परिसरातील सगळ्यात मोठं शहर होतं. हिमालयातून येणाऱ्या मालाच्या आणि विशेषतः सुक्या मेव्याच्या व्यापाराचं ते प्रमुख केंद्र होतं. शिवाय समरकंद, इराण, अफगाणिस्तान आणि लेह येथून येणाऱ्या उत्तमोत्तम मालाचाही तिथे मोठा व्यापार चालत होता.

हा माल अमृतसरमध्ये येत होता आणि तिथून त्याचं पुन्हा एकदा पॅकिंग करून तो देशभर सगळीकडे वितरित केला जात होता. प्रत्यक्ष या शहरात कोणत्याही उद्योग-व्यवसायांची उभारणी झाली नव्हती. त्याला लुधियाना, जालंधर, मलेरकोटला आणि फगवाडा इथल्या उद्योगांकडून आधार मिळत होता. ते लाहोरनंतरचं परिसरातील दुसऱ्या क्रमांकाचं शैक्षणिक केंद्रही होतं.

फाळणीनंतर अमृतसरमध्ये निर्वासितांचे लोंढे आल्यामुळे आणि सतत घडत राहिलेल्या सीमेवरच्या चकमकींमुळे तिथे बऱ्याच उलथापालथी झाल्या. शिवाय तिथे दंगली आणि आंदोलनं होत राहिली. अमृतसरमधील गोंधळाच्या, अराजकता

असलेल्या वातावरणाचा मुंजाल बंधूंच्या नव्यानंच उभारण्यात आलेल्या सायकलच्या भागांच्या व्यवसायावर विपरीत परिणाम झाला. अगदी नंतरच्या काळातही माझ्या काकांच्या मनात त्या काळातील अडचणींच्या दुखऱ्या आठवणी कायमच जिवंत राहिल्या होत्या. मला त्या काळाचं वर्णन सांगताना ओमप्रकाशकाकांच्या मनात अद्याप त्याविषयीचं तीव्र दुःख असल्याचं मला जाणवलं. ते म्हणाले, 'आम्ही कसाबसा उदरनिर्वाह चालवत होतो. आता आम्हाला पुन्हा सगळी नव्यानं सुरुवात करावी लागणार होती. आम्हाला भरपूर कष्ट करावे लागणार होते. आम्ही सगळीकडे धावत होतो. दिवस आहे की रात्र पडली आहे याचा विचारही करत नव्हतो. आम्ही खाचा तयार केल्या. खिळे ठोकले. फरशांवर झोपलो. फलाटांवर झोपलो. काही वेळा धर्मशाळांमध्ये झोपलो.' खरोखरच ते अगदी क्षोभकारक आणि कसोटी पाहणारे दिवस होते.

**

माझ्या आईचं कुटुंब पानिपतमध्ये स्थायिक झालं आणि १९४८मध्ये माझ्या आई-वडलांचा विवाह झाला. आग्र्याहून वरात काढण्यात आली. तिथेच बालमुकुंद या त्यांच्या मोठ्या बंधूसोबत माझे वडील काम करत होते. फाळणीच्या वेळी आलेल्या हजारो निर्वासितांप्रमाणे सगळेच बंधू संधीच्या शोधात भटकत राहिले होते.

कुटुंबातील ज्येष्ठ व्यक्तींना तो काळ अगदी स्पष्टपणे आठवतो. सदानंदकाका दिल्लीला परतले होते आणि सत्यानंदकाकाही त्यांच्या बरोबर आले होते. त्या दोघांचंही एकमेकांवर खूप प्रेम होतं आणि शक्य तितका काळ एकत्र राहण्याची त्यांची इच्छा होती. या संदर्भात कुटुंबात नेहमीच सगळ्यांना प्रिय असलेला एक किस्सा सांगितला जात होता. सत्यानंदकाका फाळणीनंतर दिल्लीला आले होते, त्या वेळी त्यांच्या सासरच्या लोकांना त्यांनी आपल्या सोबत यावं असं वाटत होतं; पण काकांनी त्यांचा हा प्रस्ताव नाकारला आणि आपल्या बंधूसोबत भाड्याच्या घरात राहण्यास प्राधान्य दिलं. पहिल्यांदा ते जुन्या दिल्लीतील पुल बंगश इथे राहिले. चांदणी चौकानजीकच्या एस्प्लॅनेड रोडजवळ रेड फोर्ट सायकल मार्केटमध्ये त्यांनी दुकान उघडलं. नंतर आणीबाणीच्या काळात संजय गांधींनी हा संपूर्ण बाजारच उद्ध्वस्त करून टाकला आणि आमच्या कुटुंबाच्या इतिहासाचा आणखी एक भाग कायमचाच काळाच्या पडद्याआड लुप्त झाला.

दरम्यान, बालमुकुंदकाकाही दिल्लीवरून आग्र्याला स्थलांतरित झाले आणि त्यांनी सायकलचा व्यवसाय सुरू केला. थोड्याच काळात माझे वडील त्यांच्या व्यवसायात सहभागी झाले. आग्र्याच्या लाल किल्ल्याजवळच्या सायकल मार्टमध्ये त्यांचं दुकान होतं. अकबरानं हा लाल किल्ला सन १५७३मध्ये बांधला होता. माझ्या वडलांनी याविषयीची आठवण सांगितली होती. ते म्हणाले, 'फाळणीमुळे प्रत्येक

गोष्ट विस्कळित झाली होती, त्यामुळे मीही मला आरामशीर वाटत असलेल्या कार्यक्षेत्रातून बाहेर पडलो होतो आणि नवीन, उगवत्या भारतात मला काही भवितव्य सापडतं का हे पाहण्यासाठी संघर्ष करत होतो.'

सायकलीच्या दुकानातून मिळणारं उत्पन्न तुटपुंजं होतं. त्याच्यातून मुंजाल कुटुंबीयांचा उदरनिर्वाह चालवता येणं अवघड होतं. आग्र्यातून फारसं काही मिळणार नाही, हे लक्षात आल्यामुळे तिथे राहणं निष्फळ असल्याचं माझ्या वडलांच्याही लक्षात आलं होतं.

योगायोगानं, (वडलांच्या बाजूच्या) माझ्या आजोबांचे एक भाऊ (सख्खे नव्हे) सतीश धिंग्रा यांनी दिल्लीत एक व्यवसाय सुरू करायचा निर्णय घेतला आणि माझ्या वडलांना त्या व्यवसायात मदत करण्यासाठी बोलावून घेतलं. माझे वडील माझ्या आईला बरोबर घेऊन तिकडे गेले. त्यांच्या एका मित्रानं दिलेल्या लहानशा खोलीत हे जोडपं राहिलं.

माझ्या पालकांनी सन १९४९मध्ये त्यांच्या पहिल्या मुलाचं या जगात स्वागत केलं. मात्र त्या वेळी ते आग्र्यात स्थिरावण्यासाठी संघर्ष करत होते. या मुलाचं नाव त्यांनी रमणकांत असं ठेवलं होतं.

अपत्यजन्माचा हा आनंद आपल्या कुटुंबासोबत साजरा करता येत नसल्यामुळे माझ्या वडलांच्या आनंदाला विषादाची झालर होती. आपल्या भावंडांशी असलेले त्यांचे भावनिक बंध हे शारीरिक दुराव्यामुळे क्षीण झाले नव्हते. उलटपक्षी ते आणखी बळकट झाले होते, त्यामुळे त्यांना त्यांची जास्तच आठवण होत होती. त्यांनी माझ्याकडे त्या कठीण काळाचं वर्णन केलं होतं. त्या वेळी आपण अगदीच सैरभैर झाल्यासारखं त्यांना कसं वाटत होतं ते त्यांनी मला सांगितलं होतं. ते रात्र-रात्रभर खोलीच्या छताकडे एकटक बघत जागे राहत होते. त्यांच्या भावंडांच्या, आई-वडलांच्या आठवणींनी ते कुढत राहिले होते. अगदी अलीकडेपर्यंत ते सगळे कसे एका छताखाली आनंदानं एकत्र राहत होते, त्या आठवणींनी त्यांचं दुःख आणखी वाढत होतं.

माझ्या आईकडून त्यांना भक्कम भावनिक आधार मिळाला होता. माझ्या आईच्या वडलांनी कमालियाजवळच्या समुद्रीमध्ये सिव्हिल सर्जन म्हणून काम केलं होतं. माझे वडील सातत्यानं भरपूर प्रवास करत असताना घराचा गड लढवण्याची ताकद तिला तिच्या वडलांकडून वारसा हक्कानं मिळाली होती. मुंजाल कुटुंबीयांप्रमाणेच माझ्या आईचे कुटुंबीयही *आर्य समाजाचे* अनुयायी होते. तिचे आई-वडील रोज *हवन* करत होते. तिचे आई-वडील परोपकाराच्या क्षेत्रात सक्रिय कार्य करत होते. तिने तीच परंपरा पुढे सुरू ठेवली होती. माझे वडील सतत बाहेर फिरतीवर असताना ती नवनवीन कल्पना लढवत होती आणि स्वावलंबी होण्यास शिकली होती.

'कलपुर्जा' (मशीनचे भाग) हे दुकान एस्प्लॅनेड रोडवर होतं. हा व्यवसाय सायकलची साधनसामग्री, डिझेल इंजिन आणि रेल्वे वाहतुकीसाठी लागणारे इतर अनेक सुटे भाग यांच्याशी संबंधित होता. तो चांगला चालला होता. बाजारपेठेची गरज ओळखण्याच्या माझ्या वडलांच्या दूरदृष्टीला याचं श्रेय जात होतं. ग्राहकांकडून ऑर्डर मिळवणं, मालाच्या पुरवठ्याची व्यवस्था करणं आणि पैसा वसूल करणं हे माझ्या वडलांचं काम होतं. असेच एकदा ते पैशांच्या वसुलीसाठी मुंबईला गेले होते. तिथे त्यांनी वसुली तर केलीच; पण त्याबरोबरच वेगवेगळ्या भागांची नवीन ऑर्डरही घेऊन आले. त्यांनी मुंबईच्या बाहेर व्यवसायवाढीच्या महत्त्वाच्या संधींचा अंदाज घेतला आणि मुंबईतच स्थायिक होण्याचा निर्णय घेतला. त्यानंतर त्यांनी मुंबईत 'लक्ष्मीकांत भांडार' नावाचं इंजिनाच्या सुट्या भागांचं दुकान उघडलं.

**

ज्या वेळी माझे वडील शहरं बदलत आणि नवनवीन संधींचा शोध घेत राहिले होते, त्या वेळी दयानंद आणि ओमप्रकाश हे त्यांचे बंधू लुधियानाला गेले होते. त्या वेळी त्यांच्या ते लक्षात आलं नव्हतं; पण त्यांना व्यवसाय करण्यासाठी याहून चांगलं ठिकाण मिळालं नसतं.

ते एक प्राचीन शहर होतं आणि तिथे अल्प मूलभूत सुविधा होत्या. मिर होता नावाच्या पंधराव्या शतकातील खेड्याभोवती ते वसलं होतं. लोधी राजवंशावरून त्याला हे नाव मिळालं होतं (लोधी-अना किंवा लोधीचं शहर). या गावाच्या बाहेरच्या भागात अजूनही त्याच्या इतिहासाचे अंश सापडतात. गावाच्या बाहेर सिकंदर लोधीनं बांधलेल्या किल्ल्याचे भग्नावशेष अद्यापही आढळतात.

सन १८०५मध्ये महाराजा रणजीतसिंगानं हे शहर जिंकलं होतं; परंतु त्यानंतर त्याने ते ब्रिटिशांकडे सुपुर्द केलं. ब्रिटिशांनी अगदी तातडीनं तिथे कायमस्वरूपी लष्करी छावणीची स्थापना केली. या शहराची एक तृतीयांश लोकसंख्या मुस्लीम होती. १९४७मध्ये ते सगळे जण पाकिस्तानात गेले.

व्यापारी दृष्टिकोनातून विचार केला, तर सतलजचा किनारा आणि ग्रँड ट्रंक रोड यांच्या मध्यभागी असल्यामुळे, लुधियानामध्ये भरपूर क्षमता होती. मुस्लीम समाजाचे लोक गेल्यामुळे निर्माण झालेली पोकळी तिथे आलेल्या निर्वासितांमुळे झपाट्यानं भरून निघाली. त्यांच्यामध्ये मुंजाल कुटुंबीयही होते. पुढे त्यांनीच तिथल्या शांत औद्योगिक क्रांतीला गती व ताकद मिळवून दिली आणि या शहराला भारताचं 'मँचेस्टर' केलं. नंतरच्या काळात हे शहर कोट्यधीशांचं शहर म्हणून ओळखलं जाऊ लागलं.

दयानंदकाकांनी लवकरच गिल रोडवर ओमप्रकाशकाकांबरोबर सायकलच्या सुट्या भागांचं आणि दुरुस्तीचं एक दुकान सुरू केलं. आपल्याला रोजगार मिळावा आणि त्याबरोबरच कुटुंबाचा उदरनिर्वाह चालावा, अशी त्यांची त्यामागची कल्पना होती. सायकलच्या सुट्या भागांची बाजारपेठ भरभराटीला येणार असल्याचा अंदाज दयानंदकाकांना त्यांच्या दूरदृष्टीमुळे आला होता. मात्र आपला लहानसा व्यवसाय एके दिवशी एक अब्ज डॉलर्सच्या साम्राज्यात रूपांतरित होईल, अशी त्या वेळी त्यांना पुसटशीही कल्पना नव्हती. अर्थातच या सगळ्या बंधूंना आणि कुटुंबाला एकत्र आणून त्यांच्यामध्ये भारताचं चित्र बदलून टाकणारी परस्पर लाभदायक भागीदारी निर्माण करण्यात नियतीनंही महत्त्वपूर्ण भूमिका पार पाडली होती.

**

माझ्या वडलांनी त्यांच्या व्यवसायाचा विस्तार करण्यासाठी मुंबईला जाण्याचा विचार केला होता, त्या वेळी रमणजी फक्त दोन वर्षांचे होते. माझ्या आईच्या मनात आपण अपार्टमेंटमध्ये राहिलं पाहिजे, याविषयी कसलीच शंका नव्हती; पण अखेरीस प्रसिद्ध ताजमहाल हॉटेलच्या मागच्या बाजूला असलेल्या हॉटेल ट्रिफलमध्ये हे कुटुंब राहू लागलं. माझे वडील आम्हाला १९५०च्या दशकातील दक्षिण मुंबई कशी होती, त्याच्या आठवणी नेहमीच सांगत असत. हॉटेलपासून समुद्र अगदी थोड्याच अंतरावर होता. माझे आई-वडील रमणजींना घेऊन गेटवे ऑफ इंडियापर्यंत किंवा प्रिन्स ऑफ वेल्स म्युझियमपासून अगदी जवळ असलेल्या फ्लोरा फाऊंटनपर्यंत फिरायला जात असत. ते मरीन ड्राईव्हवरच्या डबल डेकर बस आणि बोरीबंदरपासून दादरपर्यंत जाणाऱ्या ट्राम पाहत. (सन १९६४मध्ये ट्रामची सेवा बंद झाली.)

मुंबई ही त्यावेळी भारताची कलकत्त्यानंतरची दुसऱ्या क्रमांकाची आर्थिक राजधानी होती. शिवाय ते चित्रपट उद्योगाचं आणि इतर मोठ्या उद्योग-व्यवसायांचं माहेरघर होतं. तिथे अनेक प्रतिभावान लोक राहत होते. त्यांची व्यावसायिकता आणि ते यश मिळवण्यावर लक्ष केंद्रित करून करत असलेले प्रयत्न पाहून माझे वडील प्रभावित झाले. तिथला प्रत्येक जणच उद्यमशील असल्यासारखा वाटत होता. ही गोष्ट माझ्या वडलांना रोमहर्षक, आनंददायक आणि उत्साहवर्धक वाटली. या शहरात माझ्या वडलांनी उभारलेला मशीन टूल्सचा आणि इंजिनाच्या भागांचा व्यवसाय भरभराटीला येऊ लागला.

नातेसंबंध प्रस्थापित करण्यावर माझ्या वडलांचं प्रभुत्व होतं. त्यांनी लगेच गुजराती समाजातील व्यावसायिकांशी मैत्री केली. त्यांच्या व्यवसायाच्या वाढीसाठी या लोकांनी त्यांना मदत केली. याशिवाय सरदार इशरसिंग चावला नावाच्या शीख व्यक्तीशीही त्यांची चांगलीच मैत्री झाली. त्यांनी इंग्रजी भाषेवर प्रभुत्व मिळवलं

आणि प्रभावशाली संपर्कांच्या जाळ्याची निर्मिती केली. व्यवसायाच्या वाढीसाठी त्यांना याची मदत झाली. व्यवसायाची भरभराट झाल्यावर त्यांनी सरकारी कंत्राटं मिळवण्यासाठी लिलावांमध्ये बोली लावण्यासाठी आवश्यक असलेल्या जाडजूड कागदपत्रांची हाताळणी करण्याचं कसबही प्राप्त केलं.

व्यावसायिक समाजात त्यांना महत्त्वाचं स्थान प्राप्त झालं. लोकांना एकत्र आणण्यात तर ते तरबेज होतेच, व्यवसायाच्या जगात त्यांच्या या बुद्धिमत्तेचा त्यांनी वापर केला. त्यांनी आपल्या सहकारी उद्योजकांना एकमेकांशी स्पर्धा करून, शत्रुत्व बाळगून काम करण्याच्याऐवजी एकमेकांसोबत काम करता यावं यासाठी एका व्यासपीठावर येण्यासाठी मदत केली. त्यानंतर अनेक वर्षांनी ते कॉन्फिडरेशन ऑफ इंजिनिअरिंग इंडस्ट्रीचे (सीईआयचे) अध्यक्ष झाले आणि रोटरी चळवळीचे ज्येष्ठ सदस्य झाले, त्या वेळी त्यांना या अनुभवाची मदत झाली.

'स्वप्नं विकणाऱ्या' मुंबईच्या उद्योगात, अर्थात चित्रपटसृष्टीत त्यांना अनेक समविचारी लोक भेटले. त्यात ओ. पी. रल्हन, राजेंद्रकुमार, आय. एस. जोहर यांसारख्या दंतकथा बनून गेलेल्या लोकांचा समावेश होता. त्यांना उच्च अभिरुचीच्या जीवनाची चव चाखता आली. काही आठवडाअखेरींना ते कुटुंबासमवेत आणि मित्रांसोबत लोणावळ्याला किंवा दुसऱ्या एखाद्या थंड हवेच्या ठिकाणी आपल्या कारनं जात. विशेषतः मान्सूनच्या वेळी त्यांना पश्चिम घाटात फिरायला जायला आवडत असे. त्यांच्या मनात कारविषयी अतिशय आवड निर्माण झाली. त्यानंतर ज्या वेळी त्यांच्याकडे पुरेसे पैसे आले, त्या वेळी त्यांनी पहिल्यांदा स्टुडबेकर आणि नंतर डॉज खरेदी केली.

आता ते मुंबईतच स्थायिक होतील असं वाटत असताना नशिबानं त्यांना जोरदार झटका दिला. मशीनच्या भागांची आणि इंजिनांची खरेदी करत असलेल्या त्यांचा एक पुरवठादार अचानकच त्यांचे पैसे घेऊन गायब झाला. माझ्या वडलांकडे काहीही उरलं नव्हतं.

दुःख, दुखावलेपणा, अवमान आणि भीती यांनी त्यांना घेरून टाकलं आणि त्यामुळे ते हतबल झाले. त्यांनी मशीनच्या भागांच्या पुरवठ्यासाठी आगाऊ रक्कम घेतली होती. याचा अर्थ त्यांना एक तर त्या कंत्राटांसाठी त्यांनी दिलेला शब्द फिरवावा लागणार होता किंवा त्यांच्या ग्राहकांना पैसे देऊन टाकावे लागणार होते. त्यांनी दिलेला शब्द पाळायचा असं ठरवलं आणि नुकसानभरपाई करण्याचा निर्णय घेतला. त्यामागे त्यांच्या दृष्टीनं संबंधांना महत्त्व होतं फक्त एवढं एकच कारण नव्हतं, तर त्यांना शरमिंदं होण्याची इच्छा नव्हती. कोणत्याही परिस्थितीत, कितीही किंमत चुकती करून त्यांना स्वाभिमान जपावाच लागणार होता.

माझ्या वडलांसमोर पैसे कसे उभे करावेत हा यक्षप्रश्न होता. मुंबईत आयुष्याची उभारणी करण्यासाठी त्यांनी प्रचंड कष्ट सोसले होते. यशामुळे त्यांना

भरपूर समाधान मिळालं होतं आणि प्रचंड अनिश्चिततेनंतर अखेरीस परिस्थितीवर नियंत्रण मिळवता आल्याची जाणीवही त्यांच्या मनात निर्माण झाली होती. आपल्या मुख्य पुरवठादारावर विश्वास ठेवून त्यांनी पुन्हा एकदा त्यांच्या कुटुंबाला अनिश्चित, बेभरवशी भवितव्यात लोटून दिलं होतं, या विचारानं त्यांची तगमग होत होती.

माझी आई त्या वेळची आठवण सांगताना सांगत असे की, त्या काळात ते त्यांच्या खोलीत सतत येरझाऱ्या घालत असत आणि अतिशय क्षुब्ध झालेले दिसत. त्यानंतर एके दिवशी त्यांना एक तार मिळाली. ती दयानंदकाकांनी पाठवली होती. त्यांचे वडील अतिशय आजारी होते आणि त्यामुळे जुन्या दिल्लीतील पुल बंगश इथे त्यांना यावं लागेल असं त्यांनी कळवलं होतं. तिथे सदानंदकाका आणि सत्यानंदकाका यांच्या समवेत माझ्या वडलांचे आई-वडील राहत होते. आपल्या वडलांना गमावण्याच्या कल्पनेनं माझे वडील एकदम व्याकूळ झाले. माझी आई सांगत असे की, ते सारं काही तिथेच सोडून लगेच दिल्लीला जाण्यासाठी निघाले. अगदी त्यांनी पेटती शेगडीही विझवू दिली नव्हती. तीही तशीच पेटती ठेवून ते निघाले होते.

दिल्लीत पोहोचल्यानंतर त्यांच्या लक्षात आलं की, ती तार तर त्यांना आणि त्यांच्या कुटुंबीयांना दिल्लीत बोलावून घेण्यासाठी जाणीवपूर्वक, मुद्दाम पाठवण्यात आलेली बनावट तार होती. त्यांना ते माहीत नव्हतं; पण त्यांच्या कुटुंबीयांना नातेवाइकांकडून आणि मित्रांकडून माझ्या वडलांच्या बाबतीत घडलेल्या दुर्दैवी प्रसंगाविषयी समजलं होतं, त्यामुळे माझ्या वडलांना कुटुंबाच्या आणि नातेवाइकांच्या संरक्षक वातावरणात आणण्यासाठी ती तार पाठवण्यात आली होती. त्या बंधूंनी असा विचार केला होता की, त्या वेळी त्यांच्या भावंडाच्या भोवती आपलं भक्कम संरक्षण उभं करण्याची आणि त्याला या संकटातून बाहेर काढण्याची आवश्यकता होती. माझ्या वडलांना आपली शक्ती पुन्हा प्राप्त करून घेण्याची संधी देणं गरजेचं होतं, असं त्यांना वाटलं होतं. याविषयी माझ्या वडलांनी अतिशय भावनाविवशतेनं सांगितलं की, 'मी निराश व्हावं किंवा अपयशाच्या दलदलीत रुतावं असं त्यांना वाटत नव्हतं.'

तीस वर्षांचे असताना ते पुन्हा एकदा नवीन कामाची सुरुवात करण्यास आणि गमावलेल्या गोष्टी पुन्हा प्राप्त करून घेण्यास सज्ज झाले होते. सगळ्यात आधी तर त्याना आपल्या डोक्यावरची कर्जं चुकती करायची होती. त्यासाठी भरपूर कष्ट करावे लागणार होते. त्यांनी आधीच कायद्याची मदत घेऊन त्यांचा जुना मित्र असलेल्या आणि पळून गेलेल्या त्या पुरवठादाराच्या विरोधात खटला दाखल केला होता; परंतु कुटुंबीयांना असं वाटलं होतं की, त्यांनी आता जुन्या गोष्टी विसरून जाणंच उचित होतं. वकिलाकडे जाणं आणि मुंबईला खेटे घालणं

यात पैशाचा आणि वेळेचा अपव्यय करण्याची गरज नव्हती, असंही त्यांचं मत होतं. प्रतिष्ठेला बसलेला धक्का हा तात्पुरत्या स्वरूपाचा होता, त्यामुळे आपल्या अडचणी विसरून जाऊन माझ्या वडलांनी कौटुंबिक व्यवसायात सहभागी व्हावं, असं त्यांनी त्यांना सांगितलं.

माझे वडील दिल्लीत आल्यानंतर लवकरच दयानंदकाकांनी माझ्या वडलांना सांगितलं की, त्यांनी लुधियानातील सायकलच्या व्यवसायात यावं. सायकलची बाजारपेठ वाढत चालली होती आणि स्थानिक कारागिरांच्या समुदायाकडच्या यांत्रिकी क्षमतांमुळे त्यांना त्या व्यवसायात चांगलीच बरकत येण्याची शक्यता दिसत होती. दयानंदकाकांना अंतःप्रेरणेनंच असंही वाटत होतं की, त्यांच्या या लहान भावाकडे त्यांनी आणि ओमप्रकाशकाकांनी सुरू केलेल्या त्यांच्या नवजात व्यवसायाची वाढ आणि विकास करण्याची निसर्गदत्त कौशल्यं होती.

२

पायाभरणी

हिरो सायकलच्या फॅक्टरीत गजबजाटात सुरू असलेल्या कामकाजाचं निरीक्षण करत असलेल्या पंजाबचे तत्कालीन मुख्यमंत्री प्रताप सिंग कैरो यांची नजर त्यांच्या चष्म्यातून सगळीकडे बारकाईनं फिरत होती. त्यांच्या समोर जणू काही एक मधाचं पोळंच होतं. त्याच्यातून मधमाश्यांच्या गुणगुणण्यासारखा मशीनचा आवाज येत होता आणि कामगार सतत कामात गढलेले होते. त्यांच्या गतिमान हालचाली अथकपणे सुरू होत्या. बारकाईनं छाननी केल्यानंतर तिथे उच्च पद्धतीनं संघटित करण्यात आलेल्या समांतर कामकाजाचे कित्येक संच एकाच वेळी कार्यरत असल्याचं स्पष्ट होत होतं.

सायकल किट्स इतक्या गतिमानतेनं आणि सक्षमपणे आकार घेत होते की, कैरो आश्चर्यचकित झाले. त्या इमारतीत मुख्यमंत्री आले होते; पण एकाही कामगारानं आपलं काम थांबवून त्यांच्याकडे एकदासुद्धा पाहण्याची तसदी घेतली नव्हती. ते निष्ठावान, कामाला वाहून घेतलेल्या कामगारांचं दल होतं, हे मुख्यमंत्र्यांच्या लक्षात आलं. याच दलानं वर्षाला ३१,००० सायकली तयार केल्या होत्या. कैरोंना तिथे वाढीसाठी आसुसलेली आणि त्या प्रतीक्षेत असलेली कंपनी दिसली. ही कंपनी संपूर्ण पंजाबमधून अतिशय प्रामाणिकपणे गुंतवणूक आणू शकली असती आणि तिने पंजाबमध्ये मोठ्या प्रमाणात रोजगारनिर्मितीही केली असती. मुंजाल बंधू त्या कंपनीचे प्रवर्तक होते. या भेटीतून मुख्यमंत्र्यांचा त्यांच्यावरचा विश्वास अनाठायी नसल्याचं स्पष्ट झालं होतं.

मुजाल बंधूंनी लुधियानात त्यांच्या शेडची उभारणी केल्यापासूनच मुंजाल बंधू आणि त्यांचा हा नवोदित व्यवसाय मुख्यमंत्र्यांच्या नजरेनं हेरला होता. सायकलींचं उत्पादन करण्याची कल्पना कैरोंनी माझ्या वडलांना दिली होती की, माझ्या वडलांनी ती कैरोंना सांगितली होती हे माहीत नाही; पण हा व्यवसाय एका शेडमधून एका उचित फॅक्टरीत स्थलांतरित होण्यात कैरोंचा वाटा होता हे नक्की!

पाकिस्तानच्या पंजाब प्रांतातून येणाऱ्या निर्वासितांच्या मनात निश्चितपणे प्रगतीची भूक होती याविषयी मुख्यमंत्र्यांना मनापासून खात्री वाटत होती. त्यांना तीच भूक मुंजाल बंधूंमध्येही दिसली होती. राज्याचे पुनर्वसनमंत्री म्हणून कोट्यवधी स्थलांतरितांचं पुनर्वसन करण्याच्या कामाचे ते प्रमुख होते. हे कार्य त्यांनी सुरळीतपणे आणि झपाट्यानं पार पाडलं. त्यांनी निर्वासितांना घरं, जमिनी यांचं वाटप केलं आणि नोकरीच्या संधी उपलब्ध करून दिल्या. अचानक विस्थापित होणं आणि दारिद्र्याचा सामना करावा लागणं यामुळे या निर्वासितांच्या मनात कमालीची असुरक्षिततेची भावना निर्माण झाली होती, हे त्यांना माहीत होतं. त्याबरोबरच त्यांच्या मनात त्यांनी जे गमावलं होतं, ते पुन्हा मिळवण्याचा संकल्प होता आणि आपल्या नवीन मातृभूमीत आपलं स्थान निर्माण करण्याची जबरदस्त महत्त्वाकांक्षा होती हेही ते जाणून होते. हिरो सायकलसारख्या अनेक नवीन उद्योगांच्या मागची हीच प्रेरणाशक्ती होती हेही त्यांच्या लक्षात आलं होतं.

कैरोंच्या या दूरदृष्टीमुळेच त्यांना 'पंजाबचे शिल्पकार' असं म्हटलं जाऊ लागलं. त्यांच्या मनात पंजाबचा निव्वळ शेती क्षेत्रावर आधारित राज्यापासून औद्योगिक राज्यापर्यंत कायापालट करण्याची जिद्द होती. त्यासाठी त्यांनी रस्ते, वीजपुरवठा आणि जलसिंचन यांसारख्या मूलभूत सुविधांचा (इन्फ्रास्ट्रक्चरचा) विकास करण्यावर लक्ष केंद्रित केलं होतं. त्यांनी जमीन सुधारणांची अंमलबजावणी केली. शैक्षणिक संस्थांची स्थापना केली. चंडीगडच्या स्थापनेत महत्त्वाची भूमिका पार पाडली आणि फरिदाबादसारख्या (त्या काळात फरिदाबाद पंजाबमध्ये होतं) उपनगरांच्या वाढीला प्रोत्साहन दिलं.

त्यांनी 'लँड ग्रँट कॉलेजेस'च्या अमेरिकन संकल्पनेच्या धर्तीवर पंजाब कृषी विद्यापीठाच्या (पीएयूच्या) स्थापनेचा प्रस्ताव मांडला. युनिव्हर्सिटी ऑफ मिशिगनमध्ये शिकत असताना त्यांना या संकल्पनेविषयी समजलं होतं. लुधियाना-फिरोजपूर महामार्गावरच्या १,५०० एकर जमिनीवर पीएयूची स्थापना करण्यात आली. नंतरच्या काळात याच संस्थेनं हरितक्रांतीचं संचालन केलं, त्यामुळे कृषी उत्पादनाला प्रोत्साहन मिळालं आणि पब्लिक लॉ(पीएल) ४८० अंतर्गत अन्नधान्याच्या आयातीसाठी भारताचं अमेरिकेवरचं लाजिरवाणं अवलंबित्व संपुष्टात आलं. भारत अन्नधान्याच्या बाबतीत स्वयंपूर्ण झाला. (यातली रोचक बाब अशी आहे की, ज्या ठिकाणी पीएल ४८०च्या 'रुपयांच्या बदल्यात अन्न' या १९६०च्या दशकातील कार्यक्रमावर देखरेख करण्याकरिता आलेल्या अमेरिकन अधिकाऱ्यांसाठी दक्षिण दिल्लीत कार्यालय उघडण्यात आलं होतं, त्या जागेतच नंतरच्या काही दशकांनी हिरो कॉर्पोरेट सर्व्हिसनं आपलं व्यावसायिक कार्यालय सुरू केलं.)

या सगळ्या प्रयत्नांच्या मागे दूरदृष्टी असलेल्या मुख्यमंत्र्यांची राज्याला देशाच्या आर्थिक नकाशावर नेऊन ठेवण्याची प्रबळ इच्छा होती. यासाठी त्यांना मुंजाल

बंधूंसारख्या खासगी उद्योजकांच्या मदतीची गरज होती. त्यांच्या मनात आलं की, लुधियाना हे होजिअरी आणि लोकरीचे कपडे यांच्या व्यापारात आघाडीवर होतंच, मग त्याने सायकल उद्योगात आघाडीवर का असू नये? सन १९५६मध्ये सायकलींचं उत्पादन करणाऱ्या देशभरातील १२८ लघू उद्योगांना त्यासाठीचा परवाना मिळाला होता. मुंजाल बंधू हे त्यांच्यापैकीच एक होते; परंतु या सर्व युनिट्ससाठी २.५ लाख सायकलींचा मर्यादित कोटा होता. मात्र मुंजाल बंधूंना लघू उद्योगाच्या परवान्यात रस नव्हता. माझ्या वडलांनी त्याविषयी सांगताना असं म्हटलं होतं की, 'लघू उद्योग म्हणून परवाना मिळाला असता तर आम्हाला झटपट नफा मिळवता आला असता हे आम्हाला माहीत होतं; परंतु आम्हाला अंतर्मनातून कुठेतरी असं वाटत होतं की, जर आम्हाला मोठ्या प्रमाणातील उत्पादनाकरिता परवाना मिळाला, तर आमच्या कुटुंबाचं नशीब कायमचंच बदलून जाईल.'

याकरिता १९५६च्या औद्योगिक धोरणात बदल करून मोठ्या प्रमाणात सायकली उत्पादित करण्यावरचं बंधन दूर करण्याची गरज होती. त्यासाठी तत्कालीन केंद्रीय उद्योगमंत्री मनुभाई शाह यांना हे करण्याची आवश्यकता पटवून देण्याचं आव्हान पत्करावंच लागणार होतं. हे काम कैरोंनी केलं आणि त्यांनी खासगी उद्योगांना मोठ्या प्रमाणात सायकलींचं उत्पादन करण्यासाठी परवाने देण्याची गरज असल्याचं मनुभाई शहांना पटवून दिलं. मुंजाल बंधू आणि त्यांच्यासारख्या इतर काही उद्योजकांकडे असं उत्पादन करण्यासाठी आवश्यक असलेल्या मूलभूत सुविधा आणि इतर व्यवस्था होत्या आणि त्याहीपेक्षा महत्त्वाची गोष्ट म्हणजे त्यांच्याकडे हे करण्याची जबरदस्त भूक होती हे त्यांनी मनुभाईंना स्वतः सांगितलं. नंतर कैरोंनी मुंजाल बंधूंना असं सांगितलं होतं की, 'राज्याची वाढ आणि विकास करण्याची आग काळजात असलेल्या माणसांची मला गरज होती आणि मला तुम्हा सर्वांमध्ये ती दिसली होती.'

काळाच्या गरजेचा आणि चैतन्याचा विचार करूनच मुंजाल बंधूंनी उत्पादनात उतरण्याचा विचार केला होता. १९५०च्या दशकाच्या सुरुवातीला भारतानं पंचवार्षिक योजनांच्या आधारावरच्या मिश्र आर्थिक वाढीच्या नमुन्याचा स्वीकार केला होता. स्वातंत्र्यानंतर देशाला व्यापक प्रमाणातील गरिबीला आणि साधनांच्या तीव्र उणिवेला तोंड द्यावं लागलं. झपाट्यानं औद्योगिकीकरण करणं हा प्रगतीचा मार्ग आहे, असं धोरणकर्त्यांना वाटलं. सन १९५१मध्ये पहिली पंचवार्षिक योजना लागू झाली. तिच्यात सार्वजनिक क्षेत्राच्या भूमिकेवर भर देण्यात आला होता; परंतु त्याबरोबरच वाढत्या खासगी क्षेत्रालाही पाठबळ देण्याचं ठरवण्यात आलं होतं.

आधीच्या काळात भारतीय रेल्वेवर प्रवासी वाहतुकीचा आणि मालवाहतुकीचा खूप मोठा ताण आला होता, त्यामुळे लोकांना 'अगदी आवश्यक असेल तरच प्रवास करा,' अशी विनंती करण्याची नामुष्की ओढवली होती. साहजिकच दळणवळणाच्या, वाहतुकीच्या सुविधांची अतिशय तीव्रतेनं गरज भासत होती.

याचाच अर्थ वैयक्तिक वाहतुकीच्या साधनांकरिता विशाल बाजारपेठ उपलब्ध होती, हे अगदीच स्पष्ट होतं.

माझे वडील अतिशय कल्पक होते. १९५०च्या दशकात त्यांच्या भावंडांसमोर त्यांनी सायकलच्या उत्पादनाची कल्पना मांडली होती, त्या वेळी त्या सगळ्यांनीच याविषयी शंका व्यक्त केल्या होत्या. त्या काळात सायकलींचे भाग आणि घटक मोठ्या प्रमाणात आयात केले जात होते. त्यांच्या पुरवठ्यावर एका मंडळाकडून नियंत्रण ठेवलं जात होतं आणि त्या मंडळात जुन्या ब्रिटिश एजन्सी हाउसेसचाच समावेश होता. स्वातंत्र्योत्तर काळात भारतीय साहाय्यकांकडे हे नियंत्रण सोपवण्यात आलं. या संस्था कोटा ठरवून घेऊन त्या आधारावर पुरवठा करत होत्या. फक्त व्यवस्थापकाची भेट घेण्यासाठी डनलॉपच्या (टायर आणि ट्यूबचे पुरवठादार) कार्यालयात पूर्ण दोन दिवस प्रतीक्षा करावी लागल्याचं ओमप्रकाशकाकांना आठवत होतं.

**

माझे वडील लाघवीपणानं बोलून मनं वळवण्यात पटाईत होते. सायकलींच्या उत्पादनासाठी लागणारा कच्चा माल त्यांच्याकडे होता याची त्यांना खात्री होती; पण भारत जर सायकलच्या भागांसाठी आणि घटकांसाठी अशाच प्रकारे पुढेही आयात मालावर अवलंबून राहिला असता तर ही गोष्ट शक्य झाली नसती. त्यांनी आपण स्वतःच या भागांचंही उत्पादन करावं असा प्रस्ताव मांडला; पण सगळ्याच बंधूंनी त्याला विरोध केला. आपल्याकडे तंत्रज्ञान आणि भांडवल या दोन्ही गोष्टींची कमतरता आहे याकडे त्यांनी निर्देश केला. अगदी कारागिरांना कामाला लावण्याच्या आधी मशीन, साचे, इतर साधनं आणि रंग यांची सोय करावीच लागली असती. या सगळ्या गोष्टी शून्यातून उभाराव्या लागल्या असत्या आणि त्याही अत्यल्प भांडवलाच्या जोरावर कराव्या लागल्या असत्या.

पुरवठा आणि भांडवल यांच्या अभावामुळे मुंजाल बंधूंना एक आगळीवेगळी पुरवठा साखळी तयार करण्याची प्रेरणा मिळाली. ती इतकी आकर्षक होती की, संपूर्ण उत्पादक जगाचं लक्ष तिच्यावर खिळून राहिलं होतं. याविषयी मी पुढच्या प्रकरणात सांगेन. सध्या तुमच्या परवानगीनं, मी तुमच्यासमोर हळूहळू, थांबून-थांबून विकास करत असलेल्या त्या काळातील सायकल उद्योगाचं वर्णन करणार आहे.

सन १९३८मध्ये भारतीय बनावटीची संपूर्ण सायकल तयार करण्यात आली. कलकत्त्याच्या इंडिया सायकल मॅन्युफॅक्चरिंग कंपनीनं ती तयार केली होती. त्यानंतर लवकरच मुंबईच्या हिंद सायकल्सनं आणि पाटण्यातील हिंदुस्तान बायसिकल्सनं उत्पादन सुरू केलं. मात्र तरीही १९४०च्या संपूर्ण दशकातील सायकलची मागणी मोठ्या प्रमाणातील आयातीद्वारे पूर्ण करण्यात आली, कारण भारतात तयार करण्यात आलेल्या सायकलींची गुणवत्ता निकृष्ट होती. त्या खराब दिसत होत्या आणि फक्त

काही वर्षंच चालू शकत होत्या. १९५०च्या दशकाच्या मध्यावर नवीन उद्योगांना परदेशी स्पर्धेपासून संरक्षण देण्यात आलं. त्यानंतर सोनपतच्या ॲटलस सायकल्ससह आणखी कित्येक नवीन युनिट उघडण्यात आली. हिंद सायकल्स लवकरच बाजारात आघाडीवर राहिली. भारतात तयार झालेल्या बहुतांश सायकली याच कंपनीनं तयार केल्या होत्या.

या व्यवसायाकरिता स्थळ म्हणून विचार करता, मुंजाल बंधूंना लुधियानाच जास्त लाभदायक आहे असं वाटलं. हे शहर आधीच 'लाइट इंजिनिअरिंग'चं केंद्र झालं होतं. तिथे जागोजागी मोटर वर्क्स, लहान मशीन-टूल्स आणि पंप उत्पादन युनिट निर्माण झाली होती. सन १९५१मध्ये लुधियानाची लोकसंख्या फक्त ८,७५,००० होती. ती झपाट्यानं वाढत चालली होती आणि फक्त अमृतसर व जालंधर याच शहरांची लोकसंख्या लुधियानाहून अधिक होती.

गीता पिरामल या व्यवसायविषयक इतिहासतज्ज्ञानं तिच्या 'बिझनेस महाराजाज' (पेंग्विन इंडिया) या पुस्तकात १९५०च्या आणि १९६०च्या दशकांमधील लुधियानाचं वातावरण अचूक टिपलं आहे. तिने लिहिलं आहे की :

> 'त्या काळातील भारताचं चित्र नजरेसमोर आणा. देश त्या वेळी पाणीटंचाई आणि दुष्काळानं जर्जर झाला होता. दुसऱ्या महायुद्धाच्या काळातील मागण्यांमुळे त्याची औद्योगिक यंत्रं साफ नष्ट झाली होती. जगात कोणीही मित्र नव्हता. परकी चलनाचा खडखडाट होता. खजिना समृद्ध तर दूरच पण मुळात अस्तित्वातच नव्हता म्हणून नेहरूंनी आणि त्या युगातील प्रशासनानं देशाकरिता पैसा निर्माण करणाऱ्या मंदिरांची म्हणजेच उद्योगांची निर्मिती करण्यासाठी उद्योजकांना आमंत्रित केलं होतं.
>
> अनेक उद्योजकांनी या संधीचा लाभ घेतला. त्यात सायकल उत्पादकांचाही समावेश होता. त्या काळात सायकलींना मोठी मागणी होती. बिर्ला समूह (हिंद सायकल्स) आणि दक्षिणेतील टीआयसारखे समूह या लाभदायक क्षेत्रात उतरले. या लोकांमध्ये मुंजाल बंधूही होते. खरं तर बहुतेक प्रतिस्पर्ध्यांच्या तुलनेत त्यांना व्यवसायाची अधिक समज होती. लुधियाना हे त्यांच्या कामकाजाचं केंद्र होतं.'

इथे थोडंसं विषयांतर करण्याची गरज आहे. ज्या वेळी दयानंदकाका आणि ओमप्रकाशकाका लुधियानाला जाण्यासाठी सामानाची बांधाबांध करत होते, त्या वेळी करीम दीन हा त्यांचा एक मुस्लीम पुरवठादार स्थायिक होण्यासाठी पाकिस्तानला जाण्याच्या तयारीत होता. तो आपण स्वतः तयार केलेल्या ब्रँडच्या नावानं सायकलच्या सीट तयार करत होता. ओमप्रकाशकाका त्याचे मित्र होते. पाकिस्तानात जाण्याच्या आधी करीमदीन ओमप्रकाशकाकांना भेटण्यासाठी आला होता.

त्यानंतरचा क्षण हा आमच्या कुटुंबाचं जीवन बदलून टाकणारा ठरला. मुंजाल बंधू त्यांच्या व्यवसायासाठी त्याच्या ब्रँड नावाचा उपयोग करू शकतील का, असं ओमप्रकाशकाकांनी त्याला विचारलं. करीमदीननं त्याला संमती दिली. तत्कालीन व्यावसायिकांची हीच पद्धत होती. त्या वेळी प्रतिष्ठा, परस्पर-संबंध आणि सद्भावना यांवर व्यवसाय चालवले जात होते. ब्रँड आणि पेटंट यांचं मूल्य त्या वेळी फारसं लक्षात घेतलं जात नव्हतं किंवा ते तेव्हा लोकांना समजतही नव्हतं म्हणून फक्त 'ठीक आहे,' असं म्हणून मान डोलावल्यानंतर तो ब्रँड मुंजाल बंधूंना मिळाला होता.

प्रिय वाचकहो, तुमचा अंदाज बरोबर आहे. तो 'हिरो' ब्रँडच होता.

**

माझे काका एकदा उत्पादन करण्यासाठी राजी झाल्यानंतर *ये भी कर लेंगे* (हेसुद्धा करू शकू)चा आवाज मुंजालांच्या घरात आणि कामाच्या ठिकाणी निनादत राहिला. अर्थातच 'बोले तैसा चाले' या उक्तीप्रमाणे बोलल्याप्रमाणे काम करणं ही आणखी महत्त्वाची गोष्ट होती, कारण ते तितकंसं सोपं नव्हतं.

त्या काळात अभियांत्रिकी रचना आणि निर्मिती प्रक्रिया यांचे आराखडे देणाऱ्या उत्पादन पुस्तिका नव्हत्या. मुंजाल बंधूंना स्वतःच सगळं तयार करावं लागत होतं आणि त्यांच्या स्वतःच्या पूर्वानुभवावर आणि बुद्धिसामर्थ्यावर अवलंबून राहून सगळी तयारी करावी लागत होती. माझे वडील आणि ओमप्रकाशकाका कारागिरांबरोबर मागच्या अंगणात बसत आणि कागदांवर सायकलच्या भागांचे आराखडे तयार करत आणि त्यांची अंमलबजावणी कशी करता येईल यावर चर्चा करत. अंतिम उत्पादनाची जुळणी हातानं केली जात असे आणि नंतर त्याच्या कार्यक्षमतेची तपासणी करण्यासाठी अनेक चाचण्या घेतल्या जात. त्यांच्याही नकळत, अशा प्रकारे मुळापासून काम करण्याच्या दृष्टिकोनातून दर्जा आणि सातत्य याचा लाभ मिळत गेला.

त्यांनी सन १९५४मध्ये सगळ्यात पहिल्यांदा सायकलचे फोर्क तयार करण्याचा प्रयोग केला होता. हे फोर्क ते अॅटलसला पुरवत होते. हा भाग चाकाला धरून ठेवतो. दुकानाच्या मागच्या भागातील अंगणात एक लहानशी भट्टी मांडण्यात आली होती. तिथे दोन कामगार होते आणि उत्पादन प्रक्रियेवर देखरेख करण्यासाठी एक फोरमन होता. अनेक चढ-उतारांनंतर अखेरीस या भावंडांना समाधानकारक वाटेल असं उत्पादन तयार झालं.

तरीही लवकरच त्यांना एका आपत्तीचा सामना करावा लागला आणि मुंजाल बंधूंना जवळजवळ त्यांच्या सगळ्या व्यवसायाची किंमत चुकती करून त्याच्यातून बाहेर पडता आलं. सायकलच्या काही फोर्कच्या वेल्डिंगला तडे गेले

आणि पाइप मोडले. परिणामी, संतप्त झालेल्या डीलरनी सगळ्या ऑर्डर रद्द केल्या. या भावंडांनी त्यांची सगळी संसाधनं गोळा केली आणि खराब भागांचे पैसे देऊन टाकले. त्याकरिता कुठलाही प्रश्न विचारण्यात आला नाही. त्यांची प्रतिष्ठा अबाधित राहिली; पण खिसे जवळजवळ रिकामे झाले.

मुंजाल बंधूंनी पुन्हा एकदा कंबर कसली आणि ते आपापल्या डिझाईनच्या टेबलांकडे गेले. तिथे त्यांनी फोर्कचं परिपूर्ण डिझाईन तयार केलं. त्यांच्या कुठल्याही डिलरला कसलंच नुकसान सोसावं लागलं नसल्यामुळे ते मुंजाल बंधूंकडून पुन्हा एकदा फोर्क घेण्यास राजी होते. या वेळी मात्र फोर्कमध्ये कसलाच दोष उरला नव्हता. मुंजाल बंधूंचा व्यवसाय अगदी थोडक्यात बचावला होता.

फोर्कचं काम समाधानकारपणे पूर्ण झाल्यानंतर माझ्या वडलांनी त्यांचा मोर्चा सायकलच्या हँडलकडे वळवला. ती तयार करणं त्याहूनही कठीण काम होतं. एस. के. रॉय यांनी तत्कालीन दृश्य किती आव्हानात्मक होतं, याचं त्यांनी ऐकलेलं वर्णन सांगितलं. (सन १९८३मध्ये ते 'हिरो'मध्ये दाखल झाले आणि या परिवाराचा एक अविभाज्य भाग झाले.) माझ्या वडलांबरोबर ते भरपूर वेळ राहिले होते आणि माझ्या वडलांनी त्यांना त्यांच्या सुरुवातीच्या काळातील संघर्षाच्या अनेक गोष्टी सांगितल्या होत्या. ते म्हणाले, 'काही काळानंतर सायकलच्या हँडलचा पुरवठादार अव्वाच्या सव्वा किमती सांगू लागला. त्याची या व्यवसायात मक्तेदारी होती आणि त्याच्या उत्पादनाशिवाय सायकल तयारच झाली नसती हे त्याला माहीत होतं.' पण माझ्या वडलांना त्याच्या दयेवर अवलंबून राहायचं नव्हतं.

मुंजाल बंधू स्थानिक मिस्त्रींकडे (तंत्रज्ञांकडे), कारागिरांकडे वळले. त्यांच्या समुदायाला रामगढिया म्हणत होते. आपल्या तांत्रिक समस्या सोडवण्यासाठी माझ्या वडलांनी या लोकांचा आधार घेतला. रामगढिया समुदायाचे लोक औपचारिक अर्थानं खरोखरच तांत्रिकदृष्ट्या अर्हताप्राप्त लोक नव्हते; परंतु त्यांच्याकडे इतर कामगार आणि मुंजाल बंधू नेहमीच मोठ्या सन्मानानं पाहत होतं. विशेषतः माझे वडील आणि हे लोक यांच्यामध्ये विलक्षण म्हणावं इतकं सामंजस्य होतं.

मुंजालांच्या योजनामध्ये रामगढिया मिस्त्रींना किती महत्त्व होतं, ते त्यांनी एकदा स्पष्ट केलं होतं. ते म्हणाले होते की, ते जन्मजात कारागीर असतात आणि आपलं कौशल्य आनुवंशिकतेनं पुढच्या पिढीकडे सोपवतात. अशा रीतीनं ते आपल्याकडच्या कौशल्याची पिढ्यान्‌पिढ्या जपणूक करतात.[९] त्यांनी आधीच सायकलचे काही भाग तयार करण्यास सुरुवात केली होती. ज्या वेळी आमच्यासारखे

९ फिरकी गोलंदाज हरभजन सिंग आणि जलदगती गोलंदाज जसप्रीत बुमराह या भारताच्या दोन अतिशय कुशल क्रिकेट खेळाडूंना त्यांच्या कौशल्यासाठी नावाजलं जातं. ते या रामगढिया समाजाचेच आहेत.

लोक त्यांना नमुन्यादाखल एखादा भाग नेऊन देत आणि बाजारपेठेत त्यांचा माल नेण्याचा प्रस्ताव मांडत, त्या वेळी ते आमच्या सोबत निश्चितपणे येत. असो, तर त्यांच्या भाग बनवण्याच्या कलेला मिळालेली गती आणि आमची व्यावसायिक ताकद यांच्या संगमातून लवकरच एक संपूर्ण शक्तिशाली यंत्रणा तयार झाली.'

माझ्या वडलांनी रामगढियांना आणि इतर कुशल कारागिरांना हँडलबार तयार करून पाहण्यास सांगितल्यानंतर त्या तज्ज्ञ कारागिरांनी माझ्या वडलांविषयीच्या प्रेमापोटी आणि त्यांच्या निर्णयाविषयीच्या आदरापोटी ते मान्य केलं. सुरुवातीच्या काही अडथळ्यांनंतर हा प्रयोग कमालीचा यशस्वी झाला. हँडलबार तयार झाले होते. त्याचं फक्त प्लेटिंगच बाहेरून करून घ्यावं लागलं होतं. हे हँडलबार मुंजाल बंधूंच्या प्रतिष्ठेला साजेसे होते आणि त्यांना आवडले होते.

रामगढिया समुदायानं हिरोच्या परिसंस्थेवर आपला ठसा उमटवला होता आणि त्यानंतर अनेक वर्षं त्यांनी त्यांच्या सोबत कामही केलं. १९६०च्या दशकात माझ्या वडलांनी आणि काकांनी स्थापन केलेल्या रॉकमन इंडस्ट्रीज या पहिल्या साहाय्यक युनिटमध्ये टूल डिझाईनमध्ये आत्मा सिंगनी महत्त्वाची भूमिका पार पाडली होती. आत्मा सिंग हे तांत्रिकदृष्ट्या अर्हताप्राप्त नव्हते; परंतु त्यांच्या कौशल्यावर त्यांचं पूर्ण प्रभुत्व होतं. फक्त मशीन टूल्सची छायाचित्रं पाहून ते जशीच्या तशी टूल्स तयार करू शकत होते. सुरुवातीच्या दशकातील हिरो सायकलच्या स्थानिक पुरवठा साखळीच्या यशात स्वर्ण सिंग आणि रामगढिया बन्सल या रामगढिया समाजाच्या आणखी काही सदस्यांचंही मोठंच योगदान होतं. याशिवाय हिंदुस्तान मशीन टुल्समधून आलेल्या अमरिक सिंग यांनीही त्या काळात महत्त्वाची भूमिका पार पाडली होती. (हिंदुस्तान मशीन टूल्स ही सार्वजनिक क्षेत्रातील फर्म असून १९७० आणि १९९०च्या दशकांत त्यांची एचएमटी घड्याळं आणि ट्रॅक्टर प्रसिद्ध होते.)

आता पुन्हा एकदा सायकलच्या भागांकडे वळू या. लुधियानात हँडलबार तयार करण्यात आले. बहादूरगडवरून मडगार्ड आली. १९५०च्या दशकात सायकलचे हे भाग तयार करण्यासाठी सत्यानंदकाकांनी सदानंदकाकांबरोबर बहादूरगडमध्ये एका फॅक्टरीची स्थापना केली होती. पंजाबच्या या कमी विकसित भागांमध्ये लोकांनी राहायला यावं यासाठी सरकार तिथे उद्योग-व्यवसायांना उत्तेजन देत होतं.[१०]

मडगार्डनंतर फ्रेमचा प्रश्न आला.

भारतीय परिस्थिती डोळ्यांसमोर ठेवून सायकली तयार केल्या पाहिजेत, असा माझ्या वडलांचा आग्रह होता. या सायकलींवरून दोनहून अधिक माणसांना जाता आलं पाहिजे. त्याबरोबरच तिच्यावरून काही जड सामानही नेता आलं पाहिजे.

---

१० बहादूरगड हा आज हरियाणा राज्याचा भाग आहे. सन १९६६मध्ये पंजाब पुनर्संघटन कायद्यांतर्गत पंजाबचं विभाजन करून दोन राज्यं तयार करण्यात आली.

शिवाय तिच्या किरकोळ विक्रीची किंमतही शक्य तितकी कमी असली पाहिजे आणि लोकांचं वाहतुकीचं साधन म्हणून तिच्याकडे पाहता आलं पाहिजे, असं त्यांचं म्हणणं होतं.

ते स्वतःच्या अनुभवावरून हे बोलत होते. त्या सुरुवातीच्या काळात मॉडेल टाऊनमधील त्यांच्या घरापासून गिल रोडपर्यंत खरेदीसाठी तिन्ही बंधू एका सायकलवरून जात होते.

हिरो सायकल ही कामाच्या दृष्टीनं लोकांना घोड्यासारखी वाटली पाहिजे. दूधवाल्याला तिच्या कॅरिअरला त्याचे दुधानं भरलेले कॅन लटकवता आले पाहिजेत आणि शेतकऱ्याला त्याच्या भाज्यांची पोती ठेवता आली पाहिजेत, असं त्यांना वाटत होतं. टिकाऊपणालाही प्राधान्य देण्यात आलं होतं. आपण तयार केलेली सायकल इतकी भक्कम असली पाहिजे की, ती एका पिढीकडून दुसऱ्या पिढीकडे अशी हस्तांतरित करणं शक्य झालं पाहिजे, असं माझ्या वडलांना वाटत होतं. तिची दुरुस्ती आणि देखभाल सोपी असली पाहिजे आणि सुटे भाग सहजगत्या उपलब्ध असले पाहिजेत, अशीही त्यांची इच्छा होती.

अखेरीस शंभर टक्के हिरोमध्ये तयार झालेल्या सायकलच्या भागांची जोडणी करून पहिली अखंड सायकल तयार करण्यास हे बंधू सज्ज झाले. फक्त रिम वगळता, सगळेच्या सगळे भाग त्यांनी स्वतः तयार करवून घेतले होते. त्या अर्थानं ते त्यांचं पहिलंवहिलं व्यावसायिक अपत्य होतं. रिजेंट नावाच्या कंपनीकडून त्या सायकलची रिम घेण्यात आली होती, तर टायर आणि ट्यूब डनलॉपकडून घेण्यात आले होते. कारागीर काम करत असताना माझे वडील आणि काका अक्षरशः रोमहर्षित झाले होते.

काही तासांनी क्रोम आणि काळ्या रंगाची ती पहिलीवहिली हिरो सायकल त्यांच्या समोर तयार होऊन उभी होती. तिचे चकाकते वक्राकार निर्भय प्रवाशांना आमंत्रित करत होते. ती पहिली हिरो सायकल होती.

माझ्या वडलांना ती चालवून पाहण्याची आपली इच्छा रोखता आली नाही. त्यांनी वर्कशॉपच्या मागच्या अंगणातील ओबडधोबड जागेतून तिच्यावरून एक फेरी मारली. पेडलची सुरळीत हालचाल होत होती. चाकं जणू काही जमिनीवरून तरंगत चालल्यासारखं वाटत होतं. हँडलबारला किंचित वळवलं तरी त्याला ती प्रतिसाद देत होती. हा अनुभव माझ्या वडलांसोबत जन्मभर कायम राहणार होता. आपल्या कुटुंबासोबत हा आनंद वाटून घेतला पाहिजे, असा त्यांच्या मनात आलेला पहिला विचार होता. ती सायकल घेऊन ते तसेच तिथून बाहेर पडले आणि उगवत्या चंद्राच्या प्रकाशात घाणेरड्या पायवाटांवरून आणि वैताग आणणाऱ्या रस्त्यांवरून सायकल चालवत ते घरी आपल्या प्रियजनांकडे पोहोचले.

'ब्रिजमोहनजींनी त्या सोनेरी क्षणाची आठवण मला सांगितली होती. रात्री सुमारे आठच्या सुमारास सायकलवर बसून ते घरी गेले होते आणि त्यांच्या कुटुंबीयांसमोर त्यांनी ती ठेवली होती,' रायनी मला सांगितलं.

माझ्या वडलांनी दीर्घकाळापर्यंत ती सायकल ठेवून घेतली होती. ती त्यांची मूल्यवान संपत्ती होती आणि अनेक प्रकारे माझ्या वडलांच्या जीवनाचं ती रूपकही होती. त्यांनी सांगितलं होतं, : 'मी स्वतःकडे नेहमीच एक प्रवासी आणि एक साहसी पर्यटक म्हणून पाहत आलो आहे. माझा हा प्रवास एका निश्चित मुक्कामाच्या ठिकाणापर्यंत पोहोचण्याकरिता घोड्यावर बसून किंवा वाहन चालवत निघालेल्या प्रवाशासारखा आहे. जर माझ्या वाटेत रस्त्यातील अडथळे किंवा गतिरोधक आले तर मी गती मंदावत होतो. जर ओबडधोबड, खडबडीत भाग आले तर मी वेगवेगळे गिअर वापरून पुढे जात होतो; पण कधीही थांबलो नाही किंवा आत्मविश्वासही ढासळू दिला नाही.'

त्यानंतरच्या घटना झपाट्यानं घडत गेल्या. सन १९५६मध्ये हिरो सायकलची ५०,००० रुपये बीज भांडवलासह नोंदणी झाली आणि तिला उत्पादनाकरिता परवाना मिळाला. कंपनीनं पहिल्या वर्षी ६३९ सायकली तयार करून आपल्या उत्पादनाची सुरुवात केली. उत्पादनातही झपाट्यानं वाढ होऊन पुढच्याच वर्षी ते ७,८०३ सायकलींवर आणि नंतर १९६१पर्यंत ३१,००० सायकलींवर पोहोचलं.

उत्पादनानंतर वितरणाचं मोठं आव्हान होतं. सुदैवानं, ओमप्रकाशकाकांकडे या संदर्भातील भरपूर अनुभव होता आणि ते या क्षेत्रातील तज्ज्ञ होते. मोठ्या प्रमाणात सायकली तयार करण्याच्या आधी आपल्या लुधियानातील शेडमधून हे बंधू सायकलचे भाग तयार करत होते आणि त्यांची विक्री करत होते, त्या वेळी ओमप्रकाशकाकांवर विक्रीची जबाबदारी सोपवण्यात आली होती. या क्षेत्रात त्यांनी अनेक वर्षं काम केलं होतं आणि वितरणाचं जाळं निर्माण केलं होतं. त्या काळात उत्तर प्रदेशापासून राजस्थानपर्यंत त्यांनी जोमानं प्रवास केला होता. पहिल्यांदा वितरकांना या सायकलीच्या उपयुक्ततेविषयी पटवून देणं त्यांना अवघड गेलं होतं. पंजाबपासून दूरवर स्थापन करण्यात आलेल्या कंपनीच्या क्षमतेविषयी वितरकांच्या मनात शंका होत्या, त्यामुळे एकही ऑर्डर न मिळता काही दिवस तसेच वाया गेले होते. कुटुंबातील ज्येष्ठ व्यक्ती सांगतात की, दयानंदकाका यामुळे इतके संतप्त आणि नाराज झाले की, त्यांनी ओमप्रकाशकाकांना लगेच एक तार पाठवली. तिच्यात त्यांनी म्हटलं होतं की, 'तू या व्यवसायाच्या दृष्टीनं अगदीच निरुपयोगी असल्याचं दिसतंय. तेव्हा आता परत ये.'

आपल्या ज्येष्ठ बंधूनं असं फटकारल्यामुळे आपण किती अस्वस्थ झालो होतो त्याविषयी ओमप्रकाशकाकांनी मला सांगितलं होतं; परंतु त्यांनी हे आव्हान स्वीकारलं. स्वतःला सिद्ध करण्यासाठी ते जास्तच कणखरपणे आणि निर्धारानं फिरू

लागले. कानपूरमधील दुकानमालक बलदेव यांना ते भेटले. बलदेवनी त्यांच्या सायकलमध्ये सुरुवातीला बिलकूल स्वारस्य दर्शवलं नव्हतं. ओमप्रकाशकाका पुन्हा आल्याचं पाहिल्याबरोबर बलदेवनी खेकसून विचारलं, 'तू पुन्हा का आला आहेस? मला तुझ्या उत्पादनात बिलकूल रस नाही.' 'तुम्ही उत्पादन पाहिलं तर तुम्हाला ते आवडेल,' असं माझ्या काकांनी त्यांना सांगितलं. त्यांनी आपली बॅग उघडली आणि सायकलचे चमकते भाग एका पाठोपाठ एक बाहेर काढून त्यांच्या टेबलावर ठेवले. त्यांचं बारकाईनं निरीक्षण केल्यानंतर बलदेव यांच्या लक्षात आलं की, ते उत्पादन तर उत्तम दर्जाचं होतं. मग त्यांनी अतिशय औदार्यानं मोठी ऑर्डर दिली. ज्या वेळी माल आला त्या वेळी बलदेव स्तंभित झाले, कारण त्यांच्या दुकानातील कर्मचाऱ्यानं त्यांना सांगितलं की, 'आपण दिलेली ऑर्डर आणि आलेल्या सायकली यांचा हिशेब जुळत नाही.' त्यांनी १०० सायकल कीटची ऑर्डर दिली असली तरी प्रत्यक्षात १०४ सायकल कीट पाठवण्यात आली होती; पण त्यासाठी पाठवण्यात आलेलं बिल मात्र फक्त १०० सायकल कीटच्या किमतीचंच होतं. ही चूक दाखवून देण्यासाठी बलदेवनी माझ्या काकांना फोन केल्यानंतर काकांनी सांगितलं की, ज्यादा सायकल कीट जाणीवपूर्वकच पाठवून देण्यात आली होती. पुढे बलदेव हे हिरो सायकलच्या इतिहासातील दीर्घकालीन डीलरपैकी एक झाले. मुंजाल बंधूंशी त्यांचे संबंध सुमारे पन्नासहून अधिक वर्षं टिकून राहिले होते.

या यशाविषयी दयानंदकाकांना सांगितल्यानंतर त्यांनी आणखी एक तार पाठवली, आणि 'असंच काम करत राहा,' असं कळवलं.

**

दिवसांमागून दिवस काम करून आणि एकामागून एका शहरात जात राहून प्रचंड चिकाटीनं आणि जिद्दीनं, समर्पित भावनेनं ओमप्रकाशकाकांनी सायकलच्या भागांच्या वितरणासाठी वितरकांच्या व्यापक जाळ्याची उभारणी केली. ते रेल्वेच्या तिसऱ्या वर्गाच्या डब्यातून प्रवास करत होते. अतिशय स्वस्त हॉटेलमध्ये उतरत होते आणि दिवसभर काम करत होते. माझ्या वडलांप्रमाणेच त्यांनीही नफ्यापेक्षा संबंधांमध्येच जास्त प्रमाणात गुंतवणूक केली होती.

एकदा विक्रीच्या कामाच्या संदर्भात माझे वडील ओमप्रकाशकाकांबरोबर गेले, त्या वेळी पहिल्यांदा संपूर्ण कुटुंबाला ओमप्रकाशकाकांनी किती अवघड परिस्थितींमध्ये काम करून त्यांचं प्रसिद्ध डीलरचं जाळं उभारलं होतं ते समजलं. नागपूरला जाण्यासाठी ज्या वेळी त्यांनी रेल्वेच्या तिसऱ्या वर्गाच्या डब्यात प्रवेश केला, त्या वेळी माझे वडील सुन्न झाले. 'तू नेहमी असाच प्रवास करतोस का?' असं माझ्या वडलांनी काकांना विचारलं. त्यावर काकांनी होकार दर्शवत मान डोलावली.

त्यानंतर माझे काका नेहमी ज्या हॉटेलमध्ये उतरत होते, त्या हॉटेलमध्ये ते गेल्यानंतर माझ्या वडलांना आणखी एक धक्का बसला. तिथे राहणं अतिशय त्रासदायक होतं.

माझ्या वडलांनी काकांना विचारलं की, 'कंपनी याहून चांगल्या हॉटेलमध्ये राहण्याचा खर्च करू शकत असताना तू इतक्या खराब हॉटेलमध्ये का राहतोस?' त्यावर काकांनी उत्तर दिलं, 'हे हॉटेल स्वच्छ आहे. शाकाहारी आहे. बाजारपेठेपासून जवळ आहे आणि शिवाय याचं एका रात्रीचं भाडं फक्त तीन रुपये आहे.'

माझे वडील त्या वेळी शांत राहिले; पण लुधियानाला परत आल्यानंतर ते थेट त्यांच्या व्यवस्थापकाकडे गेले आणि त्यांनी त्याला सूचना दिली की, यापुढे काका रेल्वेच्या पहिल्या वर्गानं प्रवास करतील, डीलरना भेटण्यासाठी टॅक्सीनं जातील आणि चांगल्या हॉटेलमध्ये राहतील याची व्यवस्था केली जावी. यातून अनेक प्रकारे त्या दोघांच्या आयुष्याकडे व व्यवसायाकडे पाहण्याच्या पद्धतीतील आणि दृष्टिकोनातील फरक दिसून येतो. ओमप्रकाशकाका नेहमीच कमीत कमी पैशात काम कसं केलं जाईल याचे मार्ग शोधत, तर माझ्या वडलांची इच्छा प्रत्येक काम योग्य प्रकारे व्हावं अशी असे.

एका वर्षाच्या कालखंडात ओमप्रकाशकाकांनी भारतभर ५००हून अधिक डीलर मिळवले. त्यांच्या परिश्रमांमुळे हिरो सायकल्सला तिच्या प्रतिस्पर्ध्यांवर सहजपणे मात करून पुढे जाता आलं. त्यांच्यामध्ये राली आणि ॲटलस सायकल्स यांचा समावेश होता.

या कालखंडात ॲटलस सायकल्सचे कपूर हे हिरोच्या सगळ्यात मोठ्या प्रतिस्पर्ध्यांपैकी एक होते. मात्र तरीही ते माझ्या वडलांचे निकटचे मित्र झाले. टीआय सायकल्सचे मालक असलेले मुरुगप्पा कुटुंबीयही त्यांचे मित्र होते. अखेरीस त्या सर्वांमधून हिरो सायकल पेडल मारत पुढे निघून गेली; पण माझे वडील किंवा माझे काका यांच्या वागण्या-बोलण्यात मला कधीही विजयोन्मादाची किंचितशीही झलक आढळली नाही.

नंतर हिरोनं स्वयंचलित वाहनांच्या बाजारात प्रवेश केला. त्या वेळी बजाज ऑटोच्या राहुल बजाज यांच्याशी त्यांचा इतका विनम्रतेनं आणि शालीनतेनं व्यवहार होत होता की, राहुल बजाज माझ्या वडलांना अतिशय प्रेमानं गुरू मानत होते, असं त्यांनी लिहिलं आहे.

'इतक्या वर्षांत बाजाराच्या ठिकाणी आम्ही अत्यंत जोरदार लढा दिला. पहिल्यांदा हिरो-होंडासाठी आणि नंतर हिरो मोटो कॉर्पसाठी. तिथे कसलीच देव-घेव नव्हती, तरीही इतक्या सगळ्या वर्षांत आम्ही एकमेकांचे चांगले मित्र राहिलो. ज्या ज्या वेळी आम्ही भेटत होतो, त्या प्रत्येक वेळी ते मला अत्यंत आदरानं वागवत होते. मला त्यांच्याकडून प्रामाणिक प्रेम आणि आपुलकी लाभली; पण

माझ्या इतर स्पर्धकांच्या बाबतीत असं घडत नव्हतं,' असं निरीक्षण त्यांनी आपल्या लेखात मांडलं आहे. राहुल बजाजनी लिहिलं आहे की, त्यांच्या चाळीस वर्षांच्या संबंधात त्यांनी माझ्या वडलांविषयी कधीच एकही नकारात्मक गोष्ट ऐकली नव्हती.

'ज्या वेळी कोणतीही सूचनापुस्तिका नसते आणि सगळ्या महत्त्वाच्या गोष्टी कुठल्या दिशेनं जाण्याची शक्यता आहे, त्याचा कुठलाच संकेतही सापडत नसतो, त्या वेळी एकेक तुकडा जोडून आपली स्वतःची पुनर्रचना करणं ही कर्मकठीण गोष्ट असते,' असं *अ लाँग वे डाऊन* या पुस्तकात निक हॉर्न्बीनं म्हटलं आहे. हिरो ब्रँडची उभारणी करण्यास निघालेल्या मुंजाल बंधूंच्या बाबतीतही असंच होतं; पण प्रत्येक बंधूनं आपापली भूमिका चोख पार पाडली. दयानंदकाकांनी संपूर्ण कुटुंबाला एकत्र ठेवण्याचं कार्य केलं आणि उत्पादनाचा गड लढवला. सत्यानंदकाकांनी दर्जा टिकवून ठेवण्याची जबाबदारी पत्करली. ओमप्रकाशकाका तर विक्री आणि वितरण क्षेत्रातील जन्मसिद्ध बुद्धिमान गृहस्थ होते आणि माझ्या वडलांनी व्यवसायातील द्रष्टा म्हणून भूमिका पार पाडली. त्यांनी मोठं स्वप्न पाहिलं आणि ते प्रत्यक्षात उतरवलं. त्यांनी बाजारपेठांचा शोध घेतला नाही, तर अद्ययावत तंत्रज्ञानाच्या बाबतीत मागे न पडता नेहमीच त्याच्या बरोबर राहून बाजारपेठांची निर्मिती केली आणि व्यवसायाच्या विकासाचे नवीन मार्ग शोधले. दर वेळी त्यांना एखादा नवीन भाग किंवा घटक दिसला तर त्याचा समावेश हिरोत कसा करता येईल हे शोधण्याचा ते प्रयत्न करत.

कंपनी १९५०च्या दशकाच्या उत्तरार्धात विस्तारासाठी सज्ज झाली होती आणि त्या वेळी पुन्हा एकदा माझ्या वडलांनी पुढाकार घेतला. तुम्हाला जर विस्तार करता येत नसेल तर मोठ्या प्रमाणात उत्पादनाचा नुसता परवाना घेण्यात काय अर्थ होता? असा विचार त्यांच्या मनात घोळत होता. तेवढ्यात अचानकच त्यांच्या लक्षात आलं की, याचं उत्तर त्यांना लुधियानात राहून मिळणार नव्हतं. आता आपली क्षितिजं विस्तारण्याची वेळ आली होती, हे त्यांना जाणवलं म्हणूनच आयुष्यात पहिल्यांदाच ते विमानात बसले होते आणि तडक निघाले होते.

**

डसेलडॉर्फ विमानतळावर १९५९च्या सप्टेंबरमध्ये सकाळी उबदार हवा पसरली होती. तिथे एक मध्यमवयीन व्यक्ती येरझाऱ्या घालत दिल्लीवरून येणाऱ्या एअर इंडियाच्या विमानाच्या आगमनाची वाट पाहत होती. ते अर्नेस्ट मान नावाचे व्यावसायिक सल्लागार होते. भारतातून येणाऱ्या एका उद्योजकाला नेण्यासाठी ते तिथे आले होते. या व्यावसायिकाचं नाव होतं ब्रिजमोहनजी मुंजाल! मान यांनी फक्त फोनवरच मुंजाल यांचा आवाज ऐकला होता. ते भारतीय शैलीचं इंग्रजी बोलत होते, हे मान यांच्या लक्षात आलं होतं.

युरोपवरून आयात होणाऱ्या सायकलच्या भागांमध्ये गुंतलेल्या परिचितांच्या जाळ्याद्वारे माझ्या वडलांनी त्यांच्याशी संपर्क साधला होता. माननी येरझारा घालत असतानाच विमानतळाचा कानाकोपरा धुंडाळला. भारतीय पोशाखातील कोणी व्यक्ती दिसते का याचा ते शोध घेत होते. थोड्याच वेळात ते विमानतळावरच्या चौकशी डेस्ककडे गेले. तिथे त्यांना काळा थ्री पीस सूट घातलेली एक गहूवर्णी व्यक्ती दिसली. कदाचित, ही व्यक्ती आपल्याला काही मदत करू शकेल असं त्यांना वाटलं.

त्यांनी विचारलं, 'मी भारतातून येणाऱ्या एका पाहुण्याची वाट पाहत आहे. ते सायकल अभियांत्रिकीच्या व्यवसायात आहेत. तुम्हाला भारतीय पोशाखातील एखादी व्यक्ती दिसली का? म्हणजे धोतर नेसलेली आणि कपाळावर टिळा लावलेली अशी एखादी व्यक्ती..?'

'मी भारतातून आलो आहे आणि मी हिरो सायकलकडून आलो आहे. तुम्ही श्री. मान आहात का?' माझ्या वडलांनी विचारलं.

त्या जर्मन सल्लागारानं क्षणभर त्यांच्याकडे रोखून पाहिलं आणि त्यानंतर त्याच्या चुकीबद्दल त्यांची माफी मागितली. त्यानंतर त्याने त्यांचं स्वागत करण्यासाठी त्यांना मिठी मारली.

माझे वडील लुधियानातून निघतानाच व्यावसायिकाचा गणवेश घालून निघाले होते. त्यांनी भरपूर बिलक्रीम लावून केस चापूनचोपून विंचरले होते आणि डोक्यावर हॅटही घातली होती. एअर इंडियाच्या प्रोपेलर विमानातून दीर्घकालीन प्रवास करून ते तिथे पोहोचले होते. (त्यानंतर पुढच्याच वर्षी एअर इंडियाच्या ताफ्यात बोइंग ७०७ हे पहिलं जेट विमान दाखल झालं.)

त्यांनी परदेशात व्यावसायिक संबंध निर्माण केले पाहिजेत आणि अशा संबंधांचा शोध घेण्याची आता वेळ आली आहे, अशी कल्पना मांडल्यानंतर त्यांच्या बंधूंनी त्यांना तिकडे जाऊ देण्यास विरोध केला. १९५०मध्ये एअर इंडियाच्या विमानाचा झालेला अपघात अद्यापही लोकांच्या स्मरणात होता. अखेरीस नाइलाजानं त्यांनी त्यांना परवानगी दिली; पण ते अगदी विमानतळावर पोहोचल्यानंतरसुद्धा ते त्यांना विचारत होते की, 'कहाँ जायेगा?' 'कैसे होगा?' ('कुठे जाशील?' 'कसं होईल?')

आंतरराष्ट्रीय विमान पकडणं तर दूरच; पण तोपर्यंत कुटुंबातील कोणीही विमानातून प्रवासही केला नव्हता; पण तरीही माझ्या वडलांनी पक्का निर्धार केला होता. दिल्लीच्या विमानतळावर त्यांना निरोप द्यायला कुटुंबातील कित्येक लोक आले होते. त्या काळात विमानप्रवास आणि परदेशात जाणं ही फार मोठी गोष्ट होती. कुटुंबीयांच्या मनात आणि त्यातही विशेषतः मुलांच्या मनात जवळून विमान बघायला मिळणार असल्यामुळे भरपूर रोमहर्षकता होती.

माझे वडील डसेलडॉर्फमध्ये खरोखरच एका मोहिमेकरिता गेले होते आणि फक्त मान हीच जर्मन व्यक्ती त्यासाठी त्यांना मदत करू शकेल, असं त्यांना मनोमन वाटत होतं. त्यांच्या समोर फिक्या निळ्या रंगाची मर्सिडीज गाडी आली. ते दोघेही तिच्यात बसले आणि लवकरच गाडी रस्त्यावरून निघाली. त्याच वेळी माझे वडील युरोपियन ग्रामीण परिसराच्या प्रेमात पडले. गाडीतून लांब फेरफटका मारण्याची आवड त्यांना होतीच; पण तिथलं कमालीचं आकर्षक निसर्गसौंदर्य पाहून ते मंत्रमुग्ध झाले. निसर्गाच्या सान्निध्यात असलेल्या आधुनिक इमारती आणि पारंपरिक घरंही मधूनच दिसत होती. त्यांनी तोपर्यंत कधीही असं काही पाहिलं नव्हतं; पण या सगळ्यापेक्षाही मान यांच्याबरोबर झालेल्या आणि अभियांत्रिकीभोवती फिरत राहिलेल्या संभाषणामुळे ते रोमहर्षित झाले होते.

हिरोसाठी अद्ययावत तंत्रज्ञान मिळवणं हा माझ्या वडलांचा हेतू होता म्हणून सायकलच्या चेनच्या उत्पादनावर त्यांची मान यांच्याशी चर्चा झाली. शिवाय प्रतिस्पर्धी उत्पादकांच्या गुण-दोषांवरही त्यांचे वादविवाद झाले. त्यांनी सायकलच्या चेनची मशीन तयार करणाऱ्या दोन फॅक्टऱ्यांना भेट दिली. त्यांच्यापैकी एक डसेलडॉर्फच्या पश्चिमेला वुप्परटालमध्ये होती आणि दुसरी फॅक्टरी हायमरमध्ये होती. हायमर हे डसेलडॉर्फच्या पूर्वेला असलेल्या उत्तर ऱ्हाईन वेस्टफॅलिया प्रदेशात होतं. सायकलच्या घटकांविषयीच्या या भारतीय व्यवासायिकाच्या प्रचंड ज्ञानामुळे तिथले अभियंते प्रभावित झाले. या भारतीय व्यावसायिकाला फक्त मालाची आणि दुकानातील कामकाजाचीच खडान्‌खडा माहिती नव्हती, तर मशीनची तांत्रिक माहिती आणि अगदी इतर बारीकसारीक मोजमापांचीही त्याला अचूक माहिती होती. अखेरीस माझ्या वडलांनी मान यांच्या फॅक्टरीला ऑर्डर दिली. ही फॅक्टरी हायमरमध्येच होती.

तोपर्यंत हिरो सायकल्स ही लहान कंपनीच होती; परंतु त्यामुळे खूप मोठं चित्र पाहण्यापासून माझ्या वडलांना कोणीही रोखू शकलं नव्हतं. जर्मन लोकांना त्यांचं हे उद्योजकीय चैतन्यच खूप आवडलं होतं. त्यांची टूर संपेपर्यंत त्यांच्याकडे नवीन तांत्रिक ज्ञान होतं आणि कित्येक नवीन संपर्क निर्माण झाले होते. तंत्रज्ञानाचा वापर करून त्यांच्या प्रतिस्पर्ध्यांच्या तुलनेत ते खूप पुढे जाऊ शकतील हेसुद्धा पहिल्यांदाच त्यांच्या लक्षात आलं होतं.

ते विजयी भावनेनं भारतात परतले. त्यांची मान यांच्याशी चांगली मैत्री झाली होती. आगामी काळात त्यांचा हा संपर्क मूल्यवान ठरला आणि त्याहूनही महत्त्वाची गोष्ट म्हणजे मान हे हिरोसाठी खरोखरच उत्तम मार्गदर्शक असल्याचं स्पष्ट झालं. माझ्या वडलांनी जर्मनीतील दोन सायकल चेन तयार करणारे प्रकल्प खरेदी केले होते. त्यांची किंमत ऐकून त्यांचे बंधू आश्चर्यानं थक्क झाले. मात्र यामुळे व्यावसायिक स्पर्धेत हिरो कायमच आघाडीवर राहिली. पुढे आयुष्यभर हिरोच्या यशातील मान यांच्या योगदानाचा ते उल्लेख करत राहिले होते.

माझ्या वडलांनी मला सांगितलं होतं की, 'माननी मला तंत्रज्ञानाचं महत्त्व दाखवून दिलं. तंत्रज्ञानानं उत्पादनात सुधारणा करण्यासाठी आणि त्याला मानांकित करण्यासाठी कशी मदत केली होती ते त्यांनी मला दाखवलं. शिवाय वाटाघाटी कशा कराव्यात आणि उत्तम किमतीला उत्तम तंत्रज्ञान कसं मिळवावं हेही त्यांनीच मला दाखवलं.'

व्यवसायाशिवाय इतर कारणांमुळेही ही ट्रीप संस्मरणीय ठरली. छत्तीस वर्षांचे असताना माझ्या वडलांनी पहिल्यांदाच मोनोरेल पाहिली होती. त्यांच्याकडे सोबत कॅमेरा नेण्याची दूरदृष्टी होती, त्यामुळे त्यांनी तिचं छायाचित्र काढलं. त्यांना आपल्या प्रवासाचं दस्तऐवजीकरण करायचं होतं, त्याच्या साहाय्यानं ते या टूरविषयी कुटुंबीयांना व्यवस्थितपणे सांगू शकले असते. काहीही असलं तरी त्यांना छोटी-मोठी यंत्रं आणि उपकरणं आवडत होतीच, साहजिकच त्यांना आपल्या कॅमेऱ्याचा उपयोग करायलाही अतिशय आवडलं होतं.

नंतरच्या काळात माझ्या वडलांनी जर्मनीला अनेकदा भेटी दिल्या, त्यांपैकी ही पहिलीच भेट होती. त्यानंतर काही दशकांनी त्यांच्या सोबत रायही जर्मनीला गेले होते. तोपर्यंत माझ्या वडलांना जर्मनीची इतकी उत्तम माहिती झाली होती की, राय म्हणाले, 'त्यांना जर्मनीची खडान्‌खडा माहिती होती. आम्ही जात असलेल्या रस्त्यावरचं प्रत्येक वळण त्यांना माहीत होतं.'

जागतिक दर्जाचे भाग आणि यंत्रं आणण्यासाठी माझे वडील जगभर फिरले. त्या काळाची आठवण सांगताना ते म्हणाले होते की, 'मी सुरुवातीची काही वर्षं जर्मनीला गेलो आणि नंतर जपानला गेलो. सायकलीच्या भागांच्या उत्पादनासाठी मी आधुनिक उपकरणं आणण्यास सुरुवात केली. त्या काळात सायकल उत्पादन ज्या स्तरावरून केलं जात होतं, त्या तुलनेत मी सायकल उत्पादनाला आणखी उच्च आणि वेगळ्याच स्तरावर नेलं असा दावा मी करू शकेन असं मला वाटतं. त्या काळात यंत्रसामग्री आणि टूल्स व्यवसायाच्या बाबतीत जर्मनीचं खरोखरच वर्चस्व होतं आणि मी चेन तयार करणारा संपूर्ण प्रकल्प ३,००,००० रुपयांना खरेदी केला होता.'

तत्कालीन मुख्यमंत्री कैरो यांनी १९६०च्या दशकाच्या सुरुवातीला फॅक्टरीला भेट दिली होती. तोपर्यंत हिरो सायकल्स हा भरभराटीला येत चाललेला व्यवसाय झाला होता. या आदर्श राजकारणी व्यक्तीविषयी मुंजाल कुटुंबीयांच्या मनात गाढ आदर आहे. सन १९६५मध्ये कैरो यांची हत्या झाली, हा एक जबरदस्त आघात होता. यात फक्त इतकाच दिलासा होता की, १९६६च्या पंजाब पुनर्संघटन कायद्यांतर्गत पंजाबचे तुकडे झाल्याचं पाहण्यासाठी ते हयात नव्हते. त्यांच्या संपूर्ण राजकीय कारकिर्दीत त्यांनी या कायद्याच्या विरोधात लढा दिला होता.

३

एकत्र काम करणारं कुटुंबच एकत्र राहतं

हिरो ब्रँडची उभारणी करताना भक्कम कौटुंबिक स्नेहबंधांमुळेच मुंजाल बंधूंना अनेक आव्हानांना तोंड देऊन त्यांच्यातून यशस्वीपणे बाहेर पडणं शक्य झालं. झटपट भरमसाट पैसा मिळवण्यासाठी टपलेले कुटिल डीलर आणि पुरवठादार, अकारण छळ करणारे कनिष्ठ अधिकारी, प्रत्येक पावलावर नोकरशाहीला लागणारे प्रचंड कागदपत्रांचे ढिगारे आणि झपाट्यानं वाढणाऱ्या कंपनीचे पाय मागे खेचण्याचे प्रयत्न करणारे स्पर्धक असे त्यांच्या मार्गात असंख्य अडथळे होते.

माझे आजोबा बहादूरचंद मुंजाल यांचं अनेक वर्षांच्या दीर्घ आजारानं १९६०मध्ये निधन झालं आणि दयानंदकाका कुटुंबप्रमुख झाले. त्यांना पूर्वी झालेल्या जखमांमुळे ते थोडेसे अधू झाले असले तरी त्यांचा कुटुंबावर मोठाच प्रभाव होता. कोणतीही व्यावसायिक किंवा वैयक्तिक समस्या निर्माण झाली, तर कुटुंबातील सगळे सदस्य त्यांच्याकडे जात. ते आपल्या लहान बंधूंचा उत्साह वाढवत आणि त्यांना उत्तम काम करण्यासाठी प्रवृत्त करत. अतिशय वाईट परिस्थितींमध्ये त्यांनी कमालीचा संयम दाखवला होता. ते कुटुंबाला आयुष्याच्या अधिक चांगल्या बाजूला नेण्याचं काम करत होते. माझ्या वडलांच्या आणि काकांच्या दृष्टीनं त्यांचा शब्द प्रमाण होता आणि त्यांचा आदेश सगळ्या कुटुंबाला पाळावा लागत होता.

ओमप्रकाश या आपल्या सगळ्यात लहान बंधूकडे कविता आणि शेरोशायरी करण्याची प्रतिभाशक्ती असल्याचं दयानंदकाकांनीच ओळखलं होतं. त्यांच्या कवितांपैकी एक कविता ऐकल्यानंतर दयानंदकाकांनी ओमप्रकाशकाकांना त्यांच्या नवजात मुलावर आणखी एक कविता लिहिण्याचं आव्हान दिलं. ओमप्रकाशकाकांनी तिथल्या तिथे दोन ओळींची शायरी केली. दयानंदकाका भारावून गेले आणि

ओमप्रकाशकाकांनी कधीही कविता लिहिणं सोडून देऊ नये, असं त्यांनी त्यांना सांगितलं आणि ओमप्रकाशकाकांनीही कधीच कविता लिहिणं व शायरी करणं सोडलं नाही.

माझ्या काकांना कवितांचं आणि शेर-शायरीचं वेड होतं आणि त्यांचं ते वेड त्यांना आयुष्यभर पुरलं. त्यांच्याकडे प्रसंगानुसार निमिषार्धात उत्स्फूर्तपणे शेर लिहिण्याची प्रतिभा होती. त्यांना नेहमीच 'शायर मुंजाल' या नावानं ओळखलं जात होतं. ओमप्रकाशकाकांना लुधियानाला भारताच्या सांस्कृतिक नकाशावर नेऊन ठेवण्याचं श्रेय दिलं जातं. आपल्या शेर-शायरीसाठी ते उर्दू साहित्य विश्वात अतिशय प्रसिद्ध होते. ते मुशायऱ्यांचं आणि इतर सांस्कृतिक कार्यक्रमांचं आयोजन करत. हे कार्यक्रम साहित्य आणि कला विश्वात लोकप्रिय होते.

प्रख्यात उर्दू शायर केवल धीर यांनी एकदा तर उत्तर भारतात शायरी जिवंत ठेवण्याचं श्रेय माझ्या या काकांना दिलं होतं. शायर केवल धीर आणि काका यांची सुमारे अर्धशतकभर किंवा अगदी नेमकेपणानं सांगायचं झालं, तर ४६ वर्षं मैत्री होती. धीरना ओमप्रकाशकाका अतिशय आवडत होते. त्यांनी असं म्हटलं होतं की : 'लोक त्यांच्या औद्योगिक कौशल्यासाठी त्यांना ओळखत असले तरी उर्दू शायरीवरच्या त्यांच्या प्रेमामुळे ते साहित्य वर्तुळांमध्येही तितकेच लोकप्रिय आहेत. त्यांना कित्येक शेर पाठ होते आणि योग्य प्रसंगी ते त्यांचा वापर करत. अदीब इंटरनॅशनल सोसायटीचे ते प्रमुख आश्रयदाते होते. ही सोसायटी वर्षभर जश्न-ए-साहीर आणि इतर अनेक कार्यक्रमांचं आयोजन करत होती.'

ओमप्रकाशकाका सोळाव्या वर्षापासून अमृतसरमधील सायकलच्या दुकानात काम करू लागले आणि तेव्हापासून त्यांचं शिक्षण अकालीच थांबलं होतं. आपल्याला या गोष्टीचा बिलकूल खेद वाटत नसल्याचं ते आयुष्यभर सांगत राहिले असले तरी त्यांना नक्कीच ती गोष्ट डाचत राहिली असावी, कारण त्यांच्याकडे उपजतच ज्ञान संपादनाची प्रचंड भूक होती. नंतरच्या दशकांमध्ये त्यांनी आम्हाला म्हणजे मुंजालांच्या पुढच्या पिढीला चांगलं शिक्षण मिळवण्यासाठी सतत प्रोत्साहन दिलं; पण तरीही आम्ही त्यांना ज्या ज्या वेळी याविषयी प्रश्न विचारत असू, त्या प्रत्येक वेळी ते आमच्या चौकश्यांना झटकून टाकत आणि म्हणत, 'आयुष्य हा सगळ्यात मोठा गुरू असतो आणि जग ही सगळ्यात मोठी शाळा असते. मी ज्या वेळी चुका करतो, त्या वेळी मी त्यांच्यातून शिकतो आणि आणखी जास्त मोठा होतो. मी कधीही महाविद्यालयात गेलो नसलो तरी मी कधीही शिकण्यात अपयशी झालो नाही.'

माझ्या वडलांप्रमाणेच ओमप्रकाशकाकाही उत्तम वक्ते होते. आपल्या भाषणानं, बोलण्यानं ते श्रोत्यांना मंत्रमुग्ध करत. योग्य शेर म्हणून लोकांचं स्वागत करण्यासाठी ते ओळखले जात होते. सुरुवातीच्या काही बैठकांनंतर त्यांचे परिचित त्यांची शेर-शायरी ऐकण्यासाठी उत्सुक असत आणि ते नेमका कोणता शेर म्हणतील

याविषयी अंदाज बांधू लागत. माझ्या वडलांना संगीताची आवड होती; परंतु त्यांना वेगळ्या प्रकारचं संगीत आवडत होतं. त्यांना गझलगायक जगजीत सिंग यांच्या गझला आवडत होत्या आणि १९५०च्या दशकातील सुरैया व के. एल. सैगल या दिग्गजांची गाणी आवडत होती.

'हिरो डायरी' तयार करण्यामागे ओमप्रकाशकाकांची सर्जनशीलताच कारणीभूत होती. ही डायरी ही खरोखरच एक संग्राह्य गोष्ट झाली. तिच्या प्रत्येक पानावर एखादा वाक्प्रचार किंवा शेर आहे. तो देशभरातील शायरांच्या शायरीतून ओमप्रकाशकाकांनी काळजीपूर्वक निवडलेला आहे. प्रत्येक पान अचूक असावं आणि त्याच्यावर अचूक माहितीच असावी यासाठी ते रोज दिवसातील काही तास त्यावर व्यतीत करत. त्यापैकी अनेक शेर मूळचे आहेत, कारण हिरो डायरीच्या पानावर आपल्या शायरीला स्थान मिळावं यासाठी शायरांमध्ये अहमहमिका लागलेली असे. १९६०च्या दशकाच्या उत्तरार्धात या डायरीच्या हजारो प्रती काढण्यात येत होत्या आणि तरीही त्या मागणीच्या तुलनेत कमीच पडत होत्या. इतक्या वर्षांमध्ये कित्येक लोकांनी ती डायरी संग्रही ठेवल्याचं मला माहीत आहे.

आता पुन्हा एकदा आपण आमच्या कुटुंबप्रमुखांकडे वळू या. दयानंदकाकांचा सुरुवातीपासूनच असा विश्वास होता की, नफा हेच व्यवसायाचं सर्वस्व नसतं आणि आयुष्यात व्यवसाय हेच सर्वस्व नसतं. त्यांच्यासाठी त्यांच्या कुटुंबाला अग्रस्थान होतं आणि त्यांच्या दृष्टीनं कुटुंब याचा अर्थ त्यांचे संपूर्ण कुटुंबीय असलेलं मोठं एकत्रित कुटुंब, त्यांचे मित्र, व्यवसाय साहाय्यक आणि कर्मचारी असाच होता. ते समाजशील व्यक्ती होते. अतिशय आपुलकीनं वागणारे प्रेमळ गृहस्थ होते आणि त्यामुळेच क्वेट्टातील भूकंपानंतर त्यांना सातत्यानं कायमस्वरूपी वेदनांना तोंड द्यावं लागत असल्याचं फारसं कोणाच्याही लक्षात येत नव्हतं.

त्यांनी सगळे बंधू एकमेकांच्या जवळ राहतील याची खात्री करून घेतली. सुरुवातीला सत्यानंदकाका त्यांचं कुटुंब घेऊन लुधियानाला आले, त्या वेळी त्यांच्या कुटुंबासह ते भाड्याच्या घरात राहत होते. त्यानंतर त्यांच्या घरमालकानं त्यांच्यासमोर वाजवी दरात ते घर खरेदी करण्याचा प्रस्ताव ठेवला; पण दयानंदकाकांना ते घर खूपच दूर आहे असं वाटलं, त्यामुळे सत्यानंदकाकांनी इतर भावांच्या घरांच्या जवळच आपल्यासाठीही घर शोधावं असा त्यांनी आग्रह धरला. त्या वेळी मुंजाल कुटुंबीय लुधियानाच्या मॉडेल टाऊनमध्ये राहत होतं. पाकिस्तानमधून आलेल्या निर्वासितांना सामावून घेण्यासाठीच मॉडेल टाऊन बांधण्यात आलं होतं. मुंजाल कुटुंबीयांची घरं एकमेकांना लागून होती आणि त्यामुळे जणू काही त्यांनी त्या कॉलनीअंतर्गत आपली आणखी एक कॉलनी तयार केली होती.

आपण कमावलेला सगळा पैसा हे बंधू सायकलच्या व्यवसायासाठी वापरत होते, त्यामुळे घर खरेदीसाठी त्यांच्याकडे फारसं काही उरत नव्हतं म्हणून सुरुवातीला

घरातील सदस्य भाड्याच्या घरांमध्ये राहिले. दयानंदकाका २१ क्रमांकाच्या घरात राहत होते. ओमप्रकाशकाका आणि माझे वडील हे २६ क्रमांकाच्या घराच्या उजव्या आणि डाव्या भागात राहत होते. सत्यानंदकाका २४ क्रमांकाच्या घरात, तर बालमुकुंदकाका ३९ क्रमांकाच्या घरात राहत होते. माझी आत्या संतोष २३२ क्रमांकाच्या घरात आणि सदानंदकाका २३१ क्रमांकाच्या घरात राहत होते. अशा प्रकारे तिथे सगळ्याच मुंजाल कुटुंबीयांची घरं होती. त्यानंतर मुंजाल बंधूंनी अखेरीस ती घरं खरेदी केली आणि जोपर्यंत हे कुटुंब लुधियानात होतं, तोपर्यंत ते तिथेच राहिले.

दयानंदकाकांनी आणि ओमप्रकाशकाकांनी सणांच्या वेळी, लग्नसमारंभ, वाढदिवस किंवा वर्धापनदिन या वेळी कौटुंबिक स्नेहमेळाव्याची परंपरा सुरू केली. त्या काळात ते मेळावे कुठेही झाले तरी सगळ्या कुटुंबीयांनी त्यात सहभागी झालंच पाहिजे, अशी पद्धत होती. भरपूर खाद्यपदार्थांची रेलचेल असलेली जेवणं होत आणि माझी आजी व ओमप्रकाशकाका लहान मुलांना माहीत नसलेल्या आमच्या कुटुंबाविषयीच्या गोष्टी आणि इतर कथा त्यांना सांगत. त्यांच्यातून ते मुलांच्या मनावर नैतिक मूल्यं आणि इतिहासाची जाणीव बिंबवत. मी अशाच कार्यक्रमांच्या दरम्यान फाळणीच्या कथा आणि त्या वेळी आयुष्य कसं होतं त्याविषयी ऐकल्याचं मला आठवतं. त्या वेळी माझ्या कुटुंबाच्या कधीही हार न मानण्याच्या आणि जीवन आनंदानं, उत्साहानं उपभोगण्याच्या वृत्तीनं मी चकित झालो होतो आणि भारावून गेलो होतो.

आता मी मागे वळून पाहतो, त्या वेळी माझ्या मनात कुटुंबाच्या आणि मित्रांच्या स्नेहसंमेलनाच्या अत्यंत आल्हादक स्मृती असल्याचं माझ्या लक्षात येतं. ती किती उत्साही वातावरणात पार पडत होती ते वातावरण मला आठवतं. बैसाखी हा माझा वर्षभरातील आवडीचा काळ होता. (पंजाब राज्यातील सुगीच्या काळात हा सण येतो.) त्या वेळी सगळे कुटुंबीय बसमध्ये आणि कारमध्ये बसून लुधियानाच्या बाहेरच्या बाजूला असलेल्या दोराहाला जात. ते नदीकाठावरचं सुमारे ३०,००० लोकवस्तीचं गाव होतं. आम्ही तिथे नदी किनाऱ्यावर बसत असू आणि सहलीचा आनंद लुटत असू. सगळे एकत्र असल्याची आपुलकीची भावना तिथे पसरलेली असे.

दयानंदकाकांच्या मृत्यूनंतरही ओमप्रकाशकाकांनी ही परंपरा तशीच सुरू ठेवली होती. ते कौटुंबिक स्नेहसंमेलनाकरिता मुद्दाम असे प्रसंग निर्माण करत होते आणि सातत्यानं एकत्र असल्याची, प्रेमळपणाच्या चैतन्याची भावना दृढ करत होते.

**

माझ्या वडलांच्या आणि काकांच्या पाठबळावर कौटुंबिक व्यवसायाची उभारणी झाली असली तरी त्यांच्या पत्नीही सतत कष्ट करत होत्या. त्यांनी घरकामाची व्यापक जबाबदारी पेलली होती. ओमप्रकाशकाकांनी सुदर्शन या माझ्या मावशीबरोबर

१९५३मध्ये विवाह केला आणि चार मुली आणि एक मुलगा असं त्यांचं स्वतःचं वैयक्तिक कुटुंबही खूप मोठं होतं.

डीलरचं जाळं तयार करण्यासाठी ओमप्रकाशकाकांना भरपूर प्रवास करावा लागत होता आणि ते सतत फिरतीवरच असतात, हे माहीत असल्यामुळे कुटुंबापासून इतका काळ सतत दूर राहिल्यामुळे त्यांच्या उत्साहावर परिणाम होईल हे माझ्या आईच्या लक्षात आलं होतं. त्यामुळे त्यांच्या दीर्घकालीन टुरच्या वेळी त्यांच्याबरोबर जाण्याकरिता सुदर्शनमावशीला प्रोत्साहन देण्यासाठी माझ्या आईनं त्यांच्या मुलांची जबाबदारी स्वतःकडे घेतली होती.

त्यामुळे कधीही पाहिलं तरी माझी आई निदान दहा मुलांची तरी देखभाल करत असल्याचं दिसत असे. आमची कुटुंबं जवळजवळ एकमेकांच्या प्रतिमा असल्यासारखीच होती. मी आधी सांगितलं आहे त्याप्रमाणे माझ्या काकांना चार मुली आणि एक मुलगा होता, तर माझ्या वडलांना आम्ही चार मुलगे आणि एक मुलगी अशी अपत्यं होतो. माझी आई आम्हा सगळ्यांची अतिशय आत्मविश्वासानं आणि संयमानं देखभाल करत होती. माझ्या वडलांनी आणि काकांनी एकमेकांशी संलग्न असलेली घरंच विकत घेतली होती. त्यांना सामाईक अंगण आणि व्हरांडा होता आणि सगळी मुलं तिथे एकत्र खेळत होती. स्वयंपाकघरं वेगवेगळी होती; पण आम्हा सगळ्या मुलांचा दोन्ही स्वयंपाकघरांमध्ये स्वैर संचार असे. 'त्या वेळी जास्त पैसा नव्हता; पण तो काळ चांगला होता,' अशी आठवण माझी आई अजूनही सांगते.

मोठी होत असताना ज्याप्रमाणे बहुतेक मुलं वागतात तसेच आम्हीही वागत होतो. आम्ही भांडत होतो. खेळताना एकमेकांशी वाद घालत होतो आणि आमच्यात एकमेकांविषयी दृढ प्रेमही होतं. आमचे स्वभाव वेगवेगळे असल्यामुळे त्यांच्यातून नेहमीच रोचक गोष्टी निर्माण होत.

माझ्या वडलांकडे एक लहान कार होती, असं मला आठवतं. ज्या वेळी ते आईबरोबर बाहेर जात, त्या वेळी त्या कारमध्ये फक्त एकच मूल बसू शकेल इतकी जागा उरलेली असे. त्या वेळी त्यांच्याबरोबर कारमधून जाण्यासाठी आम्ही सगळीच मुलं एकमेकांशी भाडत असू; पण ज्या वेळी आम्ही कारजवळ जात असू, त्या वेळी पवन आधीच बसलेला असे. त्याने आधीच अशी भांडणं होणार याचा अंदाज बांधलेला असे आणि त्यामुळे पुढे जाऊन त्याने जागा पटकावलेली असे. हे क्वचित एखाद्या वेळीच नव्हे, तर अनेक वेळा घडलं होतं.

ओमप्रकाशकाकांना आम्ही चाचाजी म्हणत असू. चाचाजी अतिशय कडक होते, त्यामुळे माझ्यासह मुंजाल कुटुंबातील सगळी मुलं त्यांच्या आवतीभोवती जपूनच वागत. ते जितके कडक होते, तितकेच प्रेमळही होते, त्यामुळे ते आम्हाला अधूनमधून ओरडत असले तरी आम्ही ते कधीच मनावर घेत नव्हतो. त्यांच्या पलंगाच्या शेजारी असलेल्या टेबलावर ते एक पॅड ठेवत आणि त्याला एका धाग्यानं

बांधून ठेवलेली एक पेन्सिलही असे. ते त्या पॅडवर सतत अधूनमधून काहीतरी खरडत असत. सकाळी कामावर जाण्यापूर्वी त्यांनी लिहिलेल्या टिपणाचे कागद ते त्या पॅडमधून फाडून स्वतःसोबत नेत. शिवाय त्यांच्याकडे आयुष्याविषयीचे धडे शिकवणारं एक छोटंसं पुस्तकही होतं. रोज सकाळी ते पुस्तक ते न चुकता वाचत.

ते भरपूर वाचन करत; पण त्यात काल्पनिक कथा नसत. घरात एक उर्दू वर्तमानपत्र येत असे आणि काका आणि माझे वडील आळीपाळीनं ते वाचत. नंतरच्या काळात मला एखादं रोचक पुस्तक किंवा लेख आढळला तर मी ते पुस्तक किंवा लेख काकांसाठी बाजूला ठेवून देत असे. अशा गोष्टी ते चाळत आणि आपण वाचलेल्या गोष्टी लक्षात ठेवून योग्य वेळी त्यांचा वापरही करत.

आमच्या घरातील वॉशबेसिन आम्हा कुटुंबीयांमध्ये प्रसिद्ध झाली होती. आमच्या कुटुंबात ती दंतकथाच बनून गेली होती. अंगणाच्या दोन बाजूला ही दोन वॉशबेसिन होती. आम्ही अंगणाच्या डाव्या बाजूला आणि माझ्या काकांचं कुटुंब उजव्या बाजूला राहत होतं. त्या निरुपद्रवी वॉशबेसिनच्या भांड्यांनी हिरोच्या साम्राज्याच्या उभारणीत महत्त्वाची भूमिका पार पाडली होती, याविषयी आमच्या कुटुंबाचं एकमत होतं.

माझे काका आणि माझे वडील ते कसं करत होते हे मला माहीत नाही; पण ते दोघेही रोज सकाळी बरोबर एकाच वेळी आपापल्या वॉशबेसिनजवळ येत. त्यांच्या हातात दाढी करायचं सामान असे. चेहऱ्याला साबण लावून दाढी करत असताना व्यावसायिक गोष्टींविषयी ते नेहमीच चर्चा करत. तिथेच ते कल्पनांची देवाणघेवाण करत. एकमेकांकडे टिपणांची देवाण-घेवाण करत आणि महत्त्वाचे निर्णयही तिथेच घेत. मला जितकं आठवतं तितका काळ तरी हा ते दोघेही पार पाडत असलेला नियमित 'विधी' होता. माझे वडील दिल्लीला जाईपर्यंत अगदी एखाद्या धार्मिक विधीप्रमाणे त्यांनी हा विधीही पार पाडला होता.

त्या दोघांचीही व्यक्तिमत्त्वं अगदी भिन्न होती. माझे वडील अगदी 'अस्वस्थ आत्मा' होते. ते सतत काही ना काही नवीन करत राहत. व्यवसायाकरिता नवनवीन आघाड्यांचा आणि तंत्रज्ञानाचा शोध घेत. माझ्या काकांना लुधियानातच राहून तिथल्या कामकाजाचं व्यवस्थापन करण्यात पूर्ण समाधान वाटत होतं. (अर्थातच ते डीलर शोधण्यासाठी बाहेर फिरतीवर असत; पण तिथून ते लुधियानात परत येत आणि त्यात त्यांना समाधान वाटत असे.) माझे वडील शांत होते; पण काका तापट होते.

हिरो सायकल्समधील प्रत्येक कर्मचाऱ्याला हे माहीत होतं की, ओ. पी. मुंजालांनी आपल्याला एखादं काम दिलं तर ते आपल्याला त्यांनी दिलेल्या वेळेतच पूर्ण करावं लागेल, अन्यथा त्यांच्या संतापाच्या उद्रेकाला सामोरं जाण्याची तयारी ठेवली पाहिजे. ते अस्वस्थपणे पाठपुरावा करत राहत आणि काम करण्यास विलंब

झाला तर कोणतीही किरकोळ समर्थनं मान्य करत नसत. ते स्वतःही अतिशय कठोर कार्यक्षमतेनं काम करत, त्यामुळे कोणत्याही प्रकारची अक्षमता किंवा हलगर्जीपणा ते खपवून घेत नसत. त्यांच्याकडे त्यासाठी वेळच नव्हता. ते मूर्ख लोकांना किंवा मूर्खपणालाही सहन करू शकत नव्हते. ते स्वतः वाटाघाटी आणि व्यवहार करण्यात अतिशय तरबेज होते आणि कोणालाही त्या बाबतीत लबाडी करता येत नव्हती.

त्याउलट माझ्या वडलांचा स्वभाव मृदू होता. ते मनमिळाऊ होते आणि त्यांचं व्यक्तिमत्त्व विशाल होतं. लोकांना सहजपणे वागता-बोलता यावं यासाठी ते भरपूर प्रयत्न करत. ते अतिशय कल्पक होते, तर चाचाजी हे अंमलबजावणी करण्यात अत्यंत निष्णात होते. आपापल्या बुद्धिमत्तांचं एकत्रीकरण करून त्यांनी अत्युच्च प्रागतिक आणि सक्षम उद्योगाची निर्मिती केली.

**

आमचे आई-वडील आपापल्या कामांमध्ये कितीही व्यस्त असले तरी ते नेहमीच आमच्यासाठी वेळ काढत होते. विशेषतः माझ्यासाठी ते वेळ काढत. जन्मतःच माझ्या पायांचे पंजे वाकडे (क्लब फूट) होते. याचा अर्थ सुरुवातीची तेरा वर्षं मला सतत रुग्णालयात न्यावं लागत होतं. ज्या ज्या वेळी मी रुग्णालयात असे त्या प्रत्येक वेळी माझे वडील सकाळी दूध, चहा, नाष्टा घेऊन येत. त्यांचे सगळ्या डॉक्टरांशी मित्रत्वाचे संबंध होते. माझ्या या सुरुवातीच्या यातनांमुळे माझ्या आई-वडिलांशी माझे खास बंध जुळले. तिच्या मृत्यूपर्यंत ज्या-ज्या वेळी माझ्या आईला बरं नसे, त्या प्रत्येक वेळी ती मला बोलावत असे. (त्याआधी अनेक वर्षं माझ्या वडलांनी हे केलं होतं.) जोपर्यंत मी तिच्या बरोबर नसे, तोपर्यंत ती कुठल्याही प्रकारचा आजार असला तरी डॉक्टरांकडे जाणं लांबणीवर टाकत असे.

माझ्या आईनं तिचं खूप मोठं, सतत वर्दळ असलेलं घर अतिशय हळुवारपणे आणि प्रेमानं सांभाळलं. तिने कधीही कुरकुर केली नाही किंवा ती कधीही अगदी दमून गेल्याचंही दिसलं नाही. माझे वडील प्रवासात असताना नेहमीच तिने घराचा गड समर्थपणे लढवला आणि खरं तर माझे वडील नेहमीच प्रवासात असत, त्यामुळे ती नेहमीच हे काम करत असे; पण ज्या वेळी ते घरी येत, त्या वेळी कधीही रिकाम्या हातानं येत नसत. त्यांच्या स्वभावाला अनुसरून ते प्रत्येकासाठी काही ना काही भेटवस्तू घेऊन येत. त्यातही त्यांच्या मुलांसाठी ते शक्य तितक्या प्रमाणात एकसारख्या वस्तू आणण्याचा प्रयत्न करत. १९६०च्या दशकाच्या सुरुवातीच्या काळातील कौटुंबिक छायाचित्रं पाहिली, तर त्यांच्यात आम्हा चौघाच्याही अंगावर एकसारख्या लेदर-शॉर्ट्स दिसतात. माझे वडील दरवाजातून आत आले की, अतिशय आनंदानं आम्हा सगळ्यांना जवळ घेत आणि त्यानंतर एखाद्या जादूगारानं त्याच्या हॅटमधून ससा काढून दाखवावा, त्याप्रमाणे त्यांच्या सामानात हात घालून

ते आमच्या प्रत्येकाच्या हातावर एकेक भेटवस्तू ठेवत. आमच्या बालपणी अनेकदा असं घडलं होतं. त्यातही मला जास्त प्रमाणात खेळणी मिळत हे मला सांगावंच लागेल. मी ती जपून ठेवली होती आणि ज्या वेळी माझ्या पुतण्याचा राहुलचा जन्म झाला, त्या वेळी मी ती त्याला दिली.

माझा जन्म सन १९५७मध्ये झाला. त्याच वर्षी माझ्या वडलांनी कार खरेदी केली होती. मुंबईतील प्रतिकूल काळानंतर त्यांनी घेतलेली ती पहिलीच कार होती. बहुधा तोपर्यंत व्यवसायानं गती पकडली असावी किंवा कदाचित रोज शेतांमधल्या पायवाटांनी जाण्याचा शॉर्टकट घेऊन सायकलनं कार्यालयात जाण्याचा त्यांना कंटाळा आला असावा. त्या काळात सुस्थितीतील चांगले रस्ते नसल्यामुळे त्यांना असं शेतांतील रस्त्यांतूनच जावं लागत होतं.

**

सत्यानंदकाकांचा मुलगा योगेश हा आम्हा सगळ्यांत मोठा होता. त्याने रुरकी युनिव्हर्सिटीतून (याच विद्यापीठाला पुढे इंडियन इन्स्टिट्यूट ऑफ टेक्नॉलॉजी किंवा आयआयटी असं म्हटलं जाऊ लागलं.) अभियांत्रिकीची पदवी मिळवल्यानंतर त्याला दयानंदकाकांबरोबर रॉकमन सायकल्समध्ये काम करण्यास सांगण्यात आलं. रॉकमन सायकल्स हे सुरुवातीच्या काही साहाय्यक युनिट्सपैकी पहिलं युनिट होतं. सन १९६०मध्ये त्याची स्थापना झाली होती. तिथून मुंजाल कुटुंबीयांच्या पुढच्या पिढ्यांच्या परंपरेची सुरुवात झाली. त्यानंतरच्या लहान भावंडांनी ज्या वेळी व्यवसायात प्रवेश केला, त्या वेळी त्यांच्या काकांनी किंवा चुलतभावांनी त्यांना प्रशिक्षण दिलं. याविषयी नंतर आणखी तपशिलात पाहू या.

ते एक कष्टप्रद प्रशिक्षण होतं; पण योगेशच्या मनात अजूनही आमच्या काकांच्या मोठ्या मनाच्या आठवणी रेंगाळत आहेत. योगेशनं सांगितलं, 'मी १९६४च्या जानेवारीत रुजू झालो. मी काही महिने हिरो सायकल्समध्ये होतो आणि नंतर दयानंदकाका आजारी पडल्यामुळे मला त्यांच्याकडे पाठवण्यात आलं.'

दयानंदकाकांकडे तडजोड करण्याची मोठीच क्षमता होती, असं माझी आई नेहमीच म्हणत असे. ती सांगत असे, 'ते नेहमीच सगळ्यांचं आपुलकीनं आणि प्रेमानं स्वागत करत होते. ते त्यांच्या आईजवळ राहत नसले तरी रोज संध्याकाळी कामावरून परतल्यानंतर ते तिच्याकडे जात आणि तिच्याबरोबर वेळ घालवत. ते समाजशील, कुटुंबवत्सल होते आणि प्रत्येकाचंच भलं झालं पाहिजे आणि हितच झालं पाहिजे, याकडे त्यांचं नेहमीच लक्ष असे. त्यामुळे त्यांच्यावरही कुटुंबाचं प्रेम होतं आणि त्यांना कुटुंबात मोठाच आदर होता.'

संध्याकाळी सगळे बंधू एकमेकांना भेटत आणि माझ्या आजीच्या भोवताली कोंडाळं करून बसत. त्यानंतर आळीपाळीनं तिचे पाय दाबत. माझ्यासह आम्ही

तिची सगळी नातवंडंही तिची ही अल्प सेवा करत असू आणि दर वेळी आम्ही तिचे पाय दाबून दिले की, तिच्याकडून आम्हाला आशीर्वाद मिळत असत. ती *गुरू ग्रंथसाहिबामधील* श्लोक म्हणत असे आणि आम्ही तिच्या पाठोपाठ ते म्हणत असू. योगेशनं सांगितलं की, तिच्या मृत्यूच्या आधी तिने अशी सूचना देऊन ठेवली होती की, तुम्ही सगळे आर्यसमाजवादी असल्यामुळे माझी *गुरू ग्रंथसाहिब बिर* (प्रत) गुरुद्वारात नेऊन द्यावी. पद्धतीनुसार आम्ही *गुरू ग्रंथसाहिबाची* तिची प्रत आमच्या डोक्यावरून नेऊन गुरुद्वारात दिली.'

साहजिकच ज्या वेळी योगेशच्या विवाहाचा प्रश्न आला, त्या वेळी सत्यानंदकाकांनी त्यांच्या ज्येष्ठ बंधूला हा विचार सांगितला. त्यानंतर दयानंदकाकांनी नियोजित वधूच्या वडलांबरोबर याविषयी चर्चा केली आणि अंतिम निर्णय घेतला. त्याचा विवाह ठरवण्यातील काकांच्या भूमिकेविषयी योगेश म्हणाला, 'त्यांनी मुलीच्या कुटुंबाला भेटण्यासाठी मला रॉकमनमध्ये बोलावून घेतलं. त्यांनी मला मुलीला पाहून विवाह पक्का करण्यास सांगितलं.'

कुटुंबाचा भाग्योदय झाल्यानंतर गुंजालांच्या पुढच्या पिढीतील शिक्षणाची पातळीही उंचावली. ओमप्रकाशकाकांच्या मनात आपलं स्वतःचं शिक्षण अर्धवट राहिल्याची खंत नेहमीच राहिली होती. त्यांच्या मुलांना त्यांनी शिक्षणासाठी सनावरमध्ये पाठवलं. माझी मोठी भावंडं लुधियानातील रमण आर्य मंदिर या स्थानिक शाळेत शिकली. पवन आणि सुमन सेंट जोसेफ अकॅडेमीत आणि त्यानंतर नाभाच्या पंजाब पब्लिक स्कूलमध्ये शिकली. मूलतः ती एक लष्करी शिक्षण देणारी शाळा होती; परंतु तिने शिक्षणाच्या क्षेत्रातही नाव कमावलं होतं. त्यानंतर लुधियानाच्या सॅक्रिड हार्ट कॉन्व्हेंटमध्ये तिसरीत एक वर्ष शिकल्यानंतर माझ्या भावंडांच्या पाठोपाठ मीही नाभाच्या शाळेत दाखल झालो.

त्यानंतर दोन वर्षांनी मी डून स्कूलच्या प्रवेश परीक्षेला बसलो आणि पास झालो; पण इथे एक छोटीशी कलाटणी होती.

नाभाच्या शाळेचे माझे मुख्याध्यापक हे माझ्या वडलांचे मित्र होते. (त्यांच्या मित्रांचं जाळं खरोखरच विस्मयचकित करणारं होतं.) त्यांनी माझ्या वडलांना त्या शाळेत जाण्यास मला परवानगी देऊ नये असं सांगितलं; पण माझा निर्धार ठाम होता. अखेरीस माझी चुलतबहीण सुरक्षानं माझ्या वडलांचं मन वळवलं. तिच्या या कौशल्यासाठी तिचे आभारच मानले पाहिजेत आणि मी डेहराडूनला गेलो. त्या वेळी रमणजी मणीपालमध्ये अभियांत्रिकीचा अभ्यास करत होते. (नंतर ते पतियाळाला गेले.) मला औषधशास्त्रात जास्त रस होता; पण कसा कोण जाणे; पण अखेरीस मलाही माझ्या भावंडांप्रमाणे अभियांत्रिकीचाच अभ्यास करावा असं वाटलं आणि मी तो केला. हिरो समूहाच्या मूल्यात वाढ करण्याच्या कामात सहभागी होण्याच्या दृष्टीनं ती गोष्ट अधिक चांगली होती!

मुंजाल कुटुंबाचा विकास झाला आणि त्यांची मुलंही मोठी झाली होती. आता या मुलांना प्रत्यक्ष अनुभव घेण्याची आणि व्यवसायात त्यांच्या बुद्धिमत्तेचा आणि कौशल्यांचा वापर करण्याची संधी देण्यात आली. अर्थातच ही सुरळीतपणे घडणारी, सोपी गोष्ट नव्हती. विशेषतः कुटुंबाची संपत्ती वाढल्यानंतर तर ती बिलकूल सोपी गोष्ट राहिली नव्हती.

मला आठवतं की, कुटुंबातील कामांमध्ये, माझ्या वडलांनी माझ्यावर तिसऱ्या पिढीतील मुलांना मदत करण्याचं काम सोपवलं होतं. त्यांच्या बुद्धिमत्तेनुसार त्यांच्याकरिता कामाची निवड करणं ही गोष्ट मला अवघड वाटत होती. मी हे काम करत होतो, याचा अर्थ मी या तरुण मुलांना अंतिम पद देण्याच्या आधी त्यांची कसोटी पाहण्यासाठी त्यांना काही कठीण कामं देत होतो. त्यांना कठीण परिस्थितींमधून जायला भाग पाडत होतो. आता कोणत्या पातळीवरची कामं कोणाला अवघड वाटतील हे सांगणारं कोणतंही शास्त्र नाही, त्यामुळे काही कामं काही मुलांना इतरांच्या तुलनेत जास्त अवघड वाटली; परंतु या सगळ्या कठीण वाटचालीचा नंतरच्या काळात त्यांच्या कामांमधून आणि यशांमधून स्पष्ट सकारात्मक परिणाम दिसून आला.

आपल्या मुलांच्या क्षमतांविषयी त्यांच्या पालकांच्या आणि विशेषतः त्यांच्या मातांच्या मनात असलेल्या आकलनामुळे काही गुंतागुंती आणि अडचणी निर्माण होत होत्या. मला आठवतं की, कुटुंबातील एका सन्माननीय महिलेनं मला सांगितलं होतं की, त्यांचा मुलगा कुटुंबातील अत्यंत बुद्धिमान मुलांपैकी एक आहे; पण आम्ही त्याला अकारणच अवघड (पण प्राथमिक) काम दिलं होतं. त्यांना असं वाटत होतं की, त्यांच्या मुलानं कौटुंबिक व्यवसायात पाऊल ठेवताक्षणीच आम्ही त्याच्यावर खूप मोठी जबाबदारी सोपवायला हवी होती. तो तरुण मुलगा अत्यंत हुशार होता एवढीच गोष्ट पुरेशी नव्हती, तर त्याच्या सगळ्या क्षमतांचा त्याला पुरेपूर वापर करून घेता यावा, यासाठी त्याला खूप काही शिकण्याची गरज होती हे त्यांना पटवून देणं कठीण होतं.

**

सन १९६१मध्ये सत्यानंदकाकाही लुधियानाला आले. आधी उल्लेख करण्यात आला आहे, त्याप्रमाणे सदानंदकाका आणि सत्यानंदकाका यांनी दिल्लीच्या बाहेरच्या भागातील बहादूरगडमध्ये फॅक्टरी उघडली होती. या फॅक्टरीत मडगार्ड आणि पॉवर प्रेस यांचं उत्पादन केलं जात होतं. सुरुवातीला या फॅक्टरीनं अत्यल्प प्रगती केली. कामगारांकडे कामाविषयीची कसलीच नीतिमत्ता नव्हती, त्यामुळे ते मन लावून काम करत नव्हते. सत्यानंदकाकांना आणि सदानंदकाकांना याचा राग येत होता. याशिवाय त्यांच्या उत्पादनांसाठी तयार बाजारपेठ नव्हती, याचीही त्यांना खंत वाटत

होती. उत्पादनासाठी कसलीच परिसंस्था नव्हती. त्या काळात बहादूरगडमध्ये एकही हार्डवेअरचं दुकान किंवा ग्रायंडिंग मिल नव्हती.

माझा चुलतभाऊ योगेश आम्हाला सांगत असे की, अगदी एखादा स्क्रू किंवा खिळा खरेदी करायचा असला तरी माझ्या वडलांना दिल्लीच्या चावडी बाजारातील पुरवठादाराकडून तो खरेदी करण्यासाठी कोणाला तरी बसनं दिल्लीला पाठवावं लागत होतं, त्यामुळे मशीनची वेळेवर दुरुस्ती करणं अतिशय अवघड होतं. लुधियानातील हिरो सायकल्सच्या टूल रूममधील मिस्त्रीला माझ्या या काकांना साहाय्य करण्यासाठी बहादूरगडला पाठवण्यात आलं. तो फॅक्टरीच्या परिसरात राहिला आणि त्याने त्याच्याकडच्या यांत्रिकी कौशल्याचा कामकाजात वापर करण्यास सुरुवात केली. लवकरच फॅक्टरीत पुरेशा मानांकनाची मडगार्ड तयार होऊ लागली; पण माझ्या दोन्ही काकांच्या नियंत्रणाबाहेरच्या काही कारणांमुळे व्यवसायानं कधीही खऱ्या अर्थानं गती पकडलीच नाही.

पावसाळ्यात फॅक्टरीत जवळपासच्या नाल्यांमधील पाणी शिरलं आणि फॅक्टरीच्या आवारात पूर आला, त्यामुळे ही सगळी परिस्थिती आणखीच वाईट झाली. सत्यानंदकाका अतिशय कंटाळले होते. त्यांनी फॅक्टरी बंद केली आणि कायमचं लुधियानात स्थायिक होऊन आपल्या बंधूंसोबत हिरो सायकल्समध्ये मदत करावी, असं ठरवलं.

फॅक्टरी बंद करण्यात आली असली तरी त्याच्यातून कधीच विचारही न करण्यात आलेली काही सकारात्मक फलितंही निर्माण झाली. योगेशनं याची आठवण सांगताना म्हटलं की, नंतरच्या काळात तो मिस्त्री तिथे स्वतःच्या जबाबदारीवर काम करू लागला. त्याने तिथे बहादूरगडच्या फॅक्टरीच्या धर्तीवरचाच नवीन प्रकल्प सुरू केला आणि नंतरच्या काळात तो यशस्वी उद्योजक झाला.

सत्यानंदकाका लुधियानात आल्यानंतर त्यांच्या बंधूंना कमालीचा आनंद झाला. (सत्यानंदकाका लुधियानाला परतले असले तरी सदानंदकाकांनी दिल्लीत राहण्याचा निर्णय घेतला होता.) हिरो सायकलची वाढ आणि विस्तार होत चालला होता आणि ब्रिजमोहन व ओमप्रकाश ही त्याची भावंडं वरचेवर फिरतीवर असल्यामुळे सत्यानंदकाकांचा प्रत्यक्ष कामाचा अनुभव आणि बुद्धिमत्ता ही या व्यवसायाला लाभलेली देणगीच होती. माझे वडील (ब्रिजमोहनजी) हे नवीन तंत्रज्ञानाचा शोध घेत होते आणि काका (ओमप्रकाशजी) डीलरच्या जाळ्याचा विस्तार करत होते. दयानंदकाकांबरोबर सत्यानंदकाकांनी फॅक्टरीच्या दैनंदिन व्यवस्थापनाचं काम बघण्यास सुरुवात केली आणि गुणवत्तेच्या मानांकनांच्या अचूकतेकडे काटेकोर लक्ष पुरवलं. त्यांची देखरेख असताना खराब काम बिलकूलही खपवून घेतलं गेलं नाही.

अखेरीस बालमुकुंदकाकाही लुधियानाला आले. त्यांनी आणि माझ्या वडलांनी आग्र्यात उघडलेलं सायकलींचं दुकान फारसं चालत नव्हतं. त्यानंतर

त्यांनी चामड्याच्या व्यवसायात प्रवेश करण्याची शक्यता चाचपडून पाहिली; परंतु त्याच्यातून फारसं काही हाती लागलं नव्हतं. अखेरीस त्यांनी कोळशाच्या व्यापारात हात घालण्याचा प्रयत्न केला. १९३०च्या दशकात काही वर्षं त्यांनी कोळसा उद्योगात काम केलं होतं, त्यामुळे ते त्या उद्योगाशी परिचित होते. शिवाय त्या काळात कोळशाला मोठी मागणी होती. फक्त भारतीय रेल्वेंमध्येच कोळशाला मागणी नव्हती, तर नवजात उद्योगांमुळेही कोळशाची मागणी चांगलीच वाढली होती.

आग्र्यात चार वर्षं त्यांनी कोळशाचा व्यवसाय केला; पण त्यानंतर ते दिल्लीला गेले. स्वातंत्र्योत्तर काळात भारताच्या राष्ट्रीय राजधानीत बरीच उलथापालथ झाली होती आणि तिथली बाजारपेठ पूर्णपणे कोलमडली होती. त्यामुळे ते पुन्हा एकदा कुटुंबाच्या मूळच्या उत्कट महत्त्वाकांक्षेकडे म्हणजे सायकलच्या व्यवसायाकडे वळले. तोपर्यंत त्यांना दोन मुलगे आणि सहा मुली होत्या.

त्यानंतर काही वर्षांनी १९६०च्या दशकात बालमुकुंदकाका लुधियानात आले. तिथे 'रिजेंट' या ब्रँड नावानं त्यांनी सायकलच्या सीट तयार करण्याची फॅक्टरी सुरू केली. ते कधीही हिरो सायकल्समध्ये थेट सहभागी झाले नाहीत; पण नेहमीच सल्ला देण्यासाठी उपलब्ध होते.

अखेरीस सदानंदकाकांनाही लुधियानाला बोलावून घेण्यात आलं. माझ्या वडलांनी जर्मनीतील त्यांच्या एका भेटीच्या दरम्यान, ऑक्सिजन वायू प्रकल्प खरेदी केला होता. आपल्या ज्येष्ठ बंधूकडे त्यांनी तो प्रकल्प सुपुर्द केला. हिरो सायकल्सच्या मुख्य प्रकल्पाला ऑक्सिजन आणि नायट्रोजन वायूंचा पुरवठा करण्यासाठी हिरो सायकल्सच्या फॅक्टरीच्या मागे तो उभारण्यात आला. आज तिथे एक स्टील प्रकल्प आहे.

४

हिरोचं राष्ट्रव्यापी यश

सन १९६८च्या शरद ऋतूत लुधियाना गजबजून गेलं होतं. एका विशाल रिकाम्या मैदानात जणू काही तंबूंचं शहरच उभारण्यात आलं होतं. त्या तंबूमध्ये बाहेरून येणाऱ्या एक हजार पाहुण्यांची व्यवस्था करण्यात येणार होती. ते खास पाहुणे हिरोचे डीलर होते. हिरो सायकल्सच्या इतिहासातील एक खास टप्पा साजरा करण्यासाठी त्यांना तिथे आमंत्रित करण्यात आलं होतं. त्या वर्षी सायकलींच्या उत्पादनानं सव्वा लाखांचा आकडा ओलांडला होता आणि कंपनी आता ग्रँड ट्रंक रोडवरच्या आपल्या नवीन फॅक्टरीत जाण्यासाठी सज्ज झाली होती. ही मैलाचा दगड ठरलेली महत्त्वाची घटना साजरी करण्यासाठी मुंजाल बंधूंनी डीलरच्या अखिल भारतीय परिषदेचं आयोजन केलं होतं. ते आपल्या डीलरचा सन्मान करू इच्छित होते.

सायकल उद्योगात इतक्या मोठ्या प्रमाणातील संमेलन त्याआधी कधीच झालं नव्हतं म्हणून संपूर्ण उद्योगाचं कुतूहल चाळवलं गेलं होतं. देशभरातील हिरोचे डीलर लुधियानात गोळा झाले होते. ज्या व्यवसायाचे ते महत्त्वाचे भाग होते, तो व्यवसाय नेमका कसा आहे हे पाहण्यासाठी ते तिथे जमले होते. लुधियानातील हॉटेलची क्षमता मर्यादित असल्यामुळे राहण्याच्या सोईचा अभाव होता म्हणून या बंधूंनी तंबू उभारायचे असं ठरवलं. अक्षरशः अत्यल्प दिवसांत फॅक्टरीजवळच तंबूंचं एक शहर आकाराला आलं.

हिरोची उत्पादित होत असलेली आणि नियोजित अशा दोन्ही प्रकारच्या वाहनांचे नमुने प्रदर्शनार्थ मांडण्यात आले होते. कल्पनांची, विचारांची देवाणघेवाण झाली. एकमेकांना अनुभव सांगितले गेले. उत्तम पद्धती आणि विस्ताराच्या पद्धती व मार्ग यांवर चर्चा झाल्या. डीलरकरिता ही निव्वळ कामकाजाची भेट ठरावी असं मुंजाल बंधूंना वाटत नव्हतं. ते त्यांच्या डीलरशी व विक्रेत्यांशी कृतज्ञ होते आणि ते डीलरना आणि विक्रेत्यांनाही समजावं असं त्यांना वाटत होतं.

खूप मोठा समारंभ साजरा करावा अशी कल्पना होती. आताप्रमाणेच तेव्हाही अशा कार्यक्रमांसाठी तत्कालीन आघाडीच्या सांगीतिक कलाकारांचे कार्यक्रम ठेवण्याची कल्पना सर्वांना भावली आणि ती अमलात आणली गेली. माझ्या वडलांनी आणि काकांनी एकमेकांशी विचारविनिमय केला आणि मग संभाव्य कलाकारांची यादी तयार केली. माझ्या वडलांनी ते मुंबईत असल्यापासूनची टेलीफोन डायरी तशीच जपून ठेवली होती. त्या डायरीत त्यांनी शोधाशोध केली. त्या काळात ते बॉलिवूडमधील उत्तम आणि अत्यंत हुशार लोकांच्या संपर्कात आले होते. ओमप्रकाशकाकांनी शास्त्रीय संगीताच्या क्षेत्रात दंतकथा बनून गेलेल्या अनेक लोकांशी संपर्क साधले.

गायक महेंद्र कपूर आणि अनोख्या आवाजाची देणगी लाभलेल्या आशा भोसले यांना पाहण्याच्या आणि त्यांची गाणी प्रत्यक्ष ऐकण्याच्या कल्पनेनं आम्ही सगळी भावंडं हरखून गेलो. तोपर्यंत आम्ही ही नावं रेकॉर्डवर आणि अल्बमच्या कव्हरवरच पाहिली होती आणि त्यांचे आवाज रेडिओवर किंवा रेकॉर्ड प्लेअरवर ऐकले होते. त्यांना समोरासमोर पाहणं आणि थेट गाताना पाहणं आणि ऐकणं ही आमच्या जीवनातील एक रोमांचक घटना होती. आमचे पाहुणेही या अनुभवामुळे किती रोमहर्षित झाले असतील, याची मी फक्त कल्पनाच करू शकतो. त्यांच्यापैकी कित्येक जण अगदी छोट्या शहरांमधून आले होते.

अशा प्रकारच्या कार्यक्रमांचं आयोजन करणं ही नंतरच्या काळात आमची परंपरा होऊन गेली आणि कुटुंबातील किंवा व्यवसायातील कोणतीही मैलाचा दगड ठरलेली घटना साजरी करण्यासाठी आम्ही दर वेळी त्यांचं आयोजन करू लागलो. ज्या लोकांनी आपल्या अलौकिक कलेनं आम्हाला समाधान मिळवून दिलं होतं, त्यांच्यामध्ये उस्ताद अल्लारखाँ, पंडित रवीशंकर आणि हेमामालिनी यांचा समावेश होता. आम्हा सगळ्यांना त्यांच्या कलेच्या सुंदर सादरीकरणाची प्रत्यक्ष अनुभूती घेता आली. अभिजात शास्त्रीय कलांच्या कार्यक्रमांपासून ते लोकप्रिय संस्कृतीतील कार्यक्रमांपर्यंत सर्व प्रकारचे कार्यक्रम आम्ही पाहिले. कदाचित, त्यातूनच कलांविषयीच्या माझ्या स्वारस्याला उत्तेजन मिळालं असावं आणि त्यातूनच त्यानंतर भारताच्या कलेच्या समृद्ध वारशाचं जतन आणि विकास करण्यासाठी मी एका फाउंडेशनची स्थापना केली.

कंपनीच्या सर्व घटकांसह म्हणजे कर्मचारी, विक्रेते आणि डीलर यांच्यासह कंपनीच्या वाढीचा आनंद साजरा करण्याची कल्पना ही मुंजाल कुटुंबीयांच्या तत्त्वज्ञानाशी सुसंगतच होती. कारण, हे सगळेच हिरो परिवाराचा भाग होते आणि त्यामुळे त्यांनाही कुटुंबीयांप्रमाणेच वागवण्यात आलं होतं.

दयानंदकाका नेहमीच कंपनीतील ज्येष्ठ कर्मचाऱ्यांच्या कुटुंबीयांच्या संपर्कात राहिले होते. ते त्यांच्या सगळ्या घरगुती कार्यक्रमांना उपस्थित राहत होते. मग कोणाच्या घरात अपत्यजन्माचा आनंद साजरा होत असो, लग्न असो, वास्तुशांती

असो किंवा अगदी कोणाचा मृत्यू झालेला असो, ते प्रत्येक वेळी तिथे जात होते. जर एखाद्या वेळी त्यांना जाता येत नसेल, तर त्या वेळी आमच्या कुटुंबातील किमान एका तरी सदस्यानं गेलं पाहिजे, असा त्यांचा आग्रह असे. हिरोच्या सगळ्या विक्रेत्यांना आणि डीलरनांही तशाच आपुलकीनं आणि अगत्यशीलतेनं वागवण्यात आलं. स्नेहसंबंधांवरचा हा भरच संपूर्ण उद्योगाला एकसंध ठेवण्यास कारणीभूत होता.

योगेशनं मला दयानंदकाकांविषयीची एक आठवण सांगितली. योगेश एकदा दयानंदकाकांबरोबर फॅक्टरीच्या परिसरातून फिरत होता. क्वेट्टातील भूकंपात झालेल्या गंभीर दुखापतीमुळे दयानंदकाकांना सरळ ताठ उभं राहता येत नव्हतं. थोडंसं झुकूनच चालावं लागत होतं. कंपनीतील एका तरुण पण पोरकट वृत्तीच्या कर्मचाऱ्यानं एकदा त्यांच्या त्या चालण्याची नक्कल केली. योगेशला संताप आला. त्या कर्मचाऱ्याच्या पर्यवेक्षकानं त्याची चांगलीच खरडपट्टी काढली; पण योगेशचा राग त्यामुळे शांत झाला नव्हता. त्याला त्या मुलाला फॅक्टरीच्या प्रवेशद्वाराबाहेर हाकलून द्यायचं होतं आणि कामावरून कायमचं काढून टाकायचं होतं; पण दयानंदकाकांनी त्यात हस्तक्षेप केला आणि 'त्या मुलाला योग्य शब्दांत समज देण्यात आली आहे आणि आता त्याची कामावर जाण्याची वेळ झाली आहे,' असं त्यांनी योगेशला सांगितलं.

नंतर त्यांनी योगेशला सांगितलं की, 'मालक आणि कर्मचारी यांच्यातील संबंध हा पिता–पुत्रासारखा असतो, कारण ते दोघेही एका खूप मोठ्या परिवाराचे भाग असतात. मर्यादेचं उल्लंघन झालं, तर त्यात दुरुस्ती करण्याचं काम मालकानं केलंच पाहिजे. तसं करणं त्याच्यावर बंधनकारक असतं; पण कामावरून काढून टाकून कंपनीबाहेर काढणं हा अखेरचा उपाय असला पाहिजे. तो पहिला उपाय असता कामा नये.'

दयानंदकाका नेहमीच कर्मचाऱ्यांना त्यांच्या कामाच्या ठिकाणी शक्य तितक्या सहजपणे काम करता यावं असे प्रयत्न करत असत. त्यांनी फॅक्टरीच्या दर्शनी भागात कारंजा बसवण्याचा आग्रह धरला आणि स्वतःच त्याचं डिझाईनही तयार करून दिलं. फेंगशुई आणि झेन हे शब्द प्रचलित होण्याच्या खूप आधी त्यांनी फॅक्टरीच्या आवारात गारो असलेल्या एका छोट्याशा तळ्याभोवती लहानशी बाग तयार करवून घेतली होती. तिथे सातत्यानं वाहतं पाणी होतं. त्यावर ती बाग फुलत होती. तत्कालीन फॅक्टऱ्या या व्यवहार्य उपयुक्ततेला प्राधान्य देणाऱ्या असत, तिथे नजरेला सुखद वाटणाऱ्या गोष्टी असल्या पाहिजेत, असं लोकांना वाटत नव्हतं, त्यामुळे दयानंदकाकांच्या या बागेकडे अनेकांचं लक्ष वेधलं गेलं होतं.

**

सन १९६८च्या त्या पहिल्यावहिल्या मोठ्या स्नेहसंमेलनाच्या अखेरच्या दिवशी मुंजाल बंधूंनी पाहुण्यांसाठी छोटासा पर्यटनाचा कार्यक्रम आखला होता. पाहुण्यांचं

दोन गटांत विभाजन करण्यात आलं. त्यांच्यापैकी एक गट अमृतसरला आणि दुसरा भाक्रा-नानगल धरणावर जाणार होता.

या परिषदेच्या संपूर्ण व्यवस्थेवर दयानंदकाकांनी देखरेख ठेवली होती. ते थकून गेले होते; पण तरीही त्यांनी भाक्रा-नानगलला जाणाऱ्या गटाबरोबर जाण्याचा आग्रह धरला. रस्त्यात त्यांची बस खराब झाली. माझे काका बसमधून उतरले आणि बस सुरू होईल या अपेक्षेनं तेही बसला धक्का मारण्याचा प्रयत्न करणाऱ्या प्रवाशांमध्ये सहभागी झाले. वास्तविक, तसं करणं ही हृदयविकाराचा त्रास असलेल्या व्यक्तीसाठी जोखमीची गोष्ट होती आणि तो निर्णय सुज्ञपणाचा नव्हता. शिवाय त्याआधीच काही दिवसांपूर्वी हिरोच्या एका गोदामात जड साधन उचलत असताना त्यांना दुखापतही झाली होती. आधीच भरपूर ताण आलेल्या त्यांच्या हृदयावर या परिश्रमाचा परिणाम झाला आणि ते रस्त्यातच कोसळले.

लुधियानाला परतल्यानंतर दयानंदकाकांना आमच्या कुटुंबीयांनी आराम करण्यास सांगितल्यावर त्यांनी हिरोचं साहाय्यक युनिट असलेल्या रॉकमन फॅक्टरीतील कार्यालयांच्या बांधकामावर देखरेख करण्याचा आग्रह धरला. मुंजाल बंधू त्यांच्या सायकलींच्या कारभाराचं एकत्रीकरण करण्यासाठी ते युनिट तयार करत होते. अखेर आपल्या हितचिंतकांच्या आग्रहाला मान देऊन त्यांनी योगेशला वरच्या मजल्याच्या बांधकामाची जबाबदारी घ्यायला सांगितली पण, तळमजल्याच्या कामावर त्यांनी स्वतःच देखरेख केली.

शेवटी या सगळ्या ताणतणावाचा व्हायचा तोच परिणाम झाला. पंधरा दिवसांच्या आत त्यांना हृदयविकाराचा जोरदार झटका आला आणि आमच्या प्रिय दयानंदकाकांचा त्यातच मृत्यू झाला. आमचं संपूर्ण कुटुंब ज्यांच्या बुद्धिमत्तेवर आणि अढळ प्रेमावर अवलंबून होतं ते पितृतुल्य व्यक्तिमत्त्व आम्हाला सोडून गेलं होतं. ती पोकळी भरून काढणं अगदीच अशक्य होतं. त्या वेळी मी खूपच लहान होतो; पण तरीही माझे वडील, काका, माझी आई आणि सगळ्या काकी, आमचे शेजारी आणि मित्र असे सगळेच जण त्यांच्या मृत्यूच्या दुःखातून बाहेर पडण्यासाठी पराकोटीचे प्रयत्न करत होते, इतकं मात्र मला नक्कीच आठवतं.

नंतर मात्र या दुःखासमोर आपण हार मानायची नाही, असा निश्चय शोकाकुल बंधूंनी केला. विजय या माझ्या चुलतभावानं कंपनीतील त्याच्या वडलांची म्हणजे दयानंदकाकांची जागा घेतली. त्याला त्याच्या इतर काकांच्या बरोबरीनंच वागवलं जाऊ लागलं. त्या दिवसापासून पुढे नेहमीच मुंजाल परिवाराच्या पहिल्या पिढीच्या छायाचित्रांमध्ये विजय आपल्या वडलांचं प्रतिनिधित्व करत असल्याच्या स्वरूपात दिसून येतो. पुनरुज्जीवित झालेल्या ठाम निर्धारानं मुंजाल बंधू पुन्हा एकदा व्यवसायाकडे वळले आणि त्यानंतर त्यांनी दीर्घकालीन विस्ताराची व्यूहरचना आखली.

त्या वेळी भारतीय अर्थकारण मोठ्या संकटातून बाहेर पडण्यास सुरुवात झाली होती. १९६५ आणि १९६६ या दोन वर्षी मान्सूनचा पाऊस कमी झाला होता, त्यामुळे कृषी उत्पादनात १७ टक्क्यांनी आणि अन्नधान्याच्या उत्पादनात २० टक्क्यांनी घट झाली होती. चलनवाढीचा दर तोपर्यंत कधीच दोन टक्क्यांहून अधिक नव्हता; पण १९६५-१९६८ या काळाच्या दरम्यान तो १२ टक्के इतका तीव्रतेनं वाढला आणि अन्नधान्याचा दर वार्षिक २० टक्क्यांनी वाढला.

सन १९६२मध्ये भारत-चीन युद्ध झालं आणि १९६५मध्ये भारत-पाकिस्तान युद्ध झालं. या दोन्ही युद्धांमुळे संरक्षण खर्चात मोठी वाढ करण्याची गरज उद्भवली आणि १९६६-६७मध्ये जीडीपीच्या ७.३ टक्के इतकी मोठी आर्थिक तूट निर्माण झाली.

सन १९५६ ते १९५९ या काळापासून नाजूक असलेली देय रकमेच्या संतुलनाची (बॅलन्स ऑफ पेमेंट) परिस्थिती आता आणखी बिघडली होती. सन १९६४-६५ आणि १९६६-६७ दरम्यान परकी गंगाजळी (सोनं वगळता) सरासरी ३४० दशलक्ष डॉलर्स मूल्याची होती. ती दोन महिन्यांच्या आयातीच्या मूल्यापेक्षाही कमी होती. पहिल्या तीन पंचवार्षिक योजनांच्या काळात परकी कर्जावरचं अवलंबित्व वाढत गेलं होतं;[११] पण अन्नाच्या तुटवड्यामुळे आणि देय रकमांच्या प्रतिकूल संतुलनामुळे आता ते तीव्रतेनं वाढलं होतं.

सन १९५१-५२मध्ये एकूण राष्ट्रीय उत्पादनाच्या (एनएनपीच्या) ०.८६ टक्के इतकं असलेलं परकी साहाय्य १९६५-६६मध्ये ३.८ टक्क्यांपर्यंत वाढलं होतं.

निर्यातीच्या टक्केवारीच्या स्वरूपातील ॲमॉर्टायझेशन आणि व्याज देय रकमा (डेट सर्व्हिस रेश्शो) यांचं प्रमाण ०.८ टक्क्यांवरून १९६६-६७मध्ये २७.८ टक्क्यांपर्यंत वाढलं होतं.

स्थूल आर्थिक निदर्शक निराशाजनक असला तरी सायकलींची बाजारपेठ सातत्यानं वाढत चालली होती आणि हिरो सायकल्सनं बाजारपेठेच्या गतीशी आपली गती जुळवून घेतली होती. खरं तर १९६८ हे कंपनीच्या इतिहासातील अत्यंत महत्त्वाचं लक्षणीय वर्ष होतं. त्या वर्षी लुधियानातील आधी पिठाच्या गिरणी असलेल्या गिलर गंज परिसरातून हिरो सायकल्सचं जी. टी. रोडवरच्या विशाल परिसरात स्थलांतर झालं होतं. जागतिक दर्जाची फॅक्टरी उभारण्याचं माझ्या वडलांचं स्वप्न त्या वर्षी त्यांनी अशा प्रकारे पूर्ण केलं होतं. फॅक्टरीच्या ठिकाणाला आणि तिच्या परिसराला नंतरच्या काळात हिरोनगर म्हणून ओळखलं जाऊ लागलं आणि औद्योगिक केंद्र म्हणून त्याचा विकास झाला.

---

११ १९५० ते २०१४ या काळात भारतातील आर्थिक नियोजन पाच वर्षांच्या कालावधीत केले जात होते.

माझ्या वडलांनी नवीन फॅक्टरीच्या उभारणीची संपूर्ण जबाबदारी स्वतःच्या खांद्यांवर घेतली होती. ती जमीन ओसाड होती आणि परिसर निर्मनुष्य होता. माझ्या वडलांनी या जमिनीची निवड केली, कारण त्यांना अशाच एकाकी; पण विस्तीर्ण जागेत भव्य फॅक्टरी उभी करायची होती. त्यांनी तिची रचना कशी असावी तेही ठरवलं होतं आणि बांधकामावर देखरेखही केली होती. तिथे भरपूर सूर्यप्रकाश आणि खेळती हवा असली पाहिजे, अशीही त्यांची इच्छा होती. त्या काळात बहुतेक कंपन्या या गोष्टींकडे लक्ष पुरवत नव्हत्या.

इतर अनेक लहान फॅक्टऱ्या जसं काम करत होत्या, तसंच हिरो सायकल्सनंही काम केलं. प्रत्येक विभागाचा एकेक व्यवस्थापक होता आणि तो कच्च्या मालाचा पुरवठा, उत्पादन आणि इतर माल बाहेर पाठवणं या गोष्टींवर देखरेख ठेवत होता. शॉप फ्लोअरच्या एका बाजूला एक भलामोठा फलक होता आणि त्याच्यावर उत्पादनाचे ताजे आकडे लिहिलेले असत होते. सायकली सीकेडी (कंप्लिटली नॉक्ड डाऊन) किट्समधून पाठवल्या जात होत्या. त्यानंतर डीलर त्यांच्याकडे त्यांची जुळणी करत होते.

अनेक वर्षांनंतर लुधियानाच्या आणखी एका यशस्वी उद्योजकानं हिरोच्या फॅक्टरीला भेट दिल्याची आठवण सांगितली होती. सुनील भारती मित्तल असं त्यांचं नाव होतं. माझ्या वडलांच्या नव्वदाव्या वाढदिवसानिमित्त त्यांना पाठवलेल्या पत्रात मित्तलनी असं म्हटलं होतं की, 'तुम्ही मला तुमच्या शॉप फ्लोअरवर घेऊन गेला होतात, ती गोष्ट मी विसरूच शकत नाही. तिथली चमचमती आणि एकही डाग नसलेली यंत्रसामग्री पाहिल्यानंतर मी त्यांचं कौतुक केलं होतं, त्या वेळी मी त्यांच्यामुळे खूपच प्रभावित झालो होतो. इंजिनिअरिंग शॉप फ्लोअर इतकं नीटनेटकं आणि स्वच्छ ठेवलं जातं, याची कल्पनाही करणं शक्य नव्हतं. माझ्या लक्षात आलं होतं की, मी असे प्रकल्प फक्त जपानमध्येच पाहिले होते, भारतात असा एकही प्रकल्प मी पाहिला नव्हता. तुम्ही तुमच्या काळाच्या खूपच पुढे होतात हे अगदीच स्पष्ट होतं.'

**

जर्मनीला पहिल्यांदा जाऊन आल्यापासून माझ्या वडलांना त्यांचा सूर गवसला होता. नव्यानं तयार झालेले आंतरराष्ट्रीय संबंध त्यांनी अतिशय उत्साहानं जोपासले. दूरध्वनी क्रमांकाची डायरी ही त्यांची मूल्यवान मालमत्ता होती. तिच्यात त्यांनी त्यांच्या साहाय्यकांचे आणि मित्रांचे दूरध्वनी क्रमांक टिपून ठेवले होते. त्यानंतर पुढच्या दशकात ते नवीन संधींच्या, कल्पनांच्या, आधुनिक तंत्रज्ञानाच्या आणि अत्याधुनिक साधनसामग्रीच्या शोधार्थ जगभर फिरले. त्यांच्या डोक्यात नेहमीच मूल्यसंवर्धनाच्या आणि वाढीला उत्तेजन देण्याच्या अनेक कल्पना असत. शिवाय

नवनवीन फॅक्टरींची उभारणी करणं ही त्यांची महत्त्वाकांक्षाही होती. एकूणच, त्यांना एक वारसा निर्माण करण्याची इच्छा होती.

माझे वडील मुळातच 'लहान गोष्टी' करण्यासाठी जन्मले नव्हते, त्यांना नेहमीच उंच भराऱ्या मारायच्या असत, असं ओमप्रकाशकाका नेहमीच म्हणत. ते म्हणत की, 'आम्ही आधीच्या काळात जे करत होतो, त्याच्यातून त्याला फारसं समाधान मिळत नव्हतं.' माझ्या वडलांकडे दुर्दम्य इच्छाशक्ती होती. एक गोष्ट पूर्ण झाली की, ते नेहमीच दुसऱ्या मोठ्या गोष्टीचा विचार करत आणि नेहमीच जागतिक पातळीवरचा विचार करत.

सरकारी अधिकारी आणि कंपनी यांच्यातील दुवा म्हणून काम करणं, त्यांच्याशी सातत्याचा संपर्क ठेवणं हे काम माझ्या वडलांवर सोपवण्यात आलं होतं. १९६०च्या दशकातील 'लायसन्स राज'ची यंत्रणाच अशी होती की, नोकरशाहीतील ज्येष्ठ 'बाबू' नाराज झाला, तर संपूर्ण व्यवसायाचा खेळखंडोबा होणं अगदी सहजशक्य होतं म्हणून सगळ्याच कंपन्या सरकारी अधिकारी किंवा कर्मचारी यांच्या सोबत सौहार्दपूर्ण संबंध ठेवण्याकडे विशेष लक्ष देत होत्या. माझ्या वडलांच्या स्नेहार्द्र, प्रेमळ आणि मनमिळाऊ व्यक्तिमत्त्वामुळे या प्रकारच्या कामासाठी ते अगदी आदर्श होते.

तोपर्यंत हिरो सायकल्सची ऐतिहासिक पुरवठा साखळी आणि डिलरशिप जाळं या दोन्ही गोष्टी प्रस्थापित झाल्या होत्या. या दोहोंनाही 'वैयक्तिक संपर्क' निर्माण करणं या मुंजाल बंधूंच्या प्रिय सिद्धान्ताच्या आधारावर तयार करण्यात आलं होतं. ओमप्रकाशकाकांना प्रत्येक डीलरचं नाव माहीत होतंच, शिवाय त्यांना त्यांच्या परिस्थिती आणि जीवनकथाही माहीत होत्या. हिरोचा कुठलाही डीलर त्यांना रात्रंदिवस केव्हाही फोन करू शकत होता किंवा एखादी समस्या उद्भवली तर कोणत्याही बिकट परिस्थितीत केव्हाही त्यांना फोन करून तो त्यांच्याकडे मदत मागू शकत होता आणि त्याला नेहमीच अशा वेळी मदत मिळत होती.

एकदा एका डीलरच्या घरी चोरी झाल्याचं काकांना समजलं. त्याच्या घरातील तिजोरी फोडून चोरट्यांनी सगळी रोकड लंपास केली होती. काका त्या दुर्दैवी डीलरच्या घरी पोहोचले, त्या वेळी तो रडत बसला होता. काकांनी त्याला 'काय झालं?' असं विचारल्यावर तर तो आणखी ओक्साबोक्शी रडू लागला. चाचाचींनी त्याला सांगितलं की, त्याचं काहीही नुकसान झालेलं नाही, त्यामुळे त्याने रडणं बंद केलं पाहिजे. हे ऐकून तो डीलर चकित झाला. प्रत्यक्षात काकांनी त्याचे किती पैसे चोरीला गेले होते, त्याची आधीच चौकशी केली होती. त्यांनी त्या डीलरला न सांगताच त्याच्या बँकेच्या खात्यात तितके पैसे जमा करून टाकले होते.

आणखी एका प्रसंगी एका डीलरच्या मालाचं नुकसान झालं होतं. त्याला ज्या ट्रकमधून माल भरून पाठवला गेला होता, त्या ट्रकमध्ये वाटेतच काहीतरी दोष

निर्माण झाल्यामुळे ट्रकला आग लागली होती आणि डीलरचा सगळा माल जळून गेला होता. तांत्रिकदृष्ट्या विचार करता, एकदा फॅक्टरीतून माल बाहेर पाठवण्यात आला की, मग त्याचं काय होत होतं, त्याच्याशी हिरोचा काडीचाही संबंध नव्हता; परंतु ओमप्रकाशकाका त्याकडे या दृष्टीनं पाहत नव्हते. तिरथनाथ या त्यांचा उजवा हात मानल्या जाणाऱ्या कर्मचाऱ्याला त्यांनी याचा तपास करायला सांगितलं. त्यांना आतल्या मालासह ट्रक जळून खाक झाल्याचं समजलं.

डीलरशी एका शब्दानंही न बोलता नव्याकोऱ्या ट्रकमधून पुन्हा एकदा त्याने ऑर्डर दिलेला माल पाठवून देण्यात आला. अशा अनेक कथा सांगता येतील. त्यांच्यापैकी काही कथा या पुस्तकात नंतर देण्यात आल्या आहेत. हिरोच्या डीलरची कंपनीशी अगदी दंतकथा वाटावी इतकी बांधिलकी होती. ते अत्यंत निष्ठेनं कंपनीचं काम करत होते, याचं मोठं श्रेय व्यवसायातील भागीदारांशी ओमप्रकाशकाका ज्या मोठ्या मनानं आणि सहानुभूतीनं वागत होते, त्या त्यांच्या वर्तणुकीला दिलं पाहिजे.

हिरोची 'जस्ट इन टाइम' किंवा जेआयटी योजना हा परिस्थितींच्या विशिष्ट संचाचा परिणाम होता. मालाच्या पुरवठ्यातील तुटवड्यामुळे उत्पादनावर लादल्या जात असलेल्या कृत्रिम मर्यादांमुळे मुंजाल बंधू कंटाळून गेले आणि त्यांनी भक्कम साहाय्यक कंपन्यांची पायाभरणी केली. आधी उल्लेख करण्यात आला आहे, त्याप्रमाणे सायकलींचे भाग बाहेरच्या एजन्सी हाउसेसकडून आयात करण्यात येत होते आणि कोटा पद्धतीनं त्यांचं वितरण केलं जात होतं. उदाहरणार्थ, तुमच्या केंद्रात १,००० चाकांची निर्मिती होत असेल, तर त्याचा अर्थ तुम्ही ५०० सायकली तयार करू शकता असा होता. मग तुम्ही तितक्याच सायकली तयार करू शकत होता आणि तुम्हाला त्यासाठी लागणारे तितकेच भाग पुरवले जात होते.

मुंजाल बंधूंनी त्यांच्या कुटुंबीयांना आणि मित्रांना सायकल व्यवसायासाठी लागणाऱ्या भागांचं उत्पादन करणाऱ्या फॅक्टऱ्या स्थापन करून हिरोला त्या भागांचा पुरवठा करण्यास सुचवलं. असे व्यवसाय चालवण्यासाठी हिरो निधी देणार नव्हती किंवा व्यवसाय प्रत्यक्षात चालवणारही नव्हती; परंतु एकमेकांच्या साहाय्यानं काम केल्यामुळे सगळ्यांचाच फायदा होणार होता. यातून तीन फलितं निष्पन्न झाली. पहिलं म्हणजे यातून जगातील सर्वाधिक सक्षम पुरवठा साखळी तयार झाली. दुसरं म्हणजे यामुळे जगात सायकलच्या भागांच्या उत्पादनाचं मोठं केंद्र तयार होण्यास उत्तेजन मिळालं आणि तिसरं म्हणजे यामुळे आता जगभरात प्रसिद्ध झालेल्या 'झिरो-इन्व्हेन्टरी मॅन्युफॅक्चरिंग सिस्टिम'ची (जेआयटीची) हिरोला निर्मिती करता आली.

एक पुरवठा साखळी एखाद्या विशिष्ट दिवसाकरिता आवश्यक असलेला तेवढाच माल पुरवत होती आणि त्याहून एखादाही कमी-जास्त घटक किंवा वस्तू पुरवत नव्हती. आम्ही कधीही आगाऊ रक्कम देऊ केली नव्हती; पण विक्रेत्यांना पैसे देण्यात बिलकूल दिरंगाई होणार नाही, याची त्यांना हमी देण्यात आली होती.

अतिशय वेळेवर पैसे दिल्यामुळे हिरोला उद्योग जगतात एक वेगळीच प्रतिष्ठा प्राप्त झाली होती. याचं श्रेय मुख्य रोखपाल (कॅशियर) भगतजी यांना जातं. विक्रेत्यांना आणि डीलरना वेळेवर पैसे मिळण्याची इतकी खात्री असे की, कंपनीकडून त्यांना देय असलेल्या रकमांचे धनादेश दिले जाण्याआधीच ते आपली देणी चुकती करत होते.

ही परस्पर-विश्वासाची गोष्ट होती. शनिवारी दुपारी अगदी गारांचं वादळ झालं किंवा कडकडीत ऊन पडलं तरीही दुपारी २ ते ५ या वेळात डीलर भगतजींच्या खिडकीकडे जात आणि त्यांचे धनादेश घेत. ज्या कोणी आपला धनादेश घेतलेला नसे, त्याला तो टपालानं पाठवून दिला जात असे.

आमच्याकडे येणाऱ्या किंवा पाठवायच्या मालासाठी आमच्याकडे गोदामं (वेअरहाउस) नव्हती, कारण आम्हाला आमचं भांडवल अडकवून ठेवणं परवडणारं नव्हतं. सकाळी दहा ते रात्री आठ या वेळेत आमच्याकडे सायकलचे भाग येत. त्यांच्यापैकी काहींचा पुरवठा दर दोन तासाला आणि काहींचा दर काही दिवसांनी होत असे. त्यानंतर तयार करण्यात आलेल्या सायकली रोजच्या रोज डीलरकडे पाठवल्या जात. संध्याकाळी सहानंतर तयार झालेली एकही सायकल आवारात दिसत नसे. ज्याप्रमाणे आपली बिलं शनिवारी दिली जातील, हे विक्रेते गृहीत धरत होते, त्याप्रमाणेच डीलरना आपल्या दुकानात त्वरित सायकली पोहोचत्या होतील, याची खात्री होती. त्याबरोबरच आपण आधीची देणी चुकती केल्याखेरीज आपल्याला नवीन माल मिळणार नाही, याचीही त्यांना खात्री होती. सायकलींचा पुरवठा सुरळीतपणे सुरू राहावा आणि विस्कळित होऊ नये, यासाठी त्यांच्यापैकी अनेक जण आगाऊ रकमा भरत होते.

नकारात्मक भांडवलासह काम करणारी ही पहिलीच अभियांत्रिकी कंपनी होती. डीलर आगाऊ रकमा देत होते याला याचं श्रेय जातं, त्यामुळे आम्ही पुरवठादारांना वेळेवर पैसे देऊ शकत होतो आणि आम्हाला कर्ज काढावं लागत नव्हतं. इतकंच नव्हे, तर आमच्याकडे बँकेत शिल्लक ठेवीही असत होत्या. जी गोष्ट अत्यल्प पैसा असल्यामुळे सुरू करण्यात आली होती, तीच आमची ताकद झाली होती. ते जवळजवळ परिपूर्ण चित्र होतं. आग्नेय आशियाई व्यवसायांचा गुणधर्म मानल्या जाणाऱ्या 'लीन मॅन्युफॅक्चरिंग' तत्त्वावर आमच्या त्यानंतरच्या सगळ्या कंपन्यांची रचना आम्ही केली होती म्हणून १९८०च्या दशकात जपानी लोकांनी हिरोशी भागीदारी केल्यानंतर त्यांचं 'मुदा-मुरा-मुरी' हे तत्त्व आमच्या यंत्रणांशी मिळतंजुळतं असल्याचं दिसून आलं होतं. जपानी लोकांचा हा नमुना टॅयोटा थ्री एम मॉडेल म्हणून प्रसिद्ध आहे.

विक्रेत्यांशी अत्यंत निकटचे संबंध असल्यामुळेच आम्हाला 'व्हर्टिकली डिसइंटिग्रेटेड' उत्पादन यंत्रणा राबवता आली. विक्रेत्यांना नेहमीच प्रेमानं आणि आदरानं वागवलं जात होतं; परंतु निष्ठा मिळवण्यासाठी त्यांना नफा मिळण्याची

खात्री द्यावीच लागेल हे मुंजाल बंधूंना माहीत होतं. किमतीत पारदर्शकता होती आणि आधी सांगितल्याप्रमाणे पेमेंट अगदी काटेकोरपणे केली जात होती.

विक्रेत्यांशी असलेली ही जवळीक भौगोलिक आणि रूपकात्मकही होती. विक्रेते मुख्य प्रकल्पाच्या जवळ असल्यामुळे त्यांनी कंपनीच्या कार्यक्षमतेत आणि उत्पादनात मोठं योगदान दिलं. आधी विक्रेता-विकास विभाग तयार करून विक्रेत्यांना प्रत्येक घटकाची आणि भागाची नेमकी मोजमापं देण्यात आली होती आणि त्याबरोबरच ते भाग विकसित करण्यासाठी त्यांना प्रशिक्षणही देण्यात आलं होतं.

उत्पादक वापरत असलेली 'गॉजेस' हिरोच्या स्वतःच्या टूल रूममध्ये तयार करण्यात आली होती आणि प्रमाणिकरणासाठी आणि सातत्यपूर्ण गुणवत्तेसाठी ठरावीक काळानंतर त्यांची पुनर्तपासणी केली जात होती. कोणत्याही पुरवठादाराला एखादी समस्या आली, तर ती सोडवण्यासाठी हिरोच्या अभियंत्यांना तिकडे पाठवून दिलं जात असे. सगळ्या विक्रेत्यांसाठी वर्षातून एकदा कार्यशाळेचं आयोजन करण्यात येत होतं. हे बंधू सातत्यानं नावीन्यपूर्ण गोष्टींचा आणि प्रक्रियांच्या गुणवत्तावाढीचा शोध घेत होते आणि त्या विक्रेत्यांपर्यंत पोहोचवत होते. माझ्या वडलांचं नेहमीच एक तत्त्व होतं. ते म्हणत की : 'सुधारणेला नेहमीच वाव असतो.'

रॉकमन सायकल इंडस्ट्रीज ही हिरोची पहिली साहाय्यक कंपनी होती. ती सायकलच्या चेन आणि हब तयार करत होती. या नवीन कंपनीच्या उद्घाटनासाठी केंद्रीय मंत्री मनुभाई शाह यांना आमंत्रित करण्यात आलं होतं. त्यापाठोपाठ १९६२मध्ये मुंजाल गॅसेसची स्थापना करण्यात आली. मुख्य प्रकल्पाला औद्योगिक वायूंच्या स्थिर पुरवठ्याची खात्री मिळावी, या हेतूनं तिची स्थापना झाली होती. त्या पाठोपाठ १९६९मध्ये हिरो रिम्सची आणि १९७१मध्ये हायवे सायकल्सची स्थापना करण्यात आली.

हिरो कंपन्या या अनेक प्रकारे नवीन गोष्टींचा पाया घालणाऱ्या ठरल्या. मर्यादित भांडवलामुळे खर्च कमी करण्याकडे आणि जास्त कार्यक्षमतेनं काम करण्याकडे कंपनीचा कल होता. त्याबरोबरच याच दृष्टिकोनातून लीन सिस्टिमचाही वापर करण्यात आला होता. नंतर सगळ्याच कंपन्यांनी या गोष्टींचा स्वीकार केला. कच्चा माल, तांत्रिक मार्गदर्शन आणि यंत्रसामग्री यांसाठी सगळीच युनिट मुख्य कंपनीवर अवलंबून होती, मात्र ती भांडवल पुरवठ्यासाठी मुख्य कंपनीवर अवलंबून नव्हती. त्या बाबतीत ती स्वावलंबी होती.

हिरोच्या कॅशफ्लोंमध्ये वाढ झाल्यानंतर मुंजाल बंधूंनी गरजेनुसार डीलरच्या आणि पुरवठादारांच्या खेळत्या भांडवलाच्या गरजा पूर्ण करण्याची पद्धत सुरू केली. सुरुवातीच्या काळात संस्थात्मक वित्तपुरवठा मर्यादित प्रमाणात उपलब्ध होता आणि व्याजदर खूपच जास्त होते. कठीण काळात किंवा संकटाच्या काळात आपल्या सहकाऱ्यांना आणि साथीदारांना मदतीचा हात देऊन मुंजाल बंधूंनी भरपूर सदिच्छा

आणि पक्क्या निष्ठा मिळवल्या, त्यामुळे या सगळ्यांनी मिळून एकत्रितपणे एका स्थिर आणि शाश्वत व्यवसायाची निर्मिती केली.

**

वाढीचं हे उड्डाण १९७०च्या दशकात तसंच सुरू राहिलं. हायवे सायकल्सनंतर लवकरच सायकलच्या स्पोकची निर्मिती करण्यासाठी सन १९७२मध्ये मॅजेस्टिक ऑटोची स्थापना झाली. त्यापाठोपाठ एका वर्षानं रिम तयार करणारा विभाग म्हणून मॅजेस्टिक गिअर्सची स्थापना झाली. सन १९८१मध्ये हिरोच्या कंपन्यांच्या पुष्पगुच्छात मुंजाल कास्टिंगची भर पडली.

रमणजी हायवे सायकल्सचे प्रमुख होते. ही कंपनी फ्रीव्हील उत्पादित करणारी जगातील दुसऱ्या क्रमांकाची मोठी कंपनी झाली. खरं तर नंतरच्या काळात तिने फक्त सायकलींसाठीच नव्हे, तर मोपेड आणि मोटरसायकलसाठीसुद्धा तिथे असलेल्या मशीनचं खास-उद्दिष्टाच्या मशीनमध्ये रूपांतर करण्यास सुरुवात केली.

हायवे सायकल्स ही अभियांत्रिकीतील बुद्धिमत्ता, कल्पना आणि नावीन्यपूर्ण कल्पना यांचं केंद्र झाली. तिथे समूहातील सर्व कंपन्यांच्या कार्यक्षमतांमध्ये सुधारणा करण्यासाठी कार्यप्रवाह (वर्कफ्लो) आणि उत्पादन चक्रं विकसित करण्यात आली. याचं एक उदाहरण द्यायचं झालं, तर हायवे सायकल्समध्ये चार रोटरी मिलिंग मशीन तयार करण्यात आल्यावर त्यांची चाळीस जुनी मशीन काढून टाकण्यास मदत झाली. शिवाय या रोटरी मिलिंग मशीनची किंमत जुन्या मशीनच्या किमतीच्या फक्त निम्मी होती!

सन १९७५मध्ये म्हणजे पहिली प्रायोगिक सायकल तयार झाल्यानंतर बरोबर वीस वर्षांनी हिरो सायकल्स ही भारतातील सर्वांत मोठी सायकल उत्पादक कंपनी झाली. त्या वेळी ती वार्षिक पाच लाख सायकलींचं उत्पादन करत होती. त्या वर्षी तिने ॲटलस या तिच्या प्रमुख स्पर्धक कंपनीला मागे टाकलं.

अर्थातच हिरो सायकल्समधील आणि तिच्या इतर सगळ्याच कंपन्यांमधील या प्रचंड वाढीच्या कलाटणीला नशीब हा एक मोठा घटक कारणीभूत होता हे स्पष्ट आहे. १९७०च्या दशकात सायकलच्या उद्योगातील सगळ्यात मोठा स्पर्धक असलेल्या ॲटलस सायकल्समध्ये कामगारांचा संप झाला. त्या वेळी हिरो सायकल्समध्ये असलेल्या ज्येष्ठांच्या मते, हा संप काही काळ चालला; पण तो नेमका ज्या काळात सायकल उद्योगातील विक्री शिगेला पोहोचते, त्याच काळात झाला होता, त्यामुळे ॲटलसचे डीलरही सायकलच्या पुरवठ्यासाठी हिरो सायकल्सकडे वळले. एकदा हिरोशी त्यांचे संबंध जुळल्यानंतर त्यांना न्याय्य आणि सचोटीनं केला जाणारा व्यवसाय, वेळेवर होणारा पुरवठा, गुणवत्तेतील सातत्य आणि वेळेवर केलं जाणारं पेमेंट या आमच्या कामकाजातील गोष्टींचा अनुभव

आला. त्यानंतर त्यांचे हिरो सायकल्सशी कायमचे संबंध जुळले आणि त्यातूनच हिरो सायकल्स सातत्यपूर्ण प्रगतीच्या मार्गावर कार्यरत झाली.

१९६०च्या आणि १९७०च्या दशकांमध्ये स्थापन झालेल्या इतर काही ब्रँड्सप्रमाणे हिरो हा ब्रँडही त्याच्या उत्पादनाचा पर्यायी शब्द झाला. हिरो आणि सायकल या संज्ञा अभिन्नपणे एकमेकींशी जोडल्या गेल्या. जर गोदरेज म्हणजे लोखंडी कपाटं, कोलगेट म्हणजे टूथपेस्ट आणि डालडा म्हणजे वनस्पती तूप अशी समीकरणं असतील, तर हिरो म्हणजे सायकल असं समीकरण तयार झालं होतं.

या साध्या सायकलीतून सामान्य माणसाच्या महत्त्वाकांक्षांचं आणि वातावरणाचं प्रतिबिंब दिसत होतं. या सामान्य माणसानं अन्न, वस्त्र आणि निवारा या प्राथमिक गरजांची पूर्तता झाल्यानंतर जर कुठल्या गोष्टीची खरेदी केली असेल, तर ती सायकल होती. सायकल ही त्याचा कायापालट घडवून आणणारी गोष्ट होती, कारण तिने त्याला चलनशीलता, गतिमानता मिळवून दिली होती, त्यामुळे त्याला आर्थिक संधी शोधण्याचं आणि साधण्याचं स्वातंत्र्य मिळालं होतं. माझे वडील नेहमीच म्हणत की, 'विकल्या गेलेल्या सायकलींचा आकडा आपल्या अर्थकारणाचं आरोग्य कसं आहे ते दर्शवतो.' भारतातील ग्रामीण भागातील विवाहांचा तर सायकल हा आविभाज्य भाग झाला होता. वधू पक्षाकडून वर पक्षाला विवाहात हिरो सायकल भेट देण्याची परंपरा निर्माण झाली होती.

सन १९६३पासून सायकलींच्या निर्यातीला सुरुवात झाली. त्या वेळी हिरो सायकली पहिल्यांदा इंडोनेशियाला पाठवण्यात आल्या होत्या. सरकारनं निर्यातीसाठी सवलती देऊ केल्या होत्या; परंतु तत्कालीन प्रतिबंधात्मक व्यावसायिक वातावरणात फक्त निर्यात परवाना मिळवण्याकरिता नोकरशाहीच्या विविध पातळ्यांवर वाटाघाटी कराव्या लागत होत्या. लोकांशी मित्रत्वाचे संबंध जोडण्याच्या आणि त्यांना सहजगत्या हाताळण्याच्या मुंजाल बंधूंच्या कौशल्यामुळे त्यांनी तो मिळवला.

अर्थातच हिरोची कथा ही एक आशावादी परीकथा होती असं वाचकांना वाटावं, अशी माझी बिलकूल इच्छा नाही. आमचा व्यवसायही सर्वसामान्य कौटुंबिक व्यवसायांसारखाच होता आणि त्यालाही नेहमीच्या समस्यांना आणि आव्हानांना तोंड द्यावंच लागत होतं.

सायकलींचे भाग तयार करणाऱ्या आमच्या कंपन्यांसह हिरो सायकल्सची वाढ होऊ लागल्यावर आम्हाला नवीन अडथळ्यांना तोंड द्यावं लागलं. कर्मचाऱ्यांशी अत्यंत उत्तम संबंध असूनही सायकलीच्या भागांची उत्पादनं करणाऱ्या रॉकमन इंडस्ट्रीज आणि हायवे सायकल्स यांसारख्या काही फर्ममध्ये संप झाले.

या कंपन्या सायकलचे भाग बनवणाऱ्या छोट्या कंपन्यांच्या तुलनेत मोठ्या होत्या आणि जास्त चांगल्या प्रकारे चालवल्या जात होत्या, त्यामुळे त्यांच्या मालाच्या किमती प्रतिस्पर्धी कंपन्यांच्या तुलनेत थोड्या अधिक होत्या. त्या

स्पष्टपणे अधिक चांगल्या होत्या आणि त्यांच्याकडे सातत्यपूर्ण गुणवत्ताही होती; परंतु तरीदेखील आमच्या कुटुंबाच्या मालकीच्या फर्मकडून स्पर्धात्मक दरानं भागांची खरेदी करणं आमच्या दृष्टीनं आव्हानात्मक झालं होतं.

अनेक गरमागरम चर्चा आणि वादविवादांनंतर हे स्पष्ट झालं की, आमच्या स्वतःच्या कंपन्यांकडून दिल्या जाणाऱ्या दरानं हिरो सायकल्सला ते भाग खरेदी करणं शक्य होणार नव्हतं. मुळातच त्या कंपन्यांमध्ये त्या वेळी कामगारांचे संपही सुरू होते. या सगळ्या परिस्थितीचा विचार करून आम्ही कठोर निर्णय घेतला आणि सायकलींचे भाग उत्पादित करणाऱ्या आमच्या कंपन्या बंद करून टाकल्या. त्यानंतरच्या काळात अर्थातच सायकलींचे भाग तयार करणाऱ्या या कंपन्या स्वबळावर विकसित झाल्या आणि जागतिक दर्जाच्या कंपन्याही झाल्या.

**

भारतीय उद्योगासाठी १९७०चं दशक हा सुवर्णकाळ ठरला, कारण त्या वेळी आंतरराष्ट्रीय बाजारपेठेत वाढ होत होती. जागतिक उत्पादन तळ म्हणून स्वतःला प्रस्थापित करण्यापासून त्या वेळी चीन काही दशकं दूर होता. अशा वेळी लुधियानातील उद्योगांनी निर्यातीवर भर देऊन युरोप, रशिया आणि आग्नेय आशिया इथे कापड, लोकर आणि सायकलींचे भाग निर्यात करणं ही अगदी स्वाभाविक बाब होती.

सन १९७७पर्यंत हिरोमध्ये पूर्णपणे विकसित आणि स्वतंत्र निर्यात विभाग तयार करण्यात आला. सायकलींची आणि सायकलींच्या भागांची खूप आधीपासून इंडोनेशिया, केनिया, इराण आणि इराक यांसारख्या विकसनशील देशांमध्ये निर्यात केली जात होती. एकूणच मागणीचा विचार करून त्यांना आता आपला विस्तार करावा लागेल, ही गोष्ट निर्यातीत वाढ झाल्यावर मुंजाल बंधूंच्या लक्षात आली. अतिरिक्त मागणी पूर्ण करण्यासाठी एका स्वतंत्र युनिटची स्थापना करण्यात आली. माझा चुलतभाऊ आणि दिवंगत दयानंदकाकांचा सगळ्यात मोठा मुलगा विजय याला या विस्ताराच्या कामावर देखरेख करण्यास सांगण्यात आलं.

तोपर्यंत रमणजीही या कौटुंबिक व्यवसायात सहभागी झाला होता आणि त्यानेही निर्यातीचा विस्तार करण्यास विजयला मदत केली. विशेषतः साहाय्यक युनिट उत्पादन करत असलेल्या फ्रीव्हील्सची युरोपला निर्यात करण्याच्या कामात त्याने मदत केली. रमणजीने गुणवत्तेच्या आंतरराष्ट्रीय मापदंडांचं कठोर पालन केलं आणि त्यामुळे काही वर्षांतच युरोपियन कंपन्यांचा त्याच्यावर विश्वास बसला. त्यानंतर तोपर्यंत विकसनशील देशांमध्येच निर्यात होत असलेली हिरोच्या साहाय्यक कंपन्यांनी तयार केलेली फ्रीव्हील संपूर्ण युरोपमध्ये पोहोचली.

निर्यातीला व्यवहार्य आणि शाश्वत बनवण्यासाठी बंदरांपर्यंत सहजपणे माल पोहोचणं आवश्यक होतं. त्यासाठी सन १९८५मध्ये बडोद्यात समुद्र किनाऱ्याजवळ गुजरात सायकल्स नावाचं संपूर्णपणे निर्यातीला वाहिलेलं युनिट तयार करण्यात आलं.

हिरोनं स्वतःला कधीही जागतिक पातळीवरचा उद्योग मानलं नसलं तरी कित्येक बाबतीत हा उद्योग अनेक वर्षांपासून जागतिक पातळीवरचा उद्योग म्हणून काम करत आहे. या उद्योगानं जागतिक उद्योगांच्या सध्याच्या प्रथांच्या बराच काळ आधीपासूनच या प्रथांचा नकळत उपयोग केला होता. उदाहरणार्थ, १९७०च्या दशकात हिरोनं श्रीलंकेत एक सायकल प्रकल्प सुरू केला आणि तो चालवण्यासाठी एका भागीदाराकडे किंवा ग्राहकाकडे सोपवण्यात आला. आफ्रिकेत आणि लॅटिन अमेरिकेतही याच गोष्टीची पुनरावृत्ती करण्यात आली.

यामुळे अद्वितीय परिसंस्थेची निर्मिती झाली. तिच्यात हिरो सायकल्सनं फक्त सायकल निर्मितीचा प्रकल्प आणि तो चालवण्याची संपूर्ण माहिती तर पुरवली होतीच, शिवाय त्या प्रकल्पांना सायकलच्या भागांचा सातत्यपूर्ण पुरवठा करून आपल्या सायकलच्या भागांच्या उत्पादनाकरिता ग्राहकही मिळवला होता. विकसनशील आणि विकसित अशा दोन्ही प्रकारच्या देशांपर्यंत पोहोचल्यामुळे हिरो सायकल्सला आणि त्यांच्या सायकलचे सुटे भाग उत्पादित करत असलेल्या समूहातील कंपन्यांना (हायवे, रॉकमन इ.) सायकलींचा आणि तिच्या भागांचा नव्वदहून अधिक देशांना पुरवठा करणं शक्य झालं.

अनेक तज्ज्ञ तुम्हाला हे सांगतील की, मशीनची क्षमताच उद्योगाची वाढीची क्षमता ठरवते; परंतु या सैद्धान्तिक मर्यादांविषयी संपूर्ण अनभिज्ञ असणं हीच हिरोची एक ताकद होती. मशीन उत्पादकानं मूल्यांकित केलेल्या मशीनच्या क्षमतेच्या कितीतरी अधिक पटींनी आम्ही संबंधित मशीनकडून उत्पादन करवून घेतल्याची अनेक उदाहरणं देता येतील.

आम्ही कधीही मर्यादांचं ओझं बाळगलं नव्हतं. एक संघटना म्हणून आम्ही काहीतरी विशेष करत आहोत असा विचारही न करता आम्ही सहजपणे अनेक विक्रम मोडले आणि कित्येक मैलाचे दगड निर्माण केले. आम्ही कधीच मर्यादांकडे अडथळे म्हणून पाहिलं नाही. हा जागतिक उद्योगांशी अल्प प्रमाणात संबंध असल्याचा परिणाम होता. आम्ही कोणाच्याही पावलावर पाऊल टाकून मार्गक्रमण न करता आपला स्वतःचा मार्ग तयार करून पुढे जात राहिलो होतो.

हिरोच्या चारित्र्याला आकार देण्यात अनेक लोकांनी महत्त्वाची भूमिका बजावली आणि आमच्या प्रशिक्षणाच्या दरम्यान आम्ही त्यांना भेटलो. त्यांच्यापैकी भगतजींचा (त्यांच्याविषयी यानंतरच्या प्रकरणात आणखी माहिती देणार आहे) आधीच उल्लेख केला आहे.

आम्हा सर्वांनाच साधुसिंग यांची आठवण येते. ते हिरो सायकल्सचं कँटीन चालवत होते. त्यांच्या समोशाच्या नुसत्या आठवणीनंही तोंडाला पाणी सुटतं. उकडलेला मटार भरलेल्या त्या समोशांची चव अजूनही आमच्या सामुदायिक स्मृतीत रेंगाळत राहिली आहे. सकाळी ११ वाजता आणि दुपारी ३.३० वाजता चहा, समोसे आणि बिस्किटं यांनी भरलेली कँटीनची ट्रॉली संपूर्ण फॅक्टरीतून फिरत असे. हा नाष्टा सगळ्यांना दिला जात असे. साधुसिंग सहजासहजी डगमगणारे गृहस्थ नव्हते. ते काही मिनिटांत वीस-वीस जणांकरिता जेवण तयार करत होते.

एस. के. मेहताही एक महत्त्वपूर्ण व्यक्ती होते. १९५०च्या दशकात कायदे महाविद्यालयातून बाहेर पडून त्यांनी थेट हिरो सायकल्समध्ये प्रवेश केला आणि कंपनीचे सगळे कायदेशीर व्यवहार सांभाळले. एस. सी. छाब्रा हे आमच्या वित्त विभागाचे प्रमुख होते. माझे वडील आणि मी अशा आम्ही दोघांनीही त्यांच्या सोबत काम केलं होतं. रॉकमनमध्ये कशानंही सहजासहजी न विचलित होणारे सत्पाल होते. ते म्हणजे कोणतीही समस्या सोडवू शकणारी असामान्य व्यक्ती होते. हायवे सायकल्स ही आनंद सिंग यांच्या उपस्थितीनं समृद्ध झाली होती. त्यांच्याकडे मशीन टूल्सची रचना करण्याची अजोड बुद्धिमत्ता होती.

**

माझ्या वडलांनी १९७०च्या दशकाच्या सुरुवातीच्या काळापर्यंत यापुढे आणखी कोणती मोठी गोष्ट करता येईल, या विचारानं आजूबाजूला शोध घेण्यास सुरुवात केली होती. नेहमीप्रमाणेच त्यांना ती सापडलीही. ते परदेशात गेले होते, त्या वेळी त्यांना तिथे मोटरवर चालणारी म्हणजेच स्वयंचलित सायकल किंवा 'मोपेड' पाहायला मिळाली. ती छोटी वाहनं चांगलीच मजबूत होती. त्यांना कमी इंधन लागत होतं आणि ती स्वस्तही होती. माझ्या वडलांना मोपेडमध्ये खूप मोठी क्षमता असल्याचं जाणवलं. तोपर्यंत काही उद्योजकांनी आधीच मोपेडच्या तोपर्यंत वापरल्या न गेलेल्या बाजारपेठेवर झडप घातली होती. ती कमी किमतीची, मोटरवर चालणारी दुचाकी होती. पुण्यातील कायनेटिक इंजिनिअरिंगच्या गतिमान आणि छान दिसणाऱ्या ५० सीसी लुना मोपेडची तोपर्यंत बाजारपेठेवर जवळजवळ मक्तेदारीच होती. तमिळनाडूत होसूरच्या टीव्हीएस कंपनीनं सुरुवातीला मोपेड तयार केली.

माझे वडील गावातील कच्च्या रस्त्यांवरून सीटच्या दोन्ही बाजूंना प्रत्येकी एकेक दुधाचा कॅन लटकवण्यात आलेल्या मोपेड कशा फिरतील, याची कल्पना करू शकत होते. सगळ्या उपशहरी भारतीयांप्रमाणेच तेही दूधवाल्यांच्या मोठ्या ॲल्युमिनियमच्या कॅनशी परिचित होते. त्याच्यातून पाव लिटरच्या मापानं हळूहळू मोजून दूध दिलं जातं. दूधवाले घरोघरी कॅरियरच्या दोन बाजूंना कॅन लटकवून

जात होते. आता ते कुठल्या वाहनाच्या कॅरियरला कॅन लटकवत होते, याचा तुम्ही नक्कीच अंदाज बांधला असेल आणि तो बरोबरही आहे. होय हिरो सायकलच्या कॅरियरला. माझ्या वडलांच्या अंतःप्रेरणेनं त्यांना सांगितलं की, दूधवाले नक्कीच सायकलऐवजी छोट्या मोपेड वापरण्याकडे वळतील.

जर दूधवाल्यानं पुढाकार घेतला, तर उर्वरित ग्रामीण भारतही त्याचं अनुसरण करेल. माझ्या वडलांचं म्हणणं योग्य होतं. ग्रामीण भारतानं अतिशय उत्साहानं सायकलींना स्वीकारलं होतं. आता त्यांनी कमी किमतीच्या आणि सर्व प्रकारच्या कामांसाठी वापरता येणाऱ्या मोपेडचं स्वागत केलं. ती अतिशय कमी ताकदीची होती (१०० सीसीहून कमी); पण तरीही ती जड वजन वाहून नेऊ शकत होती आणि खेड्यांमधील ओबडधोबड रस्त्यांवरूनही आरामात जाऊ शकत होती. मोपेड हे एक जोशपूर्ण, तडफदार दिसणारं, वाहतुकीचं स्वातंत्र्य मिळवून देणारं, चपळ वाहन होतं. ती चालवणाऱ्या प्रत्येकाच्या मनात क्षणोक्षणी आपण हिरो असल्याची भावना निर्माण होत होती. बॉलिवूड तर अथकपणे मोटरसायकलची जाहिरात करून तिच्या खरेदीला उत्तेजन देत होतं (*बॉबी* १९७३ आणि *शोले* १९७५); पण जास्त परवडण्याजोगी मोपेड ही त्या खालोखालची उत्तम गोष्ट होती.

म्हणून ज्या वेळी सायकलकेंद्रित वैयक्तिक परिवहन बाजारपेठेचं आधुनिकीकरण करण्याच्या कल्पनेला भारतीय सरकारनं खुलेपणानं स्वीकारलं, त्या वेळी सरकारनं मोपेडसाठी उत्पादन परवाने देण्यास सुरुवात केली. आता मुंजाल बंधूंच्या अंगात चांगलाच उत्साह संचारला होता. अर्थातच त्यासाठी आणखी वेगळ्या दृष्टिकोनाची आवश्यकता होती. सायकलींमध्ये तंत्रज्ञानाचा फार मोठा वापर नव्हता, त्यामुळे मोपेडच्या उत्पादनासाठी तंत्रज्ञान क्षेत्रातील भागीदाराची गरज होती.

माझ्या वडलांच्या मनात युरोपियन अभियांत्रिकीविषयी मोठा आदर होता, त्यामुळे आता त्यांना परदेशी सहकार्य मिळवण्याची तीव्र इच्छा होती. त्यानंतर ते स्वयंचलित वाहन उत्पादक कंपनी पियॅजोच्या व्यवस्थापकीय अधिकाऱ्यांना भेटण्यासाठी फ्रान्सला गेले. पियॅजोनं १९६०च्या दशकाच्या उत्तरार्धात आणि १९७०च्या दशकाच्या पूर्वार्धात ५०० सीसी मोपेडची तीन मॉडेल बाजारात आणली होती आणि फ्रान्सच्या मोपेडच्या बाजारातील ती आघाडीची कंपनी होती. रोमिली आणि सेंट लुईस येथील त्यांच्या दोन फॅक्टरींनी या कालावधीत ८,००,००० मोपेड बाजारात आणल्या होत्या.

परदेशी तंत्रज्ञानासाठी करार करण्याच्या दृष्टीनं अवघड वातावरण होतं. जागतिक पातळीवर आघाडीवर असलेल्या पियॅजोनं बजाज ऑटोला १९६०च्या दशकात व्हेस्पाचा परवाना दिला होता; पण नंतर १९७१मध्ये तत्कालीन पंतप्रधान इंदिरा गांधी यांच्या राष्ट्रीयीकरणाच्या मोहिमेचा परिणाम म्हणून हा परवाना रद्द करण्यात आला. सन १९६८मध्ये एकाधिकार आणि प्रतिबंधात्मक व्यापार पद्धती

कायदा (मोनोपोलीज अँड रेस्ट्रिक्टिव्ह ट्रेड प्रॅक्टिसेस अ‍ॅक्ट - एमआरटीपी) संमत करण्यात आला आणि बजाजसारख्या मोठ्या उद्योगांवर प्रतिबंध आले.

१९७१च्या भारत-पाकिस्तान युद्धानंतर निर्माण झालेल्या लोकप्रियतेच्या लाटेवर आरूढ होऊन श्रीमती गांधींनी हे धोरण पुढे नेलं आणि १९७४पर्यंत त्यांनी १४ मोठ्या बँकांचं, सर्वसामान्य विमा कंपन्यांचं आणि कोळसा खाणींचं राष्ट्रीयीकरण केलं. त्या पाठोपाठ १९७४चा परदेशी चलन नियंत्रण कायदा (फेरा) अमलात आला आणि त्याद्वारे भारतातील परदेशी कंपन्यांच्या कामकाजावर प्रतिबंध आणण्यात आले.

माझ्या वडलांनी पियॅजोमध्ये मोपेडच्या आघाडीच्या टीम सदस्यांची भेट घेतली त्या वेळी त्यांना तंत्रज्ञान कराराकरिता त्या सदस्यांचं काही प्रमाणात मन वळवावं लागलं; परंतु अखेरीस त्या लोकांना या प्रबळ भारतीय ब्रँडबरोबर भागीदारी करण्यात फायदा असल्याचं दिसलं. तत्त्वतः झालेल्या करारामुळे माझे वडील अतिशय आनंदानं भारतात परतले.

मात्र नियतीच्या मनात काही वेगळंच होतं आणि भारत सरकारचे विचारही भिन्न होते. आम्ही अत्यंत उत्साहानं आवश्यक परवानग्या आणि परवाना मिळवण्यासाठी अर्ज केले आणि त्या वेळी 'दगडी भिंतीवर' डोकं आपटून घेणं म्हणजे काय असतं ते आमच्या लक्षात आलं. आमच्या समोर कागदोपत्री कामकाजाचा हिमालय उभा होता आणि फेराच्या अंतर्गत परकी चलनावर गंभीर प्रतिबंध होते. अखेरीस मुंजाल कुटुंबीयाला तो विचार सोडून देणंच शहाणपणाचं आहे असं वाटलं.

माझ्या वडलांनी यातून बाहेर पडण्याचा मार्ग शोधण्याचा प्रयत्न केला. त्यादरम्यान, लुधियाना आणि पॅरिस यांच्या दरम्यानच्या ट्रंक कॉलच्या लाइन सतत व्यस्त राहिल्या आणि अनेकांशी झालेल्या संभाषणांमुळे टेलीफोन सतत खणखणत राहिले; पण परकी चलन नसेल तर तंत्रज्ञान आयात करण्याचा प्रश्नच उद्भवत नव्हता, त्यामुळे अखेरीस पियॅजोबरोबरच्या भागीदारीच्या करारावर सह्या होण्याच्या आधीच तो करार संपुष्टात आला. पियॅजोबरोबर भागीदारी करण्याचं स्वप्न भंगलं होतं; पण माझ्या वडलांनी परदेशी कंपनीशी भागीदारी करण्याचे त्यांचे प्रयत्न सुरूच ठेवले होते.

परदेशी सहकार्याच्या बाबतीत तत्कालीन वातावरण अतिशय प्रतिकूल आणि खरं म्हणजे शत्रुत्वाचं होतं. फेरातील निर्बंधांनुसार, भारतात उपकंपन्या असलेल्या जागतिक कंपन्यांना भारतीय जनतेला त्यांचे शेअर्स कंट्रोलर ऑफ कॅपिटल इश्श्यूजनं निश्चित केलेल्या किमतीला विकावे लागणार होते आणि ही किंमत त्यांच्या खऱ्या मूल्याच्या तुलनेत खूपच कमी असणार होती. चलनवाढ मोठी असली आणि प्राप्तीकर दरात मोठी वाढ करण्यात आली असली, तरीही कंपन्यांच्या अधिकाऱ्यांना किती वेतन दिलं जावं त्याच्या कमाल मर्यादा निश्चित करण्यात आल्या होत्या. यातच संपत्तीकराचा परिणाम

लक्षात घेतला, तर श्रीमंत व्यक्तीला त्याच्या उत्पन्नापेक्षाही त्याच्यावरचा कराचा बोजा अधिक असल्याचं आढळत होतं. देशाबाहेर प्रवास करण्याची इच्छा असणाऱ्यांना एकूण आठ डॉलर्स नेण्याची परवानगी देण्यात आली होती.

कागदापासून पोलादापर्यंत आणि टायरपासून औषधं आणि कारपर्यंत सगळ्यांच्या किमतीवर नियंत्रण लागू करण्यात आलं होतं, त्यामुळे विचित्र, विपर्यस्त परिणाम निर्माण झाले. लोकप्रिय असलेल्या बजाज स्कूटरसाठीची प्रतीक्षा यादी सतरा वर्षांइतकी लांबलचक होती. काळा बाजार प्रचंड प्रमाणात वाढला. प्रीमियर कारचा (आधीच्या फियाटचा) मोठा तुटवडा निर्माण झाला होता, त्यामुळे ज्या नोकरशहांनी आधी विशेषाधिकार कोट्यातून प्रीमियरची खरेदी केली होती, ते तीन वर्षांनी भरपूर नफा कमवून त्या विकू शकत होते.

सन १९७३मध्ये अन्नधान्याच्या खासगी ठोक व्यापारावर प्रतिबंध लादण्यात आले. अनेकांना ही अनुत्पादक, हानिकारक खेळी वाटली. यानंतर अन्नधान्याच्या दरात प्रचंड वाढ झाली आणि महागाई गगनाला भिडली. कम्युनिस्टांच्या प्रभावामुळे ही टोकाची पावलं उचलण्यात आल्याचं मानलं जात होतं. १९६९मध्ये काँग्रेसमध्ये फूट पडली होती, त्या वेळी कम्युनिस्टांनी इंदिरा गांधींना पाठिंबा दिला होता, त्यामुळे त्यांच्यावर कम्युनिस्टांचा प्रभाव होता, असं म्हटलं जात होतं.

राजकीय आघाडीचा विचार करता आपल्या पसंतीच्या व्यक्तीला सरन्यायाधीशपदी बसवण्यासाठी, सर्वोच्च न्यायालयाच्या न्यायाधीशांच्या पदोन्नतीमध्ये पक्षपात करण्यात आला. संजय गांधींचा उदय झाल्यानंतर डाव्या विचारसरणीच्या लोकांना दूर सारण्यात आलं; पण तोपर्यंत नुकसान होऊन गेलं होतं आणि आर्थिक वाढ ४ टक्क्यांवरून २.५ टक्क्यांपर्यंत घसरली होती. अगदी महागाईवाढही ३० टक्क्यांनी वाढली होती.

काँग्रेस राजवटीला जोरदार राजकीय विरोध होऊ लागला आणि गांधीवादी समाजवादी नेते जयप्रकाश नारायण यांच्या चळवळीनं जोर धरला. अगदी देशातील तरुणही जेपींच्या झेंड्याखाली गोळा झाले. याच वेळी अलाहाबाद उच्च न्यायालयानं पंतप्रधानांच्या निवडणुकीला अवैध ठरवलं. इंदिरा गांधींना होणारा विरोध अतितीव्र झाला आणि परिणामी, २५ जून १९७५ रोजी देशात आणीबाणी लागू करण्यात आली. नागरी स्वातंत्र्याचा भंग करणारी कडक कारवाई सुरू झाली. सन १९७३मध्ये सरन्यायाधीश ए. एन. रे यांची त्या पदावर निवड झाली होती; परंतु ही निवड त्यांच्या तीन ज्येष्ठ सहकाऱ्यांना डावलून करण्यात आली होती. त्यांनी असा निर्णय दिला की, राज्याकडे मूलभूत हक्कांना राखीव ठेवण्याचे अधिकार आहेत.

त्या काळातील राजकीय उलथापालथी आणि अस्थिर आर्थिक वातावरण यामुळे बहुतेक व्यावसायिक निराश झाले होते; पण माझ्या वडलांनी तसंच पुढे जात राहण्याचा निर्धार केला होता. त्यांचा असा दृष्टिकोन होता की, भारताला कमी

दराची मोपेड हवी होती आणि स्कूटर व मोटरसायकलना पर्याय उपलब्ध करून देण्याची गंभीर गरज होती. त्यांचा हा विचार अगदी पक्का झाला होता. मुंजाल बंधूंनी मोपेडच्या रचनेचा अभ्यास केला आणि असा निष्कर्ष काढला की, हे तंत्रज्ञान म्हणजे रॉकेटच्या तंत्रज्ञानासारखं अवघड तंत्रज्ञान नाही. स्थानिक बुद्धिमत्तेचा वापर करून मोपेडची बांधणी भारतात करणं शक्य आहे. अर्थातच त्यासाठी खडतर प्रयत्न आणि कठोर परिश्रम करावेच लागणार होते. हे बंधू आणि त्यांची मुलं यांनी अभियंते आणि कारागीर यांच्यासमवेत बसून मोपेडचे भाग सुटे केले आणि प्रत्येक भागाच्या उत्पादनासह तिच्या उत्पादनाचा आराखडा तयार केला.

संपूर्ण भारतीय बनावटीची हिरो मॅजेस्टिक ही पहिली मोपेड १९७५मध्ये स्थानिक पातळीवर तयार करण्यात आली. तिच्यात अनेक त्रुटी होत्या. त्यानंतरच्या दोन वर्षांत डिझाईन टीमनं त्या एकापाठोपाठ दुरुस्त केल्या. मॅजेस्टिक ऑटोनं मुंजाल समूहाला वाढीच्या पुढच्या टप्प्यात नेलं. सन १९७७मध्ये या बंधूंनी कंपनीला सार्वजनिक क्षेत्रात नेण्याचं ठरवलं, कारण त्यांना भांडवल उभारणी करण्याची गरज भासत होती.

त्याच्या पुढच्याच वर्षी पहिल्या हिरो मॅजेस्टिक मोपेड रस्त्यावर धावू लागल्या. हिरो ब्रँड याचा अर्थ पैशाची पुरेपूर वसुली असा होता. त्यांची विक्री भरपूर होती आणि वितरणाचं जाळं व्यापक होतं, त्यामुळे बाजारात या मोपेड अत्यंत भक्कमपणे उतरल्या आणि झपाट्यानं लोकप्रिय झाल्या. १९८०च्या दशकाच्या मध्यापर्यंत हिरो मॅजेस्टिक हे नाव घरा-घरात पोहोचलं होतं. कायनेटिक इंजिनिअरिंगच्या (लुनाच्या) आणि सुंदरम क्लेटॉनच्या (टीव्हीएस ५०) वाहनांच्या किमतीच्या तुलनेत तिची स्वस्त, स्पर्धात्मक किंमत हे त्यामागचं एक कारण होतं.

जागतिक पातळीवर आणि प्रामुख्यानं आफ्रिका, उत्तर आणि दक्षिण अमेरिका, युरोप आणि मध्य पूर्वेत हिरो मॅजेस्टिक मोठ्या प्रमाणात लोकप्रिय झाली. त्यानंतर अनेक वर्षांनी मोपेडच्या उत्पादनासाठी परकी सहकार्य घेण्याची माझ्या वडलांची इच्छा 'लाइट मोटरसायकल'च्या स्वरूपात साकार झाली. योहानन पुक यांनी १८९९मध्ये स्थापन केलेली स्टिअर डेम्लर पुक ही ऑटोमोबाईल, सायकल, मोपेड आणि मोटरसायकल यांच्या उत्पादनातील अग्रेसर कंपनी होती. या कंपनीनं हिरोबरोबर त्यांचं तांत्रिक ज्ञान आनंदानं वाटून घेतलं. सन १९८६मध्ये पंकज या माझ्या चुलतभावानं त्यांच्याकडून तीन मॉडेल खरेदी केली आणि हिरो मोटर्सनं भरारी घेतली. या उत्पादनांना पश्चिम आशिया, बांगला देश आणि व्हिएतनाममधील निर्यात बाजारपेठ मिळाली.

हिरो पुक चांगलीच आकर्षक होती. अभिनेता आमीर खान तिचा ब्रँड ॲम्बॅसिडर होता. सन १९९९मध्ये भरगच्च भरलेल्या चित्रपटगृहांमध्ये *सरफरोश* हा चित्रपट झळकला त्या वेळी माझे वडील ७६ वर्षांचे होते. या चित्रपटात आमीर

खाननं पोलीस अधिकाऱ्याची भूमिका साकारली होती. दिल्लीच्या रस्त्यांवरून तो हिरो पुकवरून जाताना दाखवण्यात आलं होतं. माझ्या वडलांना ते पाहून अतिशय समाधान वाटलं होतं. हिरो मॅजेस्टिक मोठ्या प्रमाणात लोकप्रिय झाली. एका ब्लॉग लेखकानं गमतीनं लिहिलेली ओळ जितकी आमीरला लागू होत होती, तितकीच या बाईकलाही लागू होत होती. त्याने लिहिलं होतं की, 'प्रभावी बुक्का मारण्यासाठी, प्रहार करण्यासाठी तुम्ही आकारानं मोठे किंवा ताकदवान असण्याची गरज नसते.'

पुक हा मोपेड व्यवसायातील अजोड ब्रँड होता आणि त्याच्यामुळे किफायतशीर दरात गुणवत्तापूर्ण मोपेड उपलब्ध झाली होती. भारतातील आव्हानात्मक परिस्थितींमध्ये, धूळभरल्या खराब रस्त्यांवरून सहजपणे फिरणाही ही मोपेड विश्वासार्ह वाहनाचं प्रतीक ठरली. तसं पाहता, तिचं विपणन आणि वाणिज्य कामकाज पुकच्या तांत्रिक तज्ज्ञतेची बरोबरी करू शकलं नाही म्हणून कालांतरानं तिची पियॅजोला विक्री करण्यात आली. ही कंपनी अद्याप पुक ब्रँड या नावानं बाईकचं उत्पादन करत आहे. याच वेळी पुक मॅक्सी प्लसची संपूर्ण उत्पादन लाइन हिरो मोटर्सला विकण्यात आली.

हिरो पुक १९८८पासून २००३पर्यंत चांगली चालली; परंतु नंतर तिचं उत्पादन बंद करण्यात आलं, कारण तोपर्यंत संपूर्ण भारतातील ग्राहक तिच्याहून जास्त शक्तिशाली मोटरसायकली आणि स्कूटर खरेदी करू लागले होते.

५

हिरो-होंडा भागीदारी

सायकलींच्या आणि मोपेडच्या बाजारपेठेत सन १९८१पर्यंत हिरो आघाडीवर होती. निर्यातीनं चक्क उड्डाण केलं होतं. आंतरराष्ट्रीय बाजारपेठांकरिता हिरो सायकल्सनं गुंतागुंतीच्या उच्च तंत्रज्ञानावर आधारित सायकली तयार केल्या होत्या आणि त्यांच्या विक्रीत कंपनीला लक्षणीय यश आलं होतं. त्या वेळी हिरोच्या पाच कंपन्या कार्यरत होत्या आणि मुंजाल कास्टिंग या सहाव्या कंपनीचं उद्घाटन झालं होतं.

वरवर पाहता, हिरो भक्कम पायावर प्रगती करत पुढे चालल्याचं दिसत होतं; परंतु आतून तिला अनेक समस्यांना तोंड द्यावं लागत होतं. मोपेडची विक्री कमी होत चालली होती. ती जोशपूर्ण, उत्साही दिसणारी छोटीशी वाहनं काही काळापूर्वी अतिशय उत्तम चालली होती; पण आता ग्राहकांचं त्यांच्याविषयीचं आकर्षण संपुष्टात आलं होतं. मोपेड सहजपणे नादुरुस्त होत होत्या हे त्यामागचं एक कारण होतं. शिवाय सायकलींप्रमाणे त्यांच्यासाठीच्या विक्रीपश्चात सेवा सहजपणे उपलब्ध नव्हत्या. प्रत्येक मेकॅनिकाला त्यांची दुरुस्ती करता येत नसल्यामुळे त्यांच्या दुरुस्तींमध्ये अनेक समस्या येत होत्या. शिवाय तिच्या मागच्या सीटवर बसून प्रवास करणं अतिशय अवघड होतं, कारण प्रामुख्यानं मोपेड ही फक्त एकाच व्यक्तीसाठी तयार करण्यात आली होती. त्या बाबतीत 'जुगाड' करण्याचा भारतीयांचा मोठा उत्साह एका मर्यादेपर्यंतच ताणला जाऊ शकत होता.

पियॅजोबरोबरच्या भागीदारीत काही समस्या येऊ लागल्यानंतर माझ्या वडलांनी परदेशातील इतर कंपन्यांकडून सहकार्य मिळवण्यासाठी सर्वत्र शोध घेण्यास सुरुवात केली. हिरोच्या यशात माझ्या वडलांच्या दूरदर्शी आणि भविष्याचा अचूक वेध घेण्याच्या दृष्टिकोनानं मोठंच योगदान दिलं होतं; पण आता त्यांना कंपनीला जागतिक स्तरावर नेण्याची इच्छा होती आणि त्यासाठी मोठ्या आंतरराष्ट्रीय ब्रँडबरोबर टाय-अप (सहकार्य करार) करण्याची गरज भासत होती. कुटुंबाच्या नियमित अनौपचारिक बैठकीत त्यांनी हा विषय मांडला.

त्यांनी पहिल्यांदा देशात या क्षेत्रात होत चाललेल्या वाढीच्या पार्श्वभूमीवर, या प्रगतीमुळे मिळत असलेल्या संधींमुळे लोकांच्या मनात महत्त्वाकांक्षा वाढत चालल्याचं सांगितलं आणि या दृष्टिकोनातून कौटुंबिक व्यवसायाचा विस्तार करण्याची गरज व्यक्त केली. शिवाय त्यांनी असंही सांगितलं की, आता मुंजालांच्या कुटुंबातील मुलं मोठी झाली होती आणि त्यांना समूहाच्या विविध कंपन्यांमध्ये पाठवण्यात आलं होतं. ती सुशिक्षित होती आणि प्रतिभासंपन्न होती. ती भविष्याचा वेध घेत होती, त्यामुळे आता हिरोकडे आगामी दशकांमध्ये हिरोच्या विकासाला ताकद देण्याकरिता आवश्यक असलेली मोठीच बुद्धिमत्ता होती.

त्यानंतर माझ्या वडलांनी सरकारी धोरणांमधील बदलाकडे निर्देश केला. १९७०च्या दशकात सुरू झालेलं प्रतिबंधात्मक, उत्पादनांवर निर्बंध घालणारं धोरण संपुष्टात येत चाललं होतं. 'फेरा'मुळे मोटरसायकलींच्या आणि स्कूटरच्या क्षेत्रांमध्ये नवीन उत्पादनं दिसत नव्हती किंवा नवीन फर्मही बाजारात येत नव्हत्या, कारण मोटरसायकलींचं आणि स्कूटरचं उत्पादन क्षेत्र प्रामुख्यानं परदेशी कंपन्यांशी करण्यात आलेल्या सहकार्य करारांवर अवलंबून होतं.

धोरणविषयक निर्बंधांचा लंबक अखेरच्या टोकापर्यंत पोहोचल्यानंतर आता परतीच्या मार्गाला लागला होता. देश आणीबाणीपासून (१९७५-७७) जनता सरकारच्या राजवटीच्या कालावधीतून (१९७७-८०) गेला होता आणि १९८०मध्ये इंदिरा गांधी पुन्हा सत्तेत आल्या होत्या. आता सरकारच्या आर्थिक धोरणांमध्ये हळूहळू बदल होत चालले होते. किंमतींवरची नियंत्रणं दूर करण्यात आली होती. एमआरटीपीचा संवेग संपुष्टात आला होता. परकी चलनावरची नियंत्रणं शिथिल करण्यात आली होती आणि कंपन्यांना त्यांच्या क्षमतांनुसार 'आपोआप' होणारा विस्तार करू देण्यास मुभा देण्यात आली होती. बजाज स्कूटरसाठी असलेली लांबलचक प्रतीक्षा यादीही अखेरीस संपुष्टात आली होती.

आता, १०० सीसीपर्यंतच्या दुचाकीसाठी परदेशी सहकार्य घेण्यास परवानगी देण्यात आली होती, त्यामुळे मोटरसायकल आणि स्कूटर क्षेत्रांतील दुचाकी उत्पादकांसाठी नवीन संधी निर्माण झाल्या होत्या. साहजिकच नवीन उत्पादनांचे, व्यावसायिक भागीदारीचे आणि बाजारपेठांचे मार्ग खुले झाले होते. देशात दुचाकीच्या बाजारपेठेत मोठी मागणी होती आणि त्या तुलनेत दुचाकीचा पुरवठा कमी होता. दुचाकी उद्योगाच्या दृष्टीनं ही चांगली गोष्ट होती. १९८०च्या दशकात वाढतं उत्पादन आणि जास्त चांगली गुणवत्ता यांची हमी देता येणार होती.

सुरुवातीला, परदेशी कंपन्यांचं सहकार्य मिळवण्याच्या माझ्या वडलांच्या कल्पनेला कुटुंबीयांनी आणि मित्रांनी विरोध केला होता. श्री. राय यांनी अशी आठवण सांगितली होती की : 'सुरुवातीला कुटुंबातील सदस्यांनी परदेशी कंपन्यांचं सहकार्य घेणं हा मोठा जुगार ठरेल अशी भीती व्यक्त केली.' जर अशी भागीदारी

अपयशी ठरली तर काय होईल? पैशाचं काय? भागीदारी करण्यासाठी भरपूर पैशाची गरज भासेल. तो कुठून आणायचा? असे काही प्रश्न त्यांच्या मनात होते.

मात्र मोठी स्वप्नं पाहणारे माझे वडील संभाव्य भागीदारांचा शोध घेण्यापासून विचलित झाले नाहीत. आता सायकल आणि मोपेड उत्पादनातून स्कूटर आणि मोटरसायकल उत्पादनाच्या क्षेत्रात आघाडीवर राहण्यासाठी हिरोमध्ये स्थित्यंतर घडवून आणण्याची गरज आहे, या आपल्या विचारावर ते ठाम राहिले. त्यांच्या कार्यालयात ते नोटपॅड आणि पेन घेऊन बसत होते. त्यांनी तिथून युरोपमधील आणि इतर परदेशांतील अनेक मोठ्या कंपन्यांना पत्रं लिहिली. त्यांनी या क्षेत्राच्या जागतिक परिस्थितीवर संशोधन केलं. त्यासाठी त्यांच्या आंतरराष्ट्रीय संपर्क जाळ्याचा त्यांनी वापर केला. माझा भाऊ सुमन याने त्याचं निरीक्षण नोंदवलं, त्याप्रमाणे 'माझे वडील कुठल्याही विषयाचा त्यांचा गृहपाठ अतिशय बुद्धिमानतेनं पक्का करत होते. भारतीय बाजारपेठेत प्रवेश करण्याची संधी शोधत असलेल्या कंपन्यांचं त्यांनी अगदी काटेकोरपणे विश्लेषण आणि मूल्यमापन केलं.'

ते जपानकडे वळले. खरं तर सगळेच स्वयंचलित वाहन उत्पादक उत्पादनासाठी पौर्वात्य देशांकडे पाहत होते. होंडा ही जगातील अत्यंत मोठ्या स्वयंचलित वाहन उत्पादक कंपन्यांपैकी एक होती (जपानधील ती तिसऱ्या क्रमांकाची मोठी कंपनी होती.) दुचाकी वाहन उत्पादन क्षेत्रातील ती जपानमधील सगळ्यात मोठी कंपनी होती. त्यांच्याकडे १०० सीसी आणि त्याहून कमी इंजिन क्षमतेच्या वाहनांकरिता अनेक प्रस्ताव होते. माझ्या वडलांना नेमकं हेच हवं होतं. त्यांना ग्राहकांना सहज वाटावं अशा प्रकारे वाहनांमधील सुरळीत स्थित्यंतराला गती द्यायची होती. सायकल ते मोपेड आणि तिथून इंधन-सक्षम व कमी देखभालीची गरज असलेल्या स्कूटर व मोटरसायकल असं हे स्थित्यंतर होतं. खरं तर होंडानं आधीच भारतीय भागीदार हवा असल्याची जाहिरातही दिली होती, कारण भारतातील वाहनांचा तुटवडा आणि प्रचंड मागणीमुळे वाहनांना मिळणारी व्यापक बाजारपेठ यामुळे या देशात प्रवेश करण्याचा प्रस्ताव अतिशय आकर्षक वाटणारा होता. होंडाला आपण भारतात आणलं पाहिजे, याविषयी माझ्या वडलांची खात्री पटली होती. त्यांच्या संचालक मंडळाच्या बैठकीला आपल्याला उपस्थित राहता आलं, तर आपल्याला ही भागीदारीची संधी मिळेल याविषयीही त्यांच्या मनात शंका नव्हती.

इतर कुटुंबीयांच्या मनात मात्र हिरोला होंडाशी भागीदारी करण्याची संधी मिळेल का, याविषयी शंका होती आणि ती स्वाभाविकही होती. होंडाकडे १४०हून अधिक अर्ज आले होते आणि त्यात मोठ्या प्रमाणात आर्थिक आणि औद्योगिक ताकद असलेल्या कंपन्यांचा समावेश होता. शिवाय त्या हिरोच्या तुलनेत कित्येक पटींनी मोठ्या ऑर्डर देऊ शकणाऱ्या कंपन्या होत्या. 'अरे हमरे साथ क्यों करेंगे, टाटा और बाकी बडी कंपनीयों के साथ फॉरिन पार्टनरशिप्स होंगी' (ते आपल्याबरोबर

का भागीदारी करतील, ते टाटा आणि इतर मोठ्या कंपन्यांना प्राधान्य देतील), असं ओमप्रकाशकाकांचं मत होतं. खरोखरच होंडानं भारतातील बावीस निवडक कंपन्यांची यादी (शॉर्ट लिस्ट) तयार केली होती. तिच्यात भारताच्या उद्योजक घराण्यांचा समावेश होता. वास्तविक, तिला या प्रतिष्ठित उद्योजक घराण्यांची उत्तम 'हूज हू डिरेक्टरी' म्हणता आलं असतं.

होंडाची प्रत्यक्ष स्थापना सन १९४८मध्ये झाली असली तरी तिची मुळं दुसऱ्या महायुद्धपूर्व काळातील जपानच्या आर्थिक विस्तारात सापडतात. सोइचिरो होंडा हे तिचे संस्थापक होते. सुरुवातीच्या काळात माझ्या वडलांची त्यांच्याशी भेट झाली होती. त्या वेळी होंडाबरोबर संयुक्त प्रकल्पाचा करार करण्यात आला होता. सोईचिरो होंडांनी सायकल दुरुस्तीच्या दुकानापासून सुरुवात केली होती आणि नंतर ते कुशल ऑटो मेकॅनिक झाले होते. ते टोयोटाला पिस्टनचा पुरवठा करत होते आणि फक्त बाहेरच्या लोकांबरोबर एका छोट्याशा वर्कशॉपमध्ये काम करून त्यांनी मोटरसायकल तयार करण्याचे प्रयोग केले होते. 'ड्रीम' हे त्यांचं पहिलं उत्पादन १९४९मध्ये बाजारात आलं. ते इतकं लोकप्रिय झालं की, १९६४पर्यंत होंडा कंपनी जगातील सगळ्यात मोठी मोटरसायकल उत्पादक कंपनी झाली. त्यानंतरचा त्यांचा प्रवास हा अतिशय ऐतिहासिक स्वरूपाचा आहे.

पायापासून शिखरापर्यंत पोहोचण्याची होंडाची कहाणी आमच्या कुटुंबाच्या कहाणीशी मिळतीजुळती होती. आमच्या कुटुंबानंही सायकलच्या भागांपासून सायकली आणि मोपेड तयार करण्यापर्यंत मजल मारली होती. होंडाबरोबरची पहिली बैठक अगदी योगायोगानं झाली होती. १९८०च्या दशकाच्या सुरुवातीच्या काळात मशीनच्या भागांची खरेदी करण्यासाठी माझे वडील जपानला गेले होते. श्री. वासू हे हिरोचे जपानमधील एजंट होते. ते ओसाकातील कोबेचे रहिवासी होते. माझ्या वडलांनी वासूंना होंडाला स्थानिक भागीदारासह भारतीय बाजारपेठेत प्रवेश करण्यात रस असल्याचं सांगितलं. अनेक भारतीय कंपन्यांनी आधीच होंडाशी संपर्क साधण्यास सुरुवात केली होती आणि माझ्या वडलांना तेही कंपनीतील एखाद्या प्रभावी व्यक्तीशी संपर्क साधू शकतील का याची चाचपणी करायची होती.

त्यानंतर श्री. वासू त्यांच्या एका सहकाऱ्याशी बोलले. योगायोगानं, त्याच दरम्यान होंडात रुजू झालेल्या एका उच्चस्तरीय अधिकाऱ्याला तो ओळखत होता. काही वेळा फोनवर बोलणी झाल्यानंतर असं निष्पन्न झालं की, होंडात ज्यांच्याशी संपर्क साधला जात होता ते कोजी वानाका यांच्याकडेच होंडाच्या व्यवस्थापनानं भारतातील आपल्या प्रवेशाकरिता भागीदाराचा शोध घेण्याचं काम सोपवलं होतं. अशा प्रकारे होंडाच्या मुख्यालयात बैठक घेण्याचं निश्चित झालं. नंतरच्या काळात योगायोगानं, श्री. वानाका कायनेटिक इंजिनिअरिंगबरोबरच्या होंडाच्या स्कूटर प्रकल्पाला गती देण्याकरिता भारतात आले होते. हा प्रकल्प हिरो-होंडाशी समांतरपणे सुरू होता.

माझे वडील जपानला गेले. त्यांच्याबरोबर या प्रकल्पासाठी जाण्यास योगेश एका पायावर तयार होता. जपानच्या या बलाढ्य कंपनीशी करार करण्याचं ठामपणे ठरवूनच ते निघाले होते.

श्री. वासू हे हिरोचे जपानमधील प्रतिनिधी असल्यामुळे त्यांनी टोकिओच्या नरिता विमानतळावर आपल्याला न्यायला यावं अशी या दोघांची अपेक्षा होती. या विमानतळाच्या भूसंपादनाच्या विरोधात सार्वजनिक निदर्शनं झाली होती. त्या सगळ्या उलथापालथीनंतर पाच वर्षांपूर्वीच त्याचं कामकाज सुरू झालं होतं.

मात्र माझे वडील आणि योगेश विमानतळावरून बाहेर पडले, त्या वेळी श्री. वासू किंवा रोनी आणि मनजीत या त्यांच्या दोघा मुलांपैकी कोणीही तिथे आले नव्हते. माझ्या वडलांनी वासूंना फोन केल्यानंतर वासूंनी त्यांना बसनं त्यांच्या हॉटेलात जाण्यास सांगितलं. बसमधून? त्या दोघांनीही स्वागत म्हणून आपुलकीनं मारलेली मिठी, फुलांचे हार आणि शोफर असलेली गाडी अशा भारतीय पद्धतीच्या स्वागताची अपेक्षा बाळगली नव्हतीच; पण बसनं जाणं ही गोष्ट अगदीच विचित्र होती. योगेश म्हणाला, 'वासूंनी आम्हाला सांगितलं की, भरपूर भाडं असल्यामुळे टॅक्सींमधून प्रवास करणं टाळणंच चांगलं होतं. त्यांनी असंही सांगितलं की, जपानमध्ये अगदी प्रमुख कंपन्यांचे संचालक आणि अध्यक्षसुद्धा बस, ट्रेन यांसारख्या सार्वजनिक वाहनांतून प्रवास करतात. मग आम्ही बसनं हॉटेलमध्ये गेलो. हा सगळा एक वेगळाच अनुभव होता.' हॉटेल शोधण्यात त्यांना काही अडचणी आल्या, कारण त्या परिसरात जवळजवळ एकसारख्या नावाची दोन हॉटेल होती. अखेरीस एका हॉटेलमधील मित्रत्वानं वागणाऱ्या स्वागतिकेनं त्यांना योग्य हॉटेलचा पत्ता सांगितला, त्यामुळे टोकिओतील त्यांचे सुरुवातीचे काही तास म्हणजे एक दिव्यच होतं.

जपानची संस्कृती माझ्या वडलांना स्तिमित करणारी वाटली. इम्पिरिअल पॅलेसच्या अनुपम दृश्याबरोबरच त्यानी गोल्डन वीक उत्सवाचा आनंदही घेतला. दिवंगत शोवा सम्राटाच्या जन्मदिवसानिमित्त या उत्सवाचं आयोजन करण्यात आलं होतं. माझ्या वडलांनी त्याआधी कधीच गर्दीचं इतकं शिस्तबद्ध वर्तन पाहिलं नव्हतं. जपानी लोकांच्या विवेकशील वर्तनानं योगेश खूपच प्रभावित झाला. जपानी लोकांनी टोकिओतील भारतविषयक सगळ्या कार्यक्रमांना मुंजाल कुटुंबाच्या या सदस्यांना आमंत्रित केलं जाईल, याची खात्री करून घेतली होती. स्टेट बँक ऑफ इंडिया आपला वर्धापनदिन साजरा करत होती आणि एसबीआयच्या लुधियानाच्या शाखेनं आपल्या जपानमधील शाखेला आधीच हे दोघे टोकिओत असल्याचं कळवलं होतं. हॉटेलच्या स्वागत कक्षात त्या पार्टीची आमंत्रणपत्रिका पाठवण्यात आली होती. ते हॉटेलमध्ये पोहोचल्याबरोबर त्यांना ती देण्यात आली.

योगेशनं सांगितलं की, 'ही पार्टी दुसऱ्या दिवशी संध्याकाळी सात वाजता होणार होती. आम्हाला लुधियानातील सवय होती, त्यामुळे आम्ही साडेआठपर्यंत

जाण्याचा विचार करत होतो; परंतु वासूंनी आम्हाला सांगितलं की, ही गोष्ट इथे चुकीची मानली जाते. तुम्हाला जर ७ वाजता येण्याचं आमंत्रण असेल, तर तुम्ही तिथे बरोबर सात वाजता पोहोचलंच पाहिजे. आम्ही याबद्दल साशंक होतो आणि त्यामुळे ७.१०पर्यंत तिथे पोहोचावं असं आम्ही ठरवलं होतं; पण आम्ही तिथे पोहोचलो, त्या वेळी आम्ही आश्चर्यचकित झालो, कारण आधीच सगळे जण आले होते आणि स्थानापन्न झाले होते.'

आरामशीर भारतीय शैलीच्या तुलनेत जपानी लोकांचा व्यावसायिक दृष्टिकोन अगदीच भिन्न असल्याचं निदान सुरुवातीला तरी वाटलं होतं. ते रात्रीच्या जेवणासाठी दहा मिनिटं उशिरा पोहोचले होते, त्यामुळे त्यांना त्यात स्वारस्य नव्हतं, असा त्याचा अर्थ काढण्यात आल्याचं त्यांच्या लक्षात आलं. त्यानंतरचे दोन दिवस त्यांनी सायकलच्या भागांच्या पुरवठादारांच्या भेटीगाठी घेण्यात घालवले. नंतर त्यांची होंडाशी बैठक होणार होती.

एके दिवशी सकाळी त्यांची टॅक्सी वाहतूक कोंडीत सापडली. टॅक्सीचालकानं त्यांना ट्रेननं जाण्यास सुचवलं, त्यामुळे ते होंडामध्ये ठरलेल्या वेळी पोहोचले असते. त्याने त्यांना रेल्वे स्थानकावर सोडलं. योगेश म्हणाला, 'आम्हाला धक्का बसला होता. आपली कमाई सोडून सार्वजनिक वाहनानं प्रवास करायला सांगणारा माणूस आम्हाला भारतात कधीच भेटला नव्हता.'

होंडाचा अधिकारी, माझे वडील आणि योगेश यांच्यातील पहिली बैठक होंडाच्या कॉन्फरन्स रूममध्ये झाली. माझे वडील तिथे एखाद्या दीपस्तंभासारखे चमकत होते आणि त्या सगळ्यांहून वेगळे दिसत होते. तिथे जमलेल्या सगळ्यांनी गडद काळे सूट घातले होते. माझ्या वडलांनी फिकट तपकिरी रंगाचा सूट घातला होता. टेबलाच्या समोरच्या मुख्य जागी कोजी वानका बसले होते. त्यांचा चेहरा अगदी निर्विकार होता.

सगळ्याच लोकांचे चेहरे निर्विकार होते; परंतु तिथल्या वातावरणात एक प्रकारच्या सौम्य प्रसन्नपणाची, शालीनतेची झलक होती, त्यामुळे माझ्या वडलांचा आणि योगेशचा आत्मविश्वास वाढला. माझ्या वडलांनी स्वतःची ओळख करून देण्यास सुरुवात केली; परंतु होंडाच्या टीमनं हळुवारपणे हस्तक्षेप करून त्याची गरज नसल्याचं सांगितलं. योगेश ही आठवण सांगताना म्हणाला, 'त्यांच्याकडे आधीच हिरो आणि मुंजाल कुटुंबीय यांची संपूर्ण तपशीलवार माहिती होती. त्यांनी आमचा व्यवसाय, रस्त्यांच्या मूलभूत सुविधांची परिस्थिती, हवामानाच्या स्थिती आणि वातावरण, तसंच कायद्याची चौकट यांवर आधीच संशोधन केलं होतं.'

**

अखेरीस भिन्न पार्श्वभूमी असल्या तरीही दोन्ही कंपन्यांमधील समान, मिळत्याजुळत्या गोष्टींमुळे होंडा आणि हिरो या कंपन्या एकत्र आल्या. १९८०च्या दशकाच्या सुरुवातीच्या काळात होंडानं या भागीदारीसाठी प्राथमिक तपासण्यांना सुरुवात केली होती, तेव्हाच हे स्पष्ट झालं होतं. पहिल्यांदा हिरोचं कामकाज पाहण्यासाठी त्यांची एक मोठी टीम आली. त्यानंतर आणखी एक आणि नंतर आणखी एक टीम आली. सुमन या माझ्या भावानं याविषयीची आठवण सांगितली. तो म्हणाला, 'त्यांच्या टीम येत होत्या, सगळ्या फॅक्टऱ्यांना भेटी देत होत्या आणि काही टिपणं घेऊन जात होत्या. काही आठवड्यांनंतर दुसऱ्या पातळीवरची टीम येणार होती आणि ती लोकांना आणि कार्यसंस्कृतीला समजून घेणार होती. ती टीम काही दिवस कर्मचाऱ्यांना आणि व्यवस्थापकांना भेटणार होती.' त्या काळात हातात काळ्या वह्या आणि कॅमेरे असलेल्या (त्या काळात टॅब्लेट नव्हते) जपानी टीम दिसणं हे आमच्या प्रकल्पांमधील आणि डिलरशिपमधील सर्वसामान्य दृश्य झालं होतं.

त्याच काळात श्री. एस. के. राय संचालक मंडळात सहभागी झाले. गेस्ट कीन विल्यम्समधील ते ज्येष्ठ अधिकारी होते. त्यांना हिरोमध्ये येण्यासाठी माझ्या वडलांनी प्रेरित केलं होतं. त्या सुरुवातीच्या दिवसांची त्यांनी आठवण सांगितली : 'मी बसलो होतो त्या कार्यालयातील प्रत्येकाचं आडनाव मुंजाल होतं. जपानी लोकांच्या दृष्टीनं ही गोष्ट अतिशय संभ्रमित करणारी होती; पण अखेरीस निर्णय घेणाऱ्या व्यक्तीला ओळखण्यात त्यांना यश आलं.'

हिरोच्या टीम जपानी लोकांचं म्हणणं संयमानं ऐकून घेत होत्या आणि त्यांच्या गरजा समजून घेण्याचा प्रयत्न करत होत्या. हळूहळू यात प्रगती होत गेली. एकदा ही भागीदारी करायची असं ठरवल्यानंतर मुंजाल कुटुंबीयाला आता आपण कदाचित त्यांच्याहून मोठ्या कंपन्यांना मागे टाकू शकू, असा आत्मविश्वास वाटू लागला.

फक्त हिशेबवह्यांचं, विवरणपत्रांचं, तांत्रिक यंत्रसामग्रीचं आणि कामकाजाच्या क्षमतेचं मापन करून जपानी लोकांचं समाधान होणार नाही, हे माझ्या वडलांना अंतःप्रेरणेनंच समजलं होतं. हिरोची व्यवस्थापन यंत्रणा आणि औद्योगिक संबंध याविषयी त्यांना चिंता होती, हे त्यांनी न सांगताही माझ्या वडलांच्या लक्षात आलं होतं. होंडाच्या बारीकसारीक विश्लेषणाला मुंजाल कुटुंबीयांनी कसं तोंड दिलं होतं आणि स्वतःला कसं सादर केलं होतं ही गोष्ट महत्त्वाची होती. डीलर, पुरवठादार, ग्राहक, बँकर आणि इतर लोक यांच्याकडून होंडा माहिती घेत होती हेही त्यांना माहीत होतं.

त्यानंतर होंडानं पहिल्यांदा दहा कंपन्यांना आणि नंतर दोन कंपन्यांना निवडलं. (फिरोदिया समूह हा दुसरा समूह होता.) ही प्राथमिक तपासणी तीन वर्षं चालली. त्यानंतर होंडाचं हिरोच्या कार्यसंस्कृतीविषयी आणि नीतिमूल्यांविषयी समाधान झालं. बहुधा या दोन्ही गोष्टी होंडाच्या कार्यसंस्कृतीशी आणि नीतिमूल्यांशी

मिळत्याजुळत्या असाव्यात. जपानप्रमाणेच हिरोमध्येसुद्धा आमच्या कंपन्यांनी श्रेष्ठ लाभ आणि आयुष्यभरासाठी नोकरीच्या सुरक्षिततेची हमी देऊन हुशार, प्रतिभाशाली व्यक्तींना कंपनीत आणलं होतं आणि टिकवून ठेवलं होतं. खरं तर अनेक ज्येष्ठ अधिकाऱ्यांना निवृत्तीनंतर आमच्या शाळांमध्ये, महाविद्यालयांमध्ये किंवा इतर समाजाभिमुख प्रकल्पांमध्ये सामावून घेतलं जात होतं. त्यांच्या मुलांना आणि नातवंडांना हिरो समूहात स्थान मिळेल याची अनेक जण खात्री करून घेत होते.

आपल्या कर्मचाऱ्यांच्या सखोल ज्ञानाचा, शिस्तीचा, निष्ठेचा आणि क्षमतेचा हिरोनंही होंडाप्रमाणेच नेहमीच आदर राखला होता. हा करार केला जाण्यात हिरोच्या ग्राहकाभिमुख दृष्टिकोनाबरोबरच या दृष्टिकोनाचाही वाटा होता.

होंडानं त्यांचा एक भागीदार म्हणून आमची निवड केली. त्यांच्या तुलनेत लहान असलेल्या कंपनीसोबत काम करण्याचा निर्णय त्यांनी का घेतला होता, असं आम्ही त्यांना नंतर विचारलं. आम्हाला त्यामागचं एक नव्हे, तर असंख्य कारणं सांगण्यात आली. त्यांनी आम्हाला सांगितलं की, भागीदाराच्या कंपनीचा आकार नव्हे, तर तिची क्षमता महत्त्वाची असते. या संयुक्त प्रकल्पावर स्वाक्षऱ्या होण्याच्या आधी होंडाच्या एका ज्येष्ठ अधिकाऱ्याशी झालेल्या संभाषणात त्याने माझ्या वडलांना विचारलं होतं की, 'भारतात या उद्योगात आघाडीवर जाण्यासाठी तुम्ही आम्हाला मदत कराल का?' माझ्या वडलांनी त्याला सांगितलं होतं की, 'आपण आघाडीवर जाऊच अशी मी हमी देऊ शकणार नाही; पण मी त्यासाठी नक्कीच सर्वतोपरी प्रयत्न करेन.'

होंडाच्या अधिकाऱ्यांनी आम्हाला सांगितलं की, कार्यसंस्कृतीतील साधर्म्य हा आणखी एक महत्त्वाचा घटक होता. ज्या वेळी ते शॉप फ्लोअरवरून जात होते, त्या वेळी एकाही कर्मचाऱ्यानं हातातील काम सोडून त्यांच्याकडे एकदासुद्धा पाहिलं नव्हतं. आपल्या हातातील कामावर त्यांनी इतकं लक्ष केंद्रित केलं होतं की, त्यांच्याकडे चौकसपणानं इकडे-तिकडे बघण्यास वेळच नव्हता. त्यांनी परदेशी लोकांकडे रोखून बघणं तर दूरच; पण साधा कटाक्षही टाकला नव्हता.

आमच्या कर्मचाऱ्यांना आम्ही ज्या प्रकारे वागवत होतो, त्यामुळेही होंडाचे अधिकारी प्रभावित झाले होते. त्यांनी आमच्या कंपनीत राबवली जाणारी आजीवन नोकरीच्या सुरक्षिततेची संकल्पना पाहिली होती. जपानमधील ती सर्वसामान्य प्रक्रिया होती आणि भारतात फक्त टाटा समूहात आणि हिरोमध्ये ती राबवली जात होती.

होंडाच्या अधिकाऱ्यांनी आम्हाला सांगितलं की, त्यांना इतरत्र कुठेही अशी बांधिलकी पाहायला मिळाली नव्हती.

त्यांच्यापैकी एका ज्येष्ठ अधिकाऱ्यानं माझ्या वडलांना सांगितलं की, 'दर वेळी आम्ही तुमच्या कंपनीला भेट देण्यासाठी परत येतो, त्या वेळी तुम्ही मशीन, लेआऊट आणि उपकरणांच्या संदर्भात कोणत्या ना कोणत्या नावीन्यपूर्ण कल्पना

लढवण्याच्या प्रयत्नांत असल्याचं आम्हाला दिसतं. उत्पादनवाढीची तुमची उत्कट इच्छा अतिशय अद्वितीय आहे.'

आम्ही ज्या प्रकारे आमच्या पुरवठादारांना वागवत होतो आणि त्यांच्याबरोबर काम करत होतो, त्या प्रकारे कोणीही त्यांच्या पुरवठादारांबरोबर काम करत असल्याचं त्यांना दिसलं नव्हतं, असंही त्यांनी सांगितलं. जपानमध्ये अशाच प्रकारची कार्यसंस्कृती आहे. तिथे कंपनी आणि तिचे विक्रेते परस्पर-सहकार्यानं काम करतात आणि सातत्यपूर्ण सुधारणेचे लाभही वाटून घेतात.

हिरोच्या जेआयटी उत्पादन तत्त्वामुळे जपानी लोक अत्यंत प्रभावित झाले होते, हे अगदीच स्पष्ट होतं. त्यांना भारतात हे तत्त्व पाहायला मिळेल असं वाटलंच नव्हतं. त्यांना वाटत होतं की, 'कमी खर्चातील अभियांत्रिकी' ही आग्नेय आशियाई देशांची संकल्पना होती; पण इथे तर हिरो कंपनीनं ती स्वबळावर शोधून काढली होती. अर्थातच उत्तम प्रकारे प्रशिक्षित झालेल्या कर्मचाऱ्यांच्या गतीमुळे आणि क्षमतेमुळेच जेआयटीचं तत्त्व राबवता आलं होतं. मोठ्या मनुष्यबळाचं आाणि संगणकीकरणाशिवाय माल, हिशेब यांचं व्यवस्थापन करण्याची हिरोची क्षमता पाहूनही जपानी लोक चकित झाले होते.

माझ्या वडलांविषयी आणि काकांविषयी कर्मचारी दाखवत असलेला आदर हा आणखी एक घटक होता. कधी मार्गिकेतून जाताना त्यांच्या समोरून एखादा कामगार किंवा कर्मचारी जात असेल, तर तो लगेच भारतीय परंपरेतील आदर दर्शवण्याच्या पद्धतीनुसार त्यांच्या पायाला स्पर्श करून नमस्कार करत असे. अशा प्रकारच्या कंपनीच्या व्यवस्थेत कामागारांच्या समस्या निर्माण होण्याची शक्यता कमी असल्यामुळेही जपानी लोक प्रभावित झाले होते.

**

सन १९८३मध्ये इंटरनेटचा जन्म झाला. त्या वेळी होंडानं माझ्या वडलांना अंतिम बैठकीसाठी जपानला बोलावलं होतं. माझ्या वडलांनी अंदाज बांधला होता, त्याप्रमाणे त्याच वर्षी भारत सरकारनं दुचाकीच्या क्षेत्रातील संयुक्त प्रकल्पांना मान्यता दिली होती.

प्रस्तावित संयुक्त प्रकल्पाच्या मसुदा करारावर आधीच सह्या झाल्या होत्या. रमणजी आणि पवन हे माझे ज्येष्ठ बंधू या प्रकल्पात अगदी सुरुवातीपासून म्हणजे वाटाघाटीच्या टप्प्यापासूनच सक्रिय सहभागी झाले होते. त्या काळात कंपनीत सहभागी झालेल्या अमित चतुर्वेदींनी नंतर असं सांगितलं होतं की : 'मी संचालक मंडळात आलो त्या वेळी होंडाबरोबरच्या संयुक्त प्रकल्पावर स्वाक्षऱ्या झाल्या नव्हत्या. संयुक्त प्रकल्पाचा मसुदा परदेशातून तयार होऊन येत असे. तो कुटुंबीयांनी पाहिला होता आणि काही बदल करून जपानला परत पाठवण्यात आला होता.

त्यात अनेक वेळा असे बदल करण्यात आले; पण ते अतिशय उच्च पातळीवरचं गुपित होतं.'

माझ्या वडलांशी अमित यांची पहिल्यांदा भेट झाली होती. त्याची आठवण सांगताना ते म्हणाले, 'सन १९८३च्या जूनमध्ये हिरो-होंडा मोटरसायकल प्रकल्पाच्या प्रकल्प व्यवस्थापक पदासाठी माझी मुलाखत घेण्यात आली. रमणजींनी माझी मुलाखत घेतली. त्यांना मी या पदासाठी ठीक वाटलो. त्यांनी मला सांगितलं की, आता तुम्ही माझ्या वडलांची भेट घेतली पाहिजे. असफ अली रोडवरच्या हिरो सायकल्सच्या कार्यालयात ही बैठक झाली. त्या दिवशी अतिशय उकडत होतं. चेअरमन साहेब दुपारी एकच्या सुमारास आले. त्यांनी फिक्या करड्या रंगाचा सूट घातला होता. आत आल्याबरोबर त्यांनी आपले शूज काढून ठेवले. त्यांनी मला अनेक प्रश्न विचारले. विशेषतः जपानी लोकांबरोबरच्या संयुक्त प्रकल्पांवर काम करण्याच्या माझ्या अनुभवाविषयी त्यांनी मला प्रश्न विचारले. तोपर्यंत शिपाई आत आला आणि चेअरमनसाहेबांना दुपारचं जेवण आणू का, असं त्याने विचारलं. त्यांनी दक्षिण भारतीय जेवणाची ऑर्डर दिली. त्यानंतर थोड्याच वेळात मुलाखत संपली आणि मी जाण्यासाठी उठलो; पण चेअरमनसाहेबांनी मला खाली बसायला लावलं आणि त्यांच्याबरोबर जेवून जायला सांगितलं. चेअरमनसाहेबांना थोडासासुद्धा गर्व नव्हता.'

माझ्या वडलांच्या नेतृत्वाखाली टोकिओला तीन सदस्यीय टीम गेली. माझ्या वडलांच्या सोबत माझा मोठा भाऊ रमण आणि अमित चतुर्वेदीही होते. या प्रवासाविषयी अमितनी सांगितलं की, 'सन १९८३मध्ये रमणजी, ब्रिजमोहनजी आणि मी जपानला गेलो. मी त्यांच्या सोबत गेलंच पाहिजे, असा रमणजींचा आग्रह होता. मला नेण्याविषयी चेअरमनसाहेब थोडेसे साशंक होते; पण अखेरीस त्यानी रमणजींचं म्हणणं मान्य केलं.'

दुसऱ्या दिवशी दुपारी बरोबर अडीचच्या ठोक्याला हिरोची टीम होंडा प्रतिनिधींच्या समोर बसली होती. त्याच वेळी लुधियानाच्या मुख्यालयातील कॉन्फरन्स रूममध्ये सगळे कुटुंबीय एकत्र जमले होते. त्या वेळी ५,८५० मैलांच्या अंतरावरूनही भारतात बसून तिथे घडत असलेल्या घटनांविषयी बोलता येईल, इतपत दूरसंचार दळणवळणाच्या क्षेत्रात प्रगती झाली होती.

मात्र बैठकीच्या वेळी होंडानं सुरुवातीलाच एक आश्चर्याचा धक्का दिला. त्यांनी हिरोच्या टीमला सांगितलं की, हिरोबरोबर मोटरसायकलचा संयुक्त प्रकल्प पार पाडण्यास ते तयार होते; पण फिरोदिया समूहासोबत ते स्कूटर उत्पादनाचा संयुक्त प्रकल्प करणार होते. हिरोच्या टीमचा चेहरा पडला. ते स्कूटरच्याच संयुक्त प्रकल्पाविषयी बोलणी करण्यासाठी आले होते; पण आता त्यांच्या समोर मोटरसायकलचा प्रकल्प ठेवण्यात आला होता. काही क्षण तसेच सुन्नपणे गेल्यानंतर माझ्या वडलांनी होंडाच्या प्रतिनिधींकडे रोखून पाहिलं. त्यानंतर त्यांनी रमणजीकडे वळून पाहिलं;

पण त्या धक्कादायक बातमीचा आपल्यावर काहीच परिणाम न झाल्यासारखे रमणजी निर्विकारपणे बसून होते. त्यांची आणि माझ्या वडलांची नजरानजर झाली आणि जवळजवळ अगदी नकळतपणे त्यांनी मान दरवाजाकडे वळवली.

माझ्या वडलांना त्यांना काय म्हणायचं होतं ते समजलं होतं. त्यांनी जपानी लोकांना या संदर्भात चर्चा करण्यासाठी त्या दोघांना थोडा वेळ देण्याची विनंती केली. हिरोची टीम बाहेर पडली, कारण त्यांना होंडाच्या प्रस्तावाचे दीर्घकालीन परिणाम समजून घेण्यासाठी थोडा वेळ हवा होता. माझ्या वडलांनी लुधियानातील त्यांच्या कुटुंबीयांना फोन केला. त्या वेळी ते सगळे तिथे चिंतातुरपणे आणि उत्साहानं त्यांच्या फोनची वाट पाहत होते हे त्यांना माहीत होतं. ते सगळे जण चकित झाले होते. 'आपण मोटरसायकलची कशी काय निर्मिती करू शकणार आहोत? भारतातील लोकांना स्कूटर हव्या आहेत,' ओमप्रकाशकाकांनी त्यांचं निरीक्षण नोंदवलं.

तोपर्यंत भारतातील लोकांकरिता मोटरसायकलचं क्षेत्र अज्ञात होतं आणि मोटरसायकलकरिता बाजारपेठ उपलब्ध आहे का, ते मुंजाल कुटुंबीयांना माहीत नव्हतं. फोनवरून कुटुंबीयांशी संपूर्ण दुपारभर आणि संध्याकाळीही काही काळ झालेल्या दीर्घ संभाषणानंतरसुद्धा ते कोणत्याही निश्चित निर्णयापर्यंत पोहोचले नव्हते. अखेरीस माझ्या वडलांच्या अंतःप्रेरणा प्रबळ ठरल्या. आपल्या कुटुंबीयांना मोठी जोखीम घ्यायची इच्छा नसते, मर्यादित जोखीम घेण्यासच ते तयार असतात हे माझ्या वडलांना माहीत होतं. आता होंडाबरोबर भागीदारी करायची असेल, तर आत्मविश्वासानं आणखी एक झेप घेण्याची वेळ आली होती. आपल्या आवाजात शक्य तितका आत्मविश्वास आणत त्यांनी जाहीर केलं, 'ठीक आहे, हेही करूया. देखी जाएगी। सायकल और मोपेड बनायी है, यह भी बना लेंगे' ('बघू काय होईल ते! आपण सायकली आणि मोपेड तयार केल्याच आहेत, आता हेही तयार करू.')

निर्णय घेण्यात आला आणि हिरो समूहाच्या दृष्टीनं ती आणखी एक कलाटणी देणारी गोष्ट ठरली. कुटुंबासाठी तो एक निर्णायक क्षण होता, कारण हिरोच्या आकाराच्या कंपनीच्या दृष्टीनं ती मोठी गुंतवणूक होती; पण आता ज्येष्ठ व्यक्तींनी या निर्णयाची अंमलबजावणी करण्याचा निर्धार केला होता.

होंडानं नंतर त्यांच्या निर्णयाचं स्पष्टीकरण दिलं होतं. हिरोची अभियांत्रिकी क्षमता बघून त्यांच्या टीम प्रभावित झाल्या होत्या आणि त्यांनी या समूहाबरोबर भागीदारी करण्याचा निर्णय घेतला होता. त्यांना या समूहाकडे असलेली व्यापक दृष्टी दिसली होती. होंडाच्या दृष्टीनं मोटरसायकलकरिता संशोधन करण्यात न आलेली, न धुंडाळलेली अशी ही बाजारपेठ होती; पण जर आपल्याला इथला भक्कम भागीदार मिळाला, तर आपण भारतात मोठाच ठसा उमटवू शकू, हे त्यांना निश्चितपणे माहीत होतं. हिरो-होंडा संयुक्त प्रकल्प जितक्या प्रमाणात गुणवत्ता, काटकसरीपणा,

इंधन-सक्षमता, वितरणाचं जाळं आणि विक्रीपश्चात सेवा या गोष्टी देऊ शकला असता, तितक्या प्रमाणात तत्कालीन अगदी मान्यताप्राप्त भक्कम ब्रँडसुद्धा या गोष्टी देऊ शकले नसते, असंही त्यांचं मत झालं होतं. भारताच्या लोकसंख्येत झपाट्यानं वाढ होत होती आणि तिच्या वाहनांच्या मागणीतही तितक्याच झपाट्यानं वाढ होत चालली होती. जर हिरो विश्वासानं झेप घेत होती, तर होंडा कंपनीही तशीच विश्वासानं झेप घेत होती.

एरव्ही मनमिळावू आणि सुखद व्यक्तिमत्त्वाचे माझे वडील वाटाघाटीच्या टेबलावर तितकेच अत्यंत कडकपणानं, कठोरपणानं वाटाघाटी करणारी व्यक्ती असल्याचं सिद्ध झालं. त्यांनी सूक्ष्म तपशिलांवर लक्ष केंद्रित केलं होतं. नंतर अमितनी सांगितलं की, 'बहुधा त्यांनी जाणीवपूर्वक हे धोरण स्वीकारलं होतं. त्यांना पूर्णपणे माहीत होतं की, त्या वेळी हिरो खूप मोठी संधी मिळवण्याच्या मार्गावर होती; पण तरीही आपल्या प्रतिष्ठेमुळे होंडानं अतिरिक्त किंवा अनावश्यक गैरफायदा घेऊ नये याची ते दक्षता घेत होते. अमितना आणि रमणजींना अनेक वेळा माझ्या वडलांना समजवावं लागलं की, काही बाबतीत थोडी-फार देवाण-घेवाण करण्याची गरज होती म्हणूनच आम्ही मध्ये-मध्ये थांबून हिंदी आणि पंजाबी भाषांमधून झटपट चर्चाही करत होतो.'

होंडानं आम्हाला सीडी ९० देण्याचा प्रस्ताव मांडला. त्या वेळी पाकिस्तानच्या आणि आशियाच्या इतर अनेक बाजारपेठांमध्ये सीडी ९० अतिशय लोकप्रिय होती. होंडाचं असं म्हणणं होतं की, भारताची बाजारपेठ या बाजारपेठांशी मिळत्या-जुळत्या स्वरूपाची आहे म्हणून भारतातसुद्धा सीडी लोकप्रिय होईल; परंतु माझ्या वडलांना मोठा आकार आणि जास्त मोठी सीट हवी होती. मोटरसायकलवरून दोन लोकांना आरामशीरपणे बसून, सुरक्षितपणे फिरता आलं पाहिजे, असं त्यांचं म्हणणं होतं. त्यांच्या मते आता मोटरसायकल ही फक्त एकाच व्यक्तीकरिता तयार करण्यात आलेलं वाहन आहे, हा विचार बदलण्याची गरज होती, कारण स्कूटर दोन व्यक्तींसाठी तयार करण्यात आलेलं वाहन होतं. मोटरसायकलही तशीच दोन व्यक्तींना बसता येण्याजोगी बनवण्याची गरज होती. मोटरसायकलवर मागच्या सीटवर महिला बसतील, याचीही त्यांना कल्पना होती, त्यामुळे त्यांना साडी गार्ड हवे होते. त्यांनी होंडाला स्पष्टपणे सांगितलं की, त्यांना सीडी १०० हवी होती.

त्यांनी इंधनाच्या बचतीवर किंवा इंधन-सक्षमतेवरही भर दिला. मोटरसायकलनं एका लिटरमध्ये १०० किलोमीटरचं अंतर पार केलं पाहिजे (अॅव्हरेज दिलं पाहिजे) असं त्यांचं म्हणणं होतं. यावर बरीच चर्चा झाली. १०० सीसीचं इंजिनानं १०० किलोमीटरचं अॅव्हरेज देणं ही गोष्ट अशक्य आहे, असं जपानी लोकांनी सांगितले. हे इंजिन जास्तीत जास्त ६५ किलोमीटरपर्यंतचं अॅव्हरेज देईल, असं मत त्यांनी व्यक्त केलं.

माझे वडील त्यांच्या म्हणण्यावर ठाम राहिले. त्यानंतर अभियांत्रिकी आणि संशोधन व विकास विभागांच्या टीमना बोलावण्यात आलं. अखेरीस खूप घासाघीस केल्यानंतर माझे वडील प्रति लिटर ८० किलोमीटरच्या ॲव्हरेजला तयार झाले.

इतर काही बाबतीतही ते असेच अडून बसले होते. त्यांना शाकाहारी भारतीय भोजनच हवं होतं, त्यामुळे होंडाच्या अधिकाऱ्यांना भारतीय रेस्टॉरंट शोधावी लागली. माझ्या वडलांना दुधाची भुकटी टाकलेला चहा आवडत नव्हता, त्यामुळे होंडाच्या अधिकाऱ्यांना त्यांच्यासाठी ताजं दूध मागवावं लागलं. अमितनं सांगितलं की, माझ्या वडलांनी उचललेल्या या पावलांमागे निश्चित रणनीती होती हे नंतर त्याच्या लक्षात आलं होतं. 'त्यांच्या या करारीपणामुळे जपानी लोकांनी त्यांना खूपच सन्मानानं वागवलं. मी त्याआधीही एस्कॉर्ट्स संयुक्त प्रकल्पाच्या वेळी जपानी लोकांशी चर्चा केली होती; परंतु त्यांनी चेअरमनसाहेबांना किंवा लाल सानना (जपानी लोक त्यांच्याविषयीचा आदर दर्शवण्यासाठी त्यांना लाल सान म्हणत होते.) जितक्या सन्मानानं वागवलं होतं, तितक्या सन्मानानं त्याआधी त्यांनी कोणत्याही भारतीयाला वागवल्याचं मी कधीच पाहिलं नव्हतं. चेअरमनसाहेब हेच हिरोमागचा शक्ती-स्रोत आहेत आणि भारतात यशस्वी होण्यासाठी तेच आपल्याला मदत करतील याविषयी त्यांचा ठामपणा पाहून जपानी लोकांची खात्री पटली होती.'

हिरोची टीम टोकिओत पूर्ण दहा दिवस राहिली; पण कॉन्फरन्स रूमच्या भिंती वगळता त्यांनी तिथल्या इतर कुठल्याच गोष्टी पाहिल्या नाहीत. त्यांनी एकेक ओळ, एकेक पूर्णविराम, अर्धविराम, स्वल्पविराम अशा प्रत्येक लहानसहान गोष्टींच्या दरम्यान लिहिल्या गेलेल्या मजुकराचा बारकाईनं विचार केला. संपूर्ण करारावर अशा प्रकारे चर्चा करण्यात आली. कोणता शब्द आधी पाहिजे किंवा नंतर पाहिजे, कोणता शब्द कॅपिटल अक्षरांत असावा आणि कोणता स्मॉल अक्षरांत असावा, यांवरही त्यांनी चर्चा केली.

हिरो आणि होंडा यांच्यातील संयुक्त प्रकल्प (जेव्ही) करारावर २४ डिसेंबर १९८३ रोजी स्वाक्षऱ्या झाल्या. त्यानंतर आठवड्यानं 'मेमोरँडम ऑफ ॲग्रीमेंट' करण्यात आलं. रमणजी, काही वर्षांपूर्वीच कुरुक्षेत्राच्या अभियांत्रिकी महाविद्यालयातून शिक्षण पूर्ण करून आलेला पवन आणि अमित हे कंपनी निबंधकाच्या (रजिस्ट्रार ऑफ कंपनीजच्या) कार्यालयात गेले आणि त्यांनी कागदपत्रं दाखल केली. १९ जानेवारी १९८४ रोजी हिरो-होंडा मोटर्स लिमिटेड अधिकृतपणे अस्तित्वात आली. दोन्ही भागीदार इक्विटीमध्ये प्रत्येकी २६ टक्क्यांचं योगदान देणार होते आणि हिरो-होंडा मोटर्स (एचएचएम) होंडाला तांत्रिक फी आणि रॉयल्टी देणार होती. देवमाशानं एका लहान माशाबरोबर भागीदारी केली होती; परंतु नंतरच्या काळात हा छोटासा मासाच समुद्रातील सगळ्यात हुशार मासा असल्याचं दिसून आलं होतं.

६

हिरोचं आगळं यश

१९८०च्या मध्याच्या काळातील लुधियाना हे संपत्ती निर्मितीचं केंद्र होतं; परंतु तरीही तुलनेत ते लहान गाव होतं. बहुतेक लोक एकमेकांना ओळखत होते. पंजाबचे अनेक नोकरशहा आमच्या कौटुंबिक मित्रांमध्येच स्वतःची गणती करत होते आणि अनेकदा आमच्या घरी त्यांचं जाणं-येणं होतं. १९८३-८७ या काळात जिल्हा उपायुक्तपदी काम केलेले के. आर. लखनपाल हे त्यांच्यापैकीच एक होते.

एके दिवशी ते माझ्या कार्यालयात आले. त्यांच्या चेहऱ्यावरील भावांवरून माझ्या लक्षात आलं की, ती सामाजिक भेटीसारखी भेट नव्हती, कारण त्या वेळी पंजाब दहशतवादाच्या विळख्यात सापडला होता आणि त्यामुळे राज्यातील नोकरशाहीसाठी तो मोठा आव्हानात्मक काळ होता. सन १९८४मध्ये भारतात इतकी दहशत निर्माण झाली होती की, त्यामुळे भूतकालीन दुःखद आठवणी ताज्या झाल्या. त्या वर्षी पहिला भारतीय अंतराळवीर अंतराळात गेल्याचा आनंद आपण साजरा केला असला तरी त्याच वेळी अमृतसरमधील सुवर्ण मंदिरात लष्कर घुसवण्याच्या गोपनीय हालचाली सुरू होत्या.

जूनच्या पहिल्या आठवड्यात आम्ही कुटुंबीयांसोबत जम्मू आणि काश्मीरमधील पहलगाममध्ये वार्षिक सुट्ट्या घालवण्यासाठी गेलो होतो. तिथेच आम्ही टीव्हीच्या पडद्यावर 'ऑपरेशन ब्ल्यू स्टार' पाहिलं. ही गोष्ट अविश्वसनीय वाटत होती. सैन्यानं सुवर्ण मंदिराच्या परिसरात लपलेल्या सशस्त्र दहशतवाद्यांवर हल्ला केला होता. ती मोहीम तीन दिवस चालली. या धक्क्यातून देश व्यवस्थितपणे बाहेर पडला नसतानाच ३१ ऑक्टोबरला तत्कालीन पंतप्रधान इंदिरा गांधींच्या शीख शरीररक्षकांनी त्यांची हत्या केली. त्यानंतर काही तासांनी जे झालं त्याची कल्पनासुद्धा करणं शक्य नव्हतं. गर्दीत उन्माद निर्माण झाला आणि त्यांनी हजारो शिखांना ठार मारलं. विशेषतः दिल्लीत हे घडलं होतं.

सन १९८४च्या दंग्यांमुळे मुंजाल परिवारातील ज्येष्ठ सदस्यांच्या मनातील फाळणीच्या वेळी झालेल्या दंग्यांच्या दुःखद आठवणी ताज्या झाल्या. माझ्या वडलांना आणि त्यांच्या बंधूंना हे समजून चुकलं होतं की, पंजाब अभूतपूर्व अशांततेच्या काळाकडे निघाला होता. असं असलं तरीही त्यांनी पंजाबमधून बाहेर पडण्याचा विचार एकदाही केला नव्हता; पण त्याच वेळी त्यांना पूर्ण वेळ सुरक्षा व्यवस्थेत राहावं लागणार असल्याचं ऐकून ते निराश झाले. लुधियानाच्या ज्येष्ठ पोलीस अधीक्षकांनी आमच्याशी संपर्क साधला आणि आमच्या संरक्षणासाठी सुरक्षा यंत्रणा पुरवली जाईल, असं आम्हाला सुचवलं; पण आम्ही ती नाकारली.

श्री. लखनपाल आमचा नकार ऐकून घेणार नव्हते. त्यांच्या दृष्टीनं त्यांचं कारण उचित होतं, हे आम्हालाही मान्य होतं, कारण लुधियानात अलीकडच्या काही महिन्यांमध्ये अपहरण, खून आणि खंडणीच्या धमक्या यांच्या अनेक घटना घडल्या होत्या. यासंदर्भात संरक्षण यंत्रणा हवी की नको हे ठरवण्याची निवड आमच्या हातात नव्हती, हे मला सांगण्यासाठी आणि उर्वरित कुटुंबीयांपर्यंत हा संदेश पोहोचवण्यासाठीच ते माझ्या कार्यालयात आले होते. कुटुंबातील कोणत्याही सदस्याच्या बाबतीत जर एखादी दुर्घटना घडलीच, तर त्यांच्या गळ्याभोवती फास आवळला गेला असता याकडे त्यांनी निर्देश केला. आम्ही अतिशय अस्वस्थ झालो होतो; पण तरीही त्यांनी आमच्या संरक्षणासाठी तिथे पोलिसांना तैनात केलं. आमच्या घरात आणि फॅक्टऱ्यांमध्ये आणि आम्ही प्रवास करत असतानाही आमच्या सोबत जाण्यासाठी पोलिसांना धाडण्यात आलं. आम्हाला जितक्या लवकर शक्य होत होतं, तितक्या लवकर आम्ही त्यांना परत पाठवून देत होतो. (आमच्या अनेक मित्रांना मात्र पोलीस संरक्षण मिळाल्यामुळे व्हीआयपीचा मान लाभल्याचा आनंद झाला होता आणि त्यांनी लवकरात लवकर संरक्षण बंद करण्याऐवजी त्याचा आनंद लुटला होता.)

पंजाबमधील दहशतीच्या आणि अराजकतेच्या त्या सगळ्या अस्वस्थ वर्षांमध्ये हिरो सायकल्स किंवा आमचा कुठलाही उत्पादन प्रकल्प कधीही बंद करण्यात आला नव्हता. फक्त ज्या दिवशी अमृतसरमधील सुवर्ण मंदिराच्या आतल्या बाजूला असलेल्या हरमिंदरसाहिबमध्ये लष्कर घुसलं होतं तो दिवस याला अपवाद होता. काही दिवसांकरिता संचारबंदी लागू करण्यात आली होती; पण कामगारांनी फॅक्टरीच्या आवारात राहून उत्पादन तसंच सुरू ठेवण्याचा निर्णय घेतला. कंपनीशी त्यांची किती असामान्य बांधिलकी होती, त्याचं हे उदाहरण होतं. प्रकल्पात राहू इच्छिणाऱ्या कामगारांसाठी अन्नसेवा आणि अंथरुण-पांघरुणाची व्यवस्था करण्यात आली होती; पण लवकरच हे काम थांबलं. आमच्या जस्ट इन टाइम (जेआयटी) इन्व्हेन्टरी व्यवस्थापन यंत्रणेमुळे आमच्याकडे कधीही इन्व्हेन्टरी म्हणजे मालाचा साठा असत नव्हता, त्यामुळे आमच्याकडे गोदामं नव्हती. तयार झालेला माल

कॉरिडॉरमध्ये आणि जिथे जागा असेल तिथे एकावर एक रचून ठेवण्यात येत होता; पण काहीही झालं तरी लवकरच आमच्याकडचा भागांचा पुरवठा संपला, त्यामुळे पहिल्यांदाच आम्हाला उत्पादन थांबवावं लागलं.

अधूनमधून उसळत असलेला हिंसाचार वगळता, पंजाबमधील जीवन मोठ्या प्रमाणात सुरळीतपणे सुरू होतं. सर्वसामान्य जनतेच्या मनात असं चित्र निर्माण झालं होतं की, पंजाबमध्ये दिवसाढवळ्या बॉम्बस्फोट होत होते आणि दिवसा बाहेर पडणाऱ्या लोकांच्या शोधात दहशतवादी हातात बंदुका घेऊन फिरत होते; पण प्रत्यक्षात असं नव्हतं. तरीही तुम्ही पंजाबात येण्यासाठी कोणालाही पैशासाठी किंवा प्रेमासाठी राजी करू शकत नव्हता. याच दरम्यान आमचा एक जनरेटर खराब झाला. त्या वेळी विमा कंपनीच्या तपासणी अधिकाऱ्याला दिल्लीहून यावं लागणार होतं, त्याने येऊन आमच्या दाव्याची सत्यता तपासावी, असं आम्हाला वाटत होतं; पण तो टाळाटाळ करू लागला. अखेरीस मी स्वतःच त्याला वायुदूत विमानाचं तिकीट काढून पाठवून दिलं. प्रवास करण्यास घाबरल्याबद्दल त्याला शरमिंदं करावं असा माझा विचार होता, तेव्हा कुठे तो अतिशय नाइलाजानं कसाबसा आला.

हिरोचा विचार करता शीख दहशतवाद, ऑपरेशन ब्ल्यू स्टार आणि त्यानंतरच्या घटना अतिशय चुकीच्या वेळी घडल्या होत्या. १९८४मध्ये होंडाबरोबरच्या संयुक्त प्रकल्पावर स्वाक्षऱ्या करण्यात आल्या होत्या आणि आम्हाला शक्य तितक्या लवकर तो प्रकल्प सुरू करायचाच होता. शिवाय काय वाटेल ते झालं तरी हिरो-होंडाच्या शुभारंभाला स्थगित करण्याचा माझ्या वडलांचा बिलकूल इरादा नव्हता.

त्यासाठी पहिल्यांदा निधी तयार ठेवण्याचा मैलाचा दगड आम्हाला पार करावाच लागणार होता. दोन्ही प्रवर्तकांनी (होंडानं आणि आम्ही) आयपीओच्या एक वर्ष आधीच ६.२ कोटी रुपयांचा आपला इक्विटी भांडवलाचा वाटा दिला होता, त्यामुळेच प्रत्यक्षात फॅक्टरीच्या स्थापनेच्या आधीच प्रवर्तकांविषयी आणि संयुक्त उद्योग कंपनीविषयी लोकांना इतका विश्वास वाटत होता. हिरो-होंडाचा पब्लिक इश्श्यू इंदिरा गांधींच्या हत्येच्या आणि त्या पाठोपाठ दिल्लीत उसळलेल्या दंगलींच्या दरम्यान आला होता. मात्र तरीही तो जवळजवळ अकरा वेळा ओव्हरसबस्क्राईब झाला.

हिरो-होंडाच्या नियोजित फॅक्टरीसाठी जागा शोधणं ही आमची दुसरी महत्त्वाची गरज होती. लुधियाना ही मुंजाल कुटुंबीयांच्या दृष्टीनं परिचित आणि आरामशीर जागा होती; परंतु तिथे आंतरराष्ट्रीय विमानतळ नव्हता. हिरो-होंडाच्या दैनंदिन कामकाजाविषयी जपानी लोक वेळोवेळी सल्ला देणार होते आणि त्यांचे अधिकारी सातत्यानं भारतात येणार होते, त्यामुळे साहजिकच लुधियाना हे या प्रकल्पाच्या दृष्टीनं उचित स्थान नव्हतं हे स्पष्टच होतं. होंडानं फॅक्टरी स्थापन करण्यास मदत करण्याकरिता सुमारे चाळीस अभियंत्यांना पाठवणं अपेक्षित होतं,

त्यामुळेही ही फॅक्टरी सर्व सुविधा असलेल्या मोठ्या शहराजवळ असण्याची गरज होती. शिवाय लुधियानात स्वयंचलित वाहनांचे भाग तयार करणाऱ्या उत्पादकांचा प्रस्थापित संच नव्हता.

दुसरीकडे विकसनशील परिसरांमध्ये नवीन फॅक्टरी असाव्यात अशी सरकारी धोरणांची मागणी होती. होंडा आणि सरकार या दोहोंच्याही गरजांची पूर्तता करण्यासाठी माझ्या वडलांनी हरयाणातील धारूहेडाची निवड केली. सध्या ज्याला नॅशनल कॅपिटल रिजन (राष्ट्रीय राजधानी प्रदेश) म्हणजेच एनसीआर म्हटलं जातं, त्या भागात हे गाव येतं. ते दिल्लीपासून जवळ असल्यामुळे जपानी लोक खूश झाले आणि तो परिसर फारसा विकसित नसल्यामुळे भारत सरकारच्या धोरणातील मागणीचीही पूर्तता होत होती. तिथे जमीन खरेदी करण्यात आली आणि बांधकामही सुरू झालं.

रमणजी आणि पवन यांना १९८४मध्ये दिल्लीला पाठवण्यात आलं. दक्षिण दिल्लीतील कैलाशच्या पूर्वेला असलेल्या हिरो गेस्ट हाउसमध्ये ते राहिले होते. त्यांना तिथे त्यांच्याकडच्या तांत्रिक कौशल्याचाही चांगलाच उपयोग करता आला. दुसऱ्या पिढीतील आम्हा सर्वांप्रमाणेच त्यांनाही आमच्या काकांकडून किंवा मोठ्या चुलतभावांकडून कुटुंबांच्या फर्ममध्ये कडक प्रशिक्षण देण्यात आलं होतं.

प्रशिक्षणाचा किंवा इंटर्नशिपचा अर्थ संचालक मंडळाशी वरवरचा संपर्क राखून राहणं असा नव्हता. आमच्यापैकी अनेकांना व्यवसायाच्या अगदी मूलभूत गोष्टींपासून सारं काही शिकून घेण्याची संधी मिळाली होती. आमचे अहंकार फॅक्टरीच्या परिसराच्या बाहेर ठेवूनच आम्हाला प्रशिक्षणासाठी जावं लागत होतं. प्रशिक्षणाच्या दरम्यान आम्ही फक्त आमच्या काकांनाच उत्तरं देण्यास बांधील नव्हतो, तर आम्हाला प्रशिक्षण देण्यासाठी ज्या कोणाला नेमलं गेलं असेल त्यांनाही उत्तरं देण्यास आम्ही बांधील होतो.

आमच्यापैकी किती जणांना ही संधी मिळाली होती ते मला माहीत नाही; पण मला आणि सुमनला भगतजींच्या हाताखाली काम करण्याचं सुदैव लाभलं होतं. ते हिरोचे मुख्य रोखपाल म्हणजेच कॅशियर होते. हिरो सायकल्स आणि हिरो समूह या दोहोंच्याही उभारणीसाठी ज्या लोकांनी मदत केली होती, त्यांचं हे सद्गृहस्थ एक उदाहरण होते. ते कंपनीच्या सुरुवातीच्या कर्मचाऱ्यांपैकी होते. अकाउंटंट म्हणून ते कंपनीत रुजू झाले होते. त्यांच्याकडे अगदी अशक्य कोटीतील वाटावा इतका प्रामाणिकपणा होता. ते नेहमीच दोन वह्या आणि दोन पेनं घेऊन येत असल्याचं मी पाहिलं होतं. ते तसं का करत होते, असं मी विचारल्यावर त्यांनी मला आश्चर्यकारक उत्तर दिलं. त्यापैकी एक वही-पेन त्यांच्या वैयक्तिक वापरासाठी होतं, त्यांची ते स्वतः खरेदी करत होते आणि कंपनीनं दिलेली वही-पेन ते कार्यालयीन कामासाठी वापरत होते.

अखेरीस आमच्यापैकी प्रत्येकाला ज्या वेळी प्रत्यक्ष कामकाजाचा भरपूर अनुभव मिळाला आणि आम्ही स्वतःला सिद्ध केलं, त्या वेळी एकेक व्यवसाय चालवण्यास देण्यात आला किंवा एखाद्या विभागाची स्थापना करायला सांगण्यात आलं. रमणजीला हायवे सायकल्समध्ये प्रशिक्षण देण्यात आलं आणि नंतर तो हायवे सायकल्स चालवू लागला. पवन मॅजेस्टिक ऑटोमध्ये होता. योगेश रॉकमनमध्ये होता. अशा प्रकारे प्रत्येकाकडे कामं देण्यात आली होती. मला हिरो सायकल्स, रॉकमन, मॅजेस्टिक ऑटो आणि हायवे सायकल्समध्ये आळीपाळीनं काम करायला लावण्यात आलं. त्यानंतर मला हिरो फायबर्स लिमिटेडची स्थापना करण्याची संधी मिळाली. ती पंजाबमधील मलेरकोटलामधील आमची 'मल्टी फायबर यार्न स्पिनिंग मिल' आहे.

**

माझ्या बंधूंना संयुक्त प्रकल्प हाताळण्यासाठी पुन्हा एकदा दिल्लीला पाठवण्यात आलं. तोपर्यंत उद्योग क्षेत्रात हा प्रकल्प चर्चेचा ज्वलंत विषय झाला होता.

माझ्या वडलांनी यावर कोणतीही प्रतिक्रिया व्यक्त केली नव्हती. होंडाबरोबरचा संयुक्त प्रकल्प हा मोठ्या व्यावसायिक जगात जाण्यासाठीचं हिरोचं प्रक्षेपण स्थान असल्याचं मानलं जात होतं. भारतीय बाजाराविषयीचा माझ्या वडलांचा दृष्टिकोन अगदी स्पष्ट होता : हिरो हा नेहमीच 'जनतेचा ब्रँड' होता आणि हिरो-होंडा हाही जनतेचाच ब्रँड होणार होता. त्यांच्या मोटरसायकल मध्यमवर्गीयांना सहज विकत घेता याव्यात, असं त्यांना वाटत होतं. विश्वासार्हता, उत्पादनाच्या स्पर्धात्मक किमती आणि बाजारपेठेत सखोल मुसंडी मारून मिळवलेलं भक्कम स्थान यांमध्येच हिरोचं यश दडलं होतं. मोटरसायकलनाही हेच सूत्र लागू केल्यानंतर भारतातील परिवहन क्षेत्राचा कायाकल्प घडून आला असता. कालौघात हिरोनं हे सगळं तर केलंच; पण याहूनही अधिक काही करून दाखवलं.

इथे थोडंसं विषयांतर करून हेही सांगावंच लागेल की, हिरोनं शोवा कॉर्पोरेशन या होंडाच्या उपकंपनीशीही शॉक ॲब्सॉर्बरच्या उत्पादनासाठी लागणाऱ्या तांत्रिक आणि आर्थिक सहकार्याकरिता समांतर वाटाघाटी केल्या होत्या. या प्रकल्पाला हिरवा कंदील मिळवणं ही गोष्ट अजिबातच सोपी नव्हती.

एक प्रतिस्पर्धी कंपनीही शोवाकडून सहकार्य मिळवण्याचे जोरदार प्रयत्न करत होती आणि हिरोकडून हा व्यवहार काढून घेण्यासाठी त्यांनी प्रचंड आटापिटा केला. अखेरीस वर्षभरात नोकरशाहीकडे हेलपाटे मारल्यानंतर शोवाच्या अध्यक्षांनी *इकनॉमिक टाइम्सला* असं सांगितलं की, जर कंपनी भारतात आलीच, तर ती फक्त मुंजाल कुटुंबीयांशीच सहकार्य करून येईल. ही बातमी पहिल्या पानावर प्रसिद्ध झाली होती. या स्पष्ट, निःसंदिग्ध प्रतिपादनामुळे सरकार जागं झालं आणि मग लवकरच आवश्यक परवानग्या मिळाल्या. सन १९८५मध्ये शोवानं शॉक

ॲब्सॉर्बरच्या आणि दुचाकी व चारचाकीकरिता लागणाऱ्या स्ट्रटच्या उत्पादनासाठी आमच्याशी हातमिळवणी केली. कालौघात मुंजाल-शोवा ही दुचाकीसाठी शॉक ॲब्सॉर्बर उत्पादित करणाऱ्या जगातील मोठ्या कंपन्यांपैकी एक झाली.

आता पुन्हा मोटरसायकलच्या कहाणीकडे वळूया. फोर-स्ट्रोक इंजिन तंत्रज्ञान मिळवून माझ्या वडलांनी अतिशय महत्त्वाचं आणि दूरदर्शीपणाचं काम केलं होतं. हे इंजिन इंधन-सक्षम (इंधनाची बचत करणारं) आणि पर्यावरणपूरक होतं; पण ते जास्त महागडं होतं आणि तयार करण्यास व जोडणी करण्यास जास्त अवघड होतं. त्याआधी कधीही भारतात अशा प्रकारची मोटरसायकल उत्पादित करण्यात आली नव्हती किंवा तिच्या भागांची जोडणीही (असेंबलिंग) करण्यात आली नव्हती म्हणून सर्व कामगारांना प्रशिक्षण देण्याची गरज होती.

इथे माझ्या वडलांच्या महत्त्वाकांक्षेच्या व्याप्तीकडे मुद्दाम लक्ष वेधावंच लागेल. त्यांना संपूर्ण नवीन बाजारपेठेची निर्मिती करायची होती. सन १९८४-८५मध्ये दुचाकी बाजारपेठेवर स्कूटरचं वर्चस्व होतं. तोपर्यंत मोटरसायकलच्या नावावर अवजड मोटरसायकलीच चालत होत्या. मात्र राजदूतच्या लहान आकाराच्या आणि ७५ सीसी इंजिनच्या बॉबी बाईकला राज कपूरच्या 'बॉबी' या १९७३च्या अत्यंत लोकप्रिय चित्रपटानं भरपूर लोकप्रियता मिळवून दिली होती.

मात्र हिरोनं परवडणारी किंमत, टिकाऊपणा आणि गुणवत्ता यावर भर दिला होता आणि त्यामधून भारतीय ग्राहकाविषयी असलेली तिची सखोल जाण दिसून येत होती. हिरोचा ग्राहक हा उत्कट इच्छेचा, महत्त्वाकांक्षी असला तरी काटकसरी होता. त्याला सायकलींकडून स्कूटरकडे आणि स्कूटरकडून इंधनाची बचत करणाऱ्या मोटरसायकलकडे वळण्याची इच्छा होती. १९८४मध्ये पहिल्यांदा इंड-सुझुकीसह टीव्हीएसचा बाजारात प्रवेश झाला होता. सन १९८५मध्ये यामाहाबरोबर सहकार्य करून एस्कॉर्ट बाजारात उतरली. त्यांनी आरएक्स १०० आणि ३५० सीसी यामाहा राजदूत बाजारात आणल्या होत्या. मोटरसायकलच्या क्षेत्रात बजाजनं उशीरा प्रवेश केला आणि १९८९मध्ये कावासाकीबरोबर सहकार्य करार केला.

माझ्या वडलांनी इंधन सक्षमतेवर म्हणजेच इंधनाची बचत करण्यावर दिलेला भर हे त्यांच्या उत्तम बुद्धिमत्तेचं एक उदाहरणच म्हटलं पाहिजे. या मोटरसायकल १९७०च्या दशकातील मोटरसायकलपेक्षा इंधन बचतीच्या बाबतीत सुमारे ६० ते १०० टक्के अधिक चांगल्या होत्या आणि हा ठळकपणे नजरेत भरणारा मुद्दा ठरला. पहिली हिरो-होंडा मोटरसायकल सीडी १०० ही भारतीय जनतेसमोर आणण्यात आली, त्या वेळी म्हणजे १९८४मध्ये उल्का (सध्याची एफसीबी उल्का) या जाहिरात कंपनीनं एक अविस्मरणीय मोहीम राबवली होती. त्यांनी दिलेली टॅग लाइन अशी होती : 'फिल इट, शट इट, फर्गेट इट' (इंधन भरा, टाकी बंद करा आणि विसरून जा.)

त्यानंतर भारतातील वाहन उद्योगाचं चित्र पुन्हा कधीही आधीसारखं होणार नव्हतं. भारतीय रस्त्यांवरचं स्कूटरचं आधिराज्य संपुष्टात आलं आणि त्याबरोबरच बजाज ऑटोची मक्तेदारीही संपली. रेखीव, डौलदार आकाराच्या हिरो-होंडांनी या चित्रात वादळ निर्माण केलं आणि रस्त्यावरच्या इतर प्रत्येक दुचाकीवर मात केली. हिरो-होंडाच्या यशामागे अनेक कारणं होती; परंतु १९८०च्या १९९०च्या दशकांमध्ये भारतात संपूर्णपणे नवीन बाजारपेठेचा विभाग निर्माण करण्यात आला होता, हे यामागचं सगळ्यात महत्त्वाचं कारण होतं. ज्या वेळी सुझुकी, यामाहा, कावासाकी, बजाज आणि टीव्हीएस यांनी शहरी तरुणवर्गावर लक्ष केंद्रित केलं होतं, त्या वेळी हिरो-होंडानं उपनगरांमधून रोज शहरांपर्यंत जा-ये करण्यासाठी प्रवास करणाऱ्यांवर लक्ष केंद्रित केलं होतं.

**

हिरो-होंडा सीडी १०० ही नवीन पिढीची मोटरसायकल होती. तिने इंधन बचतीवर भर दिला होताच; पण त्याशिवाय कमी कार्बन उत्सर्जनाकडेही तितकंच लक्ष पुरवलं होतं, त्यामुळे ती तत्कालीन रस्त्यांवरची 'ग्रीनेस्ट' (पर्यावरणमित्र) मोटरसायकल ठरली. १०० सीसी वर्गातील तीच एकमेव फोर-स्ट्रोक मोटरसायकल होती. इतर जपानी फर्मनी त्यांच्या भारतीय भागीदारांना टू-स्ट्रोक इंजिन तंत्रज्ञान पुरवलं होतं. टू स्ट्रोक इंजिन तंत्रज्ञानात पिस्टन रिंगवर, स्पार्क प्लगवर आणि सायलेन्सरवर कार्बन साचून राहतो. फोर-स्ट्रोक इंजिनांमुळे खूपच कमी प्रदूषण होतं.

फोर स्ट्रोक इंजिनं मूलभूतपणेच जास्त महागडी असल्यामुळे स्पर्धात्मक उत्पादनांच्या तुलनेत सीडी १००ची किंमत थोडीशी जास्त होती. मात्र इंधनाची बचत करून आणि देखभाल खर्चही बराच कमी करून ही मोटरसायकल या थोड्या जास्त भराव्या लागलेल्या किमतीच्या तुलनेत कितीतरी अधिक पैशांची भरपाई करून देत होती. तिच्यात अधिक चांगल्या अभियांत्रिकीच्या साहाय्यानं तयार करण्यात आलेले भाग वापरण्यात आले होते आणि तिची सेवाही श्रेष्ठ गुणवत्तेची होती, त्यामुळे हिरो-होंडा मोटरसायकलच्या वापराची सर्वांगीण किंमत खूपच कमी होत होती. रोजच्या रोज मोठा प्रवास करावा लागणाऱ्या लोकांसाठी ही एक लक्षणीय जमेची बाजू होती.

सन २००१च्या सप्टेंबरमध्ये *इंडिया टुडेला* दिलेल्या मुलाखतीत माझ्या वडलांनी संक्षिप्तपणे पण स्पष्ट शब्दांत त्यांचं तत्त्वज्ञान मांडलं होतं. त्यांनी सांगितलं होतं की : '१९८०च्या दशकातील फोर-स्ट्रोक मोटरसायकलच्या निवडीकडे कदाचित योग्य वेळी साधण्यात आलेली संधी म्हणूनही पाहिलं जाईल; पण उत्पादनाची खरेदी करणं ही एक गोष्ट असते आणि ते दीर्घकाळापर्यंत टिकणं, चालणं ही दुसरी गोष्ट असते हे आम्हाला माहीत होतं म्हणूनच आमचं वाहन चालवण्याची किंमत कमी असावी, अशी आमची इच्छा होती.'

भारतानं आतापर्यंत फक्त एकदाच म्हणजे सन १९७५मध्ये हॉकी विश्व चषक जिंकला आहे. क्वालालंपूरवरून परतलेल्या विजेत्या हॉकी संघाचं हिरो सायकल्सनं सगळ्यात पहिल्यांदा स्वागत केलं. संघातील प्रत्येक सदस्याला भेट म्हणून एकेक सायकल देण्यात आली. त्या काळातील ती एक मोठीच भेटवस्तू होती.

कुटुंबाच्या किंवा मालाच्या वाहतुकीसाठी सायकली हे भारतातील लोकप्रिय वाहन असल्यामुळे त्या मजबूत असण्याची गरज होती. हिरो सायकल्सनं अगदी सुरुवातीपासूनच आपल्या सायकलच्या प्रत्यक्ष वजन सहन करण्याच्या ताकदीची चाचणी घेऊन ती भक्कम असल्याची खात्री करून घेतली होती.

माझ्या वडलांना कार आवडत होत्या आणि त्या वेगानं चालवण्याचीही त्यांना आवड होती. सुरुवातीच्या काळात मुंबईत असताना त्यांनी पहिली कार विकत घेतली होती.

तत्कालीन पंतप्रधान पी. व्ही. नरसिंह राव यांच्या समवेत माझे वडील आणि ओमप्रकाशकाका. नरसिंह राव आणि डॉ. मनमोहन सिंग यांनी एकत्रितपणे भारताचा कायापालट घडवून आणणाऱ्या १९९१च्या आर्थिक सुधारणा तयार केल्या होत्या.

माझे वडील सन १९४९ ते १९५१ या कालावधीत मुंबईत राहत होते. तिथे त्यांनी डिझेल इंजिनच्या सुट्या भागांचा व्यवसाय सुरू केला होता. त्या वेळी माझे ज्येष्ठ बंधू रमणजी यांच्यासह माझे वडील आणि आई.

क्वेट्टा (बलुचिस्तान)मध्ये कामकाजात व्यग्र असलेले माझे वडील. सध्या क्वेट्टा पाकिस्तानात आहे. तिथे ब्रिटिश ऑर्डनन्स फॅक्टरीत त्यांनी लिपिक (क्लार्क) म्हणून काम केलं होतं. त्यांच्या बंधूंपैकी रोजंदारीऐवजी नियमित वेतन मिळवणारे ते पहिलेच होते.

माझ्या वडलांकडून देणगी स्वीकारताना मदर तेरेसा. व्यवसायात आणि आयुष्यातही पैशाच्या बाबतीत ते दक्षतेनं व्यवहार करत होते; पण सामाजिक कार्यासाठी नेहमीच सढळ हस्ते मदत करत होते.

तत्कालीन राष्ट्रपती ए.पी.जे.अब्दुल कलाम यांच्याकडून सन २००५मध्ये पद्मभूषण स्वीकारताना माझे वडील. त्यांना अनेक पुरस्कार मिळाले होते; पण हा पुरस्कार त्यांना सर्वाधिक प्रिय असलेल्या पुरस्कारांपैकी होता.

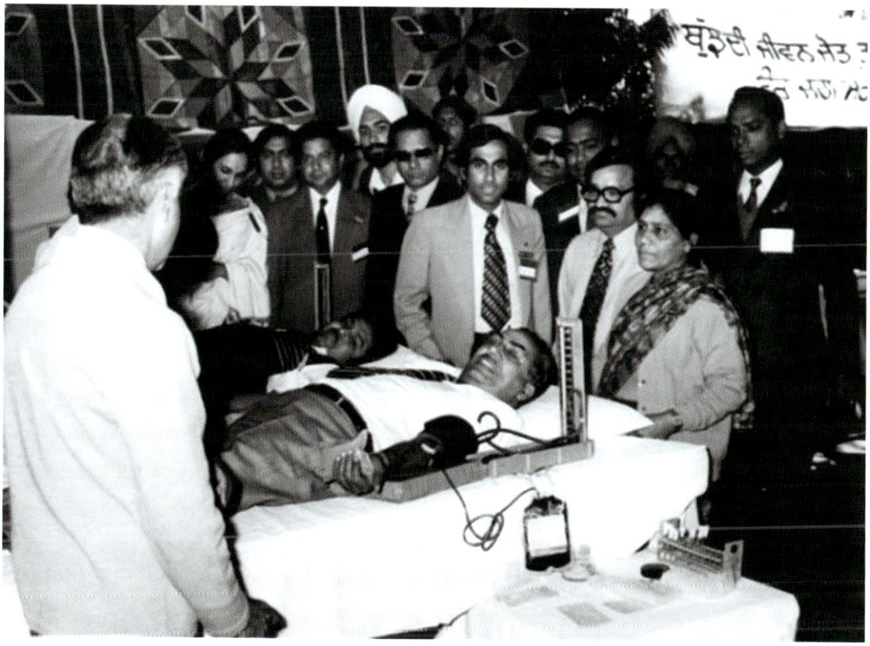

माझे वडील सक्रिय रोटेरियन होते. त्यांनी अनेक प्रसंगी रक्तदान केलं होतं आणि काही वेळा कंपनीच्या कामगारांना गरज असतानाही रक्तदान केलं होतं.

प्रत्येक भाषणाच्या सुरुवातीला किंवा पुरस्कार स्वीकारण्याच्या आधी ते नेहमीच आपल्या सुदैवाबद्दल न चुकता परमेश्वराचे आभार मानत होते आणि आपल्या कुटुंबाविषयी कृतज्ञता व्यक्त करत होते.

अर्नेस्ट मान या आपल्या जवळच्या मित्रासह माझे वडील. मान यांनीच त्यांना सर्वश्रेष्ठ मशीन कशी खरेदी करावीत आणि त्यांचा सौदा कसा करावा याचे धडे दिले होते, असं माझे वडील सांगत असत.

फाळणीपूर्व भारतातील एक दुर्मीळ छायाचित्र. माझे वडील कमालियात (आता हे गाव पाकिस्तानात आहे) कामावर चालल्याचं दिसत आहे. त्या वेळी ते कोणती सायकल चालवत होते, याविषयी माझ्या मनात कुतूहल आहे.

हायवे सायकल्सच्या कुशल कारागिरांनी फ्री व्हील्स तयार करण्यासाठी हिरोमध्ये हे रोटरी मिलिंग मशीन विकसित केलं होतं. या मशीननं कार्यक्षमतेचा एक नवीन आदर्श समोर ठेवला आणि उत्पादनाच्या वेगात लक्षणीय वाढ केली. आमच्या सर्जनशील स्थानिक तंत्रज्ञांनी अतिशय बारकाईनं आणि दक्षतापूर्वक प्रमाणित मशीनचा अभ्यास केला आणि प्रवाह क्षमता, गुणवत्ता व सक्षमता या बाबतीत त्या मशीनला आणखी चांगलं बनवण्यासाठी त्यांनी त्यात नावीन्यपूर्ण कल्पनांच्या साहाय्यानं सुधारणा केल्या.

आपले व्यावसायिक प्रतिस्पर्धी राहुल बजाज आणि तत्कालीन परराष्ट्रमंत्री सुषमा स्वराज यांच्या समवेत माझे वडील. या वेळी त्यांना 'अर्न्स्ट अँड यंग आंत्रप्रेन्युअर ऑफ द ईयर' हे पारितोषिक देण्यात आलं. श्री. बजाज त्यांना आपले 'गुरू' म्हणत होते आणि श्रीमती स्वराज (आता हयात नाहीत) त्यांना 'बडे भाईसाब' म्हणत होत्या.

हिरो सायकल्स संस्थापक दिनाचं सुरुवातीचं एक छायाचित्र. त्या वेळी माझ्या वडलांनी, त्यांच्या बंधूंनी आणि वरिष्ठ व्यवस्थापन अधिकाऱ्यांनी कामगारांना स्वतः जेवण वाढलं होतं.

प्रख्यात हिंदी चित्रपट कलाकारांचे 'लाइव्ह' कार्यक्रम आयोजित करणारी हिरो सायकल्स ही सुरुवातीच्या काही कंपन्यांपैकी एक होती. १९६८च्या पहिल्या मोठ्या डीलर्स परिषदेच्या वेळी गाताना प्रसिद्ध गायिका गीता दत्त.

आज क्रिकेटला मिळत असलेल्या प्रचंड लोकप्रियतेचं श्रेय काही प्रमाणात क्रिकेटच्या सुरुवातीच्या काळात हिरोनं या खेळाला दिलेल्या जबरदस्त पाठबळालाही आहे. १९९३मध्ये दक्षिण आफ्रिकेबरोबरचा अंतिम सामना अखेरच्या षटकात जिंकून हिरो चषक पटकावणारा भारतीय क्रिकेट संघ हिरोच्या व्यवस्थापनासमवेत दिसत आहे. क्रीडा क्षेत्राशी अशा प्रकारे तेव्हापासून आतापर्यंत हिरोची नाळ जुळली आहे.

माझ्या काकांनी जापान बायसिकलनं प्रसार-माध्यमांसाठी काढलेलं पत्रक दाखवल्यानंतर हिरो सायकल ही सायकलच्या उत्पादनात जागतिक पातळीवरची प्रथम क्रमांकाची कंपनी झाल्याचं आम्हाला पहिल्यांदा समजलं. या पत्रकात सायकलींचं सर्वाधिक उत्पादन करणाऱ्या जगातील दहा कंपन्यांची नावं होती आणि त्या सर्वांमध्ये पहिल्या क्रमाकावर हिरो सायकल्सचं नाव होतं. नंतर ही गोष्ट गिनीज बुक ऑफ वर्ल्ड रेकॉर्ड्समध्ये समाविष्ट करण्यात आली. हिरो सायकल्स ही सायकलींचं सर्वोच्च उत्पादन करणारी जगातील अव्वल कंपनी होती आणि नंतर अनेक वर्षं तिने आपलं हे स्थान टिकवून ठेवलं होतं. अखेरीस सातत्यानं एकच नाव सर्वोच्च स्थानी येत असल्यामुळे ते देणं बंद करण्यात आलं.

सन २००१मध्ये हिरो होंडा जगातील सगळ्यात मोठी दुचाकी उत्पादक कंपनी झाल्यानंतर माझ्या वडलांनी आणि पवन या माझ्या भावानं अतिशय अभिमानानं इंडिया गेटसमोर उभं राहून छायाचित्र काढून घेतलं होतं.

तत्कालीन हिरो समूहाच्या विविध कंपन्यांमध्ये सहभागी असलेले मुंजाल कुटुंबातील सर्व सदस्य. १९८०च्या दशकात हिरो सायकल्सच्या परिसरातील हिरवळीवर काढण्यात आलेलं एक दुर्मीळ छायाचित्र. अशा प्रकारे सगळे सदस्य एकत्र येणं ही अपवादात्मक परिस्थितीत घडणारी गोष्ट होती.

हिरो होंडाच्या एक कोटीव्या बाईकचं उत्पादन साजरं करताना भारतीय आणि जपानी व्यवस्थापनाचे सदस्य. हा मैलाचा दगड पार करणारी ही पहिलीच भारतीय स्वयंचलित वाहन कंपनी होती.

लुधियानाच्या फॅक्टरीत हिरो मॅजेस्टिक मोपेडची सुरू असलेली जुळणी (असेंब्ली) प्रक्रिया. आघाडीच्या परदेशी भागीदाराबरोबरचा प्रकल्प अपयशी ठरल्यानंतर मुंजाल बंधूंनी सुटे भाग मिळवण्यापासून ते अंतिम जुळणीपर्यंतचं संपूर्ण तंत्रज्ञान स्थानिक पातळीवर विकसित करायचं ठरवलं. त्यानुसार प्रत्येक गोष्ट भारतीय बनावटीची होती आणि १९७०च्या दशकातील हा एक पराक्रमच होता.

१९६८च्या डीलरच्या परिषदेत गाताना दंतकथा बनून गेलेले गायक महेंद्र कपूर. इतक्या मोठ्या प्रमाणात झालेली भारताच्या खासगी क्षेत्रातील ती पहिलीच परिषद होती. लुधियानाच्या मध्यभागी एखाद्या लहान शहराच्या आकाराचं तंबूंचं शहर तयार झालं होतं. त्या तंबूमध्ये शेकडो डीलर्सच्या निवासाची सोय करण्यात आली होती. हिरो सायकल्सच्या सर्वोच्च व्यवस्थापनाकडून त्यांची वैयक्तिकरीत्या देखभाल केली जात होती.

आमच्या कौटुंबिक आध्यात्मिक गुरूंपैकी एक असलेले आनंद स्वामीजी. मुंजाल कुटुंबीय आर्य समाजाच्या चालीरितींचं पालन करत होते. त्यानुसार अद्यापही हवन आणि समाजसेवा हे आमच्या आयुष्याचे अविभाज्य भाग आहेत.

चॅनेल भागीदारांशी माझ्या वडलांनी आणि काकांनी निर्माण केलेले वैयक्तिक संबंध हे हिरोच्या यशामागचं एक प्रमुख कारण होतं. या छायाचित्रात अशाच एका भेटीच्या वेळी अहमदाबादच्या डीलरसोबत ओमप्रकाशकाका (गडद काळ्या सुटातील) दिसत आहेत.

उत्तर प्रदेशातील सुरुवातीच्या काही डीलर्ससोबत ओमप्रकाशकाका. हिरो सायकल्स ही नवोदित कंपनी होती आणि प्रस्थापितांबरोबर स्पर्धा करण्याचा प्रयत्न करत होती, त्या वेळी यांपैकीच काही डीलर्सनी हिरोवर विश्वास दर्शवला होता आणि आम्हाला ऑर्डर दिल्या होत्या. आज हे संबंध अनेक पिढ्यांच्या संबंधांमध्ये परावर्तित झाले आहेत. या छायाचित्रात डावीकडच्या कोपऱ्यात कानपूर आणि लखनौ येथील दोन सगळ्यात जुने डीलर दिसत आहेत.

रोबोटिक्स तंत्रज्ञानाचा स्वीकार करणारी हिरो सायकल्स ही सुरुवातीच्या काळातील कंपन्यांपैकी एक होती. कंपनीनं मॅन्युफॅक्चरिंग असेंब्ली लाइनमध्ये कनव्हेअर मास मटेरिअल मूव्हमेंट तंत्रज्ञानाचाही सुरुवातीच्या काळात वापर केला. होंडाचे अधिकारी त्यांच्या भेटीच्या दरम्यान अनेक गोष्टींमुळे प्रभावित झाले होते. त्यांपैकी हीसुद्धा एक गोष्ट होती.

सर्व सहाही मुंजाल बंधू त्यांच्या मेव्हण्यासोबत दिसत आहेत. हे १९५०च्या दशकातील खास छायाचित्र आहे. बसलेले (डावीकडून उजवीकडे) दयानंद, सदानंद, बाल मुकुंद आणि सत्यानंद हे मुंजाल बंधू. उभे (डावीकडून उजवीकडे) जगदीश रहेजा (संतोष या बहिणीचे पती) आणि ब्रिजमोहनलाल व ओमप्रकाश मुंजाल हे बंधू. यांच्यापैकी फक्त चारच बंधूंनी हिरो समूहाची उभारणी केली.

हिरो होंडाच्या तांत्रिक सहकार्य करारावर सह्या करण्यात आल्या, त्या वेळी मुंजाल बंधूंखेरीज माझ्या वडलांच्या मागे उभे राहिलेले कोजी वानाका दिसत आहेत, तसेच डावीकडच्या कोपऱ्यात एस. के. मेहता दिसत आहेत. ते महाविद्यालयातून शिकून बाहेर पडल्यानंतर थेट हिरोमध्ये रुजू झाले आणि कायदा विभागाचे प्रमुख म्हणून निवृत्त झाले. त्यानंतरही बीसीएम शाळा चालवणाऱ्या फाउंडेशनचे एक नेते म्हणून ते काम करत होते.

१९८०च्या दशकातील एका पिकनिकच्या वेळी माझे आई-वडील आणि त्यांच्या कुटुंबाच्या तीन पिढ्या. ठरावीक कालांतरानं अशी कौटुंबिक स्नेहसंमेलनं आयोजित केली जात होती.

हिरो-होंडा हा आमचा सर्वाधिक प्रसिद्ध संयुक्त प्रकल्प असला तरी शोवा कॉर्पोरेशनबरोबरच्या एका साहाय्यक युनिटच्या माध्यमातून शॉक ॲब्सॉर्बर तयार करण्यासाठी मुंजाल-शोवा नावाचा संयुक्त प्रकल्पही सुरू करण्यात आला होता आणि आजही तो सुरू आहे. उत्पादनाच्या संदर्भात हा प्रकल्पही जागतिक पातळीवरच्या अव्वल प्रकल्पांमध्ये गणला गेला. या प्रकल्पाच्या उद्घाटनाच्या वेळी माझे वडील, सत्यानंदकाका आणि ओमप्रकाशकाका.

गुजरात सायकल्सची स्थापना करण्यासाठी हिरो सायकल्सनं नॅशनल पॅनासोनिकबरोबर संयुक्त करार केला. सहस्रक उलटत असताना उच्च तंत्रज्ञानावर आधारित सायकलींचं उत्पादन आणि निर्यात करण्यासाठी गुजरात सायकल्सची स्थापना करण्यात आली होती. भागीदारानं व्यूहरचनेत बदल केल्यामुळे हा प्रकल्प कधीच प्रगती करू शकला नाही. गुजरात सरकारचा हिस्सा संपादित करून आणि या प्रकल्पाचं मुंजाल ऑटो इंडस्ट्रीजमध्ये रूपांतर करून कंपनी या संकटातून बाहेर पडू शकली. सध्या मुंजाल ऑटो इंडस्ट्रीज ही कंपनी स्वयंचलित वाहनांचे भाग तयार करणारी यशस्वी कंपनी आहे.

सत्यानंदकाकांना आर्य समाज या हिंदू सामाजिक सुधारणा चळवळीविषयी अतोनात तळमळ होती. ही चळवळ एकोणिसाव्या शतकात सुरू झाली होती. रोजच्या कामाला सुरुवात करण्याच्या आधी काही तास ते समाजाचं काम करत. इथे ते आर्य समाजाच्या नेत्यांसमोर बोलताना दिसत आहेत.

माझ्या वडलांच्या (ब्रिजमोहन लाल मुंजाल) ९०व्या वाढदिवसानिमित्त त्यांना मिळालेल्या काही पत्रांमधील निवडक उतारे

...Your approach towards ensuring a win-win situation is extremely mature, fair and forward looking. Your conscious effort to build personal relationships and take interest in their families' affairs, really shows your down to earth nature. I must mention that this approach is something which was followed by my great grand father, Sir Shri Ram.

Ajay Shriram

अजय श्रीराम, डीसीएम श्रीराम

...Very few have the courage, the foresight and the ability to build a world class organization with global scale and size from scratch in a lifetime

Adi Godrej

आदी गोदरेज, गोदरेज ग्रुप

...we still highly appreciated the history we jointly made in India.
Dall-san, you were not just a business partner but a Mentor to me.
Despite of your physical age of 90, you still have a great power to move people arround you.

Fumihiko Ike

फुमिहिको ईके, होंडा मोटर

...Few people have achieved so much. Not only an industrial empire of global excellence, but your stature as a true leader is characterised by your ability to inspire, guide and motivate so many others.

R.C. Bhargava

आर. सी. भार्गव, मारुती सुझुकी

...I can define you as a very gentle, Humble, Helpful and active 'KARMAYOGI'

Gaur Hari Singhania

स्व. गौर हरी सिंघानिया, जे. के. ऑर्गनायझेशन

...It is not good to be great, but great to be good'. You have epitomised this goodness while achieving great things.

Venu Srinivasan

वेणू श्रीनिवासन, टीव्हीएस ग्रुप

...I have been touched by your humility, values, deep understanding of a joint family system, and above all, building and preserving human relationships.

Uday Kotak

उदय कोटक, कोटक महिंद्रा बँक

...What I value above all else is your amazing ability to touch the right chord in all you meet and interact with. That, for me, is the essence of Brijmohan Lall Munjal: the human touch that is so uniquely yours.

Arun Kapur

अरुण कपूर, द रॉयल अ‍ॅकॅडमी (भूतान)

...You have demonstrated that competition can be fair, honest and courteous. You have shown much courtesy, encouragement and affection to younger colleagues like me.

N. R. Narayana Murthy

एन. आर. नारायण मूर्ती, इन्फोसिस

...this ability of being able to hear out and consider other points of view is, perhaps, why the Hero group's joint venture with Honda lasted so long and delivered such spectacular results.

Shobhana Bhartia

शोभना भरतीया, एचटी मीडिया

...Your Steadfastness, Vision and fearlessness in following your goals has set an example for me that I will follow all my life. I can only pray that I can imbibe your perfect Virtues, Humility, your foresight and Vision and uphold the Values you have taught me in whatever I do.

Shefali Munjal

शिफाली मुंजाल, हिरो एंटरप्राइज

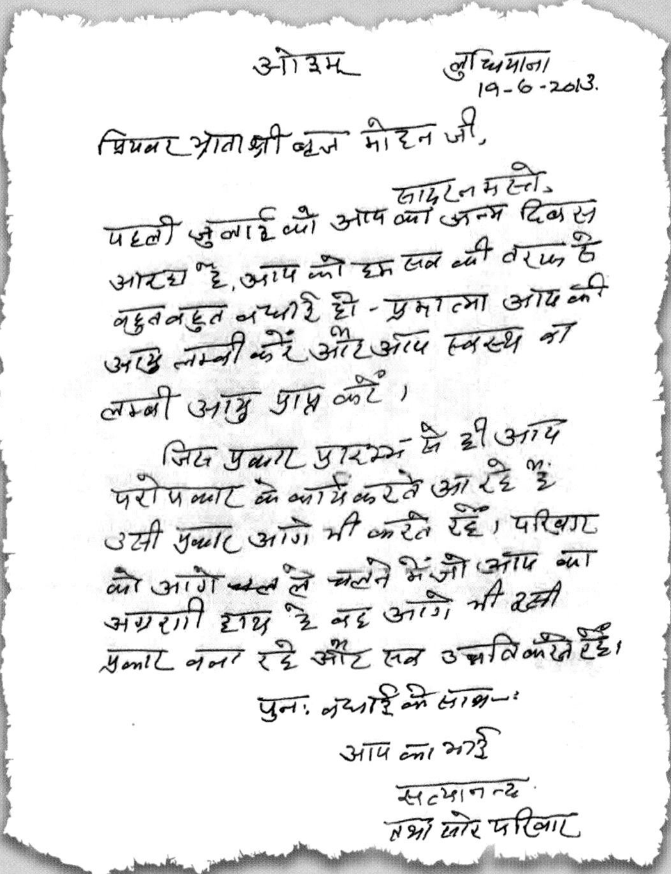

ओ३म् लुधियाना
19-6-2013.

प्रियवर भ्राता श्री ब्रज मोहन जी,

सादर नमस्ते।

पहली जुलाई को आप का जन्म दिवस आरहा है, आप को हम सब की तरफ से बहुत बहुत बधाई हो - परमात्मा आप की आयु लम्बी करें और आप स्वस्थ हो लम्बी आयु प्राप्त करें।

जिस प्रकार प्रारम्भ से ही आप परोपकार के कार्य करते आ रहे हैं उसी प्रकार आगे भी करते रहें। परिवार को आगे ले चलने में जो आप का अग्रणी हाथ है वह आगे भी इसी प्रकार बना रहे और सब उन्नति करते रहें।

पुनः बधाई के साथ:

आप का भाई

सत्यानन्द

तथा सारा परिवार

स्व. सत्यानंद मुंजाल, सहसंस्थापक, हिरो

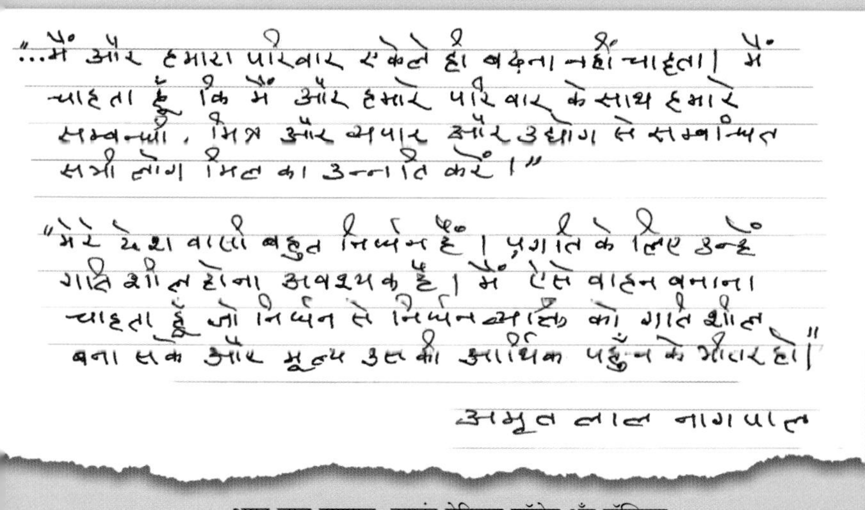

"...मैं और हमारा परिवार एकेले ही बढ़ना नहीं चाहता। मैं चाहता हूँ कि मैं और हमारे परिवार के साथ हमारे सम्बन्धी, मित्र और व्यापार और उद्योग से सम्बन्धित सभी लोग मिल कर उन्नति करें।"

"मेरे देश वाले बहुत निर्धन हैं। प्रगति के लिए उन्हें गतिशील होना आवश्यक है। मैं ऐसे वाहन बनाना चाहता हूँ जो निर्धन से निर्धन व्यक्ति को गतिशील बना सके और मूल्य उस की आर्थिक पहुँच के भीतर हो।"

अमृत लाल नागपाल

अमृत लाल नागपाल, दयानंद मेडिकल कॉलेज अँड हॉस्पिटल

...मुझे याद है आपका वह असीम प्रेम जो वर्ष 1963 से आपसे जुड़ने पर हमें प्राप्त होता रहा है। आपने हमें अपनी डाइनिंग टेबल पर बैठाकर जो स्नेह प्रदान किया है तथा व्यापार की खट्टी-मीठी बातें शेयर करते हुए समय-समय पर मार्ग-दर्शन प्रदान किया है, उसका वर्णन शब्दों में किया जाना संभव नहीं है। आपने हमें हमेशा छोटे भाई की तरह स्नेह, प्यार व सम्मान प्रदान करते हुए हमारी पीठ पर हाथ रखकर आगे बढ़ने का ज़ज्बा प्रदान किया है। जिस कारण हम जीरो से हीरो बने हैं।

जयकुमार जैन.

जय कुमार जैन, हिरो डीलर

...मैंने अपने जीवन में सभी लोगों को आपको जितना आदर और सम्मान देते देखा है उतना और किसी व्यक्ति को नहीं देखा।

कहते हैं कि बिज़नेस में भावनाओं से काम नहीं किया जाता लेकिन आपको कई बार बिज़नेस में भी भावनाओं से फैसले लेते देखा और सुना है।

जयदीप पाटिल

जयदीप पाटील, हिरो डीलर

...कुछ अर्सा पहले आप जब उदयपुर तशरीफ लाये थे मेरे शोरूम पर कदम कीये थे। वहां पर आपने हमारे बढ़ते हुए व्यापार के बारे मे नही पुछा, मैनेजर या फिर बड़े ओहदे वाले अफसर से बात नहीं की बल्कि मुझसे फ़रमाया की "वर्कशाप" में काम करने वाले बच्चों को बुलाओ!

शब्बीर के. मुस्तफा

शब्बीर के. मुस्तफा, हिरो डीलर

सुरुवातीला किंचित जास्त किंमत चुकती करावी लागली तरी नंतरच्या काळात ग्राहकाला भरावी लागलेली अतिरिक्त किंमत भरून निघेल आणि त्याला अधिक फायदा मिळवून दिला जाईल, हा संदेश टीव्हीवरून आणि वृत्तपत्रांमधून राबवण्यात आलेल्या जाहिरातींच्या मोहिमांमधून अतिशय हुशारीनं आणि प्रभावीपणे देण्यात आला. १९८०च्या दशकातील किमतीविषयी जागरूक असलेल्या मध्यमवर्गीय भारतीयांना ही कल्पना पटवून देण्यासाठी या मोहिमांचा अतिशय उत्तम उपयोग झाला. हा नवीन ग्राहक सायकलींवरून मोपेडकडे स्थलांतरित होण्यास उत्सुक होता; पण त्याला कमी इंधन सक्षमता आणि उच्च देखभाल खर्च असलेल्या कार, स्कूटर किंवा मोटरसायकल घेणं परवडत नव्हतं. हिरो-होंडा मोटरसायकलच्या टिकाऊपणाचा माझ्या वडलांना अतिशय अभिमान वाटत होता. वीस किंवा पंचवीस वर्षं चालवण्यात आलेल्या सीडी-१०० मोटरसायकल अजूनही रस्त्यांवरून फिरवल्या जात असल्याचं ऐकल्यावर त्यांना अत्यानंद होत होता.

पहिल्याच वर्षी ४०,००० सीडी -१००ची विक्री झाली. सन १९९६-९७मध्ये हिरो-होंडानं २.७ लाख मोटरसायकलींची विक्री केली होती, तर १९९५मध्ये बजाजनं १२.५ लाख मोटरसायकलची विक्री केली होती. सन १९९५मध्ये हिरो-होंडानं स्प्लेंडरला बाजारात आणलं. त्यानंतरच्या वर्षांमध्ये ती जगातील सर्वाधिक विक्री झालेली मोटरसायकल झाली. सन २००१पर्यंत हिरो-होंडानं भारतातही बजाजवर मात केली. त्याच वर्षी त्या कॅलेंडर वर्षातील विक्रीचा विचार करता, हिरो-होंडा ही दुचाकीची जगातील पहिल्या क्रमांकाची कंपनी झाली होती.

माझ्या वडलांनी होंडाबरोबर भागीदारी करून खेळलेला डाव यशस्वी ठरला होता; पण लवकरच आमच्या लक्षात आलं की, जास्त विक्री याचा अर्थ नेहमीच जास्त नफा असा होत नाही. खरं तर माझ्या वडलांच्या दृष्टीनं हा मोठाच चिंतेचा विषय होता, कारण त्यांना नेहमीच नफा आणि बाजारातील हिस्सा यांच्यामध्ये संतुलन असावं असं वाटत होतं.

सन १९८५मध्ये हिरो-होंडाची पहिली बाईक बाजारात येण्याच्या आधी तिची किंमत १०,००० रुपयांहून थोडी अधिक असावी असं ठरवण्यात आलं होतं; पण माझ्या वडलांनी याला नकार दिला. त्यांना बाईकची किंमत चार आकडी असावी असं वाटत होतं. याविषयीची आठवण सांगताना अमित म्हणाला, 'मी जपानी लोकांकडे परत गेलो. खूप मनस्ताप झाला. अनेक वेळा जपानला जावं लागलं; पण तरीही चेअरमनसाहेबांचं समाधान होत नव्हतं. ते अडून बसले होते. अखेरीस पहिली बाईक ९,९९० रुपयांना विकण्यात आली. मात्र त्यानंतरच्या वर्षी मालाच्या किमती वाढल्यामुळे आणि उच्च करामुळे कंपनीला ही किंमत १३,००० रुपयांपर्यंत न्यावीच लागली.

हिरो-होंडा ही जगातील सगळ्यात मोठी एकमेव कंपनी झाल्यानंतरसुद्धा 'चेअरमनसाहेबांना' तिच्या वाढत्या किमतीची सातत्यानं काळजी वाटत होती.

किमतीतील वाढीचं मूल्यमापन करण्यासाठी ते वैयक्तिकरीत्या डीलरना फोन करत होते. एकदा तर त्यांनी भारतभरच्या २५ ते ३० डीलरना फोन केला होता. तत्कालीन डीलरशिपचा विचार करता, त्यांनी सुमारे २५ टक्के डीलरना एका दिवसात फोन केले होते. डीलरबरोबर बोलणं आणि मूल्यमापन करणं हे विपणन खात्याचं काम होतं, हे अमितनं अतिशय नम्रपणे त्यांच्या निदर्शनास आणून दिलं. माझ्या वडलांनी त्याला उत्तर दिलं की, 'हा जबाबदारीचा प्रश्न नाही. चेअरमनकडून गेलेल्या वैयक्तिक फोनमुळे डीलरला आपण खास आहोत, असं वाटतं आणि त्यांना आणखी जास्त कष्ट करण्याचा हुरूप येतो.'

माझ्या वडलांनी आणि ओमप्रकाशकाकांनी संघटित डीलरशिपच्या जाळ्याच्या कल्पनेचा पाया घातला होता. त्यानुसार डीलरना कुटुंबाच्या परिसंस्थेचा भाग मानलं जात होतं. आमच्या प्रतिस्पर्धी कंपन्यांच्या दृष्टीनं हिरो-होंडाच्या डीलरशिपचं जाळं हे बाजारातील त्यांच्या प्रवेशाकरिता अडथळा ठरत होतं. मुंजाल बंधूंना सगळ्या डीलरची नावं माहीत होती आणि त्यांना प्रामाणिकपणे असं वाटत होतं की, डीलरबरोबरचे वैयक्तिक बंध सुरक्षितपणे टिकवून ठेवण्यासाठी कोणतीही किंमत मोजून त्यांचा नफा कायम ठेवलाच पाहिजे.

माझ्या वडलांनी सातत्यानं हिरोच्या डीलरच्या मनात वाढीची मूल्यं बिंबवण्याचे प्रयत्न केले. त्यांनी डीलरना सांगितलं की, 'डीलरशिपमधून मिळणाऱ्या उत्पन्नाची भविष्यासाठी गुंतवणूक करावी. त्यापैकी एक तृतीयांश व्यवसायात गुंतवावं, एक तृतीयांश वाढीसाठी बाजूला काढून ठेवावं आणि एक तृतीयांश स्वतःसाठी वापरावं.' ही गोष्ट एखाद्या पित्यानं त्याच्या मुलांना दिलेल्या सल्ल्यासारखी वाटू शकते; परंतु त्यामुळे डीलरना दिलासा आणि योग्य मार्गदर्शन मिळत होतं. डीलरच्या कौटुंबिक समारंभांना मुंजाल कुटुंबीयांनी उपस्थित राहण्याची परंपरा तशीच पुढेही सुरू ठेवण्यात आली होती. त्या वेळी जर डीलरवर आर्थिक ताण येत आहे असं वाटलं, तर त्याला त्याकरिता कर्ज देण्यात येत होतं आणि अशा प्रकारे त्यांच्या कठीण काळात त्यांना मदत केली जात होती.

श्रीराम पिस्टन्सच्या अशोक तनेजांनी एकदा असं निरीक्षण नोंदवलं होतं की: 'आदरणीय ब्रिजमोहनजी यांच्याशी संबंधित असलेल्या कोणाशीही तुम्ही बोलू शकता - मग तो कर्मचारी असो, पुरवठादार असो किंवा एखादा डीलर असो, तो तुम्हाला ब्रिजमोहनजींनी इतरांना मदत करण्यासाठी स्वतःला कसा त्रास करून घेतला होता, याची एखादी तरी कथा निश्चितपणे सांगेल. कोणाला बँकेचं कर्ज जलद गतीनं मिळावं म्हणून, कोणाला तंत्रज्ञान भागीदार मिळवून देण्यासाठी किंवा फक्त कठीण काळात मनोधैर्य टिकवून ठेवण्यासाठी प्रोत्साहन देण्यासाठी असो; पण त्यांनी अनेकांना अशी मदत केली आहे.'

अर्थात याची दुसरी बाजूही आहे. जर डीलरची कामगिरी खालावली, तर त्याला विक्री विभागाच्या प्रमुखाकडून फोन केला जातो. एखाद्या डीलरनं जर भ्रष्टाचार केला, तर त्याला मग परमेश्वरही वाचवू शकत नाही. त्याला ताबडतोब काढून टाकलं जातं; पण एखादा चांगला डीलर कठीण काळातून जात असेल, तर तो पुन्हा त्याच्या पायांवर उभा राहीपर्यंत हिरो त्याच्या पाठीशी ठामपणे उभी राहते. सत्तरीत प्रवेश करेपर्यंत माझे वडील आणि चाचाजी (ओमप्रकाशकाका) सातत्यानं भरपूर प्रवास करत होते. ते डीलरच्या भेटी घेत आणि त्या भागात निर्माण झालेल्या औद्योगिक स्पर्धेचं परीक्षण करत. ते तक्रारी ऐकून घेत आणि समस्या समजून घेत. ग्राहकांबरोबर नम्रतेनं, आपलेपणानं आणि उमदेपणानं कसं वागावं याविषयी डीलरना सल्ला देत.

**

हिरो-होंडा प्रकल्प सुरू झाल्यानंतर हिरो सायकलच्या डीलरपैकी अनेक डीलर त्यात सहभागी होण्याकरिता आणि नवीन डीलरशिपमध्ये पैसे गुंतवण्याकरिता तयार होते. मुंजाल कुटुंबातील ज्येष्ठ सदस्यांवरच्या त्यांच्या विश्वासाचं हे प्रतीक होतं. हे इच्छुक डीलर तरुण होते आणि हिरोच्या मूळच्या डीलरच्या पुढच्या पिढीतील होते. त्यांना नवीन प्रकल्पात भागीदार होण्याची उत्सुकता होती आणि तितकीच महत्त्वाची आणखी एक गोष्ट म्हणजे त्यांना दुकानातून शोरूममध्ये होणाऱ्या स्थित्यंतराकरिता मोठी गुंतवणूक करण्याची इच्छा होती.

रमणजींसोबत शोरूमची चित्रं मनश्चक्षूंसमोर रेखाटण्यात माझ्या वडलांनी महत्त्वाची भूमिका पार पाडली. प्रत्येक डीलरचं प्रशिक्षण, जागा, सेवेचा दर्जा आणि त्याला करावी लागणारी गुंतवणूक यासाठीचे स्पष्ट निकष निश्चित करण्यात आले. या आघाडीवर कोणतीही तडजोड करण्यात आली नाही आणि हिरो-होंडा डीलरनी अगदी नेमकेपणानं सांगायचं झालं, तर टीव्हीएस सुझुकी, एस्कॉर्ट्स यामाहा, बजाज कावासाकी आणि कायनेटिक होंडा या स्पर्धक ब्रँडच्या तुलनेत शोरूममध्ये आणि कार्यशाळांमध्ये (वर्कशॉपमध्ये) मोठ्या गुंतवणुकी केल्या. उदाहरणार्थ, या ब्रंड्सची शोरूम ५०० चौरस फुटांची होती, तर आमची १६०० चौरस फुटांची होती. सर्व्हिस सेंटर जर डीलरशिपशी संलग्न असेल तर अतिरिक्त १,५०० चौरस फुटांची जागा आवश्यक होती.

स्पर्धकाच्या तुलनेत कार्यशाळांमध्ये करण्यात आलेल्या लक्षणीय प्रमाणातील जास्त गुंतवणुकांमुळे सुरुवातीला डीलरमध्ये भरपूर भीती पसरली होती. जर त्यांच्या प्रतिस्पर्ध्यांइतकाच व्यवसाय त्यांनाही मिळाला तर इतक्या उच्च गुंतवणुकीची भरपाई मिळणार नाही, अशी चिंता त्यांना सतावत होती. आता मागे वळून पाहिल्यानंतर असं लक्षात येतं की, त्यांनी इतकी काळजी करण्याची काहीच गरज नव्हती. पहिली

गोष्ट म्हणजे वर्कशॉपमधून मिळणारा महसूल हा शोरूममधून मिळणाऱ्या महसुलाच्या तुलनेत जास्त होता. हिरो-होंडाच्या ग्राहकांविषयीच्या अनुभवाची माहिती बाजारात पसरल्यानंतर स्पर्धक बाईकचे मालक थेट वर्कशॉप्स उभारण्याकडे वळले.

त्या अर्थानं हिरो-होंडा खरोखरच काळाच्या पुढे होती. त्या वेळी बाजारपेठ 'विक्रेत्यांच्या बाजारपेठेतून' 'खरेदीदारांच्या बाजारपेठेत' रूपांतरित होत होती, हे कंपनीला समजलं होतं आणि त्यामुळे ती गुणवत्तेची उच्च मानांकनांचं जतन करून बाजारातील सगळ्या घडामोडींमध्ये, नावीन्यपूर्ण गोष्टींमध्ये एक पाऊल पुढे राहण्याचा प्रयत्न करत होती. तिने आपल्या सगळ्या व्यूहरचनांच्या केंद्रस्थानी ग्राहकाला ठेवलं होतं. पहिल्या दशकात १५०हून अधिक अधिकृत सर्व्हिस सेंटरची स्थापना करण्यात आली होती.

सन १९८५ ते १९९१ या काळात दर तीन आठवड्यांनी एकदा माझे वडील लुधियानावरून दिल्लीला जात होते आणि सगळ्या विपणन कर्मचाऱ्यांना कॉन्फरन्स रूममध्ये बोलावून घेत होते. त्यानंतर हिरोच्या डीलर्सशी कसे उत्तम संबंध राखावेत, याविषयी त्यांचा खास वर्ग घेत होते. त्यात ते त्यांना अमूल्य सूचना देत. डीलरबरोबर कसं बोलावं, कोणता पोशाख घालावा, डीलरकडून कोणत्या शिष्टाचारांचा स्वीकार करावा, डीलरला भेटायला जाताना असलेलं वक्तशीरपणाचं महत्त्व अशा अनेक बाबींविषयी ते त्यांना माहिती देत. त्यांचा एक आवडता, निश्चित नियम असा होता की : तुम्हाला जर डीलरना एखादी चांगली गोष्ट सांगायची असेल, तर ती लिहून कळवा, त्यामुळे तो संदेश ते स्वतःजवळ ठेवू शकतील आणि शिवाय इतरांनाही दाखवू शकतील; पण कठोरपणे काही सांगायचं असेल, तर ती विधानं अतिशय दक्षतेनं फक्त मौखिकच असली पाहिजेत. ती लेखी असता कामा नयेत.

त्या काळाची आठवण सांगताना अमित चतुर्वेदींनी असं सांगितलं होतं की, 'आम्ही सगळेच जण कॉन्फरन्स रूममध्ये जात असू. चेअरमनसाब उत्स्फूर्तपणे बोलत. त्यासाठी कोणतेही मुद्दे काढलेले नसत. कोणतीही विषयपत्रिका नसे. ते फक्त बोलत राहत.' आपल्याला काहीतरी मूल्यवान गोष्टी ऐकायला मिळतील आणि नंतर त्यांचा कामकाजात समावेश करता येईल, या अपेक्षेनं अनेक कर्मचारी या सत्रांची वाट बघत असत.

राहुल बजाज हे दंतकथा बनून गेलेले बजाज ऑटोचे अध्यक्ष अनेक वर्षं हिरो-होंडाचे सगळ्यात कट्टर प्रतिस्पर्धी होते. त्यांनी माझ्या वडलांचा उल्लेख आपले गुरू म्हणून केला होता. त्यांनी कर्मचारी, विक्रेते आणि वितरक यांच्याशी असलेल्या माझ्या वडलांच्या आंतरव्यक्ती संबंधांना हिरोच्या यशाचं श्रेय दिलं होतं. त्यांनी असं म्हटलं होतं की : 'माझा असा विश्वास आहे की, त्यांनी या सगळ्या लोकांना त्यांच्या कुटुंबीयांप्रमाणे वागवलं होतं. त्यांच्या पद्धतीनं आमच्यापैकी कोणीही वागू

शकत नाही.' खरं तर माझे वडील आणि काका यांनी निर्माण केलेल्या आणि जोपासलेल्या नातेसंबंधांवरच संपूर्ण उद्योगाची उभारणी झाली होती.

**

योगेशनं मला एकदा असं सांगितलं होतं की, जपानी लोकांबरोबर झालेल्या बैठका आणि वाटाघाटी यांमधून त्याला लक्ष्य अनिश्चित असण्यापेक्षा स्पष्ट असण्याचं महत्त्व शिकायला मिळालं होतं. जपानी व्यावसायिकांच्या शब्दकोशात 'अंदाज' हा शब्दच नसतो. तो म्हणाला, 'मी जपानी लोकांसारखा विचार करू लागलो. जपानमध्ये चाचाजींबरोबर (ब्रिजमोहनजींबरोबर) मी उपस्थित राहिलेल्या बैठकांमधून माझ्या असं लक्षात आलं की, तुम्हाला तुमच्या व्यावसायिक भागीदारासारखा विचारही करावाच लागतो आणि त्यांचा दृष्टिकोनही समजून घ्यावा लागतो. संयुक्त प्रकल्पाच्या वेळी फक्त आमचाच वैयक्तिक आणि पारंपरिक दृष्टिकोन त्यांच्यावर लादण्यापासून आपण परावृत्त झालो, या वस्तुस्थितीमुळे आपल्याला सत्तावीस वर्षांची यशस्वी भागीदारी करणं शक्य झालं.'

जपानी लोकांबरोबर काम करणं कोणत्याही अर्थानं सोपं नव्हतं. त्यांच्या कंपन्यांमध्ये निश्चितपणे उत्तम पद्धती होत्या. त्यांच्यामध्ये संपूर्ण गुणवत्ता व्यवस्थापन (टीक्यूएम), कानबान आणि इतर अनेक पद्धतींचा समावेश होता. तंत्रज्ञानाचं आणि प्रक्रियांचं मिश्रण करणं ही गोष्ट सोपी होती; पण मानवी भांडवलाचं व्यवस्थापन करणं हीच खरी आव्हानात्मक बाब होती. उदाहरणार्थ, कामगार पांढरे कपडे आणि हातमोजे घालण्यास तयार नव्हते आणि त्यांनी तसेच कपडे व हातमोजे घालावेत असा होंडाचा आग्रह होता. याशिवाय जपानी शैलीच्या सकाळच्या शारीरिक शिक्षणाच्या किंवा व्यायामाच्या सत्रांना उपस्थित राहणंही कामगारांना आवडत नव्हतं.

भारतातील कुशल कामगार हे स्वतंत्र मानसिकता असलेले तंत्रज्ञ होते. त्यांना आपल्या कौशल्याचा अभिमान होता, जपानी लोकांकडून जबरदस्तीनं लादण्यात येणाऱ्या गोष्टींमुळे ते नाराज होते. रमणजी कंपनीचे प्रमुख होते. त्यांना कामगारांचं म्हणणं समजत होतं; परंतु त्यांना कामगारांच्या आणि होंडाच्या अपेक्षा याच्या दरम्यान संतुलन साधायचं होतं. थोडंसं समजावल्यानंतर आणि थोड्या-फार तडजोडी केल्यानंतर त्यामधून एक मध्यममार्ग काढण्यात आला.

उदाहरणार्थ, होंडानं जोरदार आग्रह केल्यानंतरसुद्धा रमणजींनी गुणवत्ता निरीक्षकाचं पद तयार केलं नाही. रमणजींनी असं सुचवलं की, त्याऐवजी कर्मचाऱ्यांवर विश्वास ठेवणं आणि त्यांना सक्षम करणं ही अधिक चांगली पद्धत आहे, कारण देखरेख ठेवल्यामुळे कर्मचाऱ्यांच्या मनात हीनत्वाची भावना निर्माण होते. हळूहळू हिरो-होंडानं एक उर्ध्वगामी संस्कृती विकसित केली. तिच्यानुसार श्रमिक, पर्यवेक्षक आणि व्यवस्थापक एकत्रितपणे शॉप फ्लोअरवर निर्माण झालेली

समस्या सोडवण्यात योगदान देत होते. ही सहकार्याची संस्कृती होती आणि तिला भारतीय आणि जपानी अशा दोहोंच्याही मूल्य तंत्रांचा आधार होता

१९८०च्या दशकाच्या उत्तरार्धात जपानी आयात खूपच महागडी पडू लागली, कारण येन या जपानच्या चलनाचं मूल्य अमेरिकन डॉलरच्या तुलनेत झपाट्यानं वधारलं होतं. सन १९८४मध्ये हिरो-होंडा प्रकल्प सुरू होत असताना येन आणि रुपया यांचा विनिमय दर २१०० येनला १०० रुपये असा होता. सन १९८७मध्ये हा दर १०० रुपयांकरिता ९६० येन झाला आणि १९८८मध्ये तो ८३२ येन झाला. जपानमधून अनेक भागांची आयात केली जात असल्यामुळे आमच्या नफ्यावर अनिष्ट परिणाम झाला.

याशिवाय भागांवरच्या अबकारी करात वाढ झाल्यामुळे परिस्थिती आणखीच बिकट झाली. अबकारी कर रुपयांत वसूल केला जात होता. खरं सांगायचं झालं तर मोटरसायकलींच्या विक्रीतून हिरो-होंडाला नुकसान सोसावं लागत होतं.

याच दरम्यान, परकी चलन मोठ्या प्रमाणात बाहेर जाऊ लागल्यामुळे भारत सरकारनं सीमाशुल्क प्रतिबंध निर्माण करून आयातीवर निर्बंध लादले, त्यामुळे उत्पादनाऐवजी भागांची जोडणी (असेम्ब्लिग) करण्याचं सीकेडी किंवा एसकेडी (सेमी नॉक्ड डाऊन) धोरण आता कायम राहू शकणार नव्हतं, हे स्पष्ट झालं.

उत्पादनाचा खर्च गगनाला भिडला. हिरो-होंडानं यापैकी काही खर्च ग्राहकांवर लादला; पण ग्राहकांवर सगळाच्या सगळा खर्च लादणं शक्य नव्हतं. १९८५ ते १९९० या काळात सीडी १००ची किंमत तब्बल तेरा वेळा वाढवण्यात आली आणि ती १२,७४१ रुपयांवरून २२,६६९ रुपयांपर्यंत पोहोचली. किमतीत ७८ टक्क्यांची वाढ झाली होती. या तुलनेत याच काळात स्कूटरच्या किमतीत ४० टक्क्यांची वाढ झाली होती. बिझनेस स्कूलच्या केस स्टडीत उल्लेख करण्यात आला होता, त्यानुसार १५० सीसी इंजिनाच्या बजाजच्या स्कूटर ११,००० रुपयांना उपलब्ध होत्या. कंपनीच्या पब्लिकली लिस्टेड शेअर किमतीतून उत्पन्नातील या घसरणीचं स्पष्ट प्रतिबिंब दिसून येत होतं. सन १९८५मध्ये लिस्टिंगच्या वेळी ५० रुपये असलेला दर १९८९मध्ये १५ रुपयांवर घसरला. १९९०पर्यंत बजाज कावासाकी, राजदूत यामाहा आणि इंड-सुझुकी या सगळ्यांमध्ये बाजारात स्थान पटकावण्यासाठी जोरदार अहमहमिका लागल्यामुळे १०० सीसी विभागातील स्पर्धा तीव्र झाली.

सरकारनं १९५०च्या दशकापासून 'फेज्ड मॅन्युफॅक्चरिंग प्रोग्रॅम'ला (पीएमपीला) उत्तेजन दिलं होतं. त्या अंतर्गत आयातीवरचं सीमा शुल्क वाढवण्याबरोबरच विविध प्रकारच्या उपाययोजनांद्वारे भारतीयीकरणाला प्रोत्साहन दिलं जात होतं. महत्त्वाच्या भागांची आयात करण्याच्याऐवजी त्यांचं स्थानिक पातळीवर उत्पादन करणं शक्य आहे, ही गोष्ट माझ्या वडलांनी रमणजी आणि पवनजी यांच्या साहाय्यानं जपानी लोकांना पटवून दिली. खरं तर मुळातच हिरो-होंडाच्या स्थापनेमागे भारतीयीकरण

हा एक मार्गदर्शक विचार होताच; पण माझ्या वडलांनी आणि बंधूंनी केलेल्या परिश्रमातून स्वयंचलित वाहन उद्योगात अत्यंत जलद आणि अतिशय प्रभावशाली स्थानिकीकरण कार्यक्रम विकसित झाले.

जपानी लोकांनी पहिल्यांदा या सूचनेला विरोध केला. गुणवत्तेचे निकष सातत्यानं पाळले जातील का याविषयी त्यांच्या मनात शंका होती. शिवाय होंडा ट्रेडिंगच्या महसुलात घट येईल, हा विचारही संयुक्त प्रकल्पाच्या आमच्या या भागीदाराच्या मनात रेंगाळत असावा. होंडा ट्रेडिंग ही होंडाच्या आशियाभरच्या साहाय्यकांनी तयार केलेल्या घटकांची आयात करत होती. हिरो सायकल्सच्या साहाय्यक कंपन्यांच्या निर्मितीच्या प्रक्रिया रमणजींनी अगदी जवळून पाहिल्या होत्या, तर पवनजींनी मॅजेस्टिक ऑटोमध्ये त्या पाहिल्या होत्या. गुणवत्तेत बिलकूल तडजोड न करता, स्थानिक पातळीवर या भागांचं उत्पादन कमी किमतीत करणं सहजशक्य आहे अशी या दोघांचीही खात्री होती. त्यांनी जपानी लोकांसमोर असा युक्तिवाद केला की, स्थानिक पातळीवर या भागांचं उत्पादन केल्यानंतर हिरो-होंडा आपल्या मोटरसायकलींची किंमत अधिक सक्षमपणे कमी करू शकेल.

अमित चक्रवर्तींनी या चर्चांमधील रस्सीखेच अगदी जवळून अनुभवली होती. त्यांनी सांगितलं की, 'ज्या वेळी आम्हाला होंडाचे अधिकारी मागे ढकलत होते, त्या वेळी चेअरमनसाहेब सरकारशी असलेल्या आपल्या चांगल्या संबंधांचा वापर करून जपानी लोकांना असा स्पष्ट संदेश पाठवत होते की, स्थानिकीकरणाची गती धीमी करणं शक्य होणार नाही, उलटपक्षी त्याला जोरदार गती देण्याची गरज आहे. कारण, भारताला परदेशी चलन वाचवण्याची गरज होती.'

माझे वडील कोणाचंही मन वळवण्यात तरबेज होते. शिवाय त्यांच्याकडे उत्तम तर्कनिष्ठ कारणं होती आणि त्यांनी दोन समर्पक मुद्देही समोर ठेवले होते. पहिला मुद्दा म्हणजे सरकारच्या प्रमुख धोरणाशी कंपनीला सुसंगत ठेवण्यासाठी जलदगती स्थानिकीकरण कार्यक्रम हाती घेतल्यामुळे हा संयुक्त प्रकल्प धोरणकर्त्यांच्या मर्जीत राहिला असता. दुसरी गोष्ट म्हणजे साहाय्यक कंपन्यांच्या स्थापनेचं चमकतं उदाहरण घालून दिल्यामुळे कालौघात हिरो-होंडाचं कामकाज मजबूत आणि किफायतशीर झालं असतं. अखेरीस होंडानं स्थानिकीकरणाच्या म्हणजेच भारतीयीकरणाच्या दिशेनं जाण्यास मान्यता दिली. त्यानंतर त्या दोघा भागीदारांनी ज्या कार्यक्रमाची स्थापना केली तो जगातील सगळ्यात मोठा स्वयंचलित वाहन स्थानिकीकरण कार्यक्रम ठरला.

आता यासाठी जागतिक दर्जाच्या, अतिशय निर्दोष अशा पुरवठा साखळीची गरज होती हे स्पष्टच होतं म्हणून रमणजींनी होंडाच्या शैलीचं अनुसरण करायचं असं ठरवलं. होंडा कंपनी जिथे जिथे जात होती तिथे तिथे ती आपल्या साहाय्यक युनिटनाही आपल्या सोबत नेत होती, हे रमणजींच्या लक्षात आलं होतं. त्यांनीही

तसंच करायचं ठरवलं. त्यांनी लुधियानातील त्यांच्या मित्रांना धारूहेडाच्या आसपास उभारण्यात येणाऱ्या विविध सुटे भाग बनवण्याच्या फॅक्टरींमध्ये गुंतवणूक करण्यास सांगितलं. ते सगळेच हिरो समूहाच्या कोणत्या ना कोणत्या कंपनीचे विक्रेते होते, त्यामुळे त्यांना अभियांत्रिकी क्षेत्राचा आणि भाग बनवण्याच्या कामाचा भरपूर अनुभव होता; परंतु मोटरसायकलींचे भाग तयार करण्याचा अनुभव नव्हता. शिवाय मोटरसायकलींच्या नवख्या उद्योगात उतरण्यात जोखीमही होती; परंतु मुंजाल कुटुंबीयांवरच्या विश्वासामुळे ते तयार झाले.

काही वर्षांतच काही विक्रेत्यांनी एक तर हिरो-होंडासाठीच्या आपल्या उत्पादनांचा विस्तार केला होता किंवा नवीन फॅक्टरी सुरू केली होती अगर एनसीआरमध्ये काम करू लागले होते, त्यामुळे परस्पर-सहकार्याची आणि शिकण्याची एक अद्‍भुत परिसंस्था तयार झाली होती. त्यांच्यापैकी अनेक जण रमणजींचे मित्र होते. या विक्रेत्यांमध्ये हेमा ऑटोचे कृष्ण जाजू, रिको ऑटो इंडस्ट्रीजचे अरविंद कपूर, ओमॅक्स ऑटोचे जतेंदर मेहता, ऑटोफिटचे राकेश धिंग्रा आणि संजीव मेहरा, बजाज मोटर्सचे व्ही. पी. बजाज, युनिटेकचे विरेंदर छाब्रा, हायटेक गिअर्सचे दीप कपुरिया, संधार ग्रुपचे जयंत दावर, निपमन फासनर्सचे प्रवीण मल्होत्रा, बोनी पॉलीमर्सचे राज भाटिया, लाइफलाँग इंडियाचे अतुल रहेजा, नॅपिनो इंडियाचे विपिन रहेजा, के. जे. फोर्जिंगचे गोपी कोठारी, निक्स ऑटोचे सुरिदर महेंद्रु, मीनाक्षी पॉलीमर्सचे संजीव सोनी, लुमॅक्सचे डी. के. जैन आणि मिंडा ऑटोचे निर्मल मिंडा यांचा समावेश होता.

गुरगाव-धारूहेडा येथील सुटे भाग बनवणाऱ्या या कंपन्यांच्या समूहानं उत्तम प्रकारे सर्वज्ञात असलेल्या सुट्या भागांच्या काही ब्रँडची निर्मिती केली. राकेश धिंग्रा आणि संजीव मेहता यांची ऑटोफिट ही दुचाकीच्या सीटची भारतातील सगळ्यात मोठी उत्पादक कंपनी आहे. जयंत धावर यांच्या संधार ग्रुपच्या तीन उपकंपन्या आणि सात संयुक्त प्रकल्प आहेत आणि जगभरात ३५ फॅक्टऱ्या आहेत. अरविंद कपूर यांची रिको ऑटो ही आता स्वयंचलित वाहनांच्या भागांची जागतिक पुरवठादार कंपनी झाली आहे. चार खंडांमध्ये मिळून तिचे चौदा उत्पादन प्रकल्प आहेत आणि त्यांच्यामध्ये ४,५०० कर्मचारी कार्यरत आहेत. जतेंदर मेहतांची ओमॅक्स ऑटोज ट्युब्युलर ऑटो असेंब्लीचा व्यापक पुरवठा करते. आज भारतभर तिच्या नऊ फॅक्टरी आहेत.

आज या सगळ्या सुटे भाग बनवणाऱ्या मोठ्या फर्म आहेत; पण त्यांच्या प्रवासाचा पहिला टप्पा फारसा सोपा नव्हता. विक्रेत्यांच्या स्थानिकीकरणाच्या क्षमतांची चाचणी घेण्यासाठी सुरू करण्यात आलेल्या एका प्राथमिक अवस्थेतील उत्पादन कार्यक्रमात सहभागी होऊन त्यांनी सुरुवात केली होती. दुर्दैवानं, स्थानिक पातळीवर उत्पादित करण्यात आलेले मोठ्या प्रमाणातील सुरुवातीचे भाग गुणवत्तेच्या निकषावर साफ अपयशी ठरले.

रमणजी आणि माझे वडील वरचेवर विक्रेत्यांबरोबर समस्यांविषयी चर्चा करत होते. मग ती कामगारांविषयीची समस्या असो किंवा सरकारी नियमांविषयीच्या. या सामुदायिक विचारविनिमयातून नेहमीच सकारात्मक फलितं निर्माण झाली.

सुरुवातीच्या काळातील तात्पुरत्या अडचणींना तोंड द्यावं लागलेले ओमॅक्स ऑटोजचे जतेंदर मेहता याविषयीची आठवण सांगताना म्हणाले,

> ‘त्या वेळी अनेक समस्या आल्या आणि त्यांनी आम्हाला अगदी आमचा हात धरून चालायला शिकवलं. त्या सगळ्या समस्या एकत्रितपणे सोडवण्यात आल्या. सुरुवातीच्या दिवसांत आम्हाला काही गुणवत्तेविषयीच्या आणि काही विपणनविषयक समस्या सतावत होत्या. आमच्या कौशल्यात वाढ करण्यास आणि आमच्या क्षमता विकसित करण्यास मदत होईल अशा प्रकारचा खास कार्यक्रम आखण्यास रमणजींनी इंडियन इन्स्टिट्यूट ऑफ अहमदाबादच्या (आयआयएमच्या) एका प्राध्यापकांना तयार केलं. त्या काळात साहाय्यक कंपन्यांच्या बाबतीत अशी पद्धती राबवल्याचं कधीच ऐकिवात नव्हतं.
>
> ‘चेअरमनसाहेब कॉन्फिडरेशन ऑफ इंजिनिअरिंग इंडस्ट्रीजचे (सीईआय - आधीची सीआयआय) अध्यक्ष असताना भारतीय उद्योगात पहिल्यांदाच टीक्यूएम (संपूर्ण गुणवत्ता व्यवस्थापन) संकल्पनेला लोकप्रियता लाभण्यास सुरुवात झाली. सगळ्या प्रमुख विक्रेत्या युनिटना टीक्यूएमची माहिती मिळेल याची त्यांनी खात्री करून घेतली.
>
> ‘मागे वळून पाहिल्यानंतर असं म्हणणं शक्य आहे की, हात धरून शिकवण्याच्या या प्रक्रियेमुळेच हिरो-होंडामधील सगळी परिवर्तनं सुरळीतपणे सुरू आहेत. सातत्यानं समस्या सोडवल्या जात असल्यामुळे शॉप फ्लोअरवर यशस्वी मूल्य-निर्मितीची प्रक्रिया सुरू राहिली आणि ती अर्थपूर्ण व यशस्वी ठरली. तो एक रोमांचक काळ होता, कारण त्याच वेळी आम्हाला ‘का-का’ विश्लेषण आणि ‘मूलभूत कारण विश्लेषण’ यांसारखे विचार ऐकायला मिळाले. एखाद्या समस्येच्या मुळापर्यंत जाऊन ती का निर्माण झाली आहे याचा शोध घेण्यासाठी तिच्यातला एकेक पापुद्रा कसा दूर करावा तेही आम्ही शिकलो. हिरो-होंडामध्ये गॅम्बा कायझनसाठी (सातत्यपूर्ण सुधारणांसाठी) सांख्यिकी साधनांचा उपयोग करण्यास सुरुवात करण्यापासून ते ‘व्यावसायिक प्रक्रिया पुनर्अभियांत्रिकी’पर्यंत जे जे काही करण्यात आलं, त्या सगळ्याची विक्रेत्यांच्या शॉप फ्लोअरवरही पुनरावृत्ती करण्यात आली.
>
> हिरो-होंडाची आणि कित्येक मॉडेलसह अनेक एसकेयूंची (स्टॉक कीपिंग युनिटची) वाढ झाल्यानंतरसुद्धा आम्हाला कधीच आपण दडपले

गेलो आहोत असं वाटलं नाही. आमच्या समोरच्या आव्हानांची यादी करून ती तत्काळ समोर आणण्याइतकी आमच्यात स्पष्टता आणि प्रांजळपणा होता. हिरो-होंडानं त्यासाठी आपल्या काही टीमना आमच्याकडे पाठवलं होतं. अगदी जपानी तज्ज्ञसुद्धा आमच्याकडे येत होते आणि आमच्या सोबत काम करत होते.'

पहिल्या दीड दशकात आमच्या कामकाजांच्या प्रक्रिया आम्ही घालून देत होतो आणि कामकाजांचं एकत्रीकरण आणि मजबुतीकरण करत होतो, त्या दरम्यान होंडाच्या अनेक अधिकाऱ्यांशी आमचे उत्तम स्नेहसंबंध निर्माण झाले होते, याचा इथे उल्लेख करावाच लागेल. सुरुवातीच्या वर्षांमध्ये त्यांनी आम्हाला भरपूर मदत केली आणि अनेक प्रारंभिक समस्यांवर मात करण्यासही साहाय्य केलं. युजी साइतो हे हिरो-होंडाचे पहिले व्यवस्थापकीय संचालक आणि के. सुगियामा हे पहिले तांत्रिक संचालक होते. टी. फुजीसाकी हे हिरो-होंडाचं जपानमधील कामकाज पाहत होते. नंतरच्या काळात ते संयुक्त व्यवस्थापकीय संचालक (जॉइंट एमडी) झाले. शिबाता सान हे गुणवत्ता यंत्रणा तयार करत होते, यानागिडा सान यांनी उत्पादन नियोजन यंत्रणा घालून दिली, तर सुझुकी सान यांनी उत्पादनाला गती देण्यात आणि इंजिन विकास प्रकल्पात महत्त्वाची भूमिका बजावली. नागाई सान यांनी विक्रीपश्चात उत्तम दर्जेदार जाळं तयार करण्यास मदत केली.

जतेंदर मेहता यांनी या काळातील आठवण सांगितली :

'१९९०च्या दशकाच्या सुरुवातीच्या काळात विक्रेत्यांनी जपानी लोकांच्या दर्जेदार मानांकनांच्या आणि उच्च अपेक्षांच्या कसोटीवर उतरणाऱ्या सुट्या भागांचा पुरवठा करण्यास सुरुवात केली. १९९०च्या संपूर्ण दशकात पुरवठा साखळ्यांमध्ये पूर्ण सामंजस्य होतं. त्या वेळी पवन हिरो-होंडाचे तांत्रिक संचालक होता. तंत्रज्ञानाविषयीच्या आपल्या सखोल ज्ञानाचा वापर करून त्याने तिथे महत्त्वाची भूमिका पार पाडली होती.

हिरो-होंडानं साहाय्यक कंपन्यांमध्ये सुरू केलेल्या अनेक पद्धतींचं नंतरच्या काळात बजाज आणि टीव्हीएससारख्या काही प्रतिस्पर्धी कंपन्यांनी अनुसरण केलं. खरं तर आमच्यापैकी अनेकांना असं वाटतं की, मारुतीसुद्धा आमच्या अनुभवातून शिकली होती आणि त्यातूनच त्यांच्या विक्रेत्यांविषयीच्या पद्धतींमध्ये त्यांनी सुधारणा केल्या होत्या.'

यांपैकी अनेक कंपन्यांनी लहान पातळीवरून मोठ्या पातळीपर्यंत झेप घेतली. यात 'आता आपण लुधियानातील पद्धतींपासून दूर राहिलं पाहिजे,' या माझ्या वडलांनी धरलेल्या आग्रहाचा मोठा वाटा होता. याविषयी अमित चतुर्वेदी म्हणाले, 'कंपनी

सुरू झाल्यापासूनच तिच्यात सायकलच्या परिसंस्थेचा हस्तक्षेप होऊ नये किंवा मोटरसायकलच्या परिसंस्थेत लुधियानाची संस्कृती भिनू नये, याकडे चेअरमनसाहेब दक्षतेनं लक्ष पुरवत होते. फक्त संयुक्त प्रकल्पाच्या कामकाजातच नव्हे, तर अनेक कौटुंबिक व्यवसायांच्या दैनंदिन कामकाजात हस्तक्षेप करण्यापासून आपल्या मोठ्या कुटुंबाला दूर ठेवणं हे संयुक्त प्रकल्पाच्या यशात आणि धारूहेडा-गुरगाव पट्ट्यातील या सर्वच कंपन्यांच्या वाढीत चेअरमनसाहेबांनी दिलेलं सगळ्यात मोठं योगदान होतं. त्यांनी प्रशासनाच्या उत्तम गुणवत्तेच्या पद्धती घालून दिल्या, हेही त्यांचं तितकंच मोठं योगदान होतं.'

सायकलची विक्री करणं आणि मोटरसायकलची विक्री करणं या गोष्टी सारख्या नाहीत, हे अखेरीस ओमप्रकाशकाकांच्या लक्षात आलं होतं, त्यामुळे या विक्रीतून स्वतःच माघार घेण्याइतके ते चाणाक्ष होते. या मोठ्या कुटुंबाकडून येत असलेल्या सूचनांचं आणि व्यूहरचनात्मक कल्पनांचं नेहमीच स्वागत केलं जात असलं तरी त्या काळापासूनच कामकाजाच्या व्यावसायिकीकरणाच्या संकल्पनेला गती येण्यास सुरुवात झाली होती.

दोन संस्कृतींमधील तफावतींमधून मार्ग काढण्याचं आव्हानही समोर होतं. उदाहरणार्थ, माझे वडील मद्याला स्पर्शही करत नव्हते आणि त्यांनी कधीही मद्यप्राशनाला प्रोत्साहन दिलं नव्हतं. वाढत्या बाजारपेठीय आणि विक्रीच्या टीमबरोबर आणि संयुक्त प्रकल्पाच्या भागीदारांबरोबर संयुक्त प्रकल्पाचं व्यवस्थापन करताना त्यांच्यासमोरचं हे प्रचंड मोठं आव्हान होतं. संयुक्त प्रकल्पातील जपानी लोकांच्या खूप मोठ्या टीम भारतात कित्येक महिने राहिल्या होत्या. अमितनी याकडेही गमतीनं निर्देश केला होता. त्यांनी सांगितलं की, 'जपानी लोकांना बैठकांमध्ये, परिषदांमध्ये आणि फावल्या वेळातही मद्य घेण्याची अतिशय आवड होती.' साहजिकच यावरही उपाय शोधण्याची स्पष्ट गरज होती.

रमणजींनी पहिल्यांदा असं सुचवलं होतं की, शिष्टाचार म्हणून जपानी लोकांना मद्य देण्यात आलं, तरी हिरोच्या कर्मचाऱ्यांनी थोड्या-थोड्या वेळानं मद्यपान करण्याच्या या सवयीपासून कटाक्षानं परावृत्त झालं पाहिजे; परंतु लवकरच या योजनेच्या मर्यादा त्यांच्या लक्षात आल्या आणि नंतर या संदर्भात तडजोड करण्यात आली. ज्या वेळी माझे वडील असतील, त्या वेळी त्यांच्या समोर कोणीही मद्यपान करू नये, असं ठरवण्यात आलं. ही एक अतिशय गमतीची गोष्ट झाली होती. काही लोकांना टेहळणी करण्यासाठी ठेवण्यात येत होतं आणि माझ्या वडलांनी त्या ठिकाणी प्रवेश केला रे केला की तात्काळ सूचना दिली जात होती. त्याबरोबर लगेच ग्लासं लपवली जात होती.

त्यांच्या पाठीमागे काय चाललं होतं ते माझ्या वडलांना माहीत होतं, याची मला खात्री आहे; पण त्यांनी याकडे स्नेहशील औदार्यानं दुर्लक्ष करायचं ठरवलं

होतं. अमित म्हणाले, 'आम्ही त्या काळात मद्यपान करत होतो हे चेअरमन साहेबानं नेहमीच माहीत होतं असं मला वाटतं.'

**

१९८०च्या आणि १९९०च्या दशकांमध्ये समूहाचा विस्तार झाला, तरीही हिरो-होंडाला अनेक आव्हानांना तोंड द्यावं लागलं होतं. धारूहेडामध्ये हिरो-होंडा प्रकल्प सुरू झाल्यानंतर लवकरच कंपनीला सन १९८६मध्ये झालेल्या संपामुळे प्रतिकूल परिस्थितीला तोंड द्यावं लागलं. कंपनी देत असलेलं वेतन आणि कामाचं वातावरण या गोष्टी नेहमीच संपूर्ण भारतात उत्तम होत्या, त्यामुळे या परिस्थितीत संप होणं ही आश्चर्यकारक गोष्ट होती.

असो, तर आमच्या उत्साहीपणामुळे आणि हताशेमुळे या वेळी आम्ही काही स्थानिक नेत्यांकडेही मदतीसाठी गेलो होतो. जतेंदर आणि मी निवडणूक मिरवणुकांच्या वेळी हरियाणातील एका नेत्याच्या पाठोपाठ त्याचा पाठलाग करत गावोगावी फिरलो होतो. त्याने संबंधित अधिकाऱ्यांशी आणि कामगार संघटनेच्या नेत्यांशी बोलून आमची समस्या सोडवावी एवढीच आमची इच्छा होती.

सुरुवातीच्या काळात धारूहेडातील संपातून कुटुंबाची आणि त्याच्या परिसंस्थेची ताकद आणि निर्धार दिसून आला होता. कुटुंब, मित्र आणि व्यावसायिक भागीदार यांची वेगवेगळी युनिट एकत्र आली आणि त्यांनी अनेक तत्कालीन समस्या सोडवल्या. अनेक दशकांपासूनची ही पद्धत होती आणि ती रूढ झाली होती.

खरं तर काही कुटुंबीयांमध्ये वैयक्तिक मतभेद असत होते; पण तरीही अशा वेळी ते किरकोळ मतभेद बाजूला ठेवून कुटुंब नेहमीच एकत्र येत होतं आणि ज्या वेळी कुटुंबाचं आणि व्यवसायाचं जास्त व्यापक हित गुंतलेल्या समस्या येत, त्या वेळी तर हे आवर्जून केलं जात होतं. नातेसंबंधांतील हेच खरं सौंदर्य होतं.

माझ्या वडलांनी मित्रांना, कुटुंबीयांना आणि व्यवसायातील कर्मचाऱ्यांना वाहनांचे सुटे भाग तयार करण्याची त्यांची स्वतःची सक्षम युनिट स्थापन करण्यास प्रोत्साहन दिलं होतं. त्याद्वारे त्यांनी 'हिरो फर्स्ट' पुरवठा साखळीची निर्मिती केली होती. मुंजाल-शोवा (शॉक ॲबसॉर्बर, १९८५), सनबिम कास्टिंग्ज (ॲल्युमिनियम डाय कास्टिंग्ज, १९८७) आणि मुंजाल कास्टिंग (मफलर्स आणि स्पोक रिम्स, १९८१) यांची सत्यानंदकाकांच्या मुलांनी म्हणजे योगेश, अशोक आणि सुधीर यांनी स्थापना केली होती.

सनबिम ऑटो ही फक्त कुटुंबाच्या झेंड्याखाली काम करणारी कंपनी न राहता त्या पलीकडे वाढली होती. मारुती या भारताच्या सर्वोच्च कार उत्पादकांची ती प्रमुख पुरवठादार कंपनी होती. याशिवाय ती आंतरराष्ट्रीय पुरवठादार कंपनी होती आणि फोर्ड, कॉन्टिनेन्टल व बॉश या कंपन्यांनाही सुट्या भागांचा पुरवठा

करत होती. मुंजाल ऑटोनं (आधीची गुजरात सायकल्स) आंतरराष्ट्रीय सायकल बाजारपेठेच्या गरजा पूर्ण करण्यासाठी निर्यातीभिमुख युनिट सुरू केलं. आता ती लाइट इंजिनिअरिंग ऑटोमोटिव्ह उत्पादनं तयार करते. त्यात ऑटोरिम, फोर्जिंग आणि चाकं यांचा समावेश आहे. ही कंपनी आंतरराष्ट्रीय आणि राष्ट्रीय अशा दोन्ही स्तरांवरच्या बाजारपेठांना पुरवठा करते.

गीता या माझ्या बहिणीनं आणि तिच्या कुटुंबानं प्लॅस्टिक मोल्डेड भागांसाठी एजी इंडस्ट्रीजची स्थापना केली. सध्या चार राज्यांमध्ये या कंपनीच्या सात फॅक्टऱ्या आहेत.

हिरोनं दिलेल्या ऑर्डरमुळे या कंपन्यांना अधिक चांगल्या दरानं कच्चा माल मिळवण्यासाठी आणि आपल्या मार्जिनमध्ये वाढ करण्यासाठी वाटाघाटी करणं शक्य झालं. त्यांच्या मार्जिनचा थोडासा भाग अधिक चांगली प्राधान्य किंमत (प्रेफरन्शियल प्रायसिंग) म्हणून हिरोकडे आला, त्यामुळे सगळ्यांसाठीच लाभदायक परिस्थिती निर्माण झाली. उदाहरणार्थ, सन १९९८मध्ये हिरो-होंडासाठी आम्ही बाहेरून घेतलेल्या भागांपैकी सुमारे ६५ टक्के भाग हे आमच्या स्वतःच्या कंपन्यांकडून आले होते. अर्थातच आधी उल्लेख केला आहे, त्याप्रमाणे ही भाग तयार करणारी युनिट संपूर्ण उद्योगाला पुरवठा करत होती.

वैविध्यपूर्ण प्रकल्पांना निधीपुरवठा करण्यासाठी हिरो समूहाकडे पुरेशा प्रमाणात अतिरिक्त निधीही होता. माझ्या वडलांनी असं सांगितलं की, त्यांच्याकडे गुंतवणुकीसाठी पैसा होता, कारण ते डामडौलावर पैसा खर्च करत नव्हते, तर त्यांचा खर्चावर नियंत्रण ठेवण्यावर विश्वास होता. स्वाभाविकच, वाढीच्या अर्थकारणानं आणि अधिक चांगल्या तंत्रज्ञानानं या प्रक्रियेत भर घातली होती. ओमप्रकाशकाकांनी म्हटलं होतं त्याप्रमाणे एक काळ असा होता की, त्या वेळी अडीच माणसानं एका सायकलीचं उत्पादन केलं होतं. (याचा अर्थ पाच माणसं दोन सायकली तयार करत होती.) पण १९९०च्या दशकापर्यंत एकेक व्यक्ती तीन-तीन सायकली तयार करत होती.'

त्याच वर्षी ऑस्ट्रियाच्या स्टेयर पुकबरोबर (हिची मालकी डॅमलर बेंजकडे आहे.) सहकार्य करून माझा चुलतभाऊ पवन याच्या नेतृत्वाखाली गाझियाबादमध्ये हिरो मोटर्सची सुरुवात करण्यात आली होती. माझ्या वडलांनी म्हटलं होतं की, '२०-३० कोटींच्या गुंतवणुकांनी आम्हाला आणखी कुठेही पुढे नेलं नसतं. एका मोठ्या प्रकल्पासाठीसुद्धा एखाद्या लहान प्रकल्पाइतकाच वेळ द्यावा लागतो आणि तितक्याच लोकांकडे मदतीसाठी जावं लागतं.' उत्तर प्रदेशातील साहिबाबाद इथे हिरो सायकल्सची एक नवीन फॅक्टरी उघडण्यात आली. तिची ५ लाख सायकलींच्या उत्पादनाची क्षमता होती. १९८५मध्ये गुजरात सायकल्सची (नंतरच्या काळातील मुंजाल ऑटो इंडस्ट्रीज) आणि १९९०मध्ये लुधियानात हिरो कोल्ड रोल्ड स्टील युनिटची स्थापना करण्यात आली.

सुमन या माझ्या मोठ्या भावानं नवीन सहस्रकाच्या पहिल्या दशकात रॉकमन इंडस्ट्रीजच्या कामकाजाचा ऑटो चेन आणि हब यांच्या पलीकडे विस्तार केला आणि हरियाणात एक युनिट स्थापन केलं. तिथे ॲल्युमिनियम डाय कास्टिग कम्पोनन्ट आणि ॲलॉय व्हील तयार केले जातात. आज रॉकमनचे आठ प्रकल्प आहेत आणि त्याबरोबरच गुजरात व आंध्र प्रदेश इथे दोन नवीन युनिट आहेत. तिसऱ्या पिढीतील सदस्य आता कार्बन कॉम्पोझिटसारख्या पुढच्या पिढीच्या उत्पादन तंत्रज्ञानात काम करत आहेत.

माझी मुलगी शिफाली ही आमच्या कुटुंबाच्या तिसऱ्या पिढीतील एक सदस्य आहे. तिने हिरो कॉर्पोरेट सर्व्हिसेसमध्ये आयटी सेवा व्यवसाय चालवण्याची जबाबदारी घेतल्याचा माझ्या वडलांना नेहमीच अभिमान वाटत होता. तिने २००६मध्ये कौटुंबिक विमा वितरण व्यवसायाची धुरा सांभाळली आणि आज हा व्यवसाय देशातील विमा वितरण क्षेत्रातील सर्वांत मोठा व्यवसाय झाला आहे. माझ्या वडलांना हे समजलं असतं, तर त्यांना त्याचाही मोठाच अभिमान वाटला असता.

यांपैकी बहुतेक विस्तार हे अंतर्गत पैशातून करण्यात आले आहेत. सापेक्षपणे कर्जमुक्त ताळेबंद असणं हा गेल्या कित्येक वर्षांतील हिरो फर्म्सचा एक लक्षणीय पैलू आहे. इन्व्हेंटरींचं व्यवस्थापन करण्याची आणि मुक्त कॅशफ्लो निर्माण करण्याची क्षमता यांच्यासह याची अनेक कारणं होती. मात्र तरीही स्वावलंबी आणि स्वयंपूर्ण होण्याच्या प्रेरणेतून खर्चात करण्यात आलेल्या कपातीला अतिशय महत्त्वाचं मानावं लागेल. या बाबतीत माझ्या वडलांनी अनेक प्रसंगी पुढाकार घेतला होता.

राकेश वसिष्ठ हे हिरो-होंडात सन २०००मध्ये रुजू झाले. त्यांनी माझ्या वडलांबरोबर अनेक वर्षं कार्यकारी साहाय्यक म्हणून काम केलं. त्यांनी माझ्या वडलांची कामकाजाची शैली जवळून बघितली होती. ते सांगतात की, माझे वडील पूर्णपणे व्यावसायिक पद्धतीनं वागत होते. रोज ते कामावर येत होते आणि चार गोष्टींवर लक्ष ठेवत होते. कर्ज, आवारातील स्टॉकच्या (इन्व्हेंटरीच्या) पातळ्या, डीलरना पाठवण्यात आलेल्या मालाची पातळी आणि ग्राहकांच्या तक्रारी या त्या चार गोष्टी होत्या. या गोष्टींचा त्यांनी बहिरीससाण्याच्या नजरेनं वेध घेतला होता. त्यांच्या मजल्यावरच्या फोन यंत्रणांचं व्यवस्थापन पाहणाऱ्या सौ. विजया चौधरींना ते प्रत्येक विभागातील एकेका डीलरशी फोन जोडून देण्यास सांगत. त्या काळात एकूण चार विभाग होते. सत्य परिस्थिती जाणून घेण्याची त्यांची अशीच पद्धत होती. कोणतीही कॉर्पोरेट नोकरशाही तिच्या आड येऊ शकत नव्हती.'

राकेशनी असं निरीक्षण नोंदवलं की, 'ज्या वेळी नियोजनाचा आणि अंमलबजावणीचा प्रश्न येत असे, त्या वेळी चेअरमनसाहेबांकडे आपल्याला त्या सगळ्यापासून अलिप्त ठेवून दुरून पाहण्याची मोठीच क्षमता होती; पण त्याच वेळी गरजेनुसार ते सूक्ष्म तपशिलांचा तपासही करू शकत होते. उदाहरणार्थ, मी

कंपनीत रुजू झालो होतो, त्या सुरुवातीच्या काळात ते सगळ्या तिकिटांच्या खर्चाचं विश्लेषण करून त्यांना मान्यता देत होते. जर नवीन उपकरणाची किंवा यंत्राची गरज असेल, तर ते फॅक्टरीला भेट देण्याचं नियोजन करत आणि नेमकं ज्या ठिकाणी ते यंत्र किंवा उपकरण हवं असेल त्या स्थानी जात असत. तिथे त्या यंत्राशी संबंधित असलेल्या सगळ्या विभागांमधील लोकांना ते बोलावून घेत आणि मग वेळ व गती यांचा ते नेहमी करत असलेला विशिष्ट अभ्यास करत. ते लेआऊट, वीजपुरवठा, पर्यावरणात सोडले जाणारे वायू किंवा इतर गोष्टी आणि मटेरिअल फ्लो यांविषयी प्रश्न विचारत. जवळजवळ प्रत्येक वेळी ते किमती कमीत कमी ठेवण्याचा, क्षमतेत वाढ करण्याचा आणि वेळ वाचवण्याचा प्रयत्न करत असत.

'मशीनचे भाग आयात करण्याऐवजी भारतातून मिळवणं शक्य आहे का?' हा प्रश्न ते खरेदी करण्याच्या संदर्भात अगदी अटळपणे विचारत. काही वेळा पूर्णपणे आयात केलेल्या मशीनच्या बाबतीत त्या मशीनचा मुख्य भाग आयात केलेला आणि इतर सगळे भाग स्थानिक पातळीवर बनवून घेतलेले, अशा स्वरूपात आम्ही मशीनचा विकास करत असू. त्यांचं तर्कशास्त्र साधं होतं. हिरो-होंडानं गुणवत्तेच्या बाबतीत मुळीच तडजोड करता कामा नये; पण एकूणच भांडवली खर्च कमी करता येत असेल तर तो केलाच पाहिजे.'

या पातळीवरच्या अंमलबजावणीमुळे खर्चात अतिशय मोठ्या प्रमाणात म्हणजे सुमारे ३० ते ५० टक्के कपात करता आली असं या संदर्भात आम्ही केलेलं मूल्यमापन आहे.

७

प्रिय व्यक्तीचा वियोग

'आपल्यावर आपल्या मुलांच्या मागे जिवंत राहण्याची वेळ येऊ नये, ते अपेक्षितच नसतं,' असं नीना हे *ॲन अनफिनिश्ड लाइफमधील* पात्र म्हणतं. माझ्या वडलांनी कधी तो चित्रपट पाहिला असेल, असं मला वाटत नाही. त्यात रॉबर्ट रेडफोर्डनं मुलाच्या मृत्यूचा वियोग सहन करावा लागल्यामुळे शोकसंतप्त झालेल्या, गांजलेल्या पित्याची भूमिका केली होती; परंतु जर त्यांनी तो पाहिला असता, तर या वाक्यामागच्या यातनांशी ते अगदीच समरस झाले असते. मुलांना त्यांच्या पालकांच्या आधी मृत्यू येणं अपेक्षितच नसतं. मृत्यूमुळे मुलाचा वियोग सहन करावा लागणं ही नैसर्गिक शिस्तीत निर्माण झालेली विकृती आहे, तरीही तसं घडतं आणि यातली दुःखद बाब म्हणजे अशा प्रकारची कधीही भरून न येणारी हानी सोसावी लागलेल्या पालकांमध्ये माझेही पालक होते.

सन १९९१मध्ये १८ जूनला संध्याकाळी रमणजी व्यायामशाळेत गेले. त्यानंतर सुमारे दोन तासांतच ते आम्हाला कायमचे सोडून गेले होते. त्या वेळी आम्हाला फक्त एवढंच समजलं होतं. त्या जबरदस्त धक्क्यामुळे आम्ही सगळेच गलितगात्र झालो होतो. त्याच्यातून सावरायला आम्हाला बराच काळ लागला. आम्ही जसजसे हळूहळू त्या दुःखातून बाहेर पडण्याचा प्रयत्न करू लागलो, तेव्हा कुठे आम्हाला इतर गोष्टींचं भान आलं, त्यामुळेच ते सगळं का, कसं आणि कधी घडलं होतं हे आम्हाला खूप उशिरा समजलं होतं. या दुःखानं संपूर्ण मुंजाल कुटुंबाला आणि आमच्या जगाला ग्रासून टाकलं होतं. रमणजी हे मुलगा, भाऊ, पती, पिता, पुतण्या, भाचा आणि अतिशय आगळावेगळा मित्र या नात्यांनी अनेकांशी जोडले गेले होते आणि त्यामुळे त्यांच्या जाण्यानं प्रत्येकानंच आपल्या आयुष्याचा एक भाग गमावला होता. १९९१च्या जूनच्या त्या उकाड्याच्या दिवशी कुटुंबाच्या सामुदायिक प्रेमाची जितकी जास्त गरज भासली होती, तितकी ती त्याआधी कधीच भासली नव्हती.

दिल्लीच्या विक्रम हॉटेलमधील त्यांच्या कार्यालयातून रमणजी ग्रेटर कैलाश II मधील व्यायामशाळेत जाण्यासाठी बाहेर पडले. त्यांना फिटनेसची अतिशय आवड होती आणि त्यांनी आपलं शरीर अतिशय सुदृढ आणि आकारबद्ध ठेवलं होतं. काही आठवड्यांपूर्वीच अधिकाऱ्यांची आरोग्य तपासणी झाली होती आणि तिच्यात त्यांना उत्तम आरोग्याचं सर्टिफिकेट देण्यात आलं होतं. जतेंदर हा आमचा पुतण्या त्यांच्या खूपच निकट होता. ते दोघेही मशीनवरचे व्यायाम करू लागले. रमणजी ट्रेडमिलवर होते, त्याच वेळी ते अचानक थांबले आणि आपल्याला अस्वस्थपणा जाणवत असल्याचं सांगून खाली बसले. ते विश्रांती घेणार आहेत; पण जतेंदरनं त्याचा व्यायाम सुरू ठेवावा, असं त्यांनी जतेंदरला सांगितलं. थोड्या वेळानं त्यांनी सांगितलं की, 'माझं हृदय बंद पडत असल्यासारखं वाटतं आहे.'

ते व्यायामशाळेतून बाहेर पडले आणि कारमध्ये बसले. त्यांनी कारचे चालक पंडितजींना एस्कॉर्ट्स हार्ट इन्स्टिट्यूटमध्ये शक्य तितक्या लवकर गाडी नेण्यास सांगितलं. ते रुग्णालय जवळजवळ पाच किलोमीटरवर होतं म्हणून त्यांनी मध्येच पंडितजींना सांगितलं की त्यांना 'खूपच तीव्र' वेदना होत आहेत. कदाचित, एस्कॉर्ट्सपर्यंत जाणं त्यांना शक्य होणार नाही म्हणून गाडी नॅशनल हार्ट इन्स्टिट्यूटमध्येच न्यावी. ते त्याच मार्गावर होतं. त्यांना आयसीयूमध्ये नेण्यात आलं, त्या वेळी ते पूर्ण शुद्धीत होते आणि तिथल्या कर्मचाऱ्यांशी बोलतही होते; पण त्यानंतर काही मिनिटांतच त्यांना हृदयविकाराचा तीव्र झटका आला आणि त्यांचा मृत्यू झाला. आपल्या बेचाळिसाव्या वाढदिवसाला जेमतेम दोन आठवडे उरलेले असतानाच ते गेले.

ही अतिशय दुःखद, सैरभैर करणारी घटना घडली, त्या वेळी आपण कुठे होतो ते प्रत्येकाला अगदी लख्ख आठवत होतं. माझे वडील एका लग्नासाठी दिल्लीला गेले होते. त्या वेळी श्री. राय त्यांच्या सोबत बसले होते. त्यांनी मला सांगितलं की, फोन आल्यावर माझ्या वडलांना नेमकं काय घडलं होतं, तेच समजेनासं झालं होतं.

ती दुर्घटना नाकारणं हा दुःखाच्या अभिजात पाच टप्प्यांपैकी पहिला टप्पा असतो आणि त्यांच्याही बाबतीत तेच झालं होतं. त्यांच्या व्यक्तिमत्त्वातील आध्यात्मिक बैठकीमुळे ते संताप आणि वाद घालणं या मधल्या टप्प्यांमधून गेले नाहीत; पण ते थेट चौथ्या टप्प्यात पोहोचले होते. नैराश्य हा तो टप्पा होता. अमित यांच्यासोबत ते ग्रेटर कैलाश पार्ट Iमधील रमणजीच्या घरी राहिले. मी नक्कीच काहीतरी वाईट केलं असावं म्हणूनच माझ्या मुलाला माझ्यापासून हिरावून घेण्यात आलं, असं ती संपूर्ण रात्रभर ते म्हणत राहिले होते. नवीन घरात राहायला जाण्याचा रमणजींचा निर्णय हाच कदाचित दुर्दैवी ठरला असावा, असा अंदाजही त्यांनी व्यक्त केला. मात्र थोड्याच वेळात माझे आई-वडील त्यांच्या सखोल आध्यात्मिकतेकडे वळले आणि मग ते दुःखाच्या अखेरच्या टप्प्याकडे वळले. स्वीकार करणं आणि दुःखाशी जुळवून घेणं हा तो टप्पा होता.

मला फोन आला, त्या वेळी मी लुधियानात होतो. मी वरचेवर दिल्लीला आणि सनावरला जात होतो. तसाच त्या वेळी तिथे जाऊन मी नुकताच परतलो होतो. सनावरला माझी मुलगी शिकत होती. सुमन, रेणुकाभाभी आणि मी घाईघाईनं रात्रीच्या ट्रेननं दिल्लीला आलो आणि अगदी वेळेवर, अंत्यसंस्कारांच्या आधी पोहोचलो. त्या दिवशी लोधी रोडवरच्या स्मशानात माझी भावंडं आणि माझे वडील अतिशय धीरगंभीरपणे उभे असल्याचं मला दिसलं होतं. चितेपासून काही अंतरावर असलेल्या झाडाखाली बसून ते लुधियानातील भोग विधीविषयी (प्रार्थनेचा कार्यक्रम) बोलत होते. तो कुठे केला जावा आणि त्याला किती लोक येऊ शकतील वगैरे विषयांवर ते बोलत होते.

माझ्या दिवंगत बंधूच्या पत्नीविषयी, रेणूविषयी ते बोलत होते. तिला दुःख करायला जास्त वेळ किंवा जागा न देणं किती महत्त्वाचं होतं याविषयी ते बोलले. तिने शक्य तितक्या लवकर स्वाभिमानानं आणि आपला आब राखून भारदस्तपणे आयुष्याच्या या दारुण अवस्थेतून बाहेर पडण्याची आवश्यकता होती.

माझ्या वडलांनी पुन्हा एकदा आपल्या दुःखावर संयमानं मात केली होती आणि त्यांनी भविष्याच्या आखणीत स्वतःचं दुःख बुडवून टाकलं होतं. अंत्यसंस्कारांच्या विधीनंतर लगेच कंपनीच्या दीर्घकालीन योजना आखण्यात ते व्यग्र झाले होते. त्यांना त्या वेळी रेणू या रमणजींच्या पत्नीची आणि त्यांच्या तीन मुलांची चिंता वाटत होती. सन १९७४मध्ये रमणजींचा विवाह झाला होता आणि आता त्यांच्या मृत्यूच्या वेळी त्यांचा मोठा मुलगा राहुल पंधरा वर्षांचा होता. राधिका ही मुलगी बारा वर्षांची आणि अभिमन्यू हा मुलगा आठ वर्षांचा होता. त्या चौघांनाही कुटुंबाकडून शक्य तितक्या भावनिक आणि नैतिक आधाराची गरज होती. आपल्या सुनेनं आपल्या सोबत रोज कार्यालयात येऊन दिवसभर आपल्या सोबत काम करावं असं त्यांनी ठरवलं. (सन २०१५मध्ये त्यांच्या स्वतःच्या मृत्यूपर्यंत ही पद्धत तशीच सुरू राहिली होती.)

माझ्या वडलांनी तीन योजना आखल्या. त्यांनी कार्यालयात आपल्या शेजारीच रेणूसाठीही डेस्क तयार करवून घेतला आणि हिरो-होंडा फिनलीज (आताची हिरो फिनकॉर्प) या हिरो समूहाच्या आर्थिक सेवा शाखेत तिला सहभागी करून घेतलं. रमणजींच्या स्मृतिप्रीत्यर्थ फाउंडेशन स्थापन करण्यास त्यांनी तिला मदत केली आणि ती वेगवेगळ्या प्रकल्पांमध्ये सक्रिय सहभागी राहील, याची खात्री करून घेतली. आज रमणकांत मुंजाल फांउडेशनतर्फे अनेक शैक्षणिक आणि कौशल्य विकास उपक्रम राबवले जात आहेत. हरियाणातील एका मागास प्रदेशाला मुख्य प्रवाहात आणण्यात आणि त्याचा विकास करण्यात या फाउंडेशननं महत्त्वाची भूमिका बजावली आहे. माझ्या वडलांनी तिच्या तिन्ही लहान मुलांना मार्गदर्शन केलं आणि त्यांच्या वडलांच्या अनुपस्थितीमुळे त्यांना त्रास होणार नाही, याची काळजी घेतली. राहुल

आणि अभिमन्यू हे दोघेही आज स्वतंत्रपणे मोठ्या आकाराचे स्वतंत्र व्यवसाय चालवत आहेत.

रमणजींच्या मृत्यूच्या आघातानं एखादी दुर्बल व्यक्ती खचून गेली असती; पण माझ्या वडलांनी आपल्या दुःखाचे अंश गोळा केले आणि त्यांना सोबत घेऊन ते पुढे चालत राहिले. त्यांना हे माहीत होतं की, झालेल्या हानीचं दुःख कायमच त्यांच्या सोबत राहणार होतं; पण आयुष्य तर पुढे न्यावंच लागणार होतं. ते चालवावंच लागणार होतं. या आघातानंतर तर माझ्या आई-वडलांची आध्यात्मिक प्रवृत्ती आणखी वाढली. मला आठवतं, तेव्हापासून आमच्या घरात हवन केलं जातं. आमच्या घरात, फॅक्टरींमध्ये आणि कार्यालयांमध्ये साधू येत राहिले आहेत; परंतु या दुर्घटनेनंतर तर यात्रांची, प्रार्थनासभांची संख्या आणि वारंवारता आणखी वाढली होती.

**

रमणजींच्या जाण्यानं निर्माण झालेली पोकळी भरून निघणं अवघड होतं. त्यांच्या उण्यापुऱ्या बेचाळीस वर्षांच्या आयुष्यात त्यांनी जितक्या प्रकारच्या आणि जितक्या संख्येनं वेगवेगळी कार्यं केली होती, ते पाहता ते असामान्य व्यक्ती होते हे स्पष्ट होतं. माझ्या वडलांप्रमाणेच ते कुटुंबवत्सल होते. इतके की, कुटुंबापासून दूर राहावं लागू नये म्हणून त्यांनी मणिपाल युनिव्हर्सिटीतील त्यांचा अभियांत्रिकीचा अभ्यासक्रम सोडून दिला होता. त्यांनी मणिपालमध्ये रुळण्याचा प्रयत्न केला होता. तिथे पंजाब क्लबची स्थापना केली होती आणि मेसमध्ये उत्तर भारतीय पदार्थ मिळावेत, यासाठी दबावगटही तयार केला होता; पण तरीही त्यांना घराची आठवण अतिशय सतावू लागली. कुटुंबातील ज्येष्ठ व्यक्तींनी त्यांना लुधियानापासून दोन तासांच्या अंतरावर असलेल्या पतियाळातील थापर इन्स्टिट्यूट ऑफ इंजिनिअरिंग अँड टेक्नॉलॉजीत शिक्षण घेण्याचा सल्ला दिला; पण तरीही जतेंदरला आणि त्यांच्या मित्रांना भेटण्यासाठी ते चंडीगडमधून निघून येत होते, त्यामुळे महाविद्यालयातील त्यांची उपस्थिती कमी भरत होती.

मुंजाल कुटुंबातील सगळ्याच मुलांप्रमाणे त्यांनाही कुटुंबाच्या मालकीच्या फॅक्टरींमध्ये प्रशिक्षण देण्यात आलं. सन १९७१मध्ये स्थापन करण्यात आलेली हायवे सायकल्स ही कंपनी त्यांना तेव्हापासूनच चालवण्याची इच्छा होती, अशी आठवण माझ्या आईनं सांगितली. त्या वेळी ते फक्त बावीस वर्षांचे होते. माझे वडील आणि काका स्थानिक विक्रेत्यांकडून पुरवठा केल्या जाणाऱ्या कमी गुणवत्तेच्या फ्री व्हीलसमुळे कंटाळून गेल्यामुळे हायवे सायकल्सची स्थापना करण्यात आली होती.

साहजिकच, रमणजींना वाट बघावी लागली; पण हळूहळू त्यांनी आपली योग्यता सिद्ध केली आणि हिरो-होंडाचे केंद्रबिंदू झाले. त्यांच्या व्यक्तिमत्त्वात उत्स्फूर्तता होती. ते थट्टा-मस्करी आणि विनोद करण्यात आघाडीवर असत.

कोणत्याही कार्यक्रमात किंवा कामात ते केंद्रस्थानी असत. हिरो-होंडा फॅक्टरीतून ज्या वेळी मोटरसायकलची पहिली बॅच बाहेर पडली, त्या वेळी ते कसे उडी मारून बाहेर पडले होते आणि भांगडा (मूळचं पंजाबचं असलेलं भारतीय उपखंडातील पारंपरिक नृत्य) करण्यासाठी बोलावण्यात आलेल्या नर्तकांच्या पथकात सहभागी झाले होते, ते मला चांगलंच आठवतं.

आधी उल्लेख केल्याप्रमाणे धारूहेडामध्ये साहाय्यक कंपन्या स्थापन केलेल्या विक्रेत्यांपैकी अनेक जण त्यांचे मित्र होते. बहुतेक व्यावसायिकांनी कुटुंबीयांना किंवा मित्रांना विक्रेते म्हणून नेमणं टाळलं होतं, त्यामुळे स्वारस्याचा संघर्ष निर्माण होईल, अशी त्यांना भीती वाटत होती; पण माझे वडील नेहमीच असं म्हणत होते की, या पद्धतीचे दुहेरी फायदे झाले होते, त्यामुळे पुरवठादारांशी अत्यंत निकटचं सहकार्य निर्माण झालं होतंच, शिवाय नियमित पुरवठा, गुणवत्ता नियंत्रण, कमी किमती आणि उच्चतर बांधिलकी असे परिणामही मिळाले होते, त्यामुळे यशाच्या अधिक चांगल्या शक्यता निर्माण झाल्या होत्या.

आमच्या जपानी भागीदारांना साहजिकच चिंता वाटत होती. उद्योग क्षेत्रात मोठ्या प्रमाणात सर्वांनाच हा प्रकल्प हिरो चालवत असल्याचं माहीत होतं. रमणजी या प्रकल्पाचा आधार होते. या प्रकल्पात दोन अत्यंत भिन्न संस्कृतींमधून आलेल्या वैविध्यपूर्ण संघटना सहभागी झाल्या होत्या आणि त्या दिवसागणिक अधिक प्रमाणात नवनवीन स्पर्धा निर्माण होत असलेल्या बाजारपेठेत व्यवसायाची उभारणी करत होत्या. त्यांच्या भागीदारीवर देखरेख करण्याचं महत्त्वपूर्ण काम रमणजींवर सोपवण्यात आलं होतं. पवन त्यांचा उजवा हात होता. ते दोघेही एकमेकांना अतिशय पूरक होते. स्वभावांचा विचार केला तर रमणजी आणि पवन हे अगदी दोन ध्रुवांवरचे लोक होते; पण अतिशय विरुद्ध स्वभावाच्या या दोघांमध्ये गाढ सामंजस्य होतं. रमणजी मोकळेपणानं भावना व्यक्त करणारे, भावूक आणि समाजशील होते. पवन मितभाषी आणि खासगीपणा जपणारा होता. रमणजी मोठं चित्र रंगवणारे, मोठी स्वप्न पाहणारे होते, तर पवनला तपशिलात अधिक रस होता आणि त्याने कमी-जास्त प्रमाणात प्रकल्पांवर आणि उत्पादनावर लक्ष केंद्रित केलं होतं.

रमणजींची जागा घेण्याइतकी पवनची तोपर्यंत तयारी झाली नव्हती आणि अगदी नेमकेपणानं सांगायचं झालं, तर जपानी लोकांनाही ते आवडलं नसतं. आम्हाला जपानी लोकांनी कंपनीचं नेतृत्व करावं, असं निश्चितपणे वाटत नव्हतं, कारण त्यांना भारतीय मूल्यं आणि त्या काळातील सांस्कृतिक-सामाजिक वातावरण समजलं नसतं. माझ्या वडलांनी लुधियानाहून दिल्लीला जाण्याचा आणि त्या कंपनीचा अध्यक्ष व व्यवस्थापकीय संचालक म्हणून सूत्रं हाती घेण्याचा निर्णय घेतला, त्यामुळे कंपनी अगदी स्थिरस्थावर झाली आणि व्यवसाय सुरळीतपणे सुरू राहून वाढत गेला.

हिरो-होंडाच्या संचालक मंडळावरची रमणजींची जागा सत्यानंदकाकांनी घेतली आणि त्यांची उणीव भरून काढण्याचा प्रयत्न केला. माझे वडील अध्यक्ष आणि व्यवस्थापकीय संचालक म्हणून काम करत राहिले. ओमप्रकाशकाका आणि पवन संचालक होते. आता माझ्या वडलांनी हिरो-होंडावर लक्ष केंद्रित केलं होतं याचा अर्थ त्यांना उर्वरित समूहातील त्यांच्या भूमिकेपासून दूर जावं लागणार होतं. साहजिकच ते नसल्यामुळे लुधियानात पोकळी निर्माण झाली होती. या बाबतीत त्यांच्याकडे फारसा पर्यायच नव्हता. संपूर्ण उद्योगच आव्हानात्मक टप्प्यातून चालला होता आणि वाढ व नफा या दोन्ही आघाड्यांवर तो अजूनही स्थिरस्थावर झाला नव्हता. दैनंदिन कामकाजाविषयीचे बहुतेक निर्णय वाढत्या प्रमाणात ओमप्रकाशकाका घेत होते, कारण आधी जे कामकाज माझे वडील पाहत होते, ते कामकाज आता काका पाहत होते. अर्थातच माझे वडील आणि काका सातत्यानं फोनवरून एकमेकांच्या संपर्कात राहत होते.

८

मोटरसायकलच्या क्षेत्रातील आघाडी

१९९० च्या दशकाच्या सुरुवातीच्या काळात मी आधीपासूनच माझ्या वडलांसमवेत हिरो समूहाचं कॉर्पोरेट कार्यालयाचं व्यवस्थापन सांभाळत होतो आणि माझे वडील हिरो–होंडामध्ये अधिक सक्रिय भूमिका पार पाडत होते. व्यूहरचनात्मक नियोजनकर्ता आणि समूहाचा सार्वजनिक चेहरा म्हणून मला संपूर्ण सूत्रं हाती घेणं भागच पडलं होतं. माझ्या वडलांनी व्यवसायाशी निगडित बाहेरच्या घटकांशी (स्टेकहोल्डरशी) होणाऱ्या आपल्या आंतरक्रिया अतिशय नाट्यमयरीत्या कमी केल्या होत्या, त्यामुळे मला विशेषतः सरकारमधील धोरण ठरवणाऱ्या आणि निर्णय घेणाऱ्या लोकांशी संपर्क राखणं भागच पडलं होतं.

सुदैवानं, मला या भूमिकेत नेहमीच स्वारस्य होतं. शिवाय माझ्याकडे समस्या निवारण व उत्तम पद्धती प्रस्थापित करणं या क्षेत्रांमधील लक्षणीय अनुभवही होता. तिशीच्या जवळपास असताना मी मलेरकोटला इंडस्ट्रीज असोसिएशनचा अध्यक्ष झालो आणि लुधियाना मॅनेजमेंट असोसिएशनमध्ये (एलएमए) माझ्या वडलांची जागा घेतली. ते एलएमएममध्ये दोन सत्रांचे अध्यक्ष होते. त्यानंतर काही काळानंतर मीही दोन सत्रांचा अध्यक्ष झालो.

त्यानंतरच्या पुढच्या दशकांमध्ये माझ्या वडलांनी मला धोरण ठरवण्याच्या प्रक्रियेत सहभागी होण्यास प्रोत्साहन दिलं. कदाचित, कंपनीच्या क्षेत्राच्या पलीकडे जाऊन उद्योगाची, देशाची आणि समाजाची सेवा करण्याचा तो एक मार्ग आहे असं त्यांना वाटलं असावं.

माझ्या वडलांनी राजकारणाविषयी निष्क्रिय भूमिका घेण्याची संस्कृती जोपासण्याची सुरुवात केली असली तरी समूहानं चांगल्या कल्पनांची आणि विचारांची निर्मिती करण्यासाठी सरकारबरोबर आणि नियामक मंडळांबरोबर काम करण्याचं धोरण विकसित केलं. त्यासाठी वेगवेगळ्या समितींचे सदस्य होणं किंवा

धोरण ठरवण्यासाठी आणि इतर निर्णय घेण्यासाठी सक्रियपणे दर्जेदार सूचना करणं आणि माहिती पुरवणं या गोष्टी केल्या जाऊ लागल्या. त्यात अंमलबजावणीच्या कल्पना मांडण्याचाही समावेश होता.

माझ्या वडलांची या बाबतीतील भूमिका तटस्थपणाची होती. त्यांचा स्वभाव मित्रत्वानं वागण्याचा होता. शिवाय ज्या वेळी ते एखादी शिफारस करतील, त्या वेळी ती फक्त त्यांच्या स्वतःच्या फर्मच्या फायद्यापुरतीच मर्यादित असणार नाही, तर ती उद्योग क्षेत्राच्या, अर्थकारणाच्या आणि देशाच्या भल्याचीच असेल हे पूर्णपणे माहीत असल्यामुळे राजकीय वर्तुळातील लोकांनी माझ्या वडलांना आपला प्रामाणिक मित्र म्हणून स्वीकारलं होतं. त्यात अरुण जेटली, लालकृष्ण अडवाणी, अटल बिहारी वाजपेयी आणि वेंकय्या नायडू यांच्यासारख्या लोकांचा समावेश होता. राजीव गांधी, डॉ. मनमोहन सिंग, कमलनाथ, भूपिंदर हूडा, आनंद शर्मा आणि इतरांशीही त्यांचे चांगले संबंध होते.

माझ्या वडलांच्या वागण्याचं अनुसरण करून मीही विविध पॅनेलवर काम केलं. त्यात बँकिंग क्षेत्रातील सुधारणांविषयीची नरसिंहन समिती, करविषयक सुधारणांविषयीची केळकर समिती आणि प्राइम मिनिस्टर्स कौन्सिल ऑन ट्रेड अँड इंडस्ट्री यांचा समावेश होता. एकदा आयुर्विमा महामंडळाच्या (एलआयसीच्या) संचालक मंडळावर काम करण्याची विनंती मी नाकारल्यानंतर तिथल्या अधिकाऱ्यांनी माझ्या वडलांशी संपर्क साधला. त्यानंतर माझ्या वडलांनी मला निदान मी ते काम करण्याचा विचार तरी करावा असं सुचवलं. अर्थातच मी तसंच केलं हे वेगळं सांगण्याची गरजच नाही.

माझे वडील १९८८-८९ दरम्यान सीआयआयचे अध्यक्ष होते. त्या काळाचा विचार करता ती महत्त्वपूर्ण भूमिका होती. कारण, भारतीय अर्थकारण उदारीकरणाच्या टप्प्यावर आलं होतं. सन १९९१मध्ये अंमलबजावणी करण्यात आलेल्या सुधारणाविषयक विविध कार्यक्रमांची बीजंही अर्थातच १९८५-८९च्या काळातच पेरली गेली होती. भारताच्या ताकदींना वेगवेगळ्या प्रकारे गती दिली पाहिजे, असा विचार गोऱ्या प्रमाणात केला जात होता. उदाहरणार्थ, माझ्या वडलांनी असं सांगितलं होतं की, भारतीय व्यवसायांनी आता जागतिक संदर्भात विचार केला पाहिजे, असं तत्कालीन पंतप्रधान राजीव गांधींनी सीआयआयला सांगितलं होतं आणि या दृष्टिकोनातून त्यांनी वर्ल्ड इकॉनॉमिक फोरममध्ये टीम पाठवण्यावर भर दिला होता. गणितातील भारतीय लोकांच्या तज्ज्ञतेमुळे आपण संगणक तंत्रज्ञानाच्या क्षेत्रात जगाच्या नकाशावर येऊ शकू असाही पंतप्रधानांचा विश्वास होता.

सीआयआय आणि माझे वडील यांनी दिलेल्या प्रोत्साहनामुळे मी भारताचा उच्च गुणवत्तेच्या अर्थव्यवस्थेत कायापालट करण्याच्या संदर्भातील मूलभूत काम

जवळून पाहिलं होतं. १९८०च्या दशकाच्या उत्तरार्धात सीआयआयमध्ये राकेश मोहन, जयराम रमेश, मॉन्टेक सिंग अहलुवालिया आणि सॅम पित्रोदा यांच्यासारखे अर्थतज्ज्ञ आणि विचारवंत आल्याचं मी पाहिलं होतं. सीआयआयचे सरसंचालक तरुण दास यांच्याबरोबर ते विचारविनिमय करत होते. मला ते सगळं दुसऱ्या स्वातंत्र्य चळवळीचं संहितालेखन असल्यासारखं वाटत होतं. लायसन्स राज हळूहळू शिथिल होत चाललं होतं; पण पूर्णपणे दूर झालं नव्हतं. मात्र नंतर १९८०च्या दशकाच्या उत्तरार्धात तत्कालीन अर्थमंत्री व्ही. पी. सिंग यांच्या कार्यकाळात काही उद्योजकांना धाड सत्रांना ('रेड-राज'ला) तोंड द्यावं लागलं.

**

अर्थकारणाला तोंड द्यावं लागत असलेल्या अडचणी सर्वज्ञात असल्या तरीही १९९१चं चलन संकट धक्कादायक होतं.

सन १९९१च्या जानेवारीत भारत आपल्या आवश्यक गोष्टींच्या आणि विशेषतः तेलाच्या आणि खतांच्या आयातीसाठी अर्थपुरवठ्याची तजवीज करण्यासाठी, तसंच अधिकृत कर्जांची परतफेड करण्यासाठी संघर्ष करत होता. त्या वेळी चंद्रशेखर सरकारमधील ज्येष्ठ अधिकाऱ्यांनी सल्ल्यासाठी जागतिक अर्थव्यवस्थेच्या प्रभावशाली सदस्यांकडे धाव घेतली. अत्यंत अवघड परिस्थितीत त्यांनी तसं केलं होतं : आधीच्या कालखंडातील निकृष्ट आर्थिक व्यवस्थापनामुळे परिस्थिती झपाट्यानं ढासळत चालली होती. त्यातच आखाती युद्धामुळे ती अधिकच बिकट झाली. या युद्धामुळे तेलाच्या किमतीत तीव्र वाढ झाली होती.

वाढत्या आर्थिक दबावाच्या दरम्यान, सन १९९१च्या फेब्रुवारीत चंद्रशेखर सरकार कोसळलं आणि काळजीवाहू सरकार म्हणून कामकाज पाहू लागलं. मार्चच्या मध्यापर्यंत जागतिक पत-मूल्यमापन एजन्सींनी भारताला निरीक्षण यादीवर ठेवलं आणि एप्रिलपर्यंत देशाचं सार्वभौम मूल्यमापन (सॉवरिन रेटिंग) हे गुंतवणूक पातळीपासून (इन्व्हेस्टमेंट ग्रेडपासून) खालच्या पातळीपर्यंत नेण्यात आलं, त्यामुळे अक्षरशः अल्पकालीन निधीची उभारणी करण्यासाठी कर्ज घेणंही अशक्य होऊन बसलं.

संपूर्ण अंदाजपत्रकाच्या आणि सुधारणांशी ठाम बांधिलकीच्या अभावामुळे आंतरराष्ट्रीय नाणेनिधी (आयएमएफ) आणि जागतिक बँक यांसारख्या तत्कालीन प्रमुख कर्जदात्या, बहुपक्षीय (मल्टिलॅटरल) संस्थांनी त्यांचा निधी देणं थांबवलं. थोड्या देशांचा अपवाद वगळता, इतर देशांकडून मिळणारं उभयपक्षी साहाय्यही मिळेनासं झालं होतं. तरलतेच्या गंभीर संकटाचा आणि सॉवरिन पेमेंट्सच्या थकबाकीच्या शक्यतेचा सामना करण्यात वेळ निघून चालला होता. अखेर ज्येष्ठ सरकारी अधिकाऱ्यांनी भारताचा सोन्याचा साठा तारण ठेवण्याचा प्रस्ताव मांडला.

सन १९९१च्या निवडणूक प्रचाराच्या दरम्यान, २१ मे रोजी श्रीपेरंबदुर इथे राजीव गांधींची हत्या झाली. निवडणूक प्रचाराच्या दरम्यान, अर्थमंत्री यशवंत सिन्हांनी पाटण्यात असताना सोनं तारण ठेवण्याच्या प्रस्तावाला मान्यता दिली. याकरिता सरकारनं राजकीयदृष्ट्या हुशारीचा वाटलेला निर्णय घेतला होता. त्यानुसार मतदानानंतर काही दिवसांनी २१ मे ते ३१ मे दरम्यान विमानानं सोनं बाहेर पाठवण्यात येणार होतं.

स्वीस समूह यूबीएस ग्रुप एजीनं सोनं घेतलं आणि भारताला २० कोटी डॉलर्सचा निधी उभारता आला. याविषयी गोपनीयता बाळगणं हे एक आव्हानच होतं. पाठवण्यात येणारं सोनं आवश्यक मानांकनांची पूर्तता करत आहे की नाही, हे पाहण्यासाठी त्याची तपासणी करण्यात आली आणि नंतर चार्टर्ड विमानांमधून ते पाठवून देण्यात आलं. ही गोष्ट जाहीर झाल्यानंतर सोनं तारण ठेवण्याच्या निर्णयावर देशात जोरदार टीका झाली.

सन १९९१मध्ये पी. व्ही. नरसिंह राव यांच्या नेतृत्वाखाली नवीन सरकार सत्तेत आलं. या सरकारमध्ये मनमोहन सिंग अर्थमंत्री होते. त्यांना संसाधनांमध्ये झपाट्यानं वाढ करण्याच्या काम तातडीनं हाती घ्यावं लागणार होतं, कारण देश कर्जबाजारी झाला होता आणि त्याची बरीचशी देणी थकली होती. फॉरेक्सच्या साठ्यातून जेमतेम तीन आठवड्यांपर्यंतचा आयातीचा खर्च चुकता करता आला असता.

सन १९९१मध्ये ४ ते १८ जुलै दरम्यान, आरबीआयनं (रिझर्व्ह बँकेनं) बँक ऑफ इंग्लंड आणि बँक ऑफ जापान यांच्याकडून मिळालेल्या ४० कोटी डॉलर्सच्या बदल्यात ४६.९१ टन सोनं तारण म्हणून ठेवलं. आर्थिक परिस्थितीत सुधारणा झाल्यानंतर सरकारनं त्याच वर्षीच्या डिसेंबरच्या आधी त्या सोन्याची पुनर्खरेदी केली आणि ते आरबीआयकडे पाठवून दिलं; पण या दरम्यान, सरकारला जबरदस्त टीकेला तोंड द्यावं लागलं. इंडियन एक्स्प्रेसच्या बातमीमुळे सोनं तारण ठेवल्याचं गुपित फुटलं, त्यामुळे सोनं तारण ठेवणं ही नामुश्कीची गोष्ट असली तरी ती तत्कालीन निकड होती, हे मनमोहन सिंग यांना संसदेत स्पष्ट करणं भाग पडलं.

व्यापक सुधारणा करणं ही आणखी एक तितकीच तातडीची आवश्यकता होती. त्याकरिता काँग्रेसच्या सरकारनं उदारीकरणाचा महत्त्वाकांक्षी कार्यक्रम हाती घेतला. त्यात उद्योगांचं मोठ्या प्रमाणात डी-लायसेन्सिंग करणं, अनेक क्षेत्रांमध्ये थेट परदेशी गुंतवणुकीला परवानगी देणं आणि फेरासारख्या कायद्यांना दूर करणं आदी गोष्टींचा समावेश होता.

सन १९९१मध्ये आलेलं परकी चलनाचं संकट ही उंटाच्या पाठीवरची अखेरची काडी होती; पण आम्हाला हे माहीत होतं की, उदारीकरण हा जाणीवपूर्वक आणि नेमकेपणानं केलेल्या प्रयत्नांच्या संचाचा परिणाम होता. यातली सगळ्यात कमी प्रमाणात माहीत असलेली वस्तुस्थिती अशी होती की, या संदर्भातील बहुतेक

मूलभूत काम हे आधीच करण्यात आलं होतं. भारतात आर्थिक सुधारणांवर बऱ्याच वर्षांपासून चिंतन सुरू होतं. एके दिवशी आपल्याला अचानक जाग आली आणि आंतरराष्ट्रीय नाणेनिधीनं (आयएमएफनं) सांगितल्यामुळे क्षणार्धात प्रत्येक गोष्ट बदलून गेली असं घडलं नव्हतं, तरीही या सगळ्या सुधारणा हळूहळू न करता एकाच फटक्यात करण्यात आल्या होत्या, हा या संकटाचा सगळ्यात मोठा लाभ होता.

या आधीपासून करण्यात आलेल्या परिश्रमांमुळेच तीव्र विरोध असूनही नरसिंह राव आणि मनमोहन सिंग यांना अत्यल्प काळात महत्त्वाच्या मूलभूत बदलांची अंमलबजावणी करणं शक्य झालं. खरं तर सरकारला सातत्यपूर्ण आरोपांच्या फैरींना तोंड द्यावं लागलं. सरकार आयएमएफच्या आणि जागतिक बँकेच्या दबावासमोर झुकलं होतं, सरकारनं देशाला नूतनीकरण झालेल्या साम्राज्यवादाच्या तोंडी दिलं आहे, सरकारनं भारताला पुन्हा एकदा पाश्चात्त्यांची आर्थिक गुलामगिरी करण्याच्या मार्गावर नेऊन ठेवलं आहे, असे अनेक आरोप करण्यात आले. अर्थातच याचं फलित पूर्णपणे वेगळं होतं आणि नकारार्थी विचार करणाऱ्यांच्या सगळ्या भीती त्याने खोट्या ठरवल्या. भारतीय अर्थकारणाला मोठाच वेग आला आणि त्याची ताकद दिवसेंदिवस अधिकाधिक वाढत गेली. खरं तर गेल्या तीन दशकांत भारताखेरीज जगातील इतर कुठल्याही मोठ्या लोकशाहीचं अर्थकारण इतक्या सातत्यानं वाढत राहिलेलं नाही.

अर्थातच, अद्यापही गरिबी आणि कृषी क्षेत्रातील क्लेशदायक परिस्थिती या दोन मोठ्या समस्या सोडवायच्या बाकी राहिल्या आहेत; पण सकारात्मक बदल होत असल्याचं आणि आणखी बदलाची क्षमता असल्याचं सर्वांनाच दिसत आहे. आगामी दशकांमध्ये भारत हा जगातील पहिल्या तीन आर्थिक महासत्तांपैकी एक असेल आणि सक्रियपणे जागतिक भूराजकारणाला आकार देईल, यात कसलीच शंका नाही.

अलीकडच्या दशकांमध्ये विकासाला मिळालेल्या विस्मयजनक कलाटणीचा मी प्रत्यक्ष साक्षीदार असल्यामुळे भारताकडे अत्यंत कठीण आव्हानांवर मात करण्याची साधनसामग्री आणि क्षमता आहे, याचा मला विश्वास वाटतो. तसंच समता, शाश्वतता आणि टिकाव धरून राहण्याची क्षमता यांच्या साहाय्यानं देश हे जबाबदारीनं करेल याचीही मला खात्री वाटते.

स्वयंचलित वाहन क्षेत्राचा विचार करता मी खात्रीनं असं सांगू शकतो की, माझ्या कुटुंबाची मूल्यं आणि कार्यसंस्कृती यांचा व्यवसायावर परिणाम झाला आणि या व्यवसायाचा संपूर्ण उद्योगावर परिणाम झाला. आजचा स्वयंचलित वाहन उद्योग हा उत्पादनाच्या आणि व्यवसायाच्या आधुनिक पद्धतींचा प्रणेता आहे. उच्च दर्जाच्या रोजगारांची निर्मिती, आधुनिक संशोधन व विकास यांची ओळख आणि श्रेष्ठ तंत्रज्ञान यांच्या माध्यमातून त्याने अर्थकारणावर महत्त्वपूर्ण बहुव्यापी परिणाम

केला आहे. ग्राहकसेवा आणि कुशलता, सक्षमता यावर लक्ष केंद्रित झालेली अति-स्पर्धात्मक, अति-सक्षम बाजारपेठ हे याचं फलित आहे. त्याहूनही महत्त्वाची गोष्ट म्हणजे यातूनच स्पर्धकांना एकत्रितपणे बसून सामाईक हिताच्या समस्यांवर चर्चा करता येण्याजोगी व्यावसायिक संस्कृती निर्माण झाली आहे.

**

आमच्या दृष्टीनं सन १९८३मध्ये ज्या वेळी दुचाकी क्षेत्रात संयुक्त प्रकल्पांना परवानगी देण्यात आली होती, तेव्हापासूनच उदारीकरणाच्या दिशेनं लहान पावलं टाकण्यास सुरुवात झाली होती. या सुधारणांनंतर समूहानं एकत्रीकरण, दृढीकरण आणि वाढ यांच्या काळात प्रवेश केला. सन १९९१मध्ये दुचाकीच्या खरेदीकरिता वित्तपुरवठा करण्यासाठी आम्ही हिरो-होंडा फिनलिजची स्थापना केली. सन १९९३मध्ये हिरो एक्सपोर्ट्स आली. पुढच्या काळात ती भारतातील सर्वांत मोठी निर्यातदार सायकल कंपनी झाली. त्यानंतर हिरो फिनान्शियल सर्व्हिसेसची स्थापना करण्यात आली.

ग्राहकांच्या क्रयशक्तीत झालेली वाढ आणि मासिक हप्त्यांवर (ईएमआयवर) वस्तू घेण्याच्या योजनेला मिळालेली लोकप्रियता यांमुळे १९९०च्या दशकात ग्राहकहितवादात वाढ झाली. यामुळे मोटरसायकलच्या बाजाराला मोठी चालना मिळाली. शिवाय सार्वजनिक परिवहन व्यवस्था अतिशय खराब होती आणि १९८०च्या दशकात खरेदी केलेल्या बाईक आता बदलण्याची गरज निर्माण झाली होती. या दोन्ही गोष्टींमुळे मोटरसायकलींच्या विक्रीत मोठी वाढ झाली. आमच्या फोर स्ट्रोक तंत्रज्ञानामुळे आमच्या प्रतिस्पर्ध्यांना आम्ही स्पर्धेत केव्हाच मागे टाकलं होतं. त्यानंतर आम्ही १९८९मध्ये 'स्लीक' बाजारात आणली आणि १९९१मध्ये ग्रामीण आणि प्रादेशिक बाजारपेठेत जास्त मजबूत 'सीडी १००' आणली.

वास्तविक, हिरो-होंडानं ग्रामीण बाजारपेठ खुली केली होती. लहान चाकांच्या स्कूटरपेक्षा ग्रामीण भागातील ओबडधोबड परिसरातून मोटरसायकली अधिक आरामात फिरू शकत होत्या. विक्रीपश्चात सेवांच्या मूलभूत सुविधांची हळूहळू उभारणी करण्यात आली. १९९०मध्ये शहरी आणि ग्रामीण भागातील या सुविधांचं प्रमाण ४:१ असं होतं; पण त्या दशकाच्या अखेरीपर्यंत ते व्यवहार्यदृष्ट्या समान करण्यात आलं.

मात्र तरीसुद्धा उत्पादनावरच्या निर्बंधांमुळे मोटरसायकल व्यवसायाचा वेग मंदावला होता. तंत्रज्ञानाच्या दृष्टिकोनातून श्रेष्ठ मॉडेलची गरज असल्याचं माझ्या वडलांच्या लक्षात आलं होतं आणि वर्षानुवर्षं त्याच जुन्या गोष्टी घेऊन ते बाजारपेठेत पुनःपुन्हा जाऊ शकले नसते हेही ते जाणून होते. फोर स्ट्रोक इंजिनाविषयीची मक्तेदारी संपुष्टात आल्यानंतर आता ग्राहकांना काहीतरी नवीन देण्याची गरज होती. या विचारांच्या पार्श्वभूमीवर, सन १९९४मध्ये हिरो-होंडा स्प्लेंडर बाजारात आणण्यात

आली आणि ते दशक उलटण्याच्या सुमारास तिने अख्खी बाजी पलटवली. सुदैवानं, तोपर्यंत अत्यंत वाईट आर्थिक संकटही संपुष्टात आलं होतं.

**

१९९०च्या दशकाच्या सुरुवातीला रुपी-येन विनिमय दर काहीसा स्थिरावला होता आणि ९० टक्के भारतीयीकरण करण्यातही यश आलं होतं. १९९६मध्ये यात ९५ टक्क्यांपर्यंत वाढ झाली. हा होंडाच्या परदेशातील प्रकल्पांमधील आणि बहुधा जगातील वाहन प्रकल्पांमधील विक्रम होता. स्थानिकीकरणाचे लाभदायक परिणाम हळूहळूच दिसू लागले, कारण पुरवठा साखळीत विक्रेत्यांचा समावेश करून घेण्यात वेळ गेला आणि त्यामुळे उत्पादनात अडथळे आले. मात्र आयात कमी झाल्यामुळे शेअर्सच्या किमतीत वाढ झाली. सीकेडी मूल्यही कमी झालं. १९८५मध्ये बाईकसाठी ६५,००० येन किमतीच्या भागांची आयात करावी लागत होती. १९९४पर्यंत ही किंमत ७,८०० येनपर्यंत खाली आली.

सन १९९४मध्ये होंडानं हिरोबरोबर आणखी दहा वर्षांची भागीदारी निश्चित केली. याच वर्षी माझ्या वडलांना बिझनेस इंडिया या नियतकालिकानं 'बिझनेसमन ऑफ द ईयर' या प्रतिष्ठेच्या पुरस्कारानं सन्मानित केलं होतं. ही भागीदारी इतकी वर्षं टिकून राहिली होती, त्याचं बरंचसं श्रेय माझ्या वडलांना जातं.

ते आणि पवन दर महिन्यात कंपनीच्या मुख्यालयात आलेल्या होंडाच्या दोन ज्येष्ठ संचालकांसोबत अनौपचारिक बैठक घेत असत. तिथे निर्णय घेतले जात आणि पुढच्या बैठकीच्या आधी त्यांची अंमलबजावणीही केली जात असे. ते असं म्हणत होते की, 'आमच्या संयुक्त प्रकल्पातील निर्णय प्रक्रियेतील अगदी अवघड टप्प्यांच्या वेळीही कधीच तणाव निर्माण झाला नव्हता. महत्त्वाचे व्यूहरचनात्मक मुद्दे अतिशय सौहार्दपूर्ण वातावरणात सोडवले गेले होते.' (पवननं नंतर असं सांगितलं होतं की, होंडाच्या एका विशिष्ट प्रतिनिधीबरोबर वाटाघाटी करणं मात्र कठीण जात होतं.)

होंडाबरोबरच्या संयुक्त प्रकल्पाच्या कराराच्या अनिश्चिततेचा परिणाम म्हणून उत्पादनात अडथळे येत होते आणि अपुऱ्या संख्येची मॉडेल तयार केली जात होती. इतर प्रतिस्पर्ध्यांनीही फोर स्ट्रोक इंजिनाची विविध मॉडेल बाजारात आणली होती. त्याचाही परिणाम झाला होता आणि १९९५मध्ये अल्प काळासाठी बजाज ऑटोनं बाजारातील हिश्श्याच्या संदर्भात हिरो-होंडावर आघाडी मिळवली होती. त्यांनी *क्यों हिरो?* या विनोदी टॅगलाइननं फोर स्ट्रोक इंजिनची केबी ४ एस बाजारात आणली होती.

तांत्रिक सहकार्य विस्तार करारामुळे निर्णायक कलाटणी मिळाली आणि हिरो-होंडानं उत्पादनांची व्यापकता आणि उत्पादनक्षमता यांचा विस्तार करण्याच्या

योजना आखण्यास सुरुवात केली. १९९७पासून कार्बन उत्सर्जनविषयक बंधनं कडक करण्यात आली, त्यामुळे आमच्या स्पर्धकांना बाजारातून त्यांच्या टू स्ट्रोक मोटरसायकल मागे घ्याव्या लागल्या. माझ्या वडलांनी सुरुवातीला पर्यावरणपूरक फोर स्ट्रोक तंत्रज्ञानाचाच आग्रह धरला होता. टू स्ट्रोक तंत्रज्ञान तुलनेत स्वस्त असलं तरी ते या महागड्या तंत्रज्ञानावरच ठाम राहिले होते. ही गोष्ट हुकमाचा एक्का होती, हे त्या वेळी सिद्ध झालं. यामाहा आरएक्स-१००पासून आरएक्स १३२ आणि बजाज - केबी १००पासून केबी १२५ तसंच टीव्हीएस- शोगुन या सगळ्या रस्त्यांवर दिसेनाशा झाल्या होत्या, त्यामुळे हिरो-होंडाचा मार्ग मोकळा झाला.

सन १९९४-१९९७ या काळात खर्च वाढला असला तरीही धारूहेडा येथील वार्षिक उत्पादन १५०,००० वरून ४५०,०००पर्यंत वाढलं होतं. 'लोकांमधील, साहित्यातील आणि मशीनमधील उत्तम गोष्टी काढून घ्या आणि अपव्यय कमीत कमी ठेवा' या माझ्या वडलांनी दिलेल्या मंत्राला याचं श्रेय जातं. सन १९९५मध्ये कच्च्या मालाच्या किमती गगनाला भिडल्या होत्या. ही समस्या भंगारावर पुनर्प्रक्रिया करून त्याला उपयोगात आणून म्हणजेच स्क्रॅपचं रिसायकलिंग करून सोडवण्यात आली. कामकाजात अडथळे किमान प्रमाणात यावेत, यासाठी उत्पादन प्रक्रियांना सुव्यवस्थापित करण्यात आलं आणि इन्व्हेंटरी व्यवस्थापनाच्या दर्जात सुधारणा करण्यात आली.

विक्रीनुसार डीलरच्या जाळ्यात वाढ करण्यात आली. १९८५मध्ये १२० डीलरसह सुरुवात झाली होती. १९९८मध्ये डीलरची संख्या ३८५पर्यंत वाढली. त्यांच्यापैकी निम्मे डीलर हे हिरो समूहाचेच डीलर होते. उत्पादनात वाढ करण्यासाठी आणि त्याला गती देण्यासाठी आम्ही त्याआधीच्या वर्षी गुरगावात हिरो-होंडाचा दुसरा प्रकल्प सुरू केला होता. होंडा मोटर्सचे अध्यक्ष नोबोहिको कावामोतो यांनी त्याचं उद्घाटन केलं होतं.

जवळजवळ त्याच वर्षी हिरो-होंडानं मोठा गाजावाजा करून 'स्ट्रीट' ही आणखी एक नवीन मोटरसायकल बाजारात आणली. होंडाच्या आग्रहामुळे आम्ही बजाज ऑटोच्या घरगुती गैदानावर म्हणजेच पुण्यात ती लाँच केली. माझे वडील नेहमीच असं म्हणत असत की, 'हे काही स्पर्धा म्हणून करण्यात आलं नव्हतं. जोपर्यंत कंपन्या बाजारपेठेला वाढवत आहेत आणि नफा मिळवत आहेत, तोपर्यंत दुचाकीच्या बाजारपेठेतील हिस्सा कोणाला किती मिळतो, याला काहीही महत्त्व नाही. ही मोटरसायकल हे होंडाचं स्वप्न होतं आणि ती जगभर लोकप्रिय झाली. तिच्यामुळे हिरो आणि होंडा यांच्यामध्ये सारं काही आलबेल असल्याचं स्पष्ट झालं होतं. ही गाडी चालवणाऱ्याला अधिक आरामदायकपणे चालवता यावी, यावर भर देण्यात आला होता आणि तिच्या जाहिरातींवरही मोठ्या प्रमाणात खर्च करण्यात आला होता.

सन १९९७-९८पर्यंत हिरो-होंडा मोटर्सनं पुन्हा एकदा आघाडी घेतली होती. तिचे उत्पादनाचे आकडे प्रचंड प्रमाणात वाढले होते आणि त्यांनी २०००-०१मध्ये दहा लाखांचा आकडाही ओलांडला होता. सन २००१मध्ये 'पॅशन' बाजारात आणण्यात आली आणि उत्तम खपाच्या 'सीडी डॉन'ला २००३मध्ये बाजारात आणण्यात आलं, त्यामुळे दुचाकीमधील हिरो-होंडाची आघाडी आणखी पक्की झाली.

**

हिरो सायकल्समधील अनुभवामुळे माझ्या वडलांना इतर अनेकांच्या तुलनेत भारतीय ग्राहकांच्या गरजांची जाण होती. हिरो-होंडामधील त्यांच्या आंतरक्रियांनी त्यांना हेही शिकवलं होतं की, १९७०च्या दशकातील सायकलचे ग्राहक आणि डीलर यांच्या तुलनेत हिरो-होंडाच्या मोटरसायकलचे ग्राहक आणि डीलर वेगळे होते. आपल्याला चांगला व्यवहार मिळावा, अशी या ग्राहकाची इच्छा होती.

याच काळात माझ्या वडलांनी आणि पवननं चॅनेल पार्टनरना आणि ग्राहकांना ब्रँड ॲम्बॅसिडरमध्ये रूपांतरित करायचं असं ठरवलं, त्यामुळे सर्व पक्षांना लाभ झाला असता आणि काहीही झालं तरी माझ्या वडलांच्या व्यवसायाच्या तत्त्वज्ञानाचा हाच गाभा होता.

सन २००१मध्ये त्यांनी 'हिरो पासपोर्ट प्रोग्रॅम' या पहिल्या पथदर्शक प्रकल्पाला सुरुवात केली. सन २००४मध्ये त्यालाच 'गुड लाइफ प्रोग्रॅम'मध्ये उन्नत करण्यात आलं. ग्राहक संबंध व्यवस्थापन (कस्टमर रिलेशनशिप मॅनेजमेंट-सीआरएम) योजना ही त्या काळातील अत्यंत नावीन्यपूर्ण आणि यशस्वी योजनांपैकी एक होती. सुट्या भागाच्या किंवा ॲक्सेसरीजच्या प्रत्येक खरेदीवर आणि हिरो-होंडा डिलरशिपमध्ये किंवा सर्व्हिस सेंटरमध्ये करून घेतलेल्या प्रत्येक सर्व्हिसवर ग्राहकाला पॉइंट दिले जात होते आणि नवीन लोकांना हिरो-होंडाचा संदर्भ देऊन तिथे यायला लावलं, तर संदर्भ देणाऱ्याला बोनस पॉइंट मिळत होते. सवलती आणि कार्यक्रमांच्या तिकिटांसारख्या मोफत गोष्टी देण्याखेरीज ग्राहकाला एक लाखांचा अपघाती विमाही मिळत होता. सन २००४मध्ये हिरो-होंडानं स्टेट बँक ऑफ इंडियाशी भागीदारी केली आणि दुचाकी उद्योगात पहिल्यांदा को-ब्रँडेड क्रेडिट कार्ड आणलं.

डीलरसाठीसुद्धा इन्सेन्टिव्ह योजना आखण्यात आल्या होत्या. पवन पन्नास अग्रगण्य डीलरना घेऊन जपानला गेला होता. तिथे त्यांनी होंडाच्या फॅक्टऱ्यांना, शोरूमना आणि सर्व्हिस सेंटरना भेटी दिल्या. यामुळे ते प्रोत्साहित झालेच, शिवाय त्यांना ते विकत असलेल्या उत्पादनाविषयीची जास्त सखोल समजही प्राप्त झाली. त्यांना विक्रीवाढीचा एक नवीन दृष्टिकोन मिळाला होता, त्यामुळे ते आपल्या व्यवसायात गुंतवणूक करण्यास प्रेरित झाले. उत्तम विक्री करणाऱ्या डीलरना त्यांच्या पत्नीसह युरोपमध्ये सुट्टीवर जाण्याची संधी देण्यात आली होती. या सुट्टीचा

अर्धा खर्च हिरो-होंडा करणार होती आणि या टुरमधील काही गोष्टींची व्यवस्था करण्यासही त्यांनी मदत केली होती. त्यात हॉटेल बुकिंग, व्हिसा, परकी चलन आणि पर्यटक धनादेश इ. गोष्टींचा समावेश होता. त्या वेळी लहान आणि निमशहरी परिसरांमधील डीलरच्या दृष्टीनं ही खूपच मोठी आकर्षक प्रोत्साहनात्मक बाब होती.

**

१९९०च्या दशकाच्या उत्तरार्धात आणि नवीन सहस्रकाच्या सुरुवातीच्या दिवसांत भारतातील स्वयंचलित वाहनांच्या क्षेत्रात जोरदार धामधूम सुरू होती. बाजारपेठेचा आकार वाढल्यामुळे परदेशी गुंतवणूकदारांनी भारतातील आपलं कामकाज वाढवण्यात मोठीच रुची घेतली. आमचं कुटुंबही आपल्या उत्पादनाच्या मुख्य पोर्टफोलिओच्या पलीकडे काही पर्याय सापडतात का, याचा शोध घेऊ लागलं.

हिरो मोटर्सनं विनर या मोठ्या चाकांच्या स्कूटरच्या उत्पादनासाठी इटलीच्या मलागुटीशी सहकार्य करार केला. त्यांनी स्कूटर्स इंडियासाठीही बोली लावली आणि बीएमडब्ल्यूबरोबर उच्च दर्जाच्या मोटरसायकलसाठी भागीदारी केली. दुर्दैवानं हे प्रकल्प मार्गी लागले नाहीत.

दरम्यान, होंडाची भारतात आपला ठसा उमटवण्याची महत्त्वाकांक्षा वाढली. १९९४मध्ये होंडाबरोबरच्या कराराचं नूतनीकरण करण्यात आलं. त्या वेळी त्यांनी हिरोला स्कूटरच्या बाजारपेठेत प्रवेश करण्यासही परवानगी दिली. त्याबरोबरच होंडाला मोटरसायकलच्या बाजारात उतरण्यास परवानगी होती; परंतु १९९९मध्ये होंडानं भारतात स्वबळावर मोटरसायकली आणि स्कूटर तयार करण्यासाठी पूर्णपणे आपल्या मालकीची उपकंपनी स्थापन केली. त्यांनी कारच्या क्षेत्रात श्रीराम समूहाबरोबर (होंडा सिएल कार्स लिमिटेड) जाण्याचा निर्णय घेतला आणि पोर्टेबल जनरेटर उत्पादनाच्या बाबतीतही त्यांच्याबरोबरच भागीदारी केली.

होंडाला सुरुवातीला संयुक्त प्रकल्पाचा भागीदार म्हणून आमच्याबरोबर काम करण्याची इच्छा होती; पण कंपनीवर त्यांचंच नियंत्रण राहील, असं त्यांनी स्पष्ट केलं. ही गोष्ट आम्हाला पटणारी नव्हती, कारण आमच्या यशस्वी संयुक्त प्रकल्पाच्या मॉडेलची इतर वर्गवारीतील उत्पादनातही पुनरावृत्ती करणं सहजशक्य होतं, असं आमचं मत होतं.

या घडामोडींमुळे माझे वडील अनेक कारणांनी निराश झाले. पहिलं म्हणजे परिवहन मूल्यसाखळीत नैसर्गिकरीत्या प्रगती करणं हे त्यांनी दीर्घकाळापासून उराशी बाळगलेलं स्वप्न होतं. सायकलींवरून मोपेड, तिथून स्कूटर, मोटरसायकल आणि नंतर चारचाकी मोटर असं चढत्या क्रमानं उत्पादन करण्याचं त्यांचं स्वप्न होतं. त्यांच्या दृष्टीनं या प्रवासामुळे हिरोची संपूर्ण प्रगती झाली असती म्हणून ज्या वेळी होंडाबरोबरचा चारचाकीच्या संदर्भातील व्यवहार प्रत्यक्षात उतरला नाही, त्या वेळी त्यांनी आपली

निराशा लपवली नाही, कारण या दोन्ही भागीदारांनी मिळून ती बाजारपेठही पुन्हा एकदा काबीज करून दाखवली असती असा त्यांचा ठाम विश्वास होता.

दुसरं म्हणजे होंडाचं व्यवस्थापन त्यांच्या भूमिकेबाबत अतिशय ताठरपणे वागलं होतं. त्यांची भूमिका कमी प्रमाणात जुळवून घेण्याची, कमी सामंजस्याची होती. माझ्या वडलांनी आधीच्या दशकात ज्या जपानी अधिकाऱ्यांशी व्यवहार केला होता, ते आता नव्हते आणि नवीन नेतृत्वाकडे युती, सहकार्य, वाटाघाटी आणि देवघेव करणं या बाबतीतील तितकीशी प्रबळ इच्छाशक्ती नव्हती. संयुक्त प्रकल्प भक्कमपणे सुरू असतानाही होंडा आक्रमकपणे आपल्या स्वतःच्या मोटरसायकलींच्या आणि स्कूटरच्या योजनांना आकार देत असल्यामुळेही माझे वडील थोडेसे नाराज आणि अस्वस्थ झाले असावेत, असा माझा अंदाज आहे, तरीही १९९०च्या दशकाच्या उत्तरार्धातील या धुसफुशीनंतरही हिरो-होंडा भागीदारी सुरू राहिली होती. नवीन सहस्रकातील पहिल्या दशकात तिच्या भागीदारीतील काही उत्तम वर्षं त्यांची वाट पाहत होती. २००१मध्ये हिरो-होंडा जगातील सगळ्यात मोठी दुचाकी उत्पादक कंपनी झाली.

सन २००६ हे वर्षही असंच विविध कारणांसाठी महत्त्वाचं होतं. एका बाजूला त्या वर्षी हिरो सायकल्सनं सुवर्ण महोत्सव साजरा केला होता. सायकलींची विक्री १० कोटींच्या पलीकडे पोहोचली होती, तर मोटरसायकलींच्या विक्रीनं दीड कोटींचा टप्पा गाठला होता. दुसरीकडे विक्रीत घसरण झाल्यानंतर विशिष्ट तिमाहीच्या कामगिरीदरम्यान बजाज हिरोच्या पुढे जाण्याची चिन्हं असल्याचा अंदाज व्यावसायिक नियतकालिकांमधून पहिल्यांदाच स्पष्टपणे व्यक्त केला जात होता; पण कोणत्याही परिस्थितीत माझे वडील आणि पवन हे घडू देणार नव्हते. आमच्या विपणनात आम्ही दुपटीनं वाढ केली आणि आमच्या ब्रँड इक्विटी व बाजारातील हिस्सा या दोहोंचंही जतन केलं. २०००च्या दशकात हिरो-होंडा अतिशय जोमानं मोटरसायकलींची नवनवीन मॉडेल बाजारात आणत राहिली आणि तिने आपल्या आघाडीत आणखी वाढ केली.

**

माझ्या वडलांना आयुष्यभर पारितोषिकं आणि प्रशंसा मिळत राहिल्या होत्या; परंतु १९९०च्या दशकानंतर त्यांना अनेक प्रतिष्ठेची मानली जाणारी पारितोषिकं मिळाली. सन २००५मध्ये त्यांना पद्मभूषणनं सन्मानित करण्यात आलं. उद्योग जगतात त्यांनी जो सन्मान आणि प्रतिष्ठा प्राप्त केली होती, त्याचं हे प्रतीक होतं. तत्कालीन पंतप्रधान मनमोहन सिंग यांनी या सन्मानाद्वारे सार्वजनिकरीत्या ही भावना व्यक्त केली होती. त्याच वर्षी प्लेजर ही पहिली १०० सीसी हिरो स्कूटर रस्त्यांवर उतरवण्यात आली. ती जाणीवपूर्वक महिलांसाठीच तयार करण्यात आली होती. १०० सीसी

स्कूटरचं स्वप्न त्यांनी अनेक वर्षं पाहिलं होतं. (काही वर्षांपूर्वीच हिरो मोटर्सनं एप्रिलिया या इटलीच्या कंपनीशी स्कूटर उत्पादनाचा आणि को-ब्रँडेड वाहनांचा करार केला होता. त्यात अत्यंत मजबूत आणि टिकाऊ मोटरसायकलींचाही समावेश होता; पण हे स्वप्न साकार होऊ शकलं नव्हतं.)

आता सिंहावलोकन करताना असं दिसतं की, हिरोची होंडाशी दीर्घकाळ चाललेली युती हा स्पष्टपणे नियमाला असलेला एक अपवाद होता. फिरोदिया समूहाबरोबरची होंडाची युती १९९८-९९मध्ये संपली होती. त्यानंतर होंडानं पुढच्याच वर्षी ॲक्टिव्हा ही आपली स्वतःची स्कूटर बाजारात आणली. त्याशिवाय एस्कॉर्ट्सचे नंदा, टीव्हीएसचे सुंदरम आणि बजाज हे आपल्या परदेशी भागीदारांपासून आधीच स्वतंत्र झाले होते. माझ्या मते, माझ्या वडलांचं उत्तुंग व्यक्तिमत्त्व नसतं, तर हिरो-होंडाची भागीदारीही अशीच केव्हाच संपुष्टात आली असती, असं आपण अगदी खात्रीपूर्वक म्हणू शकू.

हिरो-होंडाच्या भागीदारीवर पुन्हा एकदा सन २००४मध्ये शिक्कामोर्तब झालं आणि २००९मध्ये त्यांनी आपल्या भागीदारीचा रौप्यमहोत्सव साजरा केला. हिरोबरोबरची भागीदारी हा होंडाचा भारतात सर्वाधिक यशस्वी ठरलेला प्रकल्प होता, यात कसलीच शंका नाही; परंतु सगळ्याच चांगल्या गोष्टींना शेवट असतो, तसाच याही गोष्टीचा शेवट झाला.

त्यानंतर एका वर्षानं सन २०१०मध्ये हिरो आणि होंडा सामंजस्यानं एकमेकांपासून दूर झाले. आता एके काळचे भागीदार एकमेकांचे प्रतिस्पर्धी झाले होते. तांत्रिकदृष्ट्या सन २०१४पर्यंत आम्ही हिरो-होंडा ब्रँड वापरू शकत होतो; पण शक्य तितक्या लवकर आम्ही त्यापासून दूर झालो आणि फक्त हिरो एवढंच नाव ठेवलं. हिरो मोटोकॉर्प हा मोटरसायकलींचा नवीन अवतार मोठा गाजावाजा करून २०११मध्ये बाजारात आणण्यात आला.

नवीन सहस्रकाच्या पहिल्या दशकात माझ्या वडलांनी हळूहळू हिरो मोटो कार्पची सूत्रं पवनकडे सुपुर्द केली आणि पवन स्वतंत्रपणे काम करू लागला. मी आधीच उल्लेख केला आहे, त्याप्रमाणे पवन हा विलक्षण जागरूक, काटेकोरपणे काम करणारा आणि तपशिलांवर बारकाईनं लक्ष देणारा आहे. कठोर निर्णय घेण्यास तो फारसा कचरत नाही. होंडाशी भागीदारी तुटल्यानंतर हिरो मोटोकॉर्पच्या नवीन श्रेष्ठ रचनेची पहिल्यापासून बारकाईनं उभारणी करण्याची गरज होती. पवनच्या व्यक्तिमत्त्वामुळे तो हे सक्षमपणे करू शकला.

त्याने कंपनीत कामगिरीची, जबाबदारीची, दायित्वाची एक नवीन संस्कृती आणली. हिरो-होंडानं इतकी वर्षं होंडाच्या पद्धती आत्मसात केल्या होत्या. तंत्रज्ञानाची निवड, शॉप फ्लोअरवर काम करण्याच्या पद्धती, पुरवठा साखळीचं व्यवस्थापन, चॅनेल पार्टनरची हाताळणी आणि सुटे भाग मिळवणं यांच्याशी संबंधित

प्रत्येक गोष्टीतून जपानी ठसा आणि माझ्या वडलांनी व काकांनी घालून दिलेल्या पद्धती स्पष्टपणे दिसून येत होत्या.

पवननं या यंत्रणेचं सार तसंच अबाधित ठेवलं; पण त्याबरोबरच त्याने हिरोकॉर्पमध्ये अमेरिकन आणि युरोपियन विचारसरणी आणि पद्धतीही आणल्या. हिरो मोटोकॉर्पला जागतिक नेता म्हणून आंतरराष्ट्रीय पातळीवर टिकून राहायचं असेल, तर तिला फक्त संख्येच्या दृष्टीनंच उत्पादनात वाढ करून चालणार नाही, तर त्याबरोबरच आपल्या प्रभावाचा आणि संस्कृतीचा ठसा उमटवावा लागेल, असा त्याचा विचार होता. पवनने नवीन कौटुंबिक झेंड्याखाली सुरू असलेल्या उद्योगाचा जागतिक आणि पुढच्या पिढीतील अवतार निर्माण करण्याचा मोठा प्रयत्न केला. आता होंडाला हिरोपासून दूर होऊन इतकी वर्षं झाली आहेत; पण या काळात पवनचा हा प्रयत्न यशस्वी झाल्याचं दिसत आहे. होंडानं भारतीय बाजारपेठेतील त्यांच्या कामकाजात वाढती रुची घेतली आहे आणि ते अधिक बांधिलकीनं काम करत आहेत. हिरो मोटोकॉर्प ही भारताच्या दुचाकी बाजारपेठेत आघाडीवर राहिली आहे.

दरम्यान, १९८६मध्ये सायकल उत्पादनात जगातील अव्वल क्रमांकाची कंपनी झालेल्या हिरो सायकल्सनं आपलं ते स्थान टिकवून ठेवण्यात यश मिळवलं आहे. एकच मॉडेल असलेल्या कंपनीपासून तिने आता अनेकविध खास सायकली बाजारात आणल्या आहेत आणि त्यांच्यातून उच्चतर मार्जिन मिळत आहे. सन २००२मध्ये आम्ही नॅशनल बायसिकल इंडस्ट्रीजशी (मात्सुशिता समूहाचा एक भाग) करार करून उच्च दर्जाच्या सायकलींचं उत्पादन सुरू केलं आहे. नियमित सायकलींपेक्षाही या सायकलींची मागणी झपाट्यानं वाढत चालली आहे.

मी आधी उल्लेख केला आहे, त्याप्रमाणे हिरो सायकल्सची वाढ ही आमच्या स्वतःच्या सायकलींच्या भागांच्या व्यवसायांची किंमत चुकती करून झाली आहे. सायकलचा व्यवसाय हा सक्षम आणि कमी खर्चाच्या पुरवठा साखळीवर अवलंबून असतो. आमच्या भाग उत्पादक कंपन्या खूप मोठ्या झाल्या होत्या. त्यांचा निश्चित खर्च इतका वाढला होता की त्यामुळे त्यांची स्पर्धात्मकता कमी झाली होती.

आता, ज्या वेळी कुटुंबाच्या मालकीची कंपनी आमच्या कंपनीकडून माल खरेदी करत असेल किंवा आम्हाला तिचा माल विकत असेल, त्या वेळी त्या कंपनीला आणि आमच्या कंपनीलाही जिथे कुठे आर्थिकदृष्ट्या परवडेल तिथे त्यांनी विक्रीचे किंवा खरेदीचे व्यवहार केले पाहिजेत, ही गोष्ट सुरुवातीपासून समजून घेण्यात आली होती. तेवढं स्वातंत्र्य सगळ्यांनाच असलं पाहिजे हे मान्य करण्यात आलं होतं. इतर लहान व्यवसायांमध्ये स्वीकारल्या जाणाऱ्या शॉर्टकटच्या पद्धती हिरो समूहाच्या संस्कृतीत स्वीकारण्यात आल्या नव्हत्या. याचा अर्थ रॉकमन आणि हायवे यांसारख्या कंपन्या सहस्रकापर्यंत स्पर्धात्मक उरल्या नव्हत्या.

सन २००३-०४मध्ये आमच्या कंपनीच्या इतिहासात पहिल्यांदाच आम्हाला कामगारांच्या असंतोषाला तोंड द्यावं लागलं आणि या गोष्टीची आमच्या समस्यांमध्ये भर पडली. आमच्या फॅक्टऱ्यांमध्ये झालेला संप हा पंजाबमधील औद्योगिक कामगारांमध्ये असलेल्या सर्वसामान्य असंतोषाचा एक भाग होता. कामगार संघटनांना आपला शिरकाव करून घेण्याकरिता राज्यातील हजारो लघू उद्योगांमध्ये आणि राज्यातील लाखो कामगारांमध्ये नवीन अस्पर्श भाग सापडला होता. आमच्या फॅक्टऱ्यांमध्ये आमच्याकडे नेहमीच कामगारांच्या समित्या होत्या. तिथे त्यांच्या तक्रारी मांडल्या जात होत्या आणि त्यांचं निर्मूलनही केलं जात होतं, त्यामुळे फॅक्टऱ्यांमध्ये झालेल्या कामगारांच्या संघटनानं आम्हाला बेसावध असताना घेरलं होतं. माझे वडील आणि इतर ज्येष्ठ मंडळी स्वाभाविकपणेच बेचैन झाली आणि त्यांनी मला कामगार-मालक तंट्यात मध्यस्थी करणारी व्यक्ती म्हणून काम करून ही समस्या सोडवण्यास सांगितलं.

कॅप्टन अमरिंदर सिंग यांनी सन २००२मध्ये पंजाबचे मुख्यमंत्री म्हणून सूत्रं हाती घेतली होती. मी त्यांना डून स्कूलपासून ओळखत असल्यामुळे मी त्यांच्या भेटीची वेळ घेतली. माझा भाऊ सुमन हॉकमनचा आणि माझा चुलतभाऊ उमेश हायवेचा प्रमुख होता. तेही माझ्या सोबत आले. मी असं स्पष्ट केलं की, सायकलच्या भागांचं उत्पादन करणं तसंच सुरू ठेवण्यात काहीच अर्थ नव्हता. यात कंपन्या मरणासन्न झाल्या असत्या आणि कामगारांना त्यांच्या नोकऱ्या गमवाव्या लागल्या असत्या. त्यापेक्षा याच कामगारांना पुनर्कौशल्याचं प्रशिक्षण देऊन या कंपन्यांना स्वयंचलित वाहनांचे भाग तयार करणाऱ्या कंपन्यांमध्ये रूपांतरित करणं अधिक चांगलं ठरलं असतं. या भागांना मोठीच मागणी होती. रॉकमनमध्ये १९९६पासूनच मोटरसायकलच्या चेन तयार करण्याचा विभाग कार्यरत होता.

राज्याच्या नोकरशाहीच्या उच्चाधिकाऱ्यांसमोर मी या संदर्भातील प्रेझेंटेशन द्यावं असं त्यांनी मला सांगितलं. मी ते केलं. त्यानंतर ही दोन्ही युनिट बंद करण्याची परवानगी देण्यात आली. मला वाटतं की, एका वेळी दोन युनिट बंद करण्याची परवानगी मिळालेलं ते पहिलंच आणि माझ्या माहितीनुसार आतापर्यंतचं एकमेव प्रकरण आहे. त्यानंतर रॉकमन सायकल्स रॉकमन इंडस्ट्रीज झाली आणि हायवे सायकल्सचं हायवे इंडस्ट्रीजमध्ये रूपांतर झालं.

**

सन २००४-०५मध्ये माझ्या वडलांनी आणि मी नकळत इतिहास रचला. मी सीआयआयचा अध्यक्ष झालो. या महत्त्वाच्या संघटनेचं नेतृत्व करणारी आमची पहिलीच पिता-पुत्राची जोडी होती. जहांगीर गांधी मेडलच्या बाबतीतही असाच विक्रम झाला होता. ते सन २०००मध्ये पहिल्यांदा माझ्या वडलांना आणि नंतर

२०१५मध्ये मला मिळालं. खरं तर सन २०००नंतर जवळजवळ दर वर्षी माझ्या वडलांना कोणत्या ना कोणत्या पुरस्कारानं सन्मानित करण्यात आलं होतं. २००४मध्ये त्यांना दोन जीवनगौरव पुरस्कार मिळाले. शिवाय माझे वडील कधीही महाविद्यालयात गेले नसले तरी बनारस हिंदू विश्वविद्यालयानं (बीएचयूनं) त्यांना सन्माननीय डॉक्टरेट बहाल केली.

तोपर्यंत समूहानं वैविध्यीकरण केलं होतं आणि कमोडिटी निर्यात, आर्थिक सेवा, आयटी आणि आयटी-सक्षम सेवा, विमा, नवीनीकरणीय ऊर्जा, रिअल इस्टेट इ. क्षेत्रांत प्रवेश केला होता. आमच्याकडे ईझीबिल या नावाचं युटिलिटी बिल कलेक्शन आणि रिटेल सर्व्हिस सेंटरही होतं. मुंजाल कुटुंबीयांच्या पुढच्या पिढीनं घट्ट पाय रोवले आहेत आणि समूहात किमान एकवीस मुंजाल कुटुंबीय प्रमुख पदांवर कार्यरत आहेत. आमचं विस्तारित कुटुंब अर्थातच खूपच मोठं आहे म्हणूनच माझे वडील नेहमीच अतिशय अभिमानानं सांगत की, 'आमचे चाळीस माजी कर्मचारी यशस्वी उद्योजक झाले आहेत'.

९

वैविध्यातील आणि परिवर्तनातील सातत्य

मी लुधियानातील हिरो सायकल्स फॅक्टरीच्या कार्यालयात पोहोचलो, त्या वेळी मला 'छोटे बाबूजी तुमची वाट पाहत आहेत,' असं सांगण्यात आलं. ती सन २००५च्या हिवाळ्यातील एक संध्याकाळ होती. त्या वेळी ओमप्रकाश चाचाजी त्यांच्या नेहमीच्या खुर्चीत बसले होते आणि नेहमीपेक्षा थोडे जास्तच गंभीर दिसत होते. मी त्यांच्या पावलांना स्पर्श करून नमस्कार केला आणि माझ्या खुर्चीत बसलो. त्यांना तो विषय थोडा अप्रिय वाटत होता, हे मला माहीत होतं. त्याच्यावर बोलायला ते कधी सुरुवात करतील, याची मी वाट पाहत होतो.

सुमारे आठ महिन्यांपूर्वी माझ्या वडलांच्या आणि काकांच्या समोर मी हिरो समूहाच्या मालकीची त्यांनी पुनर्रचना करावी, अशी कल्पना मांडली होती. आमच्यासारख्या जागतिक पातळीवरच्या व्यवसायांच्या पिढ्यांसमोरच्या परिवर्तनाच्या आव्हानांबद्दल मी त्यांना अतिशय विनम्रतेनं सांगितलं होतं. स्वार्थ आणि अहंकार यांमुळे सहसा नेहमीच भावाला भावाच्या आणि मुलाला वडलांच्या विरोधात उभं केलं होतं, याची अनेक उदाहरणं मी त्यांच्यासमोर ठेवली होती.

अगदी अलीकडच्या काळात वृत्तपत्रांमध्ये पिता-पुत्रांमधील आणि अगदी आता-आतापर्यंत अत्यंत निकटच्या स्नेहबंधांनी एकमेकांशी जोडल्या गेलेल्या भावा-बहिणींमधील सार्वजनिक भांडणांच्या बातम्या येत असल्याकडे मी निर्देश केला होता. यातून कौटुंबिक स्वामित्व असलेल्या कंपन्यांना सावधगिरीचा इशारा मिळत होता. भारतातील काही मोठ्या व्यावसायिक घराण्यांमध्ये कटुतेचं वातावरण पसरलं होतं, त्या वेळी हिरो समूह आदर्श कुटुंब म्हणून त्या सगळ्यापासून स्वतंत्र उभा राहिला होता. मुंजाल कुटुंबातील सदस्यांमधील एकमेकांविषयीचा सद्भाव हीच त्यांची एक वेगळी ओळखही होती. संपूर्ण समूहाच्या समन्वयपूर्ण आणि सुरळीत संचालनात या सद्भावनेचं योगदानही होतं.

व्यवसायाच्या स्थापनेपासूनच असं मानलं गेलं होतं की, व्यवसायात मोठ्या मुंजाल बंधूंची समान भागीदारी असेल. त्यांना ही गोष्ट इतर कोणत्याही प्रकारे केली जावी असं वाटतही नव्हतं म्हणून दयानंदजींच्या मृत्यूनंतर विजय या त्यांच्या मुलाला आपोआपच समूहात आणि कुटुंबातही वरिष्ठ सदस्याचा दर्जा देण्यात आला. जसजसा समूहाचा विस्तार होत गेला, तसतशी वेगवेगळ्या कंपन्यांमधील प्रवर्तकपदांची वाटणी कुटुंबातील प्रत्येक ज्येष्ठ भावाच्या कुटुंबाला समान वाटा मिळावा अशा प्रकारे करण्यात आली. प्रत्येक व्यवसाय स्वतंत्रपणे चालवला जात असला तरी प्रत्येक भावाच्या म्हणण्याला समान महत्त्व होतं आणि त्या प्रत्येकाला समूहाच्या विविध फॅक्टऱ्यांमध्ये आणि कुटुंबात समान मान दिला जात होता.

वेगवेगळ्या प्रसंगांच्या निमित्तानं मी कुटुंबांकडून चालवल्या जाणाऱ्या व्यवसायांवर जगभरातील व्यवस्थापन संस्थांमध्ये आणि विद्यापीठांमध्ये व्याख्यानं दिली आहेत. 'एकत्र जेवणाऱ्या आणि एकत्र राहणाऱ्या कुटुंबात एकजूट राहते,' असं म्हटलं जातं. माझे श्रोते नेहमीच हिरो समूहाकडे याचं उदाहरण म्हणून निर्देश करत. आमच्या बाबतीत त्याशिवाय हे कुटुंब 'एकत्र काम करणारंही' आहे. आम्ही हे सगळं कसं सांभाळलं असं ते मला नेहमीच विचारत.

या प्रश्नाला ऐतिहासिक आणि सांस्कृतिक संदर्भात उत्तम प्रकारे उत्तर देता येतं. आमच्याकडे असलेलं इतरत्र न दिसणारं आणि खरं तर अद्वितीय प्रेम, स्नेह ही आमची खास ओळख आहे. मुंजाल कुटुंबातील सदस्यांमध्ये असलेल्या अपवादात्मक स्नेहबंधावर ती पूर्णपणे आधारित आहे. फाळणीच्या आणि फाळणीपश्चात काळातील अत्यंत प्रतिकूल परिस्थितीमुळे हे स्नेहबंध अधिक दृढ झाले आहेत. भावंडांमधील जिव्हाळा आणि प्रेम सर्वसामान्य पंजाबी कुटुंबांमधील प्रेमाहून कितीतरी पटींनी अधिक आहे.

आमच्या व्यवसायाची सुरुवात कमालियाच्या गल्ल्यांमध्ये आणि लुधियानाच्या सुट्या भागांच्या (स्पेअर पार्ट्सच्या) छोट्या दुकानापासून झाली. या छोट्याशा सुरुवातीपासून जगभरात स्थापन झालेल्या उद्योजकीय कार्यालयांपर्यंतचा अनेक दशकांचा प्रदीर्घ आणि कधी कधी धोकादायक वाटणारा प्रवास पार पडला होता. या दरम्यान, एकमेकांच्या साथीनं आम्ही मोठमोठ्या आव्हानांचा सामना केला. कधीही हार पत्करली नाही आणि कधीही लोक, नातेसंबंध, स्नेहसंबंध आणि कुटुंब या सगळ्यात महत्त्वाच्या असलेल्या गोष्टींचा आम्हाला विसर पडू दिला नाही.

आमच्या घरातील ज्येष्ठांनी आमच्यावर त्यांच्या मूल्यांचे आणि आध्यात्मिकतेचे संस्कार केले होते आणि त्यांच्या ज्येष्ठांकडून त्यांना त्या संस्कारांचा वारसा मिळाला होता. प्रत्यक्षात दुसऱ्या पिढीचे सदस्य आणि त्यांच्या जोडीदार अंजूभाभी, रेणूभाभी आणि इतरांनी आपल्या सासु-सासऱ्यांच्या आध्यात्मिकतेची आणि समाजसेवेची जबाबदारी पेलली होती. तसंच आर्य समाज आणि इतर सामाजिक उपक्रमांमध्ये

त्या सक्रिय सहभागीही झाल्या. अशा प्रकारे माझी पत्नी मुक्ता आणि मुलगी शिफाली दिल्लीतील झोपडपट्ट्यांच्या परिसरातील मुलांसाठी आणि बेघर लोकांसाठी परोपकारी संस्थांमध्ये काम करण्यासाठी वेळ देतात. तसंच कला, शिल्प आणि कारागीर यांना पाठबळ पुरवण्याचं कार्यही करतात.

जर कधी मतभिन्नता निर्माण झालीच, तर आमच्या ज्येष्ठांचं म्हणणं आम्ही मान्य करत होतो. त्यांचा शब्द हाच आमच्यासाठीचा कायदा होता. मुंजाल बंधूंमध्ये इतकं सखोल सामंजस्य होतं की, जर एखाद्या बंधूनं निर्णय घेतला, तर इतर तो मान्य करत होते. त्याबद्दल प्रश्न विचारला जात नव्हता. जर एखादा बंधू बोलला तर तेच त्या सगळ्यांचं म्हणणं असे.

मुंजाल बंधू हे करुणेचं, दयेचं आणि समरसतेचं प्रतीक होते. कुटुंबातील कोणत्याही सदस्याविषयी तुच्छतादर्शक शेरेबाजी करण्यात आली किंवा कोणाला कमी लेखण्यात आलं तर ते तर्कसंगत वाटण्याजोगी परिस्थिती निर्माण करून त्या टीकेतील गांभीर्य कमी करत. संबंधित व्यक्तीची अमुक-तमुक समस्या असेल आणि त्यामुळे तसं घडलं असेल असं ते सांगत. कुटुंबातील कोणत्याही व्यक्तीला ती वाईट असल्याचं भासू दिलं जात नसे किंवा ती वाईट दिसू नये यासाठी प्रयत्न केले जात. अर्थातच चूक असलेल्या व्यक्तीला ते मोकळेपणानं समजावत असत आणि गरज पडली तर त्याला सल्ला देत किंवा समजही देत; परंतु हे सगळं एक प्रकारचा आब राखून आणि थट्टामस्करी करत केलं जात असे, त्यामुळे कोणालाही आपला अवमान झाल्यासारखं वाटत नसे.

पण पहिल्यांदा चारच मुंजाल बंधू असले तरी आता बरेच जण होते. मुंजाल कुटुंबाच्या तीन पिढ्या व्यवसायात सक्रिय सहभागी झाल्या होत्या. साहजिकच, गैरसमज होऊ नयेत म्हणून आणि कुटुंबाला एकत्र ठेवण्यासाठीही आमच्या सर्वांच्या मनावर आमच्या ज्येष्ठांनी बिंबवलेल्या मूल्य संस्थेच्या मानांकनांतर्गत राहून का असेना; पण आत्म-निर्धाराची गरज होती.

माझा पुनर्रचनेचा प्रस्ताव ऐकल्यानंतर माझ्या अपेक्षेप्रमाणेच ते दचकले होते. आश्चर्यचकित झाले होते. माझी ही संकल्पना त्यांनी आपल्या वैयक्तिक आणि व्यावसायिक जीवनात सातत्यानं अनुसरलेल्या 'कुटुंब पहिलं' या तत्त्वाच्या विरुद्ध होती, असं त्यांना नक्कीच वाटलं असावं. मी जे सुचवत होतो, त्यामुळे हिरो समूहाची, मालमत्तेची आणि सगळ्याचीच विभागणी झाली असती, याकडे त्यांनी माझं लक्ष वेधलं. माझी सूचना ही आतापर्यंत कुटुंब ज्या गोष्टीसाठी कायमच उभं राहिलं होतं, तिच्या विरोधात होती. त्यांच्या नैसर्गिक स्वभावाच्या विरोधात होती आणि ती व्यावसायिक संस्कृतीसाठीही हानिकारक होती.

थोडक्यात, माझी सूचना त्यांना आवडली नव्हती, नव्हे, बिलकूलच आवडली नव्हती. त्यांच्या मते, हा व्यवसाय कुटुंबाच्या उदरनिर्वाहासाठीच उभारण्यात आला

होता आणि त्याचे तुकडे केल्यामुळे अखेरीस त्यांचा वारसा कमजोर होऊ शकला असता. त्यांनी असं सांगितलं की, एकूण परिस्थितीचा विचार केला, तर कंपन्या चांगल्या प्रकारे चालत होत्या. बहुतेक कुटुंबीय एकमेकांशी मिळून मिसळून राहून काम करत होते म्हणून निदान त्या वेळी त्या वळणावर तरी पुनर्रचना करण्याचा विचार करण्यात काहीच अर्थ नव्हता. मी त्यांच्या बोलण्याशी सहमती दर्शवली; पण तरीही मी त्यांना हेही समजावलं की, बहुतेक प्रकरणांमध्ये ज्या वेळी कुटुंबातील सदस्यांमध्ये वाद होतात किंवा कंपन्यांची कामगिरी बिघडते, त्या वेळीच पुनर्रचना केली जाते; पण भावी वाद-विवादांपासून वाचण्यासाठी समजूतदार, सुज्ञ आणि दूरदर्शी लोक ज्या वेळी सारं काही सुरळीत चालू असेल, त्याच वेळी पुनर्रचना करून मोकळे होतात.

मी हा विषय तिथेच सोडून दिला, कारण मला माहीत होतं की, त्यावर ते विचार करतील. त्याच्या सकारात्मक आणि नकारात्मक मुद्द्यांचं मूल्यमापन करतील आणि नंतर आमच्या मातांशी किवा काकींशी त्यावर चर्चा करतील.

त्यानंतर सुमारे सहा आठवड्यांनी ते माझ्याकडे आले. त्या वेळी त्यांना पुनर्रचनेच्या यंत्रणेचे आणि संभाव्य फलितांच्या स्वरूपाचे तपशील हवे होते. मी जे पाहिलं होतं किंवा सभोवतालच्या जगात मला जे आढळलं होतं त्यावरून मी असं स्पष्ट केलं की : अनेक पिढ्यांपासून शाश्वतपणे ठाम उभे राहिलेले व्यवसाय ज्या वेळी अटळपणे वाटणीचा विषय येतो, त्या वेळी प्रतिक्रियाशील होण्याऐवजी सक्रिय होतात आणि संघर्षाच्या किंवा वादविवादाच्या दरम्यान झालेल्या वाटण्यांमधून गैरसमज निर्माण होतात.

मी अनुमान बांधलं होतं, त्याप्रमाणे पुढचे काही महिने मला ज्येष्ठांचे फोन येत राहिले आणि मी त्यांच्या प्रश्नांना उत्तरं देत राहिलो. त्यांनी मला व्यवसायाच्या विविध पैलूंविषयी गंभीर चौकशी करणारे प्रश्न विचारले. समूहातील प्रत्येक कंपनीची कामगिरी, कुटुंबातील प्रत्येक सदस्याची व्यावसायिक प्रतिष्ठा आणि असेच अनेक प्रश्न मला विचारण्यात आले. कारण, त्यांना अतिशय दक्षतेनं आणि हुशारीनं निर्णय घ्यायचा होता. असं पाऊल उचललं तर एकाच कुटुंबातील सदस्यांमधील आणि आंतरकुटुंबीय सदस्यांमधील परस्पर संबंधांवर त्याचा काय परिणाम होईल, हीच त्यांची मुख्य चिंता होती, हे माझ्या लक्षात आलं.

लवकरच विचारामागचं माझं तर्कशास्त्र माझ्या वडलांच्या आणि ओमप्रकाश चाचाजींच्या लक्षात आलं. पूर्वीपासूनच त्यांनी कधीही कोणत्याही कठीण निर्णयापासून पळ काढला नव्हता, त्यामुळे तेव्हाही त्यांनी कितीही कटू असलं तरी सत्याचा सामना केला. आपल्या मोठ्या मुलाच्या निधनाच्या वेळी माझ्या वडलांनी त्यांच्या वर्तनातून केवढा मोठा निर्धार, विवेक, धैर्य आणि संकल्पशक्ती दाखवून दिली होती ते मला आठवलं, त्यामुळे समूहाच्या संपत्तीच्या वाटणीचा समावेश

असलेल्या वारसविषयक योजनेच्या वास्तविकतेचाही ते स्वीकार करतील, हे मला माहीत होतं.

परंतु इतर ज्येष्ठांना थोडं राजी करण्याची आणि समजावण्याची गरज होती. मला माहीत होतं की, त्यांचा या विचाराला विरोध नव्हता, अन्यथा त्यांनी मला फोन करून असंख्य प्रश्न विचारले असते. ओमप्रकाश चाचाजी अखेरीस माझं म्हणणं मानण्यास तयार होते, हे लुधियानातील त्या संध्याकाळी माझ्या लक्षात आलं होतं. त्यांनी मला सांगितलं की, त्यांनी या विषयावर माझ्या वडलांशी आणि सत्यानंदकाकांशी चर्चा केली होती. त्या सगळ्यांनी मिळून असा निर्णय घेतला होता की, ही गोष्ट अत्यावश्यक होतीच; पण त्याशिवाय तो आगामी काळातील उत्तम मार्गही होता. प्रत्यक्षात ते खूपच ठाम आणि उत्साही असल्यासारखं वाटत होतं. आम्ही ही प्रक्रिया सक्षमपणे पार पाडावी, यावर त्यांनी भर दिला; पण प्रत्यक्ष पुनर्रचनेचा तपशीलवार निर्णय ज्येष्ठ सदस्यांनीच घ्यावा, कारण कुटुंबाच्या संस्कृतीमुळे त्यांचा निर्णय कोणताही प्रश्न न विचारता स्वीकारला जाईल, असं मी त्यांना सुचवलं. त्यानंतर काही महिने पुनर्रचनेसाठी ज्येष्ठांनी विविध प्रकारच्या रचनांचा विचार केला आणि त्या संदर्भात आमच्या सल्लागारांपैकी दोघांचा सल्लाही घेतला.

**

ज्येष्ठांच्या हळूहळू हे लक्षात येत गेलं की, पुनर्रचनेची अंमलबजावणी झटपट करता येणं शक्य होणार नव्हतं. त्यासाठी कल्पना मांडणं, संभाषण, प्रतिक्रिया आणि कदाचित मन वळवणं आणि समेट घडवून आणणं यांसारख्या दीर्घ आणि किचकट प्रक्रिया पार पाडाव्या लागल्या असत्या. ही गोष्ट अगदीच स्वाभाविक होती, कारण तिच्यात किमान दोन डझन प्रत्यक्ष वारस किंवा हिस्सेदार सहभागी होते आणि त्याशिवाय इतर अनेक लोकांवर त्याचा अप्रत्यक्ष परिणाम होणार होता.

त्यानंतरचा आठ ते दहा महिन्यांचा कालावधी ज्येष्ठांच्या दृष्टीनं कठीण होता. जो व्यवसाय त्यांनी अत्यंत एकजुटीनं आणि ऐक्यानं उभारला होता, त्याची वाटणी करणं त्यांच्या दृष्टीनं यातनादायक होतं. या प्रक्रियेत ज्येष्ठांना अस्वस्थपणा आणि निराशाही जाणवत होती. ओमप्रकाश चाचाजींनी याच विषयावर माझ्याशी दुसऱ्यांदा पुन्हा एकदा चर्चा केली. ज्या व्यवसायाची अंतःकरणापासून आणि अगदी आत्मा ओतून त्यांनी उभारणी केली होती, त्या व्यवसायाची विभागणी करणं आपल्याला अतिशय कठीण जाईल, असं ओमप्रकाश चाचाजींनी सांगितलं म्हणून त्यांनी सल्लागारांसोबत बोलून वाटणी करण्याची ही जबाबदारी माझ्यावर सोपवली. प्रदीप दिनोदिया हे त्यांच्यापैकी एक सल्लागार होते. सध्या ते हिरो मोटोकॉर्पच्या संचालक मंडळावर आहेत. ओमप्रकाश चाचाजी म्हणाले, 'तुझे संपूर्ण कुटुंबाशी चांगले संबंध असल्यामुळे आमच्या वतीनं त्यांच्यामध्ये समन्वय साधण्याची जबाबदारी तूच घेतली पाहिजेस.'

त्यानंतर पुढचं वर्षभर आम्ही दुसऱ्या पिढीच्या सदस्यांनी संपूर्ण कुटुंबीयांशी या संदर्भात चर्चा केली. एकमेकांच्या इच्छा आणि प्रवृत्ती जाणून घेण्याचा प्रयत्न केला. मी याविषयीची सगळी माहिती वेळोवेळी ज्येष्ठ मुंजाल बंधूंना देत होतो. प्रत्यक्षात या पुनर्रचनेवर तेच स्वाक्षरी करणार होते. ओमप्रकाश चाचा ऐंशीच्या घरात पोहोचत होते आणि इतर सगळ्यांनी केव्हाच ऐंशीचा उंबरठा ओलांडला होता. मात्र तरीही ते सगळेच बंधू व्यवसायात उत्तम प्रकारे सक्रिय होते. मूलभूत तयारीच्या कामासाठी माझ्यासह आम्ही कोणीही जाणीवपूर्वकच कोणतीच कालमर्यादा आखून घेतली नव्हती. माझ्या वडलांना आणि काकांना ही गोष्ट झपाट्यानं केली जाण्यापेक्षाही उत्तम प्रकारे केली जावी, असं वाटत होतं हे मला माहीत होतं. मी एकेक बाह्य विचार बाजूला सारत गाभ्यापर्यंत जाण्याकरिता हळूहळू सुरुवात केली. सगळ्या गोष्टींचा बारकाईनं विचार केला. यात काही मित्रांना आणि सल्लागारांना सहभागी करून घेण्यात आलं; पण कोणत्याही ज्येष्ठ सदस्यानं किंवा आमच्यापैकी कोणीही काय आणि का चाललं होतं याची जाहीर वाच्यता केली नव्हती.

खरं म्हणजे संपूर्ण प्रक्रिया संपल्यानंतर जाहीर करण्यात आलेल्या कुटुंब पुनर्रचनांपैकी ही एक होती. सुरुवातीच्या चर्चेनंतर पुनर्रचनेच्या रूपरेषेच्या संदर्भातील स्थिती स्पष्ट झाली. तिच्यामुळे प्रत्येक व्यक्तीच्या संदर्भात न्यायपूर्ण आणि उपयुक्त गोष्टी करता आल्या. कुटुंबासाठी आणि व्यवसायासाठी अशा दोहोंसाठीही पूर्णपणे लाभदायक स्थिती निर्माण करणं हे पुनर्रचनेचं लक्ष्य होतं.

पुढच्या चार वर्षांत हळूहळू महत्त्वाचे पैलू उलगडण्याची प्रक्रिया सुरू राहिली आणि त्याकरिता अनेक वेळा विचारविमर्श आणि अनौपचारिक चर्चा करण्याची गरज भासली. याचं एक कारण असं होतं की, आमच्या सर्वच व्यवसायांच्या नियमांचं, अटींचं, कायद्यांचं आणि व्यावसायिक नीतिमत्तांचं संपूर्ण पालन करण्याची आमची इच्छा होती. याशिवाय कोणत्याही मुद्द्यावर कोणाच्याही मनात थोडासा जरी असंतोष असल्याचं जाणवलं, तर आम्ही तिथे माघार घेत होतो. त्यावर पुन्हा नव्यानं विचार केला जात होता. कोणाच्याही मनात आपल्याला कमी वाटा मिळत आहे, असं येता कामा नये किंवा अस्वस्थपणा जाणवता कामा नये, हा यातला मूलभूत सिद्धान्त होता.

आम्ही एक छोटासा कौटुंबिक-गट तयार केला होता. त्यात मुंजाल कुटुंबीयांपैकी प्रत्येक वैयक्तिक कुटुंबाच्या प्रतिनिधींना सहभागी करून घेण्यात आलं होतं. याशिवाय प्रत्येक कुटुंबाच्या हितांचा विचार करण्यासाठी एकेका व्यावसायिक सल्लागारालाही घेण्यात आलं होतं. उदाहरणार्थ, आमच्या कुटुंबासाठी रोहित चनाना होते आणि आमच्या कुटुंबातील इतर सदस्यांनाही समाविष्ट करण्यात आलं होतं. प्रत्येक कुटुंबाचं चारच जणांनी प्रतिनिधित्व करावं, अशी मर्यादा घातल्यामुळे वेगवेगळ्या कल्पनांवर चर्चा करून निर्णय घेणं सोपं झालं होतं. कुटुंबाच्या ऐक्याचा

विचार तर केला जातच होता; पण त्याचबरोबर व्यवसायाच्या दृष्टीनं घातक ठरणारी किचकट आणि त्रासदायक विभागणी केली जाऊ नये, याचाही विचार केला जात होता. याशिवाय कुटुंबाचं हितही जपलं जाणं आवश्यक होतं. जर कुटुंबातील वेगवेगळे सदस्य वेगवेगळ्या दिशांना ओढले गेले असते, तर त्याचा हिरो समूहाविषयीच्या बाजारपेठीय विश्वासावर विपरीत परिणाम झाला असता.

नियोजित पुनर्रचना अतिशय गुंतागुंतीची होती असं म्हटलं, तर ती अतिशयोक्ती होणार नाही. ही सगळी गुंतागुंत सांगणं शक्य होणार नाही. आमच्या एकूण ३२ स्वतंत्र व्यावसायिक कंपन्या कार्यरत होत्या. त्यांच्यापैकी प्रत्येकीकरिता विशिष्ट कायदेशीर आणि इतर नियमांचं पालन करण्याची गरज होती. त्यांच्यापैकी किमान सात कंपन्या तरी जागतिक पातळीवर कार्यरत होत्या आणि आधी वर्णन करण्यात आलं आहे, त्याप्रमाणे त्यांच्यापैकी बहुतांश कंपन्या परस्परांशी घनिष्ठपणे संलग्न होत्या. सातत्य तसंच टिकवण्यासाठी आणि विस्कळितपणा येऊ नये म्हणून आम्ही असं ठरवलं की, आधीपासून सीईओपदी असलेल्या व्यक्तीशी विक्रेते, डीलर आणि कर्मचारी यांनी पूर्वीप्रमाणेच व्यवहार सुरू ठेवावेत. साहजिकच त्यामुळे विस्कळितपणा कमीत कमी करता येईल आणि व्यवसायाला आताप्रमाणेच सुरळीतपणे यश मिळत राहील, असा यामागचा तर्क होता. परिणामी, जी व्यक्ती किंवा कुटुंबातील सदस्य कामकाजदृष्ट्या ज्या व्यवसायात गुंतला असेल आणि त्या व्यवसायाचा चेहरा म्हणून ज्याचा विचार केला जात असेल, त्याच्याकडे आणि त्या कुटुंबाकडे त्या व्यवसायाची मालकी सुपुर्द करावी असं ठरवण्यात आलं. अर्थातच ही गोष्ट पूर्णपणे व्यवहार्य आणि शक्य असली पाहिजे, याचा विचारही करण्यात आला होता.

एकदा यात ज्येष्ठ सदस्यही सहभागी झाल्यानंतर त्यांनी आमच्यापेक्षाही पुढचा विचार केला. त्यांनी असं ठरवलं की, जर कुटुंबाच्या एखाद्या शाखेची इच्छा असेल, तर याच वेळी पुढच्या पिढीच्या सदस्यांच्या वाटणीचा विचारही ते करू शकतील. सत्यानंदकाकांच्या आणि दयानंदकाकांच्या कुटुंबानं याला अनुकूल प्रतिसाद दिला.

सन २००५-२०१० या कालखंडात आमच्या पुनर्रचनेच्या योजना आम्ही राबवत असताना काही बड्या व्यावसायिक समूहांना अतिशय कटू अंतर्गत कलहांना तोंड द्यावं लागलं होतं. काही प्रकरणांमध्ये तर सार्वजनिकपणे एकमेकांवर गलिच्छ चिखलफेक करण्यात आली होती. आम्ही कटुतेच्या या सौजन्यहीन प्रदर्शनामुळे व्यथित झालो होतो, त्यामुळेही शक्य तितक्या सौहार्दपूर्ण वातावरणात पुनर्रचना करण्याचा आमचा संकल्प आणखी दृढ झाला आणि आम्ही तो गुप्त ठेवला.

**

आमच्या पुनर्रचनेच्या निर्णयावर कोणताही बाह्य किंवा अंतर्गत दबाव नव्हता आणि अशा दबावामुळे आम्हाला नाइलाजानं कुटुंबाच्या संपत्तीची वाटणी करणं भाग

पडलं नव्हतं. हे एक दूरदर्शीपणाचं आणि विवेकानं व पूर्ण हुशारीनं उचललेलं पाऊल होतं. भविष्यातील संघर्षाची, वादग्रस्ततेची अगर अंतर्गत कलहाची शक्यता टाळण्यासाठी ते उचलण्यात आलं होतं. १९८०च्या दशकात आणि त्यानंतरच्या काळात सुमारे तीस व्यावसायिक कुटुंबांमध्ये संपत्तीची वाटणी करण्यात आली होती. त्यांच्यापैकी बहुतेक वाटण्या या कटुतेतून झाल्या होत्या. जागतिक स्तरावरच्या संशोधन अभ्यासांमधून असं दिसून येतं की, ९४ टक्के कौटुंबिक व्यवसाय क्वचितच तिसऱ्या पिढीपर्यंत अखंड स्वरूपात टिकून राहतात. अनेक प्रकरणांमध्ये तर अंतर्गत कलहांमुळे व्यवसाय डबघाईलाही आल्याचं दिसून येतं. या अभ्यासांमध्ये व्यवस्थापन सल्ला संस्थांच्या आणि संशोधन फर्मच्या अभ्यासांचाही समावेश आहे. फक्त सहा टक्के व्यवसाय अखंड राहतात आणि त्यानंतरच्या पिढ्यांनंतरसुद्धा समृद्ध होण्याच्या पद्धती शोधून सुरळीतपणे परिवर्तन करू शकतात. कंपन्यांच्या या छोट्या समुदायाचं वैशिष्ट्य असं होतं की, त्यांच्यामध्ये स्वामित्व आणि व्यवस्थापन यांमध्ये फरक करण्याची पात्रता होती. या सहा टक्के व्यवसायांमध्ये सहभागी होण्याचा आमचा निर्धार होता, हे स्पष्ट होतं.

अगदी १९९०च्या दशकातसुद्धा योजनाबद्धपणे उत्तराधिकारी नेमण्याची परंपरा प्रचलित नव्हती. विसाव्या शतकाच्या सुरुवातीपासून निर्माण झालेल्या सांस्कृतिक अवशेषाचा हा परिणाम असावा. त्या वेळी संयुक्त कुटुंब हा भारतीय कंपन्यांच्या भांडवलाचा स्रोत होता. आम्हाला व्यवसायांची अत्यंत गुंतागुंतीची रचना करणं भागच पडलं होतं, त्यामुळेही वारसांच्या किंवा उत्तराधिकाऱ्यांच्या निवडीचं हे प्रकरण अतिशय आव्हानात्मक झालं होतं. १९७०च्या दशकातील प्रतिबंधात्मक धोरणाचं वातावरण हे याचं प्रमुख कारण होतं.

सन १९७०मध्ये 'मॅनेजिंग एजन्सी सिस्टिम' संपुष्टात आणण्यात आली. १९६९मध्ये एमआरटीपी कायदा लागू करण्यात आला होता, त्यामुळे १०० कोटी रुपयांची किंवा त्याहून अधिक मालमत्ता असलेल्या कंपन्यांची गंभीर छाननी केली जाऊ लागली. अशा कंपन्यांना उत्पादन क्षमतेच्या मोठ्या विस्तारासाठी, सध्याच्या कामकाजाच्या वैविध्यीकरणासाठी, आंतरसंलग्न कंपन्यांच्या स्थापनेसाठी सरकारची मान्यता घ्यावी लागत होतं. याशिवाय संपूर्ण किंवा अंशतः एकत्रीकरण, विलिनीकरण किंवा संपादन या सगळ्या गोष्टींसाठीही सरकारची मान्यता घेणं अनिवार्य करण्यात आलं होतं. संपत्तीचं फक्त थोड्याच लोकांच्या हातात केंद्रीकरण होऊ नये, असा या नियमांच्या आणि कायद्यांच्या मागचा बाह्यात्कारी उद्देश होता.

मात्र या प्रक्रियेत फक्त आमच्यासाठीच नव्हे, तर भारतभरच्या सगळ्या उद्योगांसाठी आणि औद्योगिक समूहांसाठी अविश्वनीय वाटावं इतकं कठीण वातावरण निर्माण झालं होतं. १९९०च्या मार्चअखेरीपर्यंत १,८५४ उपक्रमांची एमआरटीपी कायद्यांतर्गत नोंद करण्यात आली होती. त्यांच्यापैकी १,७८७ उपक्रम

हे मोठ्या औद्योगिक समूहांचे होते आणि उर्वरित ६७ उपक्रम हे प्रबळ लक्षवेधी उपक्रम होते.

एमआरटीपी फर्मवरच्या मर्यादेमुळे मोठ्या कंपन्यांवर कठोर बंधनं लादली गेली होती. त्या तुलनेत लहान आकाराच्या कंपन्या या सरकारी नियमांच्या कचाट्यातून सुटल्या होत्या. त्यामुळे फक्त 'क्रॉस होल्डिंग'च्या माध्यमातून अनेक लहान आकाराच्या कंपन्यांची स्थापना करूनच प्रवर्तक या नियमांच्या अधीन राहून विस्तार करू शकत होते. हिरो समूहाच्या बाबतीतही हेच घडलं होतं.

एमआरटीपीच्या काळात माझ्या वडलांना आणि काकांना अनेक त्रासदायक गोष्टी आणि क्लेश सहन करावे लागले. काही वेळा ते त्याच्या आठवणी सांगत असत. कंपनीच्या प्रत्येक महत्त्वाच्या निर्णयाला मान्यता घेण्यासाठी त्यांना सरकारी अधिकाऱ्यांचे दरवाजे ठोठवावे लागले होते. १९९१च्या औद्योगिक धोरणापर्यंत हा तर्कदुष्ट कायदा अमलात होता. १९९१च्या कायद्यानं एमआरटीपी कंपन्यांवरची मालमत्तेची मर्यादा काढून टाकली.

**

पुनर्रचनेत कुटुंबातील वेगवेगळ्या सदस्यांच्या महत्त्वाकांक्षांचा आणि उत्कट इच्छांचा शक्य तितका समावेश करत असतानाच व्यवसायातील कुटुंबाबाहेरच्या भागीदारांच्या (स्टेकहोल्डरच्या) दृष्टीनंही न्याय्य अशीच ही पुनर्रचना असली पाहिजे, असं माझ्या वडलांनी आणि काकांनी ठामपणे ठरवलं होतं. नियमांच्या पालनाबरोबरच वैयक्तिक आणि संस्थात्मक भागधारकांचं संरक्षण करण्याची आणि व्यवसायाला बिलकूल तोशीस लागू न देण्याची त्यांची इच्छा होती. त्यांच्या दृष्टिकोनातून व्यवसाय ही सजीव आणि संवेदनशील गोष्ट होती. व्यवसायाच्याही मनःस्थितीतील बदल होत होते आणि त्यालाही आरोग्यातील चढ-उतारांना तोंड द्यावं लागत होतं. मानवी शरीरशास्त्राचं प्रतिबिंब व्यवसायाच्या शरीरशास्त्रातही दिसून येत होतं.

कुटुंबातील ज्येष्ठांनी आणि दुसऱ्या पिढीतील सदस्यांनी मसुदा प्रस्तावावर चर्चा केल्यानंतर कायदेशीर आणि तांत्रिक क्षेत्रातील अनेक लोकाना या प्रक्रियेचं आणि दस्तऐवजीकरणाचं बसून मूल्यमापन करण्यास सांगण्यात आलं. त्यांनी मान्यता दिल्यानंतर कुटुंबाचे कायदेशीर लेखा परीक्षक आणि करसल्लागार सतीश बन्सल यांना अंतिम फायलिंग तयार करण्यास सांगण्यात आलं. पन्नास वर्षांचे सतीश हे त्यांच्या घराण्यातील तिसऱ्या पिढीतील लेखापरीक्षक आहेत. त्यांचे आजोबा आणि प्रख्यात लेखापरीक्षण फर्मचे संस्थापक बी. डी. बन्सल यांचा वारसा ते पुढे चालवत आहेत. त्या आदरणीय सद्गृहस्थांनी (बी. डी. बन्सलनी) १९४९मध्ये आपल्या फर्मची स्थापना केली होती आणि हिरोच्या स्थापनेपासून त्यांनी मुंजालांच्या हिशेबाचं कामकाज पाहिलं होतं. त्यानंतर त्यांनी आर. के.

बन्सल या आपल्या मुलाकडे ते काम सुपुर्द केलं होतं. त्यानंतर सुमीत या आपल्या मुलासह सतीश त्या फर्मचं कामकाज पाहत होते.

मुंबईतील दोन आघाडीच्या लेखापरीक्षण फर्मकडे हे काम सोपवण्याविषयी आम्ही संक्षिप्त चर्चा केली होती. माझ्या वडलांचं तर या फर्मशी बोलणंही झालं होतं; परंतु आम्ही कुठून आलो होतो आणि कशी प्रगती केली होती ही गोष्ट कदाचित त्यांना नीटशी समजणार नाही, असं आम्हाला वाटलं. या सगळ्या कामासाठी ते सांगत असलेली फीही अव्वाच्या सव्वा असल्यासारखी वाटत होती. हे सगळं काम जितकं गुंतागुंतीचं होतं, त्याहून ते त्याचा बाऊ करून ते खूपच अधिक गुंतागुंतीचं असल्यासारखं भासवत होते. शिवाय शांतता राखण्यासाठी काही सदस्य आपल्या वाट्याच्या काही गोष्टींचा त्याग करण्यासही तयार होते; पण ते आमच्या कुटुंबाची ही मानसिकता समजून घेऊ शकले नव्हते. एकदा तर माझ्या वडलांनी मला सांगितलं होतं की, 'अतिशय न्याय्यपणानं आणि समानतेनं वाटणी झाली पाहिजे. जर कोणी आनंदी नसेल, तर त्याला माझ्या वाट्याची एखादी गोष्ट देऊन टाक.' मी त्यांच्या भावनेचा आदर करत असलो तरी अशी परिस्थिती उद्‌भवण्याचं काहीच कारण नव्हतं, याची मी त्यांना खात्री दिली होती.

अखेरीस ज्येष्ठांनी यात भाग घेतला होता, ते वाटणीसाठी तयार झाले होते आणि सन २००९मध्ये एके दिवशी त्यांनी सतीशना दिल्लीत बैठकीसाठी बोलावून घेतलं. त्या बैठकीला आमच्या दुसऱ्या पिढीतील काही जणही उपस्थित होते. ज्येष्ठांनी सतीशना दोन गोष्टी सांगितल्या. पहिली गोष्ट म्हणजे ते सगळे बंधू आणि त्यांची मुलं यांचं एकमत होतं आणि दुसरी म्हणजे पुढच्या पिढीतील त्यांच्या वारसांमध्ये संपत्तीची वाटणी करण्याचा प्रश्न त्यांच्या हयातीतच सोडवला जावा, असं त्यांना वाटत होतं, त्यामुळे कुटुंबातील प्रत्येक सदस्याला त्याच्या क्षमतेनुसार प्रगती करता आली असती. या कामाच्या व्यापकतेमुळे सतीश बहुधा थोडेसे चिंतित असावेत, असा माझा संशय आहे; पण ती अतिशय उत्तम कल्पना असल्याचं त्यांनी लगेच मान्य केलं.

सतीश तातडीनं कामाला लागले. त्यांच्या रूपानं आमची वैयक्तिक माहिती असलेला उत्तम व्यावसायिक लेखापरीक्षक लाभल्यामुळे आम्हीही निश्चिंत झालो होतो. संपूर्ण समूहाच्या मालमत्तांचं मूल्यमापन करणं हे त्यांनी उचललेलं पहिलं पाऊल होतं. त्यानंतरच्या काही महिन्यांत आमच्याकडून माहिती घेऊन त्यांनी कित्येक प्रकरणं असलेला अतिभव्य कौटुंबिक समझोता कराराचा दस्तऐवज तयार केला. ती लांबलचक कथा थोडक्यात सांगायची झाली तर अब्जावधी डॉलर्सच्या समूहाची संपूर्ण कॅशलेस (रोख पैसारहित) समझोत्यात विभागणी करण्यात आम्ही यशस्वी झालो होतो. बाह्य जगाला यात कोणताही स्पष्ट तांत्रिक दोष दिसला नव्हता. यात खूप मोठ्या प्रमाणातील संपत्ती आणि अनेक लोक समाविष्ट होते, तरीसुद्धा ही

गोष्ट लोकांच्या नजरेपासून दूर ठेवून अतिशय गोपनीयरीत्या करण्यात आली होती, त्यामुळेच ती अद्वितीय गोष्ट होती.

आमच्या तत्त्वज्ञानाशी आणि माध्यमांच्या धोरणांशी ती खूपच सुसंगत होती. प्रसारमाध्यमांनी आमच्याविषयी सकारात्मक लिहिलं की, नकारात्मक याच्याशी आम्हाला काहीही देणं-घेणं नव्हतं. आम्ही आमची शांतता अबाधित राखली होती आणि त्यांच्याशी सलोख्याचे संबंध ठेवले होते म्हणून आम्ही काय करणार होतो, त्याविषयीची निवेदनं किंवा न्यूज बाइट्स आम्ही कधीही दिले नव्हते किंवा तसं करणारही नव्हतो. ते सगळं काम पूर्णपणे संपल्यानंतरच आमची निवेदनं आम्ही प्रसारमाध्यमांकडे पाठवली. आमच्यापैकी अनेक जण आजतागायत आमच्या या धोरणाचंच पालन करत आहेत.

आम्ही स्वतंत्र झालो होतो, ही गोष्ट जाहीर करणं भागच असल्यामुळे आम्ही जाहीर केली, कारण आमच्या कंपन्यांपैकी पाच कंपन्या लिस्टेड होत्या. खरं तर या कंपन्यांमुळेच जगाला समूहाच्या पुनर्रचनेविषयी समजलं होतं. आम्ही हे सगळं ज्या सुरळीतपणे आणि सहजपणे केलं होतं, त्यामुळे लवकरच तो भारताच्या औद्योगिक विश्वातील चर्चेचा विषय झाला. आम्ही कशा प्रकारे ही विभागणी किंवा वाटणी केली होती, त्यावर व्याख्यान देण्यासाठी मला अनेक व्यावसायिक शिक्षण संस्थांकडून आणि सल्ला समित्यांकडून आमंत्रित करण्यात आलं; पण मी त्यांच्यापैकी बहुतेकांना नकार दिला. मात्र आमच्या काही निवडक कौटुंबिक मित्रांना या संदर्भात सल्ल्याची आवश्यकता होती, त्यांच्याशी मात्र मी याविषयी बोललो.

**

माझ्या वडलांनी हिरो-होंडा मोटर्सची धुरा सांभाळली होती, त्यामुळे हिरो-होंडा मोटर्समधील मुंजाल बंधूंचा वाटा त्यांच्याकडे आणि त्यांच्या कुटुंबाकडे (सुमन, पवन, मी आणि माझ्या दिवंगत बंधूचं कुटुंब) गेला पाहिजे, असं ठरवण्यात आलं. याशिवाय आम्ही रॉकमन, हिरो कॉर्पोरेट सर्व्हिस, हिरो आयटीईएस, हिरो माइंडमाईन, हिरो सॉफ्ट आणि इझीबिल या कंपन्याही सांभाळत असल्यामुळे आम्हाला या कंपन्यांवरचं नियंत्रणही देण्यात आलं.

ओमप्रकाशकाकांना आणि त्यांच्या कुटुंबाला हिरो सायकल्सची मालकी मिळाली. सत्यानंदकाकांच्या कुटुंबानं मॅजेस्टिक ऑटो, हायवे, मुंजाल ऑटो आणि मुंजाल शोवा यांच्यावर मालकी मिळवली. माझा चुलतभाऊ विजय आधीपासूनच हिरो एक्सपोर्ट्सचं कामकाज पाहत होता आणि अशोक हा त्याचा भाऊ सनबीमचा कारभार सांभाळत होता. या कंपन्या औपचारिकपणे त्यांच्याकडे हस्तांतरित करण्यात आल्या. उर्वरित कंपन्यांचंही अशाच पद्धतीनं हस्तांतरण करण्यात आलं.

समूह कंपन्यांमध्ये शेअर्स असलेल्या कुटुंबातील सदस्यांनी त्यांचे वाटे संबंधित व्यवसाय प्रमुखाकडे हस्तांतरित केले. बिगर-लिस्टेड फर्मपासून सुरू झालेली ही पद्धत पाच लिस्टेड फर्मच्या बाबतीतही अनुसरण्यात आली. हिरो-होंडा, मुंजाल शोवा, मॅजेस्टिक ऑटो, मुंजाल ऑटो आणि शिवम ऑटोटेक यांना शेअर बाजारातील व्यवहारांच्या मालिकांच्या माध्यमातून अशाच प्रकारे संबंधितांकडे हस्तांतरित करण्यात आलं.

समूहातील प्रत्येक कंपनीच्या कर्मचाऱ्यांना, पुरवठादारांना आणि ग्राहकांना कोणत्याही प्रकारच्या बदलाला तोंड द्यावं लागलं नाही. उदाहरणार्थ, रॉकमन इंडस्ट्रीज ही हिरो मोटोकॉर्पची मुख्य विक्रेती म्हणून काम करत राहिली आणि कंपनीला चेन आणि व्हील्सचा पुरवठा करत राहिली. मुंजाल शोवा, मुंजाल ऑटो, शिवम ऑटोटेक आणि सनबीम ऑटोचं नियंत्रण दयानंदकाका आणि सत्यानंदकाका यांच्या कुटबांकडे गेलं असलं तरी त्या कंपन्यांचं कामकाजही पहिल्याप्रमाणेच सुरू राहिलं होतं.

यात सहभागी असलेल्या सगळ्यांचंच असं म्हणणं होतं की, आमच्या ज्येष्ठांनी आमच्यावर बिंबवलेली तत्त्वं आणि मूल्यं आम्ही सगळ्यांनी आत्मसात केली होती आणि कालौघात ती संपूर्ण समूहात झिरपली होती, अन्यथा या वाटण्या किंवा विभाजनं जितक्या सुरळीतपणे पार पडली होती, तितक्या सुरळीतपणे ती झालीच नसती. काही सदस्य पूर्णपणे समाधानी नसतीलही; पण त्यांच्या मनात मालमत्तेच्या विभागणीत आपल्यावर अन्याय झाल्याबद्दल कडवटपणाची किंवा बंडखोरीची भावनाही फारशी निर्माण झाली नव्हती.

कौटुंबिक ट्रस्ट हे आणखी एक कोडं होतं. त्याच्यामार्फत अनेक शैक्षणिक संस्था चालवल्या जात होत्या आणि समाजसेवी उपक्रम राबवले जात होते. साहजिकच ट्रस्टच्या छत्राखाली असलेल्या सगळ्या संघटना 'ना नफा' तत्त्वावर चालवल्या जात होत्या. त्यांच्या कार्यावर कोणीतरी देखरेख ठेवण्याची गरज होतीच, कारण तिथे आमचं नाव आणि विश्वासार्हता पणाला लागली होती. आम्हाला ट्रस्टला स्वतंत्रपणे चालवायचं होतं की कुटुंब म्हणून एकत्रितपणे ती कामं करायची होती, असं सतीशनी आम्हाला विचारलं. संयुक्त समाजसेवेच्या व्यासपीठामुळे आमची प्रतिमा अधिक मजबूत झाली असती आणि सारं काही सुरळीतपणे सुरू असल्याची बाजारांची खात्रीही पटली असती, याकडे त्यांनी निर्देश केला, त्यामुळे हिरोच्या युनिटच्या स्वामित्वाची स्थिती कशीही असली तरी हिरोची सगळी युनिट संयुक्तपणे उभी राहिली असती.

पुनर्रचनेच्या प्रक्रियेच्या सांगतेचा जल्लोश साजरा करण्यासाठी ज्येष्ठांनी संपूर्ण कुटुंबाच्या स्नेहसंमेलनाच्या कार्यक्रमाचं आयोजन केलं. इतर अनेक कौटुंबिक कार्यक्रमांप्रमाणेच या कार्यक्रमाचं यजमानपदही ओमप्रकाशकाकांकडेच होतं. आम्ही

अतिशय प्रतिष्ठेनं आणि सौहार्दानं, सौजन्यपूर्ण पद्धतीनं एक अतिशय अवघड मैलाचा दगड पार केला होता ही वस्तुस्थिती आम्ही साजरी करत होतो. आमच्या ज्येष्ठांनी या स्नेहसंमेलनात भाषणं केली. त्यांनी मुख्यतः हेच सांगितलं की, 'कुटुंब तेव्हाही तसंच सुरळीतपणे अखंड होतं, फक्त ते वेगळ्या स्वरूपात अखंड राहिलं होतं.' त्यांनी त्यात आणखी भर घालताना असं सांगितलं की, 'एका मोठ्या कुटुंबाचा अविभाज्य भाग राहून काम करताना प्रत्येक व्यक्तीला निवडीचं अधिक स्वातंत्र्य मिळेल याची हमी देण्यासाठी हे विभाजन करण्यात आलं होतं.'

या विभाजनाच्या दृश्य परिणामाचा विचार करता, समूह मोठ्या प्रमाणात न बदललेल्या स्वरूपातच राहिला होता. खरं तर आमच्यापैकी काहींनी पूर्वीप्रमाणेच आमच्या चुलत भावांच्या, भावांच्या किंवा पुतण्यांच्या मालकीच्या कंपन्यांमध्ये आता आमची मालकी नसली तरीही अध्यक्ष म्हणून काम करणं आणि त्या कंपन्यांच्या संचालक मंडळांवर राहणंही तसंच सुरू ठेवलं आहे. मी सुमनच्या मालकीच्या रॉकमन इंडस्ट्रीजच्या आणि योगेशचा मुलगा नीरज चालवत असलेल्या शिवम ऑटोटेकच्या संचालक मंडळांवर आहे. त्याप्रमाणेच मी व्यवस्थापन पाहत असलेल्या हिरो कॉर्पोरेट सर्व्हिस आणि हिरो स्टील यांच्या संचालक मंडळांवर सुमन काम करत आहे. योगेश हिरो सायकल्सच्या संचालक मंडळात काम करत आहे, अशी अनेक उदाहरणं सांगता येतील.

आम्हा सर्वांच्या आणि विशेषतः माझ्या वडलांच्या व काकांच्या दृष्टीनं तो भावनात्मक क्षण होता. ज्या पद्धतीनं या वाटणीनंतरच्या वर्षांतही सारं काही सुरळीतपणे सुरू राहिलं होतं, त्यामुळे अखेरीस त्यांच्या मनातील भीती आणि शंका दूर झाल्या. त्यांचा वारसा निदान नजीकच्या भविष्यकाळापर्यंत तरी जपला जाईल, या दिलासादायक गोष्टीमुळे त्यांनी आपण चालवत असलेल्या संस्थेची सूत्रं इतरांकडे सुपुर्द केली होती. त्यांनी कुटुंबासाठी एक मजबूत पाया तयार केला आहे अशा पद्धतीनं माझे वडील याकडे पाहत होते. आता आपापल्या आरामदायक प्रदेशांमधून बाहेर पडून धाडसानं जोखमीची कामं करण्यास आणि आपापल्या सर्जनशीलतेचा वापर करून वाढण्यास पुढच्या पिढ्यांना मुभा देण्याची वेळ आली होती.

माझ्या वडलांनी आयुष्यभर नेमकं हेच केलं होतं. धाडसानं नवनवीन जोखमी पत्करणं आणि नवनवीन गोष्टींचा पाया घालणं हाच त्यांचा पिंड होता. त्यांनी मोठ्या जोखमी पत्करून आणि मोठ्या धाडसानं अडथळ्यांना तोंड देऊन व्यवसायांचे नवनवीन दरवाजे उघडले आणि संस्थांची उभारणी केली. त्यांना जे बरोबर आहे आणि कुटुंबाच्या भल्याचं आहे असं वाटलं ते त्यांनी नेहमीच केलं आणि बाकी सगळ्या गोष्टी परमेश्वरावर सोपवल्या.

आगामी वर्षांत त्यांचं म्हणणं खरं असल्याचं सिद्ध होणार होतं, कारण मुंजाल कुटुंबीयांनी व्यवसायांचं नवीन क्षेत्रांमध्ये वैविध्यीकरण केलं, प्रयोग केले, विस्तार

केले, व्यवसायांची भरभराट केली आणि उद्योगांच्या ऐतिहासिक वृत्तांतांमध्ये आपलं स्थान निश्चित केलं.

अगदी आजसुद्धा आमच्या व्यवसायांमधून आमच्या पूर्वसुरींचं तत्त्वज्ञान मोठ्या प्रमाणात प्रतिबिंबित होत आहे. फक्त उत्पादनं आणि भागच नव्हे, तर लोक हीच आमच्या व्यवसायाची गुरूकिल्ली आहे, या त्यांच्या मूल्य यंत्रणेच्या केंद्रस्थानी असलेल्या मूल्याचं जतन आणि संरक्षण करण्याचा आम्ही प्रयत्न केला आहे. आमच्या डीलरची आणि पुरवठादारांची तिसरी पिढी अद्याप आमच्याबरोबर काम करत आहे आणि त्याबरोबरच आमच्या लेखापरीक्षकांची चौथी पिढी आमच्यासाठी काम करत आहे. काही कंपन्या पूर्वीसारख्याच दिसतात आणि जाणवतात, तर इतर काही थोड्याशा वेगळ्या वाटतात; पण व्यापक विचार केला, तर त्यांच्यापैकी बहुतांश कंपन्या मुंजाल बंधूंनी घालून दिलेल्या तत्त्वांचं अद्यापही अनुसरण करत आहेत.

१०

आध्यात्मिक वारसा आणि सामाजिक परिणाम

मला आठवतं तेव्हापासून मुंजालांच्या बहुतेक घरांमध्ये रोज सकाळी हवन केलं जात होतं. आम्ही लहान असताना घरी असत होतो, त्या वेळी याच विधीनं दिवसाची सुरुवात होत होती. अग्नीचा उबदारपणा पसरलेला असे. हवनात जळणाऱ्या *तुपाचा आणि इतर सामग्रीचा* गंध घरभर दरवळत असे. सकाळच्या कोवळ्या उन्हाचा नवचैतन्य मिळवून देणारा प्रभाव तिथे पसरलेला असे. पांढऱ्या धुराची वलयं वरच्या बाजूला चाललेली असत. सगळे कुटुंबीय हवन कुंडाभोवती मांडी घालून बसलेले असत आणि खोलीत मंत्रघोषांचे आणि आध्यात्मिक स्तोत्रपठणाचे ध्वनी उमटत राहत.

दिवस साजरा करणं आणि परमेश्वराविषयीची कृतज्ञता व्यक्त करणं, अशा दोन्ही अर्थांनी हा विधी केला जात असे. *आर्य समाजाची* ती अभिजात परंपरा होती. आमच्या बहुतेकांच्या घरात *यज्ञशाळा* होती. तिथे मंत्रपठण केलं जात असे. मंत्रघोषाबरोबर पृथ्वीतून निर्माण होणाऱ्या कंपनांमुळे वातावरणातून रोगराई आणि नकारात्मक शक्ती नाहीशा होत असल्याचं सांगितलं जात असे. आम्ही सगळे लुधियानातील एकाच गल्लीत राहत असल्याच्या काळापासूनच हा विधी आम्ही धार्मिकतेनं पार पाडत होतो; पण ही पद्धत तिथून सुरू झाली नव्हती. ती खूपच आधीपासून सुरू झाली होती. माझे वडील आणि काका लहान असताना कमालियात राहत होते. त्या वेळी फाळणीची संकल्पनाही निर्माण झालेली नव्हती. अगदी त्या काळापासून घरात हवन केलं जात होतं.

सामाजिक बांधिलकी हा *आर्य समाजाच्या* अनुयायांचा अविभाज्य भाग होता; परंतु सेवा करण्याची तीव्र इच्छा हा आमची आजी ठाकुरीदेवीकडून आलेला वारसा होता. ती पापभीरू स्त्री होती आणि तिचा *समाजसेवेकडे* मोठाच कल होता.

शरीर दुर्बल करणाऱ्या संधिवातामुळे माझे आजोबा कुबड्या घेऊन चालत असत. त्यांच्या मुलांनी समाजाचे उपयुक्त सदस्य असलंच पाहिजे, असं त्यांना वाटत होतं, त्यामुळे इतरांची सेवा करून यश मिळवलं पाहिजे, इतरांचा वापर करून यश मिळवता कामा नये, अशी भक्कम मूल्ययंत्रणा पहिल्यापासूनच तयार झाली होती.

जी गोष्ट श्रद्धेतून सुरू झाली होती, तीच नंतर कृतीत परिवर्तित झाली. विशेषतः ज्या वेळी मुंजाल बंधू समाजाला भरपूर प्रमाणात देण्याच्या परिस्थितीत आले होते, त्या वेळी हे दिसून आलं. त्यांच्या सखोल आध्यात्मिक संगोपनातूनच त्यांचा कल परोपकाराकडे वळला होता ही गोष्ट अगदी निःसंशयपणे सत्य आहे. त्यांच्या व्यावसायिक निर्णयांवर त्याचा परिणाम झाला आणि त्यामुळेच सीएसआरची संकल्पना येण्याच्या आधीच त्यांनी ती स्वीकारली होती आणि प्रत्यक्षात उतरवण्यास सुरुवातही केली होती.

सगळेच बंधू *आर्य समाजाचे* एकनिष्ठ अनुयायी होते. कमालियातील सुरुवातीच्या काळात सत्यानंदकाकांनी *गुरुकुलात* शिक्षण घेतलं होतं. तिथली तत्त्वं आणि पद्धती व्यवसायाच्या कार्यपद्धतीतही रुजतील आणि प्रतिबिंबित होत राहतील, याची त्यांनी दक्षता घेतली होती; परंतु हे बंधू समाजाची सेवा करण्यासाठी कशामुळे प्रवृत्त झाले होते ते समजून घेण्यासाठी आधी *आर्य समाज* चळवळ आणि तिचा जन्म या गोष्टी समजून घेणं उपयुक्त ठरेल.

**

सन १८७५च्या एप्रिलमध्ये गुजरातमधील टंकारा येथील *संन्यासी* महर्षी दयानंद सरस्वती यांनी एका सुधारणावादी चळवळीचा पाया घातला. पारंपरिक हिंदू धर्माचं आधुनिकीकरण करण्यासाठी त्यांनी या चळवळीची स्थापना केली आणि तिला *आर्य समाज* असं नाव दिलं. धार्मिकपेक्षाही एक सामाजिक आणि आध्यात्मिक चळवळ म्हणून तिची सुरुवात करण्यात आली. वेदांचं श्रेष्ठत्व पुनर्प्रस्थापित करणं हा तिचा उद्देश होता. या समाजानं मूर्तिपूजा, पशुबळी, अस्पृश्यता, महिलांविषयीचे पूर्वग्रह, सतीची प्रथा, तीर्थयात्रा, मंदिरांमध्ये नवस करणं, बालविवाह, बुद्धिमत्तेऐवजी जन्मावर आधारित जातिप्रथा या गोष्टींना नाकारलं होतं. थोडक्यात, शतकानुशतकांपासून धर्मात हळूहळू घुसडल्या गेलेल्या आणि दृढपणे रुजलेल्या अनिष्ट प्रथा उखडून टाकण्यात आल्या होत्या. *आर्य समाजानं* एकेश्वरवादाची संकल्पना स्वीकारली होती आणि आंतरजातीय विवाहांना प्रोत्साहन दिलं होतं, तसंच अनेक विधवांची परिस्थिती सुधारण्याचे प्रयत्न केले होते.

सन १८६९-७३ या काळात स्वामी दयानंद यांनी आधीच *गुरुकुलांची* (वैदिक पद्धतीच्या शाळांची) स्थापना केली होती. त्यांच्यामधून वेदकालीन मूल्यं, संस्कृती आणि सनातन धर्म यांची शिकवण दिली जात होती. *गुरुकुलांमधून* मुलांना आणि

मुलींना शिकवलं जात होतं. ब्रिटिश शिक्षण यंत्रणेहून त्यांना अधिक चांगलं शिक्षण देणं हा या *गुरुकुलांचा* उद्देश होता. *आर्य समाजामध्ये* अप्रत्यक्ष स्वरूपात प्रखर राष्ट्रवादाचा प्रवाहही अंतर्भूत होता.

पंजाबमध्ये सन १८७७मध्ये पहिल्यांदा लाहोरमध्ये ही चळवळ रुजली लाहोरमधून झपाट्यानं तिचा इतरत्र प्रसार झाला आणि लवकरच उत्तर आणि पश्चिम भारतातील ती लोकचळवळ झाली. हिंदू ओळखीला सिंग सभा (अकाली दलाची पूर्वाश्रमीची संस्था), मुस्लीम धर्मगुरू आणि ख्रिश्चन पाद्री यांच्यासारख्या इतर धर्मीय गटांचा दबाव सहन करावा लागत होता. पंजाबमध्ये ही चळवळ इतक्या झपाट्यानं पसरण्यामागे हे एक कारण होतंच.

सुरुवातीला पंडित लेखराम आणि स्वामी श्रद्धानंद यांच्यासारख्या नेत्यांनी स्वामी दयानंदांचं प्रतिनिधित्व केलं आणि उत्तर भारतीय हिंदू समाजांवर त्यांनी मोठा प्रभाव टाकण्यास सुरुवात केली. पंडित लेखरामांना उत्तर पंजाबमध्ये मोठ्या प्रमाणात अनुयायी मिळाले. विशेषतः शहरी भागातील हिंदूंनी त्यांचं अनुयायीत्व स्वीकारलं. त्यांच्या प्रभावाखाली आलेल्यांमध्ये मुंजाल कुटुंबातील तत्कालीन प्रौढ सदस्यांचा (माझ्या आजी-आजोबांचा) समावेश होता. पंजाबच्या खालच्या भागावर आणि उत्तर प्रदेशच्या पश्चिम भागावर स्वामी श्रद्धानंदांचा प्रभाव होता.

साहजिकच विविध स्पर्धात्मक धार्मिक समूहांमधील तणाव अटळपणे मोठ्या प्रमाणात वाढले होते. विशेषतः पंडित लेखराम यांचे अहमदिया समाजाशी सातत्यानं तंटे होत होते. हा संघर्ष अखेरीस इतका वाढला की, त्यातच पंडित लेखराम यांची १८९७मध्ये आणि स्वामी श्रद्धानंदांची १९२६मध्ये हत्या झाली.

श्रद्धानंदांच्या मृत्यूमुळे त्यांचे शिष्य अतिशय निराश आणि दुःखी झाले. सत्यानंदकाकांचा जन्म १९१७च्या मेमध्ये झाला होता आणि स्वामी श्रद्धानंदाच्या हत्येच्या वेळी ते नऊ वर्षांचे होते. त्या वेळची आठवण सांगताना ते म्हणाले, 'त्या वेळी मुंजाल परिवारात अत्यंत दुःखी आणि विषण्ण वातावरण पसरलं होतं. त्या दिवशी आमच्या कुटुंबात कोणीही जेवलं नाही. जणू काही कुटुंबातील एखादी अत्यंत जवळची व्यक्तीच मृत्यू पावली असावी, असं वातावरण होतं. त्या दिवशी न जेवलेले फक्त आम्हीच एकटेच नव्हतो. अनेकांच्या घरात त्या दिवशी अन्न शिजलं नव्हतं.'

सत्यानंदकाकांच्या जीवनात *आर्य समाजाला* कायमच महत्त्वाचं स्थान होतं. या धर्माविषयीचं त्यांचं समर्पण इतकं महान होतं की, ते फक्त १७ वर्षांचे असताना समाजानं त्यांच्या बांधिलकीसाठी आणि प्रामाणिकपणासाठी सत्कार करून त्यांना पारितोषिक दिलं होतं. त्या वेळी ते केट्टा इथे राहत होते. त्यांच्याकडे आयुष्यभर ते पारितोषिक त्यांची एक मौलिक मालमत्ता म्हणून राहिलं होतं. सहसा अधूनमधून ते पारितोषिक ते बाहेर काढत आणि कुटुंबातील तरुणांना आणि लहान मुलांना दाखवत.

फक्त फाळणीच्या आधीच्या असंतोषाच्या आणि दंग्यांच्या वेळीच त्यांचा समाजाशी असलेला संपर्क तुटला होता; पण एकदा दिल्लीला पोहोचल्यानंतर आणि पुन्हा एकदा सुरळीतपणे आयुष्य सुरू झाल्यानंतर त्यांनी पुन्हा एकदा *आर्य समाजाशी* संबंध जोडले.

त्यानंतर ते लुधियानाला आले आणि व्यवसायात सहभागी झाले. त्या वेळी त्यांच्यासमोर नवीन दालनं खुली झाली, कारण तेव्हा सत्यानंदकाकांकडे समाजाच्या सामाजिक कार्यात उडी घेण्याइतकं पाठबळ होतं आणि त्या कार्याला प्रोत्साहन देण्याइतकी आर्थिक ताकदही होती. माझे वडील आणि ओमप्रकाशकाका यांनी व्यवसायातील गोष्टींकडे जास्त लक्ष दिलं होतं. अर्थातच त्यांनी सत्यानंदकाकांना त्यांच्या आध्यात्मिक मोहिमांसाठी आवश्यक असलेला संपूर्ण पाठिंबाही दिला होता. त्यांनी त्याकरिता आवश्यक असलेल्या सगळ्या आर्थिक गरजा पूर्ण केल्या होत्या आणि त्याबद्दल सत्यानंदकाकांना कधीच कुठलाही प्रश्न विचारला नव्हता.

माझ्या काकांना 'महात्मा मुंजाल' या नावानं ओळखलं जात होतं. त्यांचा आध्यात्मिकतेकडे मोठाच कल होता. ते रोज वेदांवर संशोधन करत होते. त्यांनी समाजाचे सक्रिय सदस्य म्हणून संपूर्ण जीवनभर कार्य केलं. दयानंद अँग्लो-वेदिक (डीएव्ही) पब्लिक स्कूल चळवळीचे ते आघाडीचे नेते होते. त्यांनी समाजाच्या शैक्षणिक संस्थांचं जाळं प्रस्थापित करण्यासाठी मदत केली. शिवाय आर्य समाज सर्वदेशीय सभेचे आणि टंकारा ट्रस्टचे ते सदस्य होते.

माझ्या आजोबांच्या नावानं त्यांनी उत्तर भारतात प्राथमिक आणि उच्च शिक्षण संस्थांची स्थापना केली. हे परोपकाराच्या क्षेत्रातील त्यांचं लक्षणीय कार्य होतं. आज लुधियानात एकूण सात बहादूरचंद मुंजाल (बीसीएम) आर्य शाळा आणि बीसीएम कॉलेज ऑफ एज्युकेशन आहे. या महाविद्यालयातून शिक्षकांना प्रशिक्षण दिलं जातं. या महाविद्यालयाची स्थापना सन १९९८मध्ये करण्यात आली आणि ती उच्च शिक्षणाची स्व-वित्तीय मॉडेलवर चालणारी पंजाबमधील पहिलीच संस्था ठरली. या संस्थांची स्थापना नफा मिळवण्यासाठी करायची नाही; परंतु तरीही त्या आर्थिकदृष्ट्या सक्षम आणि शाश्वत असल्या पाहिजेत हे मुंजालांचं तत्त्वज्ञान त्यांच्यातून प्रतिबिंबित होत आहे.

सत्यानंदकाकांनी या संस्थांच्या बहुतांश दैनंदिन कामकाजावर देखरेख ठेवली असली तरी या प्रकल्पांमध्ये माझे वडील आणि ओमप्रकाशकाकाही अगदी जवळून सहभागी झाले होते. त्यानंतर लवकरच पंजाबमधील हे प्रकल्प बीएमएल मुंजाल फाउंडेशनच्या माध्यमातून हरिद्वारमध्येही राबवण्यात आले.

सत्यानंदकाकांनी कुटुंबाच्या शाळा सुरू करण्याखेरीज लुधियानात *आर्य समाजाच्या* वीसहून अधिक शाखांची आणि पंजाब व उत्तराखंडमध्ये त्याहूनही

अधिक शाखांची स्थापना केली. त्यांना निष्ठावान स्वयंसेवकांच्या टीमकडून साहाय्य दिलं जातं. अनेक आर्य समाज संस्थांची स्थापना ही निकृष्ट दळणवळण व संपर्क यंत्रणा असलेल्या आणि अतिशय वाईट मूलभूत सुविधा असलेल्या दुर्गम भागांत करण्यात आली, तसंच उत्तराखंडमधील गढवाल परिसरातील डोंगराळ प्रदेशांमध्ये त्यांची स्थापना करण्यात आली. त्यांनी हे कसं काय साध्य केलं असं विचारल्यानंतर त्यांनी असा शेरा मारला की, 'तुम्ही लोकांना जे कोणी होण्यासाठी प्रोत्साहन देता, ते होण्याचा मार्ग त्यांच्याकडे असतो.'

काकांचा कल आध्यात्मिकतेकडे असला तरी समाजाकडे पाहण्याचा त्यांचा दृष्टिकोन बिलकूल कट्टर नव्हता. कट्टरपणामुळे लोक दूर जातात, असं त्यांचं म्हणणं होतं. त्यांनी थोड्याशा कट्टर असलेल्या स्वामी विज्ञानानंदांना कसं सांभाळलं होतं ते माझा चुलतभाऊ आणि सत्यानंदकाकांचा मुलगा योगेशनं मला एकदा सांगितलं होतं. स्वामी विद्यानानंद हे आध्यात्मिक गुरू वरचेवर माझ्या काकांच्या घरी येत होते. माझ्या काकांनी इंग्रजी माध्यमाच्या सहशिक्षण शाळा सुरू केल्या होत्या. त्यांच्या सर्वेक्षणासाठी त्यांनी स्वामी विज्ञानानंदांना आमंत्रित केलं होतं. या शाळा मुला-मुलींना एकत्रितपणे शिक्षण देत होत्या ही वस्तुस्थिती स्वामीजींना आवडली नव्हती, शिवाय तिचं माध्यम इंग्रजी होतं हेही त्यांना आवडलं नव्हतं; पण सत्यानंदकाका म्हणाले की, 'जर आम्ही या शाळा उघडल्या नसत्या तर ही मुलं मिशनऱ्यांनी उघडलेल्या शाळांमध्ये गेली असती.' त्यांच्या या विधानानं त्यांनी स्वामींना जिंकून घेतलं. त्यानंतर स्वामीजी शांत झाले.

सत्यानंदकाका हे आमच्या कुटुंबाचे आध्यात्मिक मार्गदर्शक होते, यात कसलीच शंका नाही. यांत्रिकी (मेकॅनिकल) क्षेत्रातील त्यांची तज्ज्ञता वादातीत आणि मूल्यवान होती; पण त्यांच्या मनात समाजसेवा खोलवर रुजली होती, त्यामुळे नेहमीच ते प्रचंड परिश्रम करत होते आणि म्हणूनच खास व्यक्ती होते.

उत्तराखंड राज्यातील चमोली हे गाव १९९९मध्ये झालेल्या भूकंपानंतर उद्ध्वस्त झालं होतं. हिमालयाजवळच्या त्या गावात त्यांनी लगेच आर्य समाजाच्या स्वयंसेवकांच्या छोट्या पथकासह मदतकार्य सुरू केलं. अत्यंत दुर्गम आणि भयानक वाताहत झालेल्या परिसरात ते गेले. तिथे त्यांनी भरपूर शारीरिक कष्ट सहन गेले. जे मिळेल ते खाल्लं. एखाद्या मोठ्या औद्योगिक समूहाच्या अध्यक्षाकडून ज्या प्रकारच्या शिष्ट वागणुकीची अपेक्षा असते, त्याचा मागमूसही त्यांच्या वागण्यातून दिसून आला नव्हता. विशेषतः आपत्तिजनक परिस्थितीच्या वेळी अशा प्रकारे स्वयंसेवी काम करण्याची पद्धत पुढेही तशीच सुरू राहिली आणि नंतरच्या काळात तो समूहातील प्रस्थापित रिवाज झाला. भूज, लातूर आणि उत्तरकाशी इथे झालेल्या भूकंपांच्या वेळी रुग्णालयांच्या टीमसह समूहातील टीमही साहित्य आणि आर्थिक मदत घेऊन तिथे पोहोचल्या होत्या.

आमचे बहुतेक ज्येष्ठ सदस्य आज आमच्या सोबत नाहीत; परंतु संकटाच्या वेळी समाजसेवेसाठी धावून जाण्याची त्यांची परंपरा आजही चालत राहिली आहे. सन २०२०मध्ये कोविडच्या अशाच भयावह संकटाच्या वेळी कौटुंबिक व्यवसायाच्या विविध शाखांनी कुटुंबाची परंपरा पाळून मदतकार्य केलं. बीएमएल मुंजाल युनिव्हर्सिटीनं त्यांचं २,००० खाटांचं वसतिगृह अलगीकरण आणि उपचार वॉर्ड म्हणून दिलं. कुटुंबाच्या मालकीच्या साहाय्यक फर्मनी अन्नवाटप केलं, तसंच प्रकल्पांच्या ठिकाणांच्या जवळच्या खेड्यांमधील लोकांना कोरडा शिधा आणि स्वच्छता कीट वाटण्यात आली. व्यवसायाच्या वित्त शाखेनं निवडक कोविड-प्रभावित व्यवसायांना सवलतीच्या दरात कर्ज पॅकेजेस देऊ केली. हिरो मोटोकॉर्प या आघाडीच्या फर्मनं रुग्णालयांना आणि आरोग्य विभागांना संरक्षक पोशाखांचं आणि व्हेंटिलेटरचं वाटप केलं. शिवाय ग्रामीण भागात फिरत्या रुग्णवाहिका म्हणून काही मोटरसायकलचा उपयोग केला.

आता पुन्हा माझ्या काकांकडे वळू या. सत्यानंदकाकांना लुधियानात एक महत्त्वाची व्यक्ती आणि ऋषितुल्य व्यक्तिमत्त्व म्हणून ओळखलं जात होतं. लोक त्यांच्याकडे वैयक्तिक आणि व्यावसायिक असा दोन्ही प्रकारचा सल्ला घेण्यासाठी येत होते. ते आर्य समाजाच्या शिकवणुकीवर आणि ऐहिक जगात अनासक्त राहण्याच्या महत्त्वावर चर्चा करत. तसंच ज्या ठिकाणी सेवेची गरज असे, तिथे ते सेवेसाठी धावून जात.

ज्या ठिकाणी सर्वाधिक गरज होती तिथे शाळांची स्थापना करण्यात आली. हिरोच्या एका कामगारापासून स्फूर्ती घेऊन कामगारांकरिता बीसीएम शाळेची स्थापना करण्यात आली. त्याने शास्त्रीनगर हा परिसर फॅक्टरीपासून खूपच दूर असल्यामुळे त्याच्या मुलाला तिथल्या शाळेत जाता येत नसल्याची तक्रार केली होती. सत्यानंदकाकांनी तत्काळ कामगार वसाहतींमध्ये शाळा उभारणीची योजना आखली आणि ही शाळा एका उत्तम संस्थेत रूपांतरित झाली. त्या शाळेत शिकलेली आमच्या एका सुरक्षारक्षकाची मुलगी पंजाब बोर्डाच्या १९८७च्या परीक्षेत बोर्डात पहिली आली होती. अभिनेते आणि खासदार सुनील दत्त यांनी त्यांच्या मुंबई ते अमृतसर या १९८७मध्ये काढलेल्या पदयात्रेच्या वेळी फक्त तिला भेटण्यासाठी खास वेळ काढला होता, त्यामुळे तिचा आनंद गगनात मावेनासा झाला होता. दहशतवादानं पोखरल्या गेलेल्या पंजाबमध्ये शांततेची पुनर्स्थापना करण्यासाठी त्यांनी ही पदयात्रा काढली होती.

कामगारांना आणि त्यांच्या मुलांना प्रोत्साहन म्हणून हिरोकडून हुशार मुलांना शिक्षणाच्या फीमध्ये सवलत दिली जाते आणि ही परंपरा गेल्या अनेक वर्षांपासून सुरू आहे. सन २०१९मध्ये उत्तर प्रदेश आणि बिहार येथून आलेल्या स्थलांतरित कामगारांच्या या शाळेत शिकलेल्या मुलांनी बोर्डाच्या परीक्षेतील पहिला, तिसरा

आणि पाचवा क्रमांक पटकावला होता. जर ही शाळा नसती, तर कदाचित त्यांना शिक्षण उपलब्ध होऊ शकलं नसतं.

**

महर्षी दयानंद यांचा जन्म गुजरातमधील टंकारात झाला होता. त्यांचा जन्म झालेलं घर आर्य समाजासाठी घेण्याची सत्यानंदकाकांची अनेक वर्षांपासूनची इच्छा होती. समाजानं या गावात जमीन घेतली होती; परंतु त्या घरातून निघून जाण्याकरिता त्या जमिनीच्या मालकाचं मन वळवण्यात त्यांना अपयश आलं होतं. त्या घराशी त्याचं भावनिक नातं जुळलं होतं आणि कितीतरी मनधरणी केल्यावरही तो ते सोडण्यास तयार नव्हता.

त्यानंतर *आर्य समाजाच्या* उच्चाधिकाऱ्यांच्या शिष्टमंडळानं तत्कालीन पंतप्रधान इंदिरा गांधींची भेट घेतली. या शिष्टमंडळात माझे काका आणि एक खासदार होते. त्यांनी पंतप्रधानांना यात हस्तक्षेप करण्यास सांगितलं. श्रीमती गांधींनी त्यांचं म्हणणं अत्यंत सौजन्यपूर्वक ऐकून घेतलं; परंतु ते तितक्याच विनम्रतेनं नाकारलं. अखेरीस मुंजाल कुटुंबीयांनी थेट त्या मालकाशी संपर्क साधला आणि ते घर सोडण्यासाठी हवी असेल तितकी किंमत दिली जाईल असं सांगितलं; पण तो घर न सोडण्यावर ठाम होता.

अखेरीस समाजानं तो विचार सोडून दिला आणि त्याऐवजी टंकारातील त्यांच्या जमिनीवर त्यांनी स्वामी दयानंदजींचं स्मारक उभारलं. त्यानंतर अखेरीस सत्यानंदकाका टंकारा ट्रस्टचे अध्यक्ष झाले. तीर्थस्थळ म्हणून त्या गावाचं महत्त्व काय आहे ते राज्य सरकारच्या लक्षात आलं आणि त्यांनी टंकाराला मोठ्या प्रमाणात पर्यटनस्थळ म्हणून प्रोत्साहन देण्यास सुरुवात केली.

कदाचित, ती नियतीही असेल; पण सत्यानंदकाकांचा नातू अभियांत्रिकीचं शिक्षण घेण्यासाठी नागपूरला गेला होता. तो त्याच्या एका गुजराती वर्गमैत्रिणीच्या प्रेमात पडला आणि त्याने तिच्याशी विवाह करण्याचा आपला इरादा असल्याचं सांगितलं. पारंपरिक पंजाबी कुटुंबाला याचा मोठाच धक्का बसला. सत्यानंदकाकांनी कुटुंबीयांना त्याचे संकुचित विचार दूर सारून प्रगत विचार करण्यास सांगितलं. ते कुटुंबातील सगळ्यात ज्येष्ठ व्यक्ती असल्यामुळे त्यांनी सगळ्यांची मनं वळवली आणि त्यांचं म्हणणं सगळ्यांनी मान्य केलं. त्यानंतर तो विवाह पार पडला.

योगायोगानं, वधूचे आजोबा (आईचे वडील) हेच आर्य समाजानं जंग जंग पछाडून जे घर मिळवण्याचा प्रयत्न केला होता, त्या घराचे मालक होते. विवाहानंतर ते घर मुंजाल कुटुंबीयांसाठी किती महत्त्वाचं होतं, ते त्या मुलीच्या लक्षात आलं. ती तिच्या आईशी बोलली आणि तिच्या आईनं ही गोष्ट आपल्या वडलांपर्यंत नेली.

त्यानंतर काही दिवसांनी वधूचे हे आजोबा मुंजाल कुटुंबीयांच्या घरी आले. त्यांनी त्यांच्या सोबत फळांची करंडी आणि स्वामीजींच्या जन्मस्थळाच्या हस्तांतरणाचा दस्तऐवजही आणला होता. त्या बदल्यात त्यांनी कोणताही आर्थिक मोबदला घेण्यास नकार दिला. त्यानंतर ते घर आणि त्याच्या भोवतालची जमीन टंकारा ट्रस्टकडे हस्तांतरित करण्यात आली. आज स्वामी दयानंदांचा जन्म झालेल्या खोलीत हवन केलं जातं. माझ्या पुतण्याच्या पत्नीच्या आजोबांनी एके काळी स्वामीजींच्या कुटुंबाच्या मालकीची असलेली भांडी आणि पेट्याही दिल्या. आता त्या प्रदर्शनार्थ मांडून ठेवण्यात आल्या आहेत.

मुंजाल कुटुंबीयांकडून लुधियानात मुलींसाठी *गुरुकुल* सुरू करण्यात आलं. मुंजाल कुटुंबीयांनी समाजाच्या कार्यात दिलेलं हे आणखी एक योगदान होतं. ही गोष्ट कोणत्याही अर्थानं सोपी नव्हती, कारण वसतिगृहांमधील मुलींच्या सुरक्षिततेची हमी मिळण्यासाठी खास प्रयत्न करण्याची गरज होती आणि पालकांना त्यांच्या मुलींची चांगली काळजी घेतली जाईल हे पटवून देणंही तितकंच आवश्यक होतं. शिक्षकांची अत्यंत काळजीपूर्वक निवड करावी लागणार होती आणि अभ्यासक्रमही व्यापक करावा लागणार होता. या *कन्या गुरुकुलातून* बाहेर पडलेल्या मुली नोकरी मिळण्यास पात्र असतील, याची खात्री या अभ्यासक्रमातून मिळण्याची गरज होती. या मुलींनी हायस्कूलचं शिक्षण पूर्ण करून मान्यताप्राप्त बोर्डाकडून प्रमाणपत्र मिळवावं आणि त्याबरोबरच त्यांना संगणकाचं प्रशिक्षणही दिलं जावं असं ठरवण्यात आलं. तो माझ्या काकांचा आवडता प्रकल्प होता. फॅक्टरीत येताना रस्त्यात ते तिथे थांबत आणि काही वेळ घालवत. ते हयात असेपर्यंत त्यांनी या पद्धतीचं पालन केलं होतं.

सत्यानंदकाकांनी *आर्य समाजाच्या* अनेक शाखांची स्थापना केली आणि बंद पडलेल्या शाखांचं पुनरुज्जीवन केलं. पंडित लेखरामनी आपल्या आजारी मुलाला पेशावरमध्ये तसंच सोडून लुधियानातील पायल या गावी कशी धाव घेतली होती आणि तिथे सुरू असलेल्या हिंदूंच्या मुस्लीम धर्मातील सामुदायिक धर्मांतराला कसं थोपवलं होतं, ते त्यांनी एका शाखेच्या उद्घाटनाच्या वेळी आम्हाला सांगितलं होतं. पंडित लेखराम फ्रंटियल मेलमध्ये बसले. ती पायलला थांबत नाही. त्यांनी पायल आल्यानंतर रेल्वेची साखळी खेचली आणि बाहेर उडी मारली. या प्रक्रियेत ते स्वतः जखमी झाले. त्यांनी धर्मांतर रोखलं; पण ते परतले त्या वेळी त्यांच्या मुलाचा मृत्यू झाला होता.

माझे काका अत्यंत साधं आणि शिस्तबद्ध आयुष्य जगले. त्यांनी अंतःकरणापासून वेदांचं ज्ञान आत्मसात केलं होतं. ते फॅक्टरीत नसले किंवा त्यांच्या एखाद्या शाळेच्या भेटीवर नसले, तर ते खोलीत बसून वाचन आणि संशोधन करत असल्याचं दिसत असे. ते पहाटे खूप लवकर उठत, त्यामुळे त्यांना रोज एखाद्या शाळेला तरी भेट देता येत असे आणि तरीही इतर कोणाच्याही आधी ते फॅक्टरीत

आलेले असत. रविवारी ते पूर्णपणे आर्य समाजाचंच काम करत. रोज संध्याकाळी ते त्यांच्या अनुयायांना वेदमंत्रांची माहिती सांगत आणि हे मंत्र स्पष्ट करून सांगत आणि त्यांना संस्कृतचे अचूक उच्चार शिकवण्यासाठी कष्ट घेत.

त्यांचं निरपेक्ष प्रेम, संयम आणि लवचीकपणा यासाठी कुटुंबातील त्यांच्या नंतरच्या पिढीला त्यांची सतत आठवण येत राहील. कर्करोगाशी लढा देत असलेल्या त्यांच्या मुलीचा मृत्यू झाल्यानंतर त्यांनीच कुटुंबातील इतर सगळ्यांचं सांत्वन केलं होतं.

सन २००५मध्ये सत्यानंदकाकांनी *वानप्रस्थाश्रम* स्वीकारण्याच्या (ऐहिक जीवनाचा त्याग करून, घरापासून दूर राहून आणि कुटुंब व समाजापासून अलिप्त राहून संन्यस्त जीवन जगण्याच्या) कल्पनेचा विचार केला होता; पण अखेरीस 'आपण कुटुंबापासून दूर राहू शकणार नाही,' असं त्यांनी ठरवलं. बडोद्यात त्यांच्या सोबत राहत असलेल्या स्वामी सत्यापतींनी त्यांना सांगितलं की, '*वानप्रस्थ* ही रूपकात्मक संकल्पना होती. ते कुठे राहण्याची निवड करत आहेत याच्यावर काहीही अवलंबून नाही. ते कुठेही राहून अनासक्तीचा स्वीकार करू शकतात.'

माझ्या काकांनी नंतर *वानप्रस्थाश्रमाची* दीक्षा घेतली; परंतु घरात राहणं आणि काम करणं या गोष्टी पूर्वीप्रमाणेच सुरू ठेवल्या. या गोष्टीचा इतर सगळ्या गोष्टींवर परिणाम झाला होता. त्यांना दिलेल्या सगळ्या भेटवस्तू ते परत करत होते आणि फक्त एक रोटी आणि भाजी यावर राहत होते. आम्ही त्यांचं मन वळवण्याचे कितीही प्रयत्न केले तरी ते या निर्धारापासून ढळत नव्हते.

**

माझे वडील रोटरी इंटरनॅशनलचे सक्रिय सदस्य होते. समाज कल्याणासाठी आणि समाजात सदिच्छा निर्मितीसाठी ही आंतरराष्ट्रीय संघटना काम करते. १९६०च्या दशकात ते रोटरी इंटरनॅशनलमध्ये सहभागी झाले आणि स्थानिक व आंतरराष्ट्रीय पातळीवरही एक सक्रिय रोटरी सदस्य झाले. सन १९७३मध्ये रोटरी डिस्ट्रिक्टच्या गव्हर्नरपदाच्या निवडणुकीत ते उभे राहिले. त्यात पंजाब, हरयाणा, हिमाचल प्रदेश, काश्मीर, दिल्ली आणि उत्तर प्रदेशच्या बऱ्याचशा प्रदेशाचा समावेश होत होता. डिस्ट्रिक्टपद दुसऱ्याच कोणाकडे तरी गेलं असलं तरी त्यामुळे त्यांच्या बांधिलकीत तसूभरही फरक पडला नव्हता. हिंदू धर्माचा एक पवित्र ग्रंथ असलेल्या *भगवत् गीतेच्या* तत्त्वज्ञानावर त्यांचा विश्वास होता. कर्म करा; पण फळाची अपेक्षा ठेवू नका, असं गीता सांगते.

त्यानंतर चार वर्षांनी ते डिस्ट्रिक्ट गव्हर्नर झाले. त्या वेळी हिरोचे नवीन प्रकल्प भरारी घेत होते; पण तरीही रोटरी क्लबला त्यांनी लक्षणीय वेळ दिला होता आणि तिथल्या कामांसाठी आपली ताकद खर्च केली होती. जिल्हा, विभागीय आणि राष्ट्रीय स्तरांवरच्या कार्यक्रमांमध्ये ते तत्परतेनं सहभागी होत होते.

राजेंद्र साबू यांनी माझ्या वडलांच्या आधी डिस्ट्रिक्ट गव्हर्नर म्हणून काम केलं होतं. रोटरीच्या चळवळीतील, कामकाजातील माझ्या वडलांच्या योगदानाबद्दल त्यांनी आपल्या लेखनात प्रशंसोद्गार काढले आहेत. त्यांनी लिहिलं आहे की : 'त्यांची विनयशीलता आणि समाजसेवेवरची श्रद्धा या गोष्टी हे लोकांबरोबरच्या त्यांच्या आंतरक्रियांचं वैशिष्ट्य होतं. मी चंडीगडच्या परिषदेत आयोजित केलेल्या रक्तदान शिबिरात ते तत्परतेनं रक्तदान करण्यास तयार झाले होते, ही गोष्ट मी कशी काय विसरू शकेन? एखाद्या प्रकल्पाला आर्थिक मदतीची गरज असली की, तो प्रकल्प यशस्वी होण्यासाठी ते सर्वतोपरी मदत करत.'

माझ्या वडलांना आरोग्य क्षेत्राविषयीही तितकीच तळमळ होती. लुधियानातील दयानंद मेडिकल कॉलेज अँड हॉस्पिटलचं (डीएमसीएचचं) व्यवस्थापन करण्यात अनेक वर्षं सक्रिय भूमिका पार पाडल्यानंतर ते त्या महाविद्यालयाचे अध्यक्ष झाले. (नंतरच्या काळात हे अध्यक्षपद माझ्याकडे आलं होतं.)

दयानंद मेडिकल कॉलेज अँड हॉस्पिटल हे *आर्य समाजाकडून* चालवलं जाणारं एक लहानसं महाविद्यालय आणि रुग्णालय होतं. थकबाकीमुळे राज्य सरकारशी संघर्ष करत ते कसंबसं सुरू होतं. लुधियानातील महत्त्वाच्या, प्रतिष्ठित नागरिकांसह माझ्या वडलांनी यात सहभाग घेतला आणि त्या संस्थेला पुन्हा तिच्या पायांवर उभी करण्यासाठी तिला निधी मिळवून दिला. यात माझ्या वडलांच्या सोबत श्री. धांडा आणि श्री. धीर व इतर काही जण होते. माझ्या वडलांना त्यांच्या खिशातून या फंडासाठी सर्वाधिक पैसा द्यावा लागला आणि त्यांनी ते उत्साहानं केलं. डीएमसीएच हे आता सर्वसामान्य नागरिकांना सेवा पुरवणारं, उत्तर भारतातील आघाडीच्या वैद्यकीय महाविद्यालयांपैकी आणि रुग्णालयांपैकी एक आहे. अगदी किमान खर्चही परवडत नसलेल्या गरीब रुग्णांना मदत करण्यासाठी या रुग्णालयाला ओळखलं जातं.

सन २००१मध्ये डीएमसीएचनं आपल्या कार्यक्रमांचा विस्तार करायचा असं ठरवलं. हिरो समूहानं त्यासाठी निधी देऊन मदत करण्याचा प्रस्ताव दिला. अत्याधुनिक तंत्रज्ञानावर आधारित हृदयोपचार देणाऱ्या संस्थेची उभारणी करण्यात आली. या संस्थेत जागतिक दर्जाचे उपचार परवडणाऱ्या दरात केले जातात. पूर्वी कधीही हृदयाच्या संदर्भात कोणतीही आणीबाणीची परिस्थिती उद्भवली, तर लोकांना दिल्लीला जावं लागत होतं. हिरो डीएमसी हार्ट इन्स्टिट्यूटची सुरुवात १४० खाटांनी झाली होती, आता ते सुमारे २०० खाटांचं रुग्णालय आहे आणि उत्तर भारतातील उत्तम हृदयोपचार रुग्णालयांमध्ये त्याची गणना होते.

खरं तर माझ्या वडलांनी फक्त शहरी आरोग्य केंद्रांच्या उभारणीपुरतंच आरोग्य-देखभालीचं कार्य मर्यादित ठेवलं नव्हतं. खेड्यातील लोकांना वैद्यकीय उपचारांसाठी शहरांपर्यंत येणं किती अवघड असतं, ते त्यांना चांगलंच माहीत होतं म्हणून त्यांनी फिरत्या वैद्यकीय सेवेची कल्पना पुढे आणली. त्या पाठोपाठ डॉक्टर आणि वैद्यकीय

उपकरणं असलेली हिरो व्हॅन हरयाणातील दुर्गम भागातील रुग्णांवर उपचार करत फिरू लागली.

लुधियानातील डीएमसीएचच्या व्यवस्थापनात अनेक वर्षं सक्रिय भूमिका पार पाडल्यानंतर ते त्याचे अध्यक्ष झाले आणि तब्बल ३२ वर्षं त्यांनी ती धुरा सांभाळली. त्यानंतर पुढे २००४मध्ये हे अध्यक्षपद माझ्याकडे सोपवण्यात आलं.

**

रमण कांत मुंजाल फाउंडेशनची सन १९९१मध्ये स्थापना झाल्यानंतर कुटुंबाचा सामाजिक ठसा मोठ्या प्रमाणात विस्तारला. जवळजवळ तीन दशकांपर्यंत हे फाउंडेशन हरयाणातील आर्थिकदृष्ट्या कमकुवत समाजांबरोबर काम करत आहे. फाउंडेशनतर्फे गरीब आणि विविध प्रकारच्या दिव्यांग मुलींच्या सामुदायिक विवाहांच्या आयोजनापासून शिक्षणाला प्रोत्साहन देणं, व्यावसायिक प्रशिक्षणाला उत्तेजन देणं आणि कौशल्य विकासापर्यंतची अनेक कामं केली जात आहेत. फाउंडेशनच्या सामाजिक कार्यात लाभार्थींच्या जीवनातील जवळजवळ प्रत्येक पैलूला स्पर्श करणाऱ्या कामांचा समावेश आहे. माझ्या दिवंगत बंधूची पत्नी रेणू गुंजाल या फाउंडेशनचं कामकाज पाहते.

खेड्यांमधील शिक्षकांची आणि इतर कर्मचाऱ्यांची कमतरता असलेल्या सरकारी शाळांमध्ये शिकत असलेल्या मुलांच्या शैक्षणिक गरजा पूर्ण करण्यासाठी उपाययोजनात्मक अभ्यासक्रम शिकवण्याकरिता आज फाउंडेशनची 'आशा केंद्रं' कार्यरत आहेत. खेड्यातील मुलांचा शैक्षणिक पाया मजबूत करण्याबरोबरच ही केंद्रं शिक्षणेतर उपक्रमांचंही आयोजन करतात. त्यांमध्ये क्रीडा, संगीत, कला, चांगल्या सवयी, आरोग्य आणि स्वच्छता इ. क्षेत्रांतील उपक्रमांचा समावेश असतो. खेड्यातील मुलांच्या सर्वांगीण व्यक्तिमत्त्वाला आकार देणं हेच या सगळ्यामागचं उद्दिष्ट आहे.

या केंद्रांमध्ये खेड्यांतील लोकांमधूनच शिक्षकांना नेमलं जातं आणि फाउंडेशनच्या एका सक्षम स्वयंसेवकाकडून त्यांना प्रशिक्षण दिलं जातं. लेखी आणि तोंडी परीक्षांच्या माध्यमातून तसंच त्यांच्या प्रगतीविषयक नोंदींचा विचार करून प्रत्येक मुलाचं दर सत्रात दोनदा मूल्यमापन केलं जातं. फाउंडेशनकडून आशा केंद्रांकडून प्रशिक्षित करण्यात आलेल्या आर्थिकदृष्ट्या कमकुवत गटांमधील मुलींना शिष्यवृत्त्याही दिल्या जातात, त्यामुळे त्या धारूहेडामधील रमण विद्यामंदिरात शिकू शकतात. ही सेंट्रल बोर्ड ऑफ सेकंडरी एज्युकेशनशी (सीबीएसईशी) संलग्न असलेली इंग्रजी माध्यमाची शाळा आहे. या शाळेचे सुरुवातीला दोन वर्ग होते आणि तिथे १०० मुलं शिक्षण घेत होती. आज ही शाळा त्या परिसरातील सर्वांत मोठ्या शाळांपैकी एक आहे.

सध्या धारूहेडातील ३४ खेड्यांमध्ये ४० आशा केंद्रं कार्यरत आहेत. धारूहेडामध्ये पहिली हिरो-होंडा फॅक्टरी सुरू झाली होती. ही केंद्रं टिकाऊपणा, सर्वसमावेशकता आणि प्रागतिक वाढ या तत्त्वांवर काम करत आहेत. त्यांच्याद्वारे सन १९९३पासून धारूहेडा, माणेसर, पटौदी, रेवाडी आणि भिवडी यांच्या परिसरातील खेड्यांमध्ये व्यावसायिक आणि कौशल्य विकास कार्यक्रम राबवले जात आहेत. 'हमारी आशा' कार्यक्रमांतर्गत महिलांना आर्थिकदृष्ट्या स्वावलंबी करण्यासाठी विविध उत्पादनांचं व्यावसायिक प्रशिक्षण दिलं जातं. त्यात तागापासून पिशव्या तयार करणं, मेणबत्त्या आणि पणत्या तयार करणं, इतर पिशव्या तयार करणं आणि इतर हस्तकौशल्याच्या वस्तू तयार करणं इ.चं प्रशिक्षण दिलं जातं. हिरोच्या परिसंस्थेमार्फत त्यांचं वितरण केलं जातं.

फाउंडेशनकडून शिवणकाम, कातरकाम, भरतकाम इ.चे पदविका अभ्यासक्रमही (डिप्लोमा कोर्स) शिकवले जातात, त्यामुळे महिलांना स्वतःची कपडे विक्रीची दुकानं चालवता येतात किंवा कापड उत्पादन कारखान्यांमध्ये रोजगार मिळवता येतो. दळणवळणाच्या सुविधेअभावी ज्यांना मुख्य केंद्रापर्यंत पोहोचणं शक्य नसतं, त्या महिला उपग्रह सुविधेद्वारे शिक्षण दिल्या जाणाऱ्या केंद्रामध्ये (सॅटेलाइट सेंटरमध्ये) प्रशिक्षण घेऊ शकतात. अशी केंद्रं विशेषतः सहजपणे चालत जाण्याच्या अंतरावर स्थापन करण्यात आली आहेत. हजारो महिलांना आधीच प्रशिक्षण देण्यात आलं आहे. त्यांच्यापैकी काही स्वयंरोजगारित आहेत आणि काही जणींना गुरगाव-धारूहेडा-माणेसर पट्ट्यातील कापड उत्पादन केंद्रांमध्ये रोजगार मिळाले आहेत.

मुंजाल कुटुंबानं हाती घेतलेले अनेक सामाजिक उपक्रम हे गाव पातळीवरील एनजीओंच्या माध्यमातून किंवा कामकाजविषयक बाबींच्या व्यवस्थापनात स्थानिक समाजांना सहभागी करून घेऊन पार पाडले आहेत. त्यांच्यापैकी काही उपक्रम अद्यापही सुरू आहेत. अशा उपक्रमांमध्ये स्थानिक लोक किंवा संस्था व्यवस्थापन करतात आणि मुंजाल कुटुंब फक्त व्यूहरचनात्मक पातळीवरच काम करत आहे. काही प्रकल्पांमध्ये मात्र मुंजाल कुटुंबच व्यवस्थापकीय व व्यूहरचनात्मक अशा दोन्ही पातळ्यांवर कार्यरत आहे.

सामाजिक क्षेत्रातील हिरोचा सहभाग हा मुख्यतः माझ्या वडलांच्या आणि काकांच्या लोकांशी असलेल्या जिव्हाळ्याच्या संबंधांमुळे सुरू झाला होता. जर आपल्याकडे लोकांच्या जीवनात सुधारणा करण्याकरिता आवश्यक असलेली आर्थिक आणि इतर क्षमता असेल, तर या सुधारणा करणं ही आपली जबाबदारी आहे, असं त्यांना वाटत होतं. या सुधारणा शिक्षण, पिण्याचं शुद्ध पाणी, आरोग्याची देखभाल या क्षेत्रांमध्ये करण्यात आल्या. अगदी सुरुवातीच्या काळापासूनच मुंजाल कुटुंबीयांनी पर्यावरण संरक्षणाविषयीच्या तीव्र बांधिलकीपोटी पर्यावरण संरक्षण प्रकल्पांमध्ये आणि हरित योजनांमध्ये काम केलं होतं. त्याचा नकळतपणे एक स्वागतार्ह परिणाम झाला. आमच्या कुटुंबाला या सगळ्या उपक्रमांमधून आमच्या

कामाच्या ठिकाणाच्या जवळ असलेल्या समाजांकडून खूप मोठ्या प्रमाणात सदिच्छा मिळत गेल्या.

हिरो समूहाच्या अनेक भागांमधील व्यवसायातील आणि कुटुंबातील सदस्य अनेक सामाजिक उपक्रमांमध्ये सहभागी झाले होते, त्यामुळे अनेक प्रकारचे विषय हाताळले गेले. आज मुंजाल कुटुंबीयांच्या पुढच्या दोन पिढ्या समाजसेवेचा हा वारसा जतन करण्याच्या आणि सामाजिक कार्यक्रम सर्वदूर पोहोचवण्याच्या बाबतींत आपला ठसा उमटवण्याचाही प्रयत्न करत आहेत. रॉकमन इंडस्ट्रीजनं मिशन परिवर्तनची स्थापना केली आहे. हा एक एकात्मिक ग्रामीण विकास प्रकल्प आहे. त्याच्यात ग्रामीण मूलभूत सुविधा विकास, शिक्षण आणि कौशल्य विकास यांचा समावेश आहे. हिरो कॉर्पोरेट सर्व्हिस ही दिल्लीत चालवल्या जाणाऱ्या 'भूक भागवणं' आणि 'निवारा निर्माण' कार्यक्रमांमध्ये सक्रिय सहभागी आहे. आधी सुरू करण्यात आलेल्या कार्यक्रमांपैकी अनेकांचा विस्तार करून गेल्या काही वर्षांत इतर ठिकाणीही ते तशाच प्रकारे सुरू करण्यात आले आहेत. उदाहरणार्थ, हरयाणा आणि उत्तराखंड इथे अनेक बहादूरचंद मुंजाल शाळांची स्थापना करण्यात आली आहे.

भारतातील रस्ते अपघातांचं प्रमाण कमी करण्यासाठी हिरो मोटोकॉर्पनं सुरक्षितपणे वाहन चालवण्याचं प्रशिक्षण देणाऱ्या रस्ते-सुरक्षा शाळांची ('रोड-सेफ्टी रायडिंग स्कूल्स'ची) स्थापना केली आहे. सर्वाधिक प्रमाणात रस्ते अपघात होत असलेल्या देशांमध्ये भारताचा समावेश होतो. कंपनीनं देशातील पोलीस विभागाशी भागीदारी केली आहे. महिला पोलीस अधिकाऱ्यांना त्यांचं कर्तव्य अधिक सक्षमपणे आणि कार्यकुशलतेनं करता यावं, यासाठी स्कूटर देण्यात आल्या आहेत. याशिवाय कंपनीनं 'हमारी परी' योजनाही सुरू केली आहे. या योजनेच्या लक्ष्यगटात आर्थिकदृष्ट्या दुर्बल घटकांमधील सहा वर्षांवरील मुली येतात.

आम्ही हाती घेत असलेल्या बहुतांश सामाजिक प्रकल्पांमध्ये आमच्या संघटना स्थानिक एनजीओंबरोबर किंवा स्थनिक लोकांबरोबर भागीदारी करतात. मात्र म्हणून आम्ही आमची जबाबदारी झटकून टाकत नाही, तर या प्रकल्पांवर किमान एक कुटुंबीय सक्रियपणे देखरेख ठेवेल याची खात्री करून घेतो.

उदाहरणार्थ, १९९०च्या आणि २०००च्या दशकांमध्ये लुधियानातील हरित प्रकल्पांमध्ये आमचं कुटुंब सहभागी झालं होतं. या प्रकल्पात स्थानिक नागरी संस्थेबरोबर मी सहभागी झालो होतो. मी आमच्या कुटुंबाच्या वतीनं या प्रकल्पावर सक्रिय देखरेख केली होती. वाहतूक, बागेचासारख्या सार्वजनिक जागांची देखभाल आणि सक्षम कचरा व्यवस्थापन यांच्या साहाय्यानं या गजबजलेल्या, कमालीच्या गर्दीच्या आणि प्रदूषित शहराला अधिक राहण्यायोग्य आणि सहन करण्यायोग्य बनवणं हे आमचं उद्दिष्ट होतं, तसंच या पद्धती शहराच्या मुख्य आराखड्याचा अविभाज्य भाग असतील याची खात्री करून घेण्याचाही आमचा उद्देश होता.

'लुधियाना सांस्कृतिक समागम संघटने'च्या स्थापनेतून माझी सामाजिक आणि सांस्कृतिक जाणीव पहिल्यांदा अभिव्यक्त झाली. ही 'ना नफा' तत्त्वावरची संघटना आहे. लुधियानात सन १९९९मध्ये आम्ही तिची स्थापना केली. व्यवसाय आणि वाणिज्य उपक्रमांमध्ये गुरफटलेल्या या शहरातील नागरिकांमध्ये कला आणि संस्कृतीविषयी संवेदना निर्माण करण्याच्या हेतूनं तिची स्थापना करण्यात आली होती.

सन २०१५मध्ये माझी पत्नी, मी आणि माझी मुलगी अशा आम्ही कुटुंबीयांनी सेरेन्डिपिटी आर्ट्स फाउंडेशनची (एसएएफची) स्थापना केली, त्यामुळे वैयक्तिक पातळीवर दीर्घकाळापासून आम्ही सर्वांनी उराशी जपलेलं स्वप्न पूर्ण झालं होतं. या फाउंडेशनच्या माध्यमातून कलेला आश्रय देणं आणि दक्षिण आशियातील कलाकारांच्या निर्मितीक्षमतेचं, कौशल्यांचं आणि कलात्मक वारशांचं जतन करणं, त्यांना प्रोत्साहन देणं आणि त्यांचा विकास करणं, तसंच त्यांना जनतेसमोर आणणं हे आमचं उद्दिष्ट होतं.

एसएएफकडून गोव्यातील पणजीत वार्षिक सेरेन्डिपिटी आर्ट्स फेस्टिव्हलचं (कला महोत्सवाचं) आयोजन केलं जातं. हे पुस्तक (मूळ इंग्रजी पुस्तक) लिहीत असताना आधीच असे चार महोत्सव पार पडले आहेत. सन २०१९च्या महोत्सवाला साडेचार लाखांहून अधिक लोकांनी भेट दिली होती. मंडोवी नदीकिनाऱ्यावरील विविध ठिकाणी डिसेंबरमध्ये हा आठ दिवसांचा महोत्सव पार पडला. संगीत, नृत्य, नाट्य, दृश्य कला, कारागिरी, हस्तकौशल्य, छायाचित्रण आणि पाककला अशा विविध क्षेत्रांमधील कलांचा यात समावेश करण्यात आला होता. यामुळे समाजाच्या विविध भागांतील आदर्श अभिरक्षक, व्यवस्थापक, विविध क्षेत्रांमधील व्यावसायिक एकत्र आले आणि त्यामधून रोजगाराच्या नवीन वाटांची निर्मिती होत आहे.

मी आमच्या फाउंडेशनला आमच्या परिवाराच्या नावाशी न जोडण्याचा निर्णय घेतला आहे, कारण ती तितकीशी आवश्यक गोष्ट नाही; पण फाउंडेशनला कुटुंबाच्या मूल्यांशी आणि उपजीविकेच्या व कौशल्य विकासाच्या सिद्धान्तांशी जोडणं त्याहूनही कित्येक पटींनी अधिक महत्त्वाचं आहे.

नफ्याच्या पाठपुराव्याइतकंच महत्त्व उद्दिष्टाला देणारे व्यवसायच जबाबदार व्यवसाय असतात. नफ्यात असलेल्या व्यवसायाच्या निर्मितीसोबतच सामाजिक प्रभावाचीही निर्मिती करण्याची आमची इच्छा ही आमच्या कुटुंबातील ज्येष्ठ व्यक्तींनी घालून दिलेल्या विश्वासांवर, श्रद्धांवर, मूल्यांवर आणि उत्तम पद्धतींवर आधारित आहे. सामाजिक आणि पर्यावरण संरक्षण क्षेत्रांत काहीतरी चांगलं करून दाखवण्यासाठी नफा मिळवून देणाऱ्या गुंतवणुकीचा वापर करण्याची कल्पना हळूहळू उद्योजकीय जगात रुजत चालली आहे; पण आमच्या बाबतीत विचार करता, आम्ही हा दृष्टिकोन अनेक दशकांपूर्वीपासूनच स्वीकारला आहे.

११

हिरो ब्रँडची निर्मिती

'हिरो' ही संकल्पना बहुतेक संस्कृतींमधील सर्वसामान्य संकल्पना आहे आणि ती विश्वासार्हता, ताकद व निःस्वार्थीपणा यांचं प्रतीक आहे. मानसशास्त्रज्ञ असं म्हणतात की, आपल्या सर्वांच्या अंतरंगात एक हिरो असतो आणि वेळोवेळी आपण त्याच्यापर्यंत पोहोचून प्रेरणा घेतो. अशा प्रकारे आपल्या सोबत असलेलं 'हिरो'चं हे व्यक्तिमत्त्व सगळ्या भौगोलिक रचनांमध्ये आणि लोकांमध्ये निनादत राहतं आणि आपला प्रभाव पाडत राहतं.

याच्यातून असं दिसतं की, हिरोच्या ब्रँडची निर्मिती करणं ही एक सोपी गोष्ट असली पाहिजे, कारण मुंजाल फॅक्टरींमधून बाहेर पडलेल्या प्रत्येक उत्पादनानं परिपूर्णता आणि विश्वासार्हता यांवर भर दिला होता; पण अर्थातच असं नव्हतं. हिरोला आज लाभलेल्या ब्रँडच्या प्रतिष्ठेची इमारत ही मुळापासून एकेक वीट रचून आणि प्रचंड कष्ट उपसून उभारण्यात आली आहे. अत्यंत विश्वासार्ह आणि मूल्यवान भारतीय ब्रँडच्या आणि लोगोंच्या यादीत हिरोला स्थान मिळाल्याचं दिसतं. जगभरातील सुमारे ५० देशांमध्ये आपल्या वेगवेगळ्या अवतारांमध्ये हिरोचा लोगो म्हणजेच प्रतीकचिन्ह दिसून येतं.

हिरो ब्रँडशी असलेली भावनिक नाती ही कंपनी, तिचा लोगो, तिची उत्पादनं किंवा तिची नेतृत्वातील स्थिती यांसारख्या संकुचित गोष्टींच्या पलीकडे जातात. नवीन सहस्रकाच्या पहिल्या दशकात बोल्टन कन्सल्टिंग ग्रुपनं (बीसीजीनं) ग्राहकांच्या आणि इतर स्टेकहोल्डरच्या हिरोविषयीच्या आकलनासंदर्भात स्वतंत्र अभ्यास केले. त्यांच्यातून असं समोर आलं की, हिरोला एक संघटना म्हणून व्यापक सार्वजनिक पाठबळ लाभलं होतं आणि तिच्याकडे आधुनिक जागतिक मनोरचना असलेली कंपनी म्हणून पाहिलं जात होतं. त्याच वेळी तिच्याकडे वाजवी प्रमाणातील मूल्यं आणि गुणधर्म असलेली आदर्श, नमुनेदार भारतीय कंपनी म्हणूनही

पाहिलं जात होतं. ज्या लोकांचं सर्वेक्षण करण्यात आलं होतं, त्यांच्या मनात हिरोनं 'कुटुंबाविषयीचा आदर', 'भारताचं चैतन्य' आणि 'आध्यात्मिकता' या गुणधर्मांच्या आधारे आपलं स्थान प्रस्थापित केलं होतं. सगळ्याच स्टेकहोल्डर्सच्या मनात आनंद निर्माण करणारी कंपनी म्हणूनही हिरोला ओळखलं जात होतं.

हिरो ब्रँडविषयीची ही आकलनं रातोरात विकसित झाली नव्हती किंवा हुशारीनं केलेल्या विपणनातूनही ती जादू झाल्यासारखी अवतरली नव्हती. माझ्या वडलांनी आणि काकांनी मनापासून जोपासलेल्या विश्वासांमधून, त्यांच्या कामातून त्यांनी समोर ठेवलेल्या उदाहरणांमधून आणि त्यांच्या वैयक्तिक परस्पर-संपर्कांमधून ती नैसर्गिकपणे विकसित झाली होती. कालौघात ही मूल्यं आणि पद्धती हे प्रत्यक्ष ब्रँडचे खास गुणधर्म झाले. या प्रकरणात मी त्या काळात कंपनीत सक्रियपणे सहभागी झालेल्या लोकांच्या साहाय्यानं हिरो ब्रँडची जडणघडण केलेल्या आणि त्याला पद्धतशीरपणे आकार दिलेल्या मानवी आणि भावनिक अनुभवांना समोर ठेवण्याचा प्रयत्न करणार आहे.

'उत्पादक उत्पादनाची निर्मिती करतो; पण ग्राहक ब्रँडला विकत घेतो,' या विपणनासंदर्भातील जुन्या वाक्यामागचा अर्थ मुंजाल बंधूंनी १९८०च्या दशकाच्या सुरुवातीला त्यांनी शिकून घेतलेल्या गोष्टींतून आणि अनुभवांतून समजून घेतला होता. हिरो सायकल हे दीर्घकाळापर्यंत सक्षमतेनं काम करणारं वाहन होतं. गुणवत्तेतील सातत्य, कमी देखभालीची गरज आणि टिकाऊपणा या गुणधर्मांमुळे ग्राहकांच्या आणि डीलरच्या मनात तिने आपलं स्थान निर्माण केलं होतं. त्यानंतरच्या वर्षांमध्ये हिरो-होंडा मोटरसायकलच्या माध्यमातून कंपनीनं भारताला गरज असलेल्या रोजच्या जा-ये करण्याच्या दीर्घ प्रवासासाठी आवश्यक असलेल्या वाहनाची निर्मिती केली. त्यांनी शक्य तितकं उत्तम उत्पादन कमीत कमी किमतीत उपलब्ध करून देण्याचा मार्ग शोधून काढला. एक भक्कम ब्रँड याचा अर्थ ग्राहकांची निष्ठा प्राप्त करणं आणि स्पर्धेच्या विरोधात संरक्षण मिळवणं आणि मूल्य संवर्धन असं समीकरण वाढत्या प्रमाणात तयार होत चाललं होतं.

दिल्लीतील नॅशनल पब्लिसिटी या फर्मच्या साहाय्यानं लहान स्तरावर जाहिरात करून हिरोनं जाहिरातीच्या क्षेत्रातील तिच्या कामकाजाची सुरुवात केली. या कंपनीच्या मालकाशी कुटुंबाचे लांबचे संबंध होते. या मालकानं हीरश ओबेरॉय नावाच्या मुक्तपणे काम करणाऱ्या (फ्री लान्स) चित्रपट निर्मात्याशी ओमप्रकाश काकांची ओळख करून दिली. या दोघा अत्यंत सर्जनशील व्यक्तीची कमालीची गट्टी जमली.

हरिशनी त्यांच्यासाठी जिंगल लिहिली आणि एक जाहिरातपटही तयार केला. ही क्लिप चित्रपटगृहांमध्ये दाखवली जात होती. दृक्-श्राव्य पद्धतीनं जाहिरात करण्याची ती अत्यंत लोकप्रिय अशी तत्कालीन पद्धत होती. (व्हीसीआर अत्यल्प

प्रमाणात होते आणि चित्रपट हा करमणुकीचा व्यापक प्रमाणात लोकप्रिय झालेला मार्ग होता.) हिरो सायकल्सच्या जाहिरातपटाचं शीर्षक होतं : *चले हवा की चाल.* प्रत्येक चित्रपटाच्या आधी ही क्लिप दाखवली जाऊ लागली आणि ती कमालीची लोकप्रिय झाली. जाहिरातीच्या ताकदीनं हिरो सायकलला उडणाऱ्या घोड्यात रूपांतरित केलं. ही सायकल आता लोकांना उडण्यासाठी पंख देत होती.

जाहिरातीत खरोखरच बाजारपेठेत दूरवर पोहोचण्याची ताकद असते, याची मुंजाल बंधूंना प्रत्यक्ष जाणीव झाल्यानंतर त्यांनी आपल्या व्यवसायाची नवीन प्रतिमा निर्माण करण्याचा प्रयत्न केला. हिरोला घरगुती नावात रूपांतरित करणारी जाहिरात करण्यासाठी ते जाहिरात क्षेत्रातील सर्वांत बुद्धिमान लोकांचा शोध घेऊ लागले. चौकशी केल्यानंतर ओमप्रकाशकाकांना निखिल नेहरू नावाच्या जाहिरात निर्मात्याची माहिती समजली. ते मध्य दिल्लीजवळच्या झंडेवालामधील गल्ल्यांमध्ये राहत होते.

नेहरूंना फोन करण्यात आला. त्या वेळी ते दिल्लीतील हिंदुस्तान थॉम्सन असोसिएट्स (एचटीए)चे प्रमुख म्हणून काम करत होते. या एजन्सीनं आधी ॲटलस स्पीडोमॅटिकची जाहिरात तयार केली होती; पण त्या जाहिरातीचा परिणाम सर्वसामान्यच होता. तोपर्यंत त्यांनी सायकलींच्या आणि इतर दुचाकींच्या क्षेत्रात आपल्या सर्जनशीलतेच्या कौशल्यांचा उपयोग केला नव्हता. एचटीएनं कोल्विन हॅरिस आणि सुनील गुप्ता (पुढे ते भारतातील एचटीएचे प्रमुख झाले) या दोघा तरुणांना ओमप्रकाश मुंजालांना भेटायला पाठवून दिलं. माझ्या वडलांचा उजवा हात म्हटल्या जाणाऱ्या के. व्ही. सुरींनी त्यांची आधीच दिल्लीत पारख केली होती.

लिव्हिंग ऑन द एज या आपल्या पुस्तकात गुप्तांनी मुंजाल बंधूंबरोबरच्या त्यांच्या भेटीचा उल्लेख केला आहे. त्यांनी लिहिलं आहे की : 'महत्त्वाच्या घटनांच्या बाबतीत नेहमीच घडतं त्याप्रमाणे हिरोनं अतिशय शांतपणे आणि जवळजवळ अगदी सहजपणे माझ्या आयुष्यात प्रवेश केला. एखाद्या प्रेमप्रकरणातील नायक-नायिकेच्या जोडीप्रमाणे (कारण माझ्या दृष्टीनं ही गोष्ट प्रेमप्रकरणाहून कमी लेखण्याजोगी नव्हती) आम्ही एकमेकांना अगदी अनुरूप होतो. जणू काही दाल मखनी आणि नूडल्सची जोडी असावी तसे! पण ग्राहक म्हणून विचार करता मुंजाल बंधूंइतकं व्यावसायिक समाधान आणि वैयक्तिक प्रेम मला अत्यल्प ग्राहकांकडूनच मिळालं हे इथे सांगण्यात मला थोडासाही संकोच वाटत नाही.'

असफ अली रोडवरच्या डिलाइट सिनेमाजवळच्या कुंदन मॅन्शन्समध्ये गुप्तांनी ओ.पी. मुंजालांची भेट घेतली. कंपनीला तिच्या प्रतिस्पर्ध्यांना आणि विशेषतः ॲटलस सायकल्सला मागे टाकून पुढे जायचं होतं. एचटीएच्या महागड्या दरामुळे सुरुवातीला माझे काका काहीसे त्रस्त झाले होते; पण नंतर त्यांनी एक संधी घेऊन पाहू असा विचार करून त्यांना काम दिलं.

सांस्कृतिकदृष्ट्या विचार करता, हिरो आणि एचटीएच्या टीम सगळ्याच बाबतीत परस्परांच्या पूर्ण विरुद्ध असल्याचं दिसत होतं. एचटीए टीमला हिंदी भाषेत काम करणं जड जात होतं, तर हिरो सायकल्समध्ये विपणन विभाग नसल्याचं पाहून एचटीएचे लोक अचंबित झाले होते. ज्या प्रकारे हिरोचे कर्मचारी आणि लहान सदस्य ज्येष्ठ मुंजाल बंधूंना अभिवादन करत होते आणि ज्या पितृतुल्य प्रेमानं त्यांना या बंधूंकडून वागवलं जात होतं, ते पाहिल्यावरही या लोकांना थोडासा सांस्कृतिक धक्का बसलाच असावा. आपल्या पाहुण्यांसाठी मांसाहारी जेवणाची सोय करणाऱ्या पूर्णपणे शाकाहारी असलेल्या मुंजाल बंधूंच्या संवेदनशीलतेनं ते विशेषतः प्रभावित झाले होते.

गुप्तांनी माझ्या वडलांशी झालेल्या पहिल्या भेटीच्या स्मृतींना उजाळा देताना म्हटलं आहे की, 'कुटुंबप्रमुख... ते खूपच जास्त गंभीर आणि दृढ, कणखर स्वभावाचे दिसत होते. ओ. पी. त्यांच्याविषयी बोलताना बडे भाईसाब किंवा भ्राताजी असा त्यांचा उल्लेख करत होते.'

हिरो मॅजेस्टिकसाठी त्यांनी चालवलेली पहिली मोहीम सपशेल अपयशी ठरली. ही जाहिरात ना ओमप्रकाशकाकांना आवडली, ना माझ्या चुलतभावांना. जाहिरात यशस्वी झाली नसली तरी त्यांनी एचटीएच्या तरुणांना आणखी एक संधी दिली. सुदैवानं, १९८६मध्ये टोकिओतून प्रसिद्ध होणाऱ्या 'जापान सायकल' या सायकल उद्योगाविषयीच्या प्रमुख व्यापारी नियतकालिकानं हिरो सायकल्सला जगातील सर्वाधिक सायकल उत्पादित करणारा उद्योग म्हणून जाहीर केलं. त्यानंतर लवकरच गिनीज बुक ऑफ वर्ल्ड रेकॉर्ड्सनं असं जाहीर केलं की, हिरोनं सायकल उत्पादन क्षेत्रात जागतिक विक्रम प्रस्थापित केला आहे (तेव्हापासून त्यांनी हे स्थान सोडलेलं नाही) म्हणून एचटीएनं एक लोगो तयार केला आणि त्याच्यातून हिरोच्या या अव्वल स्थानाविषयी संस्मरणीय पद्धतीनं सांगण्यात आलं. 'हिरो नं.१' हा तो लोगो होता. नंतरच्या काळात हिरोच्या सगळ्या संपर्कांमध्ये, संज्ञापनांमध्ये तो दिसू लागला.

माझे काका तो लोगो आणि त्याचं डिझाईन पाहून रोमहर्षित झाले. त्यांनी एचटीएच्या टीमची प्रशंसा केली. ते म्हणाले, 'ये हुई ना बात। अब मुझे पता चला की, आप बडी एजन्सी है।' एचटीओचे सीईओ आणि जाहिरात उद्योगातील एक प्रतिष्ठित सदस्य माइक खन्नांनी ओमप्रकाशकाकांविषयी आणि त्यांच्या *उर्दू शेरो–शायरीच्या* आवडीविषयी बरंच काही ऐकलं होतं, त्यामुळे त्यांनी त्यांच्या सोबत एक बैठक ठरवली. मुंजाल बंधूंप्रमाणेच त्यांचं कुटुंबही फाळणीमुळे परागंदा झालं होतं आणि निर्वासित म्हणून आलं होतं, त्यामुळे त्या दोघांमध्येही तत्काळ स्नेहबंध जुळले.

तेव्हापासून पुढे हिरो आणि एचटीए यांचे सूर जुळले. माझ्या काकांचे वैयक्तिक साहाय्यक अशोक बावा यांच्याशी आणि श्री. राय यांच्याशी एचटीएमधील तरुणांचं सख्य जुळलं. गुप्तांनी राय यांचं वर्णन 'उत्पादनाचे दयाळू, स्नेहशील प्रमुख' असं

केलं आहे. या जाहिरात मोहिमांवर अंतिम स्वाक्षऱ्या करण्यासाठी माझ्या काकांनी चार किंवा पाच लोकांना सहभागी करून घेतलं होतं. त्यांच्यामध्ये माझ्या वडलांचा आणि माझाही समावेश होता.

**

सन १९८२मध्ये भारतात रंगीत टीव्ही आले. भारतीय टीव्हीवर दूरदर्शनची (डीडी) मक्तेदारी होती आणि त्या वर्षीच्या नोव्हेंबरमध्ये आशियाई क्रीडा स्पर्धा होतील, असं अनुमान असल्यामुळे त्यांनी रंगीत प्रक्षेपणाला सुरुवात केली होती. त्यानंतर पुढे डीडी हे राष्ट्रीय पातळीवरच्या जाहिरातींसाठीचं इच्छित व्यासपीठ झालं.

सन १९८६मध्ये एचटीए कंपनी *बहाद्दूरशाह जफर* या मालिकेचं काम करत होती. त्यांच्या मनात प्रायोजकत्वाची कल्पना आली. यात चित्रपट उद्योगातील बडे स्टार काम करत होते. दंतकथा बनून गेलेले अशोककुमार बहाद्दूरशाहची भूमिका करत होते, तर राज बब्बर आणि जुही चावला इतर महत्त्वाच्या भूमिकांमध्ये होते. यातली गाणी अनुराधा पौडवाल आणि महेंद्र कपूर यांनी म्हटली होती. मुंजाल बंधूंनी यावर विचार केला आणि त्यांनी असं दाखवून दिलं की, या मालिकेची मध्यवर्ती कल्पना ही अखेरच्या मुघल बादशाहवर आधारित असल्यामुळे ती निराशाजनक विषयावर बेतलेली होती. या बादशाहला पदच्युत करून त्याला हद्दपार करण्यात आलं होतं आणि त्याच्या कुटुंबाचा संहार करण्यात आला होता, त्यामुळे या प्रकारच्या प्रकल्पात गुंतवणूक करण्यास ते राजी नव्हते.

परंतु त्यांच्यासारख्याच निर्वासित म्हणून आलेल्या पंजाबी पिता-पुत्रांच्या जोडीनं या मालिकेची निर्मिती केल्याचं समजल्यानंतर त्यांनी आपला निर्णय बदलला. बी. आर. चोप्रा आणि रवी चोप्रा ही ती पिता-पुत्रांची जोडी होती. श्री. रायनी याविषयीची आठवण सांगितली : 'ओ. पी. मुंजाल यांचा कल शेरो-शायरीकडे आणि काव्याकडे होता आणि चोप्राही फाळणीच्या वेळी त्यांच्याप्रमाणेच पाकिस्तानातून पळून आले होते, त्यामुळे त्यांना बी. आर. चोप्रांविषयी कमालीचा आदर होता. खरं तर त्या वेळी बी. आर. चोप्रांना त्या मालिकेसाठी कोणीही वित्तपुरवठादार मिळत नव्हता. त्यांनी ब्रिजमोहनजींना फोन केला.'

बहाद्दूरशाह जफर हा शेरोशायरी करण्याची अद्वितीय बुद्धी लाभलेला बादशाह होता आणि त्याने काळाच्या कसोटीवर टिकून राहणाऱ्या अनेक गझल लिहिल्या होत्या, ही गोष्ट अतिशय विनयशीलपणे माझ्या काकांच्या निदर्शनास आणून देण्यात आली. हा माझ्या काकांच्या मनातील हळवा कोपरा होता. ते त्यांच्या 'बडे भ्राताजीं'बरोबर बोलले आणि त्या दोघांनी चोप्रांना मदत करायचं ठरवलं. एचटीएचे संपर्क अधिकारी कमल ओबेरॉय यांना बोलावून घेण्यात आलं आणि त्यांच्याकडे ६५ लाखांचा धनादेश देण्यात आला. त्या काळात ही खूपच मोठी रक्कम होती. बँक

ऑफ अमेरिकामधून ती काढण्यात आली होती. समूहाच्या कामकाज पद्धतीच्या मूल्यानुसार, एकदा निर्णय घेतला गेला की, तत्काळ निधी दिला जात होता.

हिरोनं पाठबळ देण्याचा निर्णय घेतला होता, तोपर्यंत *बहादूर शाह जफर* मालिका जगण्याची धडपड करत गटांगळ्या खात होती. ती दूरदर्शनवरून जशी प्रसारित झाली, त्या क्षणापासूनच तिला कमालीची लोकप्रियता लाभणार हे स्पष्ट झालं. अशोक कुमार यांच्या भूमिकेला रसग्रहणांमध्ये भरभरून दाद मिळाली. त्या मालिकेला भरपूर प्रतिसाद मिळाला. या मालिकेच्या माध्यमातून हिरोचा लोगो देशातील घराघरात पोहोचला.

बी. आर. चोप्रांनी त्यानंतर १०० भागांच्या *महाभारत* या मालिकेची निर्मिती केली आणि त्यांच्याबरोबरचे संबंध लाभदायक ठरल्याचं सिद्ध झालं. टेलीव्हिजनच्या इतिहासात इतर कोणत्याही मालिकेला इतका महाप्रचंड प्रतिसाद लाभला नव्हता आणि नाही. १९८८पासून ती प्रसारित होण्यास सुरुवात झाली आणि लवकरच देशभर लोकांना तिचं वेड लागलं. भारतातील जवळजवळ प्रत्येक घरात ती पोहोचली. त्या काळात रविवारी सकाळी रस्त्यांवर शुकशुकाट असे, कारण कुटुंबं आपापल्या घरांमधील दिवाणखान्यात जमून टीव्हीवर महाभारत पाहत. अनेक ठिकाणी प्रतीक्षागृहांमधील टीव्हीवर महाभारत मालिका पाहता यावी, यासाठी भारतीय रेल्वेच्या स्टेशन मास्तरांना प्रवाशांनी ट्रेनना जास्त काळ थांबवून ठेवण्यास भाग पाडलं होतं. सुरुवातीपासूनच पौराणिक कथा हा बॉलिवूडच्या चित्रपटांचा आवडता विषय होता; पण *महाभारत* ही लोकप्रिय सांस्कृतिक महाताकद झाली.

चमचमते मुकुट, भरजरी पोशाख आणि विशेष प्रभावांबरोबरच टीव्हीच्या प्रेक्षकांनी अजाणतेपणी हिरोच्या लोगोचीही दखल घेतली. जाहिरातींच्या वेळी त्यांना हिरोची टीव्हीसाठी तयार करण्यात आलेली सुंदर जाहिरातही दाखवली जात होती. ब्रँडच्या निर्मितीच्या दृष्टीनं हे अगदी अस्सल, शुद्ध सोनं होतं. तंत्रज्ञान आणि कार्यक्षमता यांच्या पातळीवर श्रेष्ठ उत्पादनाचा विकास करण्याबरोबरच *महाभारतामुळे* हिरो हे सायकलींमधील महत्त्वाचं नाव ठरलं, त्यामुळे हिरो तिच्या स्पर्धकांना मैलोगणती मागे टाकून केव्हाच पुढे निघून गेली होती. यामुळे नंतरच्या काळात ज्याला 'फॅन्सी सायकली' असं म्हटलं गेलं, त्या सायकलींसाठी संपूर्ण नवीन बाजारपेठ खुली झाली.

श्री. राय याविषयीची आठवण सांगताना म्हणाले, 'आम्ही बाजारपेठेत आधीच यशस्वी ठरलेल्या काळ्या आणि हिरव्या रोडस्टर सायकलींची बाजारपेठेवरची पकड सोडवण्याचा प्रयत्न केला. ते मोठी मागणी असलेलं उत्पादन होतं, त्यामुळे नवीन सायकलींच्या दरात जास्त वाढ करणं शक्य नव्हतं.' हिरोनं बाजारात युरोपियन शैलीच्या सायकली आणल्या. त्यांनी या सायकलींना 'रेंजर' असं नाव दिलं. राय पुढे म्हणाले, 'एचटीएनं उत्पादनाच्या शैलीकरणात, बाजारपेठ संशोधनात आणि

उत्पादन बाजारात आणण्यात (लाँचिंगमध्ये) महत्त्वाची भूमिका पार पाडली... ही गोष्ट हिरोच्या बाबतीत पहिल्यांदाच घडली होती.'

भारतीय सायकल उद्योगानं त्याआधी कधीच असं काही बघितलं नसल्यामुळे मागणी चक्क आकाशाला भिडली. ऑर्डर देण्यासाठी डीलर रांगा लावून उभे होते. उत्पादन मिळण्याच्या आधीच आगाऊ रकमा भरण्यासाठी ते पूर्वीपेक्षाही जास्त प्रमाणात उत्सुक होते. श्री. राय याविषयीची आठवण सांगताना म्हणाले, 'डीलर येत आणि आधीच ऑर्डर देऊन जात, कारण त्यांना ग्राहकांनी आगाऊ रकमा दिलेल्या असत. काही जण तर श्री. मुंजालांना फोन करून त्यांच्या गरजा पूर्ण करण्याची आणि त्यांच्या ऑर्डर गतीनं पूर्ण करण्याची गळ घालत.'

सायकलींचा संपूर्ण नवीन संच बाजारात आणण्यात आला होता. त्यात लहान मुलांपासून ते महिलांपर्यंत सगळ्या प्रकारच्या ग्राहकांचा विचार करण्यात आला होता. अचानकच सायकलींच्या विभागात सर्व प्रकारच्या वैविध्यपूर्ण सायकली आल्या होत्या. शॉप फ्लोअरवरचे आमचे लोक आणि एचटीएमधील सर्जनशील बुद्धिवंत यांनी एकत्रितपणे काम करून भारतातील सायकल उद्योगाचा कायापालट घडवून आणला होता. 'इंजिनिअरिंग सॅटिस्फॅक्शन' हे कंपनीचं सूत्रवाक्य (कॅचफ्रेज) झालं.

या संदर्भात आणखी एक भर टाकली पाहिजे. ती म्हणजे हिरोनं सायकलिंगच्या क्षेत्रात चकित करणाऱ्या गोष्टी आणल्या. तोपर्यंत कर्मचारी किंवा कामगार वर्गाचं प्रतीक असलेल्या सायकलींमध्ये अद्‌भुतरम्यतेचा घटक आणण्यात आला होता. सायकलींचा नवीन संच हा प्रतिष्ठित जीवनशैलीचं प्रतीक झाला. सायकल हे मजेनं चालवण्याचं मनोरंजनात्मक आणि चांगल्या आरोग्यासाठी आवश्यक असलेलं वाहन असल्याची कल्पना ग्राहकांच्या मनात निर्माण झाली. मक्तेदारीच्या परिस्थितीत असताना वर्चस्व संपादित केलेल्या इतर ब्रँड्सच्या तुलनेत हिरोनं स्पर्धात्मक वातावरणात हे करून दाखवलं होतं.

हिरो सायकल्स हा एचटीएचा इतका लाडका ग्राहक झाला की, एचटीएनं त्याचा वापर प्रशिक्षण स्थळ म्हणून केला. एचटीएमध्ये विभागप्रमुख व्हायचं असेल, तर तुम्हाला हिरोमध्ये निश्चित कालावधीकरिता काम करावं लागत होतं आणि तिथे आपली सर्जनशीलता पणाला लावावी लागत होती. हे पुस्तक लिहिलं जात असताना (मूळ इंग्रजी पुस्तक) तरुण राय हे वॉल्टर थॉम्सन समुदायाचे सीईओ होते. (सन २००२मध्ये एचटीएचं जेडब्ल्यूटी –इंडियामध्ये रूपांतर झालं. त्यानंतर एजन्सीनं पुन्हा १९७०च्या आधीचं जेडब्ल्यूटी हे तिचं नाव धारण केलं. जेडब्ल्यूटी हे जे वॉल्टर थॉम्सनचं लघुरूप आहे.) तरुण रायनी हिरोच्या प्रतिमा निर्मितीत महत्त्वाची भूमिका पार पाडलेल्या टीममध्ये काम केलं होतं. उत्कट इच्छा, महत्त्वाकांक्षा आणि बांधिलकी यांच्या साहाय्यानं काय प्राप्त करणं शक्य असतं हे हिरोनं आपल्याला शिकवलं असं त्यांनी नंतर त्यांच्या सहकाऱ्यांना सांगितलं होतं.

हिरो सायकल्स एचटीए बरोबर पेडल मारत वेगानं पुढे निघाली होती. त्यांच्या या प्रवासात अधूनमधून अडथळे येत होते. समूहानं इतर एजन्सींबरोबरही काम केलं. त्यांच्यामध्ये लिंटासचा समावेश होता; परंतु एचटीएबरोबरचे संबंध आणि त्याचा परिणाम म्हणून त्यांचीच साहाय्यक कंपनी असलेल्या कॉन्ट्रॅक्ट ॲडव्हर्टायजिंगबरोबर विकसित झालेले हिरोचे संबंध हे खास होते. एकदा रात्री उशिरा श्री. रायना माझ्या काकांनी फोन केला. सन १९९३मध्ये संजय दत्तच्या अटकेमुळे सुनील दत्त यांच्या कुटुंबात निर्माण झालेल्या गदारोळामुळे ते अस्वस्थ झाले होते. संजयवर १९९३च्या मुंबई बॉम्बस्फोटात हात असल्याचा आरोप होता. त्या कुटुंबाला ओळखत असलेल्या इतर अनेक लोकांप्रमाणेच त्या चौतीस वर्षीय अभिनेत्याचा त्या प्रकरणात हात असेल, यावर ओमप्रकाश काकांचाही एखाद्या मिनिटासाठीसुद्धा विश्वास बसला नव्हता, त्यामुळे त्याच्यासाठी काहीतरी करण्याची त्यांची इच्छा होती. संजय त्यांच्या मुलाबरोबरच सनावरमध्ये लॉरेन्स स्कूलमध्ये शिकला होता. संजयच्या शालेय जीवनापासूनच चाचाजींना तो आवडत होता. त्याने जितक्या चुकीच्या गोष्टी केल्या होत्या, त्याहून जास्त प्रमाणात त्याच्या बाबतीत चुकीच्या गोष्टी घडत होत्या, असा त्यांचा विश्वास होता.

संजयला यातून बाहेर पडण्यासाठी मदत करण्याची त्यांची इच्छा असल्याचं त्यांनी श्री. रायना सांगितलं. त्या अभिनेत्याला हिरो सायकल्सचा ब्रँड ॲम्बॅसिडर करणं एवढीच गोष्ट ते करू शकत होते. त्यांनी या भूमिकेसाठी त्याला घेण्याचा निर्णय घेतला. त्या बदल्यात त्यांनी त्याला जी रक्कम दिली होती, ती त्या काळाच्या तुलनेत खूप म्हणजे खूपच अधिक होती. हिरोच्या 'चॅम्पियन' या सायकलसाठी संजय दत्तच्या भोवती तयार करण्यात आलेली जाहिरात त्यांना हवी होती. याकरिता कॉन्ट्रॅक्ट ॲडव्हर्टायजिंगला घेण्यासाठी ते उत्सुक होते. त्या काळात ही कंपनी तिच्या सर्जनशील जाहिरातींसाठी ओळखली जात होती.

हिरो समूहाच्या अनेक उत्पादनांसाठी जाहिरात करणाऱ्या अनेक बॉलिवूड ताऱ्यांपैकी संजय हा पहिला अभिनेता होता. त्यानंतर इतर काही अभिनेत्यांबरोबरच रानी मुखर्जी, हृतिक रोशन आणि अमिषा पटेल यांनीही ब्रँडच्या जाहिराती केल्या होत्या. मणिरत्नमच्या *गुरू* चित्रपटात ऐश्वर्या रॉयला हिरो सायकल चालवताना दाखवण्यात आलं होतं. या सगळ्या अभिनेते-अभिनेत्रींच्या जाहिरातींमध्ये ऐश्वर्या रॉय सर्वोत्कृष्ट ठरली होती.

**

दरम्यान, माझ्या वडलांना हिरो-होंडा मोटरसायकलींच्या विक्रीविषयी चिंता वाटत होती. या दुचाकींना सन १९८४मध्ये बाजारात आणण्यात आलं होतं आणि त्या वेळी कालातीत ठरावी, अशा जाहिरात मोहिमेचा वापर करण्यात आला होता.

'फिल इट, शट इट, फर्गेट इट' अशी तिची (इंधन भरा, टाकी बंद करा आणि विसरून जा) टॅगलाइन होती. मुळात या टॅगलाइनची कल्पना माझ्या दिवंगत बंधूची म्हणजे रमणजींची होती. या टॅगलाइननं भारतीय पुरुषांना स्कूटर सोडून देऊन जड मोटरसायकली चालवण्याकडे वळवलं होतं. त्यांनी सीडी १००कडे आपला मोर्चा वळवला होता. या मोटरसायकलनं प्रति लीटर ८० किलोमीटर अंतर कापण्याचं (मायलेजचं) वचन दिलं होतं. प्रत्यक्षात ऑटोमोबाईल रिसर्च असोसिएशन ऑफ इंडियानं (एआरएआयनं) घेतलेल्या सक्तीच्या लाँचपूर्व चाचण्यांच्या वेळी सीडी १००नं प्रति लीटर ९४ किलोमीटर अंतर कापण्याची क्षमता दर्शवली होती; परंतु माझ्या वडलांनी असा आग्रह धरला होता की, जाहिरातीत कमी मायलेज दाखवलं जावं आणि म्हणून ८० किलोमीटर इतकं मायलेज दाखवलं गेलं होतं. ग्राहकांना त्यांच्या अपेक्षेहूनही अधिक मायलेज मिळत असल्याचा आनंद मिळावा हा त्यामागचा हेतू होता. ज्या वेळी भारत स्कूटरच्या मागे धावत होता, त्या वेळी 'आम आदमी'च्या (सर्वसामान्य माणसाच्या) आकांक्षांच्या आणि उत्पादनाच्या परवडण्याच्या गुणधर्माच्या अवतीभवती तयार करण्यात आलेली ही जाहिरात आकर्षक ठरली होती. परिणामी, ग्राहकांच्या प्राधान्यक्रमात मोठंच परिवर्तन घडून आलं.

१९८०च्या दशकाच्या मध्यापर्यंत हिरो-होंडा रस्त्यांवर उतरल्या होत्या; पण आता ॲक्सेलरेटर वाढवून विक्रीला गती देण्याची वेळ झाली होती. माझ्या वडलांना पहिल्यांदा शहरी आणि निमशहरी बाजारपेठा आणि नंतर ग्रामीण भाग काबीज करण्याची तीव्र इच्छा होती. देशातील प्रत्येक खेड्यापर्यंत आणि गावापर्यंत पोहोचता यावं यासाठी हिरोला तिचं जाळं व्यापक करण्याची गरज होती. त्यासाठी स्वयंचलित वाहन उद्योगानं तोपर्यंत कधीही न पाहिलेल्या प्रमाणात विपणन योजना आखण्याची गरज होती.

हिरो मोटरसायकलला मर्दानी आणि तरीही परवडणारं वाहतूक साधन म्हणून समोर आणून तिच्यासाठी 'मर्दानी' स्वरूपाचं कथन तयार करण्यात आलं. विश्वासार्हता, मोटरसायकल चालवणाऱ्याकरिता आरामदायकपणा, माफक किंमत आणि कमी देखभाल खर्च या गोष्टी देणारी असे गुणधर्म असलेली मोटरसायकल असल्यावरचा भर कायम ठेवून मर्दानीपणाची भर टाकण्यात आली होती. कमी देखभाल खर्चावर माझ्या वडलांनी आणि रमणजींनी सुरुवातीपासूनच भर दिला होता.

तोपर्यंत एचटीएचं हिरोशी छान समीकरण जुळलं होतं. संबंध हे फक्त व्यवहारांवर नव्हे, तर विश्वास आणि परस्पर आदर या गोष्टींवर विकसित होतात हे मुंजालांचं तत्त्व त्यांनी आत्मसात केलं होतं. तरुण राय याविषयीची आठवण सांगताना म्हणाले, 'माझा असा विश्वास आहे की, आमच्याशी असलेल्या त्यांच्या संबंधांमुळे श्री. मुंजालांनी (ओ.पी.नी) आमच्यातील उत्तम गोष्टी बाहेर काढल्या होत्या. आमच्याशी व्यावसायिक आणि वैयक्तिक अशा दोन्ही पातळ्यांवरून ते

संपर्क साधत होते. ज्या वेळी ते काश्मीरच्या किंवा हिमाचल प्रदेशाच्या डोंगर-दऱ्यांमध्ये सुट्टी घालवण्यासाठी गेलेले असत, त्या वेळी आम्हालाही तिथे बोलावून घेणं हा एक वार्षिक रिवाजच झाला होता.

'ओमप्रकाशजी असं म्हणत असत की, व्यवसायाला आमच्यासाठीच्या एखाद्या छोट्याशा सुट्टीत मिसळून टाकणं ही त्यांची पद्धत होती. काही वेळा ते माझ्या पत्नीला भेटले होते. आमच्या सोबत आमच्या पत्नींनाही आम्ही तिकडे न्यावं, अशी त्यांची इच्छा असे. एकदा आम्ही चंडीगडजवळच्या बरोग या शांत, थंड हवेच्या प्रदेशात भेटलो. तिथे ते आणि सौ. मुंजाल होत्या. आम्ही त्यांच्या सोबत स्वादिष्ट जेवण घेतलं. आमच्या मुलीच्या जन्माबद्दल सांगितल्यानंतर त्यांनी मला अतिशय प्रेमानं मिठी मारली होती. अर्थातच तिच्यासाठी भेटवस्तू देऊन त्यांनी मला परत पाठवून दिलं होतं.

'भेटवस्तूंविषयी बोलायचं झालं तर - आम्ही नेहमीच लुधियानावरून दर भेटीनंतर कोणत्या ना कोणत्या भेटवस्तू घेऊनच परतत होतो. आम्ही दिलेल्या प्रेझेंटेशनकरिता आम्हाला आणि आमच्यासोबत काम केलेल्या काही सर्जनशील लोकांना ते भेटवस्तू देत असत. टिकाऊ नातेसंबंधाची दीर्घकालीन उभारणी करण्यात अशा लहान, लहान गोष्टीही महत्त्वाच्या ठरतात.'

योगायोगानं, भेटवस्तू देणं ही आमच्या व्यवसायात दीर्घकाळापासून चालत आलेली पद्धत आहे. खरं तर लोकांच्या घरांमध्ये उपयुक्त ठराव्यात असा भेटवस्तू आम्ही नेहमीच दिल्या आहेत.

माझे काका आणि त्यांच्या टीमबरोबर विकसित झालेल्या संबंधाच्या ताकदीवर एचटीएनं हिरो-होंडाचं कंत्राटही मिळवलं. ही कंपनी पूर्णपणे वेगळी होती आणि त्यांचं विपणन धोरणही वेगळं होतं. हिरो सायकल्समध्ये विपणन विभाग नसला तरी हिरो-होंडामध्ये एक स्वतंत्र विपणन विभाग होता आणि अमित चतुर्वेदी त्याचे प्रमुख होते. हिरो-होंडाचं हे काम कॉल्विन हॅसिर आणि नवरोज धोंडी या एचटीएच्या टीमनं हाताळलं. अमित आणि इतर टीमशी त्यांचे चांगलेच स्नेहसंबंध निर्माण झाले.

विपणन टीमनं 'हिरो कप'ची कल्पना मांडली. माझ्या वडलांना क्रिकेटची अत्यंत आवड होती. त्यांना ही कल्पना भावली. ते अगदी कार्यालयातसुद्धा जेवणाच्या सुट्टीत खेळांचे सामने पाहत असत. त्या मजल्यावरचे कर्मचारी त्यांच्या भोवती गोळा होत आणि ते सगळे मिळून सामने पाहत, खेळाडूंच्या कामगिरीचं विश्लेषण करत. खरं तर कालौघात आपल्या स्वागत कार्यालयातील व्यवस्थापिका विजया चौधरी यांच्याशी आणि त्यांचा शिपाई आनंद यांच्याशी माझ्या वडलांचे जवळचे स्नेहबंध निर्माण झाले होते. विजया चौधरी आणि आनंद त्यांच्यासाठी पूर्णपणे समर्पित भावनेनं काम करत होते.

**

हिरोचे समाजाशी असलेले संबंध लक्षात घेता माझ्या वडलांना आणि काकांना असं वाटलं की, ब्रँडच्या उभारणीसाठी खेळाचा वापर करून घेणं ही एक चांगली कल्पना ठरेल. पूर्वीच्या काळी क्रिकेटचे सामने एक तर विमा कंपन्यांकडून किंवा तंबाखू कंपन्यांकडून प्रामुख्यानं प्रायोजित केले जात होते. स्पर्धात्मक खेळांच्या मैदानात प्रवेश करणारी हिरो ही टिकाऊ ग्राहकोपयोगी वस्तू तयार करणाऱ्या कंपन्यांपैकी पहिलीच कंपनी होती. माझ्या वडलांना म्हणजेच ब्रिजमोहन लाल मुंजाल यांना खेळाविषयी कितीही प्रेम वाटत असलं तरी त्यांना ही कल्पना सहजपणे पटली नव्हती. त्यासाठी एचटीएला अनेक बैठका घ्याव्या लागल्या आणि ही कल्पना त्यांच्या गळी उतरवण्यासाठी त्यांना बरंचसं समजवावं लागलं. एचटीएनं त्यांच्यासमोर असा मोहक प्रस्ताव ठेवला की, या उपक्रमाची फलितं पाहिली तर त्या तुलनेत त्याला प्रायोजित करण्यासाठी येणारा खर्च बराच कमी आहे. इथे ही गोष्ट लक्षात ठेवली पाहिजे की, १९९०च्या दशकाच्या सुरुवातीच्या काळात खूपच कमी वाहिन्या होत्या. क्रिकेटमध्ये खूप कमी पैसा होता आणि प्रायोजकत्व पत्करणाऱ्या कंपन्यांची संख्याही अतिशय कमी होती.

अखेरीस माझ्या वडलांनी हा प्रस्ताव मान्य केला आणि अशा प्रकारे १९९३मध्ये हिरो कपचा प्रारंभ झाला. त्याचं प्रसारण स्टार टीव्ही नेटवर्कवर झालं. यातला नशिबाचा भाग असा आहे की, त्यामुळे माझ्या वडलांना कायमस्वरूपी आनंद लाभला, कारण या स्पर्धेत भारतानं हा चषक जिंकला. वेस्ट इंडिजच्या विरोधात दक्षिण आफ्रिकेच्या जाँटी ऱ्होडसने पाच झेल घेऊन नोंदवलेला विक्रम, दक्षिण आफ्रिकेच्या विरोधात उपांत्य सामन्यात सचिन तेंडुलकरनं खेळलेलं अखेरचं षटक आणि वेस्ट इंडिजबरोबरच्या अंतिम सामन्यात अनिल कुंबळेनं भारतासाठी सहा विकेट घेऊन जिंकून दिलेला सामना या सगळ्या गोष्टींसाठी या पहिल्याच वर्षीचा हिरो चषक सामना क्रिकेटच्या जगतात कायमच लक्षात ठेवला जाईल. त्या अविस्मरणीय सामन्याच्या अखेरीस मोहंमद अझहरुद्दीननं कलकत्त्याच्या (सध्याच्या कोलकात्याच्या) इडन गार्डनवर हिरो चषक उंचावला होता.

त्यानतर क्रीडा जगतात हिरोची कायमच उपस्थिती राहिली. केवळ क्रिकेटच नव्हे, तर हॉकी, फूटबॉल आणि गोल्फ या खेळांच्या सामन्यांनाही हिरोकडून प्रायोजकत्व दिलं जाऊ लागलं. हिरो कपने क्रिकेटविषयीची समूहाची भूक वाढली होती आणि मुंजाल बंधूंनी क्रिकेटमधील उगवत्या, प्रतिभावान खेळाडूंना ओळखण्यासाठी उत्तम प्रतिभावान लोकाना ओळखण्याच्या आपल्या बुद्धिमत्तेचा चांगला वापर करून घेतला. ओमप्रकाश चाचाजींनी सन २००८च्या जानेवारीत टीव्हीवर इरफान पठाणला गोलंदाजी करताना पाहिलं. त्या वेळी त्याने पाकिस्तानच्या विरोधात हॅट-ट्रिक केली होती. यामुळे चाचाजी इतके भारावून गेले की, त्यांनी एचटीएला फोन केला आणि पठाणबरोबर लगेच करार करण्यास सांगितलं.

ज्या वेळी ओ.पी.ना एखादी गोष्ट तातडीनं करावी असं वाटत असे त्या वेळी त्यांना खरोखरच ती गोष्ट झटपट, तातडीनंच केली गेली पाहिजे, असं वाटत होतं हे एजन्सीला चांगलंच माहीत झालं होतं. जर तसं करण्यात त्यांना अपयश आलं असतं तर त्यांच्याकडचा सगळा आपलेपणा त्यांच्या संतापाच्या उद्रेकात विरघळून गेला असता म्हणून ज्या वेळी एचटीएला इरफान भारतीय क्रिकेट संघाबरोबर पाकिस्तानमध्ये सामन्यासाठी गेल्याचं समजलं, त्या वेळी त्यांनी त्याला कराचीत गाठण्यासाठी इथून एका कर्मचाऱ्याला पाठवलं. तत्कालीन पंतप्रधान अटल बिहारी वाजपेयी यांच्या सौजन्यामुळे आणि त्या वर्षीच्या सुरुवातीला त्यांनी शांततेसाठी केलेल्या प्रयत्नांमुळे तब्बल पंधरा वर्षांनी भारत पाकिस्तानमध्ये खेळायला गेला होता. ज्या वेळी अझहरुद्दीनची संमती मिळवून त्याला घेतलं गेलं आणि तो करार पक्का झाला, त्याच वेळी एचटीएनं 'ओ. पीं.'ना फोन केला.

'आज जी किंमत अगदीच अविश्वसनीय वाटू शकेल इतक्या कमी किमतीत आम्ही इरफानबरोबर करार केला होता,' अशी आठवण रायनी सांगितली.

क्रीडा क्षेत्रातील आमच्या सहभागामुळे आम्हाला आमच्या मित्र परिवाराला आणि व्यवसायातील साहाय्यकांना म्हणजे बँकर, राजकारणी लोक, नोकरशहा, इ.ना रोमहर्षक क्रिकेट सामन्यांकरिता आमंत्रित करणं शक्य होऊ लागलं. फक्त याच प्रकारे आमच्या मनातील त्यांच्याविषयीची आदराची भावना आम्ही व्यक्त करू शकत होतो, कारण दिवाळीला भेटवस्तू देण्याची पद्धत आम्ही आधीच बंद केली होती.

हिरोनं फक्त भारतातच नव्हे, तर परदेशांमध्येही भारतीय कंपन्यांकडून क्रिकेटच्या सामन्यांचं प्रायोजकत्व केलं जाण्याची प्रथा सुरू केली. खरं तर हिरोनं क्रिकेटमध्ये जोमानं प्रवेश केल्यानंतर त्या पाठोपाठ इतर खेळांमध्येही प्रवेश केला. त्यानंतरच्या आगामी वर्षांमध्ये हिरोनं फक्त क्रिकेटच नव्हे, तर हॉकी, फूटबॉल आणि गोल्फमध्येही आपली उपस्थिती दाखवून दिली. गोल्फवर योगायोगानं पवननं खास लक्ष केंद्रित केलं होतं आणि अद्यापही त्याने त्यावर लक्ष एकवटलं आहे. दंतकथा बनून गेलेला टायगर वूड्स हा 'ब्रँड हिरो'शी जोडला गेला आहे.

हिरो ही खेळांना मोठ्या प्रमाणात पाठबळ पुरवणाऱ्या कंपन्यांपैकी एक कंपनी असली तरी आम्ही कधीही खेळात हस्तक्षेप केला नाही. आम्ही कोणत्या ना कोणत्या देखरेख मंडळावर आमची वर्णी लागावी यासाठी प्रयत्न करू शकलो असतो किंवा तसं थेट सांगू शकलो असतो; पण आम्ही जाणीवपूर्वक क्रिकेटचं व्यवस्थापन करणाऱ्या एजन्सींवर प्रभाव न टाकण्याचा प्रयत्न केला. ज्या वेळी क्रिकेटच्या प्रशासनात गोंधळ निर्माण होऊ लागल्याचं दिसू लागलं, त्या वेळी आम्ही आमचं प्रायोजकत्व काढून घेतलं. आम्ही दिलेल्या आर्थिक पाठबळाचा

दुरुपयोग होणार नाही, अशी खात्री असेल तर आर्थिक मदत देणं हे आमचं तत्त्व होतं. खरं तर मी आधी उल्लेख केला आहे, त्याप्रमाणे त्यानंतर आम्ही ज्या खेळांना कोणतंच पाठबळ मिळत नव्हतं, त्यांना ते देऊ लागलो. त्यात हॉकी, सॉकर, महिलांचा फूटबॉल आणि इतर खेळांचा समावेश होता.

माझ्या वडलांनी ग्राहकाभिमुख यंत्रणांवर मोठाच भर दिला होता. ब्रँडच्या उभारणीतील हा महत्त्वाचा घटक होता. प्रशस्त शोरूम, उत्तम माहिती असलेले विनम्र डीलर, सीआरएम (ग्राहक संबंध व्यवस्थापन) योजना या सगळ्यांमधून ग्राहकांना खरेदीचा उत्तम अनुभव मिळावा हाच उद्देश होता. ग्राहकांनी केलेल्या चौकशीच्या वेळी डीलरशिपमधील कर्मचाऱ्यांना समर्पक उत्तरं देता यावीत आणि त्यांच्या प्रश्नांना बगल देण्याची वेळ त्यांच्यावर येऊ नये यासाठी या कर्मचाऱ्यांना उत्पादनाच्या तांत्रिक माहितीचं प्रशिक्षण दिलं जात होतं; पण त्यापेक्षाही 'सॉफ्ट' कौशल्यांना जास्त महत्त्व दिलं जात होतं. 'ग्राहकांचं आपलेपणानं स्वागत करणं, त्यांना पाणी, सॉफ्ट ड्रिंक किंवा चहा देणं आणि सर्वसामान्यपणे आपलं स्वागत होत आहे असं त्यांना वाटावं अशा प्रकारे त्यांच्याशी वागणं यामुळे विक्रीत मोठा फरक पडतो,' असं माझ्या वडलांनी हिरोच्या डीलरना सांगितलं होतं.

किरकोळ विक्रीच्या अत्यंत पारंपरिक वातावरणात ग्राहकांना आपलंसं करून घेऊन माझ्या वडलांना ग्राहकांना एक संदेश द्यायचा होता. याविषयी सन २००६मध्ये त्यांनी *आऊटलूक नियतकालिकाला* दिलेल्या मुलाखतीत असं सांगितलं होतं की : 'फक्त नफा मिळवणं हेच आमचं उद्दिष्ट नव्हतं, तर ग्राहकांशी संपूर्ण समर्पित भावनेनं वागणं हे आमचं उद्दिष्ट होतं. आम्हाला त्यांच्या पैशाचा त्यांना पूर्ण मोबदला द्यायचा होता आणि भारतीय उत्पादनाची निवड केल्याबद्दल त्यांना अभिमान वाटावा, अशी भावना त्यांच्या मनात निर्माण करायची होती.'

अगदी आजतागायत गुणवत्ता, विश्वासार्हता, एकात्मता आणि परवडणाऱ्या दरात मिळणारं उत्पादन म्हणूनच हिरोचा विचार केला जातो. हिरोला ब्रँड विश्वास निर्देशांकावर (ब्रँड ट्रस्ट इंडेक्सवर) उच्च दर्जा प्राप्त झाला आहे. या ब्रँडची उभारणी फक्त लोगो, मध्यवर्ती कल्पनेवर आधारित गाणं (थीम साँग) आणि घोषणा यांच्या साहाय्यानं करण्यात आलेली नाही, तर मुंजाल कुटुंबाच्या मूल्यांवर करण्यात आली आहे. या संदर्भात फॅशन डिझायनर ॲलिस टेम्पर्लीच्या विधानाचा संदर्भ देता येईल. तिने असं म्हटलं होतं की : 'तुम्हाला तुमच्या वारशाशी आणि परंपरेशी प्रामाणिक राहावं लागतं. तोच तुमचा ब्रँड असतो.'

हिरो सायकल्समध्ये गुणवत्तेवर लक्ष केंद्रित करण्यात आलं होतं. त्याबरोबरच ग्राहकाभिमुख धोरणाचा उपयोग करण्यात आला होता आणि लोकांना जास्त महत्त्व देण्यात आलं होता. हिरो सायकल्सकडून वारसा म्हणून मिळालेल्या या गोष्टींचा उपयोग हिरो-होंडासाठी करून घेण्यात आला. त्याबरोबरच या गोष्टींमध्ये

आणखी सुधारणा करण्यात आल्या आणि त्यांच्याशी तंत्रज्ञानाच्या व ग्राहक सेवेच्या आधुनिक सेवांचा संगम घडवण्यात आला. या सगळ्यांना मिळणारा प्रतिसाद कसा आहे ते नेहमीच नियमितपणे आजमावण्यात आलं. अभियांत्रिकी आणि डिझाईन यांच्यातील तफावती दूर करण्याचा सातत्यानं प्रयत्न करण्यात आला.

माझ्या वडलांनी ही गोष्ट अतिशय निःसंदिग्धपणे स्पष्ट केली होती की, प्रतिक्रियांना कालबद्ध पद्धतीनं उत्तरं दिली पाहिजेत आणि तक्रारीही विशिष्ट वेळेतच सोडवल्या पाहिजेत. त्यांचा हा संदेश संपूर्ण संघटनेत व्यापकपणे पसरेल याची त्यांनी खात्री करून घेतली होती. त्यांच्या दृष्टीनं प्रतिष्ठा आणि विश्वसनीयता या गोष्टींना खूपच महत्त्व होतं. अनेक वर्षांपर्यंत ते डीलरच्या आणि ग्राहकांच्या तक्रारींच्या पत्रांवर वैयक्तिक लक्ष ठेवत होते. आधीच्या काळाच्या तुलनेत हिरोची गुणवत्ता किंवा मानांकन कमी झाल्याचा आरोप कोणीही केला तर ते संतापत होते हे मला आजही आठवतं.

नंतरच्या काळात माझ्या वडलांनी दैनंदिन कामकाजातून हळूहळू लक्ष काढून घेतलं असलं, तरी जवळजवळ अगदी त्यांच्या अखेरच्या दिवसांतसुद्धा डीलरच्या अंतिम निवडीत ते वैयक्तिकरीत्या लक्ष घालत होते. त्यांच्याकडे अल्प संभाषणातून संबंधित व्यक्तीचा स्वभाव, मूल्य यंत्रणा आणि बांधिलकी पत्करण्याची क्षमता या गोष्टींचा नेमका अंदाज बांधण्याची हातोटी होती. नेहमीच त्यांचा अंदाज अचूक असल्याचं सिद्ध होत असे.

मूल्यं, आदर आणि संबंध हे कोणत्याही व्यवसायाचा पाया असतात, असा माझ्या वडलांचा विश्वास होता. ते नेहमीच असं म्हणत की, संबंध हे बँकेतील खात्यासारखे असतात. 'तुम्ही जे द्याल, तेच तुम्हाला परत मिळेल.' फक्त याच एका महत्त्वपूर्ण पूर्वपक्षावर ब्रँड 'हिरो'ची उभारणी झाली होती. 'लोकांचा ब्रँड' म्हणून संख्येशी तडजोड न करता हिरोनं संबंधांचं महत्त्व सूचित केलं होतं.

श्रीराम पिस्टन्सचे अध्यक्ष अशोककुमार तनेजा यांनी 'भारतातील साहाय्यक कंपन्यांचे जनक' या शब्दांत माझ्या वडलांचं म्हणजेच ब्रिजमोहन लाल मुंजाल यांचं वर्णन केलं होतं. तनेजांनी पुढे असं म्हटलं होतं की : *सबका साथ सबका विकास* हे राजकीय घोषवाक्य होण्याच्या कितीतरी आधीपासून ते या घोषवाक्याच्या खऱ्या चैतन्याचं मूर्तिमंत उदाहरण होते.' जुन्या काळातील सौजन्याचं मूर्तिमंत रूप म्हणूनही ते माझ्या वडलांकडे पाहत होते. आपल्या निम्म्या वयाच्या माणसाचं स्वागत करण्यासाठी ते अतिशय सौजन्यपूर्वक आपल्या खुर्चीवरून उठत होते आणि अगदी नव्वदीच्या घरात पोहोचल्यानंतरही ते या शिष्टाचाराचं पालन करत होते. हाच गुणधर्म सर्वच बंधूंनी आत्मसात केला होता आणि त्यांच्या नंतरच्या पिढ्यांमधील अनेक कुटुंबीयांनीही तो आत्मसात केला आहे.

ज्याप्रमाणे माझ्या वडलांनी *व्यवसायाच्या धर्माची* अद्वितीय भारतीय संकल्पना आत्मसात केली होती आणि ते या संकल्पनेचं प्रत्यक्ष रूप होते, त्याप्रमाणेच हिरोमधून आधुनिक भारताच्या स्वदेशी ब्रँडचं दर्शन घडतं. या ब्रँडमधून मानवी स्पर्शाचं, वर्षानुवर्षांच्या प्रतिष्ठेचं दर्शन घडतं. ग्राहकांच्या व सर्व स्टेकहोल्डरच्या नवीन पिढ्यांच्या मनात कायम राहिलेली हिरोची ही प्रतिमाही या ब्रँडमधून दृग्गोचर होते.

मुंजाल बंधूंना हिरो हे नाव सहजपणे भेट देणाऱ्या, सायकलच्या सीट तयार करणाऱ्या करीम दीन या त्यांच्या जुन्या मित्रानं पुढे-मागे हे नाव इतका यशस्वी ब्रँड ठरेल याची कधी कल्पनाही केली नसावी.

१२

मुंजाल कुटुंबीयांची व्यवस्थापन पद्धती

मुंजाल बंधू आणि त्यांनी केलेलं व्यवसायांचं व्यवस्थापन हा अनेक केस-स्टडीजचा विषय झाला. अनेक जागतिक स्तरावरच्या संस्थांनी मुंजाल कुटुंबीयांच्या व्यवस्थापन पद्धतीचा अभ्यास केला. त्यात लंडन स्कूल ऑफ बिझनेस, फ्रान्सची इनसिड (INSEAD), नरसी मुंजी इन्स्टिट्यूट इ.चा समावेश आहे. बीबीसी आणि वर्ल्ड बँक ग्रुप यांनी तयार केलेल्या अहवालांमध्ये त्यांची कथा नमूद करण्यात आली आहे.

मात्र खरं सांगायचं झालं, तर या केस स्टडीजमध्ये लिहिण्यात आलेल्या अद्वितीय व्यवस्थापन संकल्पनांना माझ्या वडलांनी आणि त्यांच्या बंधूंनी अद्वितीय मानलंच नव्हतं. त्यांनी कधीही जाणीवपूर्वक आजूबाजूच्या सामाजिक वातावरणाच्या संदर्भात स्वतःचं मूल्यमापन केलं नव्हतं. १९८०च्या दशकात जपानी लोकांनी आम्हाला पहिल्यांदा या सगळ्याचं प्रतिबिंब पाहण्यासाठी आरसा दाखवला. यानंतर पुढे मी जे लिहिणार आहे, त्यातून कदाचित आधी लिहिलेल्या भागातील मजकुराची पुनरावृत्ती होण्याची शक्यता आहे. मात्र तरीही या प्रकरणात व्यवस्थापनाच्या धड्याच्या स्वरूपात विविध धागे जोडण्याचा प्रयत्न करण्यात आला आहे.

जगभरातील श्रोत्यांना हिरोची अविश्वसनीय कथा सांगण्यासाठी मला आजतागायत कित्येक ठिकाणी बोलावण्यात आलं आहे. मी नेहमी हेच सांगत आलो आहे की, माझे वडील आणि काका हे फक्त त्यांच्या व्यवहारज्ञानाचा वापर करत राहिले. अर्थातच त्यांचं हे व्यवहारज्ञान सर्वसामान्य नव्हतं ही गोष्ट अलाहिदा! भारतात आधुनिक व्यवस्थापन पद्धती जगभरातून आल्यासारखं दिसत असलं तरी हिरोमध्ये आम्ही या पद्धती अनेक दशकांपासून वापरत होतो, फक्त त्यांच्या विशिष्ट परिभाषा तयार करण्यात आल्या नव्हत्या इतकंच!

उदाहरणार्थ, अगदी सुरुवातीपासूनच आमच्या पुरवठादारांना तंत्रज्ञानविषयक आणि प्रक्रियाविषयक नावीन्यपूर्ण कल्पना सांगितल्या जात होत्या आणि त्यांच्याकडूनही अशा कल्पना ऐकून घेतल्या जात होत्या. शिवाय सुधारित क्षमतेतून आणि कमी खर्चातून मिळवण्यात आलेले लाभ वाटून घेतले जात होते. आम्हाला जपानी लोकांनी सांगितलं की, फक्त जपानमध्ये अशा प्रकारे पुरवठादारांबरोबर इतके गाढ स्नेहसंबंध जपले जात होते.

त्याप्रमाणेच वाढीसाठी आणि नफा मिळवण्यासाठी आम्ही करत असलेला अथक पाठपुरावा ही नैसर्गिक, अंगभूत गोष्ट होती आणि ती गृहीत धरण्यात आली होती. आमच्या वार्षिक नियोजन बैठकांमध्ये कंपनीची वाढ होऊ शकेल की नाही यावर कधीही चर्चा करण्यास परवानगी दिली जात नव्हती. संबंधित कंपनीची वाढ होईल हे गृहीतच धरण्यात येत होतं. फक्त ती किती होईल एवढाच काय तो प्रश्न होता. आम्हाला फक्त इतकंच माहीत असत होतं की, आम्हाला आदल्या वर्षीच्या तुलनेत अधिक चांगली कामगिरी करावीच लागणार आहे.

व्यावसायिक नेत्यांसाठी माझे वडीलही व्यवस्थापन पुस्तिका लिहू शकले असते आणि तिच्यात व्यावसायिक प्रशासन, मानवी संसाधन, इनव्हेन्टरीचं व्यवस्थापन, भांडवलाचं अंदाजपत्रक, खेळत्या भांडवलाचं व्यवस्थापन आणि सामाजिक जबाबदारी या गोष्टींचा समावेशही करता आला असता. त्यांनी जर आपले अनुभव सांगायचे असं ठरवलं असतं तर त्यांच्या पुस्तकात हे घटक आपोआपच समाविष्ट झाले असते.

महत्त्वाची मूल्यं आणि शिकलेले धडे

शॉप फ्लोअरवरच्या परिपूर्ण पद्धती

माझ्या वडलांनी आणि त्यांच्या बंधूंनी लोकांमधील उत्तम गोष्टी बाहेर काढल्या. माझ्या वडलांविषयी आणि काकांविषयी नेहमीच असं सांगितलं जात असे की, ते कित्येक तास शॉप फ्लोअरवर बसत होते आणि त्या वेळी विशिष्ट काम करत असलेल्या कामगारांवर ते बारकाईनं लक्ष ठेवत होते. त्यांच्यापैकी अत्यंत झपाट्यानं काम करणारा कामगार दिलेल्या वेळात किती उत्पादन करू शकतो याची ते मनातल्या मनात नोंद करत असत. दुसऱ्या दिवशी माझे वडील किंवा एखादा काका त्या झपाट्यानं काम करणाऱ्या कामगाराला सांगत की, त्याच्या सहकाऱ्यांना लाभ व्हावा म्हणून त्याच्या कौशल्यांविषयी त्याने इतर कामगारानं माहिती द्यावी आणि त्याच्याप्रमाणेच काम करण्यास त्यांना प्रोत्साहन द्यावं. ते तेवढ्यावरच थांबत नव्हते. एकदा सगळ्या कामगारांच्या उत्पादन क्षमतेत तितकी वाढ झाली की, माझ्या काकांनी आणि वडलांनी निरीक्षणाच्या आधारावर काढण्यात आलेल्या

निष्कर्षांनुसार सगळे कामगार आणखी चांगलं काम कशा प्रकारे करू शकतील हेही त्यांना सांगितलं जात असे.

माझे वडील आणि ओमप्रकाशकाका त्यांच्या व्यवस्थापकांबरोबर आणि टीमबरोबर अनेक तास चर्चा करत. सायकलींच्या उत्पादन चक्राचा कालावधी कसा कमी करता येईल आणि उत्पादनाला कसं उत्तेजन देता येईल, याविषयी या वेळी चर्चा केली जात असे आणि लोकांना प्रोत्साहन दिलं जात असे. (त्याबरोबरच ज्या व्यवसायात त्यांच्यापैकी प्रत्येकाचाच वाटा होता, त्या व्यवसायात नफा कमावण्यासाठी आणि व्यवसायाच्या उभारणीकरिता संसाधनांची निर्मिती करण्यासाठी प्रक्रियांमधील सक्षमता महत्त्वाची असते हे स्पष्ट करण्यासाठी ते भरपूर कष्ट घेत.) विशेषतः माझे काका मोठ्या प्रमाणात बचती आणि क्षमता यांची निर्मिती करणाऱ्या लहान सुधारणांचा शोध घेत असत.

स्वातंत्र्योत्तर काळात भारताला कमतरतांची, अभावांची अर्थव्यवस्था मिळाली होती, त्यामुळे भारतीय उद्योजकांच्या मानसिकतेत अनेक दशकं खर्च कमी करण्याची भावना जोपासली गेली होती. माझे वडील युरोपला जात आणि तिथे मशीन व साधनं पाहण्यात दिवसातील अनेक तास आणि असे अनेक दिवस घालवत. ही मशीन आणि साधनं कशी तयार केली जातात आणि कशी कार्य करतात या गोष्टी ते बारकाईनं पाहत आणि लक्षात ठेवत. तिथून येताना ते एक-दोन मशीन घेऊन येत. लुधियानात आल्यानंतर त्यांच्या उत्पादनाच्या आणि वापराच्या प्रक्रिया परिपूर्ण केल्या जात. त्यानंतर स्थानिक पातळीवर ती मशीन तयार करणं शक्य होत असे आणि त्यासाठी त्या मशीनकरिता मोजाव्या लागलेल्या किमतीच्या तुलनेत अत्यल्प खर्चात ती तयार होत.

सायकली या कीटच्या स्वरूपात पाठवल्या जात होत्या. त्यांचा प्रत्येक भाग सुट्या स्वरूपात पाठवला जात होता आणि नंतर डीलरकडे त्यांचं एकत्रीकरण करून सायकली तयार केल्या जात होत्या. सायकलच्या प्रत्येक भागासाठी स्वतंत्र असेंब्ली लाइन असत होती आणि ती घड्याळासारख्या कुशल पद्धतीनं कार्य करत होती. यात प्रत्येकाचं उत्तरदायित्व आणि जबाबदारी या दोन्ही गोष्टी निश्चित केल्या जात होत्या. उदाहरणार्थ, पेडल असेंब्ली लाइनचा प्रमुख असलेला कामगार हा पॅकिंगसाठीही जबाबदार असत होता. अगदी १९६०च्या दशकातसुद्धा प्रत्येक असेंब्ली लाइनच्या दोन्ही बाजूंना फळे होते. दर तीस मिनिटांनी पर्यवेक्षक त्यांच्यावरचे उत्पादनाचे आकडे बदलत असे आणि दिवसाच्या लक्ष्याशी त्याची तुलना करत असे.

बाहेरच्या व्यक्तीच्या दृष्टीनं आमची उत्पादनक्षमता आणि गुणवत्तेकडे देण्यात येत असलेलं लक्ष या गोष्टी अद्वितीय होत्या. तोपर्यंत आम्ही स्वतः त्यांचं मूल्यमापन केलं नव्हतं; पण १९८०च्या दशकात होंडाशी सहकार्य करार झाल्यानंतर त्यांनी आम्हाला अशी माहिती सांगितली की, आमची कार्यक्षमतेची पातळी ही जगातील

सर्वोच्च पातळ्यांच्या तोडीची होती. त्या सुरुवातीच्या दशकांमध्ये व्यवसायाचा आकार झपाट्यानं वाढला; पण कामगारांची संख्या वाढली नव्हती. कालौघात उच्चतर उत्पादनक्षमता आणि बचती यांमुळे ग्राहकांना आकर्षित करण्याच्या आणि टिकवून ठेवण्याच्या आमच्या क्षमतेत लक्षणीय वाढ झाली.

तीस वर्षांच्या काळात हिरो सायकल्सनं सायकलींच्या किमती २०० रुपयांवरून ६०० रुपयांवर नेल्या, कारण तेल, रंग आणि वीज यांचा खर्च आठ पटींपासून ते हजारो पटींच्या दरम्यान वाढला होता. ज्या वेळी खर्चात वाढ झाली, त्या वेळी मूल्यसाखळीला अधिक प्रभावीपणे हाताळण्यासाठी संपूर्ण मूल्यसाखळीत अनेक समायोजनं करण्यात आली. अपव्यय आणि अनावश्यक खर्च कमीत कमी व्हावा याचा आम्ही पाठपुरावा करत होतो. त्यातूनच आम्ही स्वतःला आणखी चांगले करत होतो. उदाहरणार्थ, १९६०च्या दशकात उशिरा मागणीत वाढ झाली. त्याबरोबर आमच्या व्यवस्थापकांनी आणि कामगारांनी कामकाजाची एक नवीन पद्धत शोधून काढली. तिच्या साहाय्यानं एकाच वेळी पाच क्रँक्स ड्रील करता येत होते. एकेक क्रँक ड्रील करत जाण्याच्या आधीच्या किचकट प्रक्रियेच्या जागी ही अधिक सक्षम प्रक्रिया आणण्यात आली.

मोठ्या प्रमाणात खास निर्मिती करण्याची म्हणजेच मास कस्टमायझेशनची सुरुवात करणाऱ्यांमध्ये आम्ही होतो. त्यातून गुणवत्तेच्या बाबतीत कधीही कुठलीच तडजोड न करता शॉप फ्लोअरवर अनेकविध उत्पादन लाइनचा समावेश करण्याची क्षमता दिसून येत होती.

आज भारतातील कोणत्याही उद्योग समूहाच्या तुलनेत प्रकल्पाची अत्यंत जलद गतीनं अंमलबजावणी करण्यात आम्ही आघाडीवर असण्याची शक्यता आहे. आम्ही हरिद्वारमध्ये दुचाकी उत्पादन प्रकल्प सुरू केला, त्या वेळी आम्हाला भूमिपूजन करून पाया घालण्यापासून व्यापारी उत्पादन सुरू करण्यासाठी केवळ सात महिन्यांचा कालावधी लागला होता. उद्योग क्षेत्रातील बहुतेक लोकांचा यावर विश्वासच बसला नव्हता. खरं तर ज्या वेळी सन २००७मध्ये जर्मनीच्या डेम्लर ट्रक्सबरोबर संयुक्त करार करून ट्रक तयार करण्याच्या दिशेनं हिरो कंपनी काम करत होती त्या वेळी डेम्लर ट्रक्सच्या टीम फक्त करार करण्याचा निर्णय घेण्याच्या आधी माहिती गोळा करून तिचं विश्लेषण करण्यासाठी इथे आल्या होत्या. त्यांना हरिद्वारला नेण्यात आलं. ते अचंबित झाले आणि इतकी मोठी फॅक्टरी इतक्या कमी वेळात उभारणं हे जर्मनीतसुद्धा शक्य होत नसल्याचं त्यांनी आम्हाला सांगितल.

आम्ही अंतर्गत पातळीवर उत्तम पद्धती तयार केल्या होत्या आणि शिवाय इतरत्र आढळलेल्या उत्तम पद्धतींचा आमच्या कार्यपद्धतीत समावेश केला होता. माझ्या वडलांनी कित्येक परदेश दौरे केले. अशा दौऱ्यांच्या वेळी ते कान आणि डोळे नेहमीच उघडे ठेवून एखादी स्फूर्तिदायक गोष्ट कुठे आढळते का याकडे

बारकाईनं लक्ष देत होते. ओमप्रकाशकाका हे तपशिलांना जास्त महत्त्व देत होते. विशेषतः सुधारणा करण्याच्या बाबतीत आणि अपव्यय टाळण्याच्या बाबतीत ते त्यांचा उपयोग करून घेत होते.

स्वावलंबन

एक तत्त्व म्हणून मुंजाल कुटुंब ताळेबंदातील कर्जाचे आकडे वाढू नयेत, याकडे दक्षतेनं लक्ष पुरवत होतं. बँकांचे दरवाजे ठोठावण्याच्याऐवजी या बंधूंनी आपल्या स्वतःच्या संसाधनांवर अवलंबून राहणं जास्त पसंत केलं होतं. याचा अर्थ असा होता की, कामकाजाच्या खर्चासाठी आणि खरेदीसाठी त्यांच्याकडे सुरुवातीला अत्यल्प भांडवलपुरवठा होता. या दक्ष दृष्टिकोनामुळे व्यवसायाची चक्रं सुरळीत सुरू राहिली. नफ्यात वाढ झाली आणि जोखमी कमी झाल्या. हिरो समूहाला कधीही कर्जाचा दबाव सहन करावा लागला नाही किंवा तरलतेच्या समस्येलाही तोंड द्यावं लागलं नाही.

ज्या वेळी हिरोचा कॅशफ्लो अधिक चांगला झाला, त्या वेळी या बंधूंनी डीलर आणि पुरवठादार यांच्या खेळत्या भांडवलाच्या गरजा पूर्ण करण्यासाठी त्यांना त्यांच्या गरजेनुसार आर्थिक साहाय्य देण्याची परंपरा सुरू केली. सुरुवातीच्या काळात संस्थात्मक कर्ज मर्यादित प्रमाणात उपलब्ध होत होतं आणि काहीही झालं तरी त्यांचे व्याजदर जवळजवळ पिळवणूक करणारेच होते. साहजिकच, आपल्या व्यवसायातील साथीदारांना त्यांच्या अडचणीच्या किंवा संकटांच्या वेळी आर्थिक मदतीचा हात दिल्यामुळे आम्हाला मोठ्या प्रमाणात सदिच्छा मिळाल्या आणि त्यांच्या निष्ठाही पक्क्या झाल्या. खरं तर आमच्या भागीदारांना वित्तपुरवठा करण्याची ही पद्धत हा आमचा व्यवसायच झाला होता. त्याच्या माध्यमातून आम्हाला विना अडथळा अथकपणे सुटे भाग तयार करणाऱ्या फॅक्टऱ्या सुरू ठेवता आल्यामुळे कार्यक्षम, सुरळीत पुरवठा साखळी विकसित करता आली.

हिरोच्या स्वतःच्या उत्पादन योजनेचा उदय हा कमी भांडवल आणि कार्यक्षमतेवर लक्ष एकाग्र करणं या गोष्टींचा सगळ्यात महत्त्वाचा परिणाम होता. यालाच 'जस्ट इन टाइम' किंवा जेआयटी म्हणतात हे मुंजाल बंधूंना नंतर समजलं होतं.

जस्ट इन टाइम

मोठ्या प्रमाणात अभ्यास झालेल्या आमच्या जस्ट इन टाइम यंत्रणेची कथा इतिहासातून मिळालेल्या धड्यातून सुरू झाली होती. अठराव्या शतकाच्या मध्याच्या सुमारास भारतात जागतिक औद्योगिक उत्पादनापैकी २५ टक्के उत्पादन झालं होतं.

ब्रिटिशांच्या आगमनापूर्वी उपखंडाचा जागतिक व्यापारातील वाटा २१ टक्के होता, ब्रिटनचा वाटा जेमतेम एक टक्का होता. ब्रिटिश भारतातून निघून गेले त्या वेळी जागतिक व्यापारातील त्यांचा वाटा २१ टक्क्यांवर पोहोचला होता आणि भारताचा वाटा एक टक्क्यावर घसरला होता.

याचा अर्थ एकच होता. मूल्यवर्धन करणाऱ्या प्रत्येक गोष्टीला उपखंडातून हद्दपार करण्यात आलं होतं आणि त्यांच्या साहाय्यानं इंग्लंडमधील औद्योगिक केंद्रांचं आणि व्यवसायांचं पोषण करण्यात आलं होतं.

आता एकदम सन १९५६चा विचार करू या. त्या वेळी हिरो सायकल्सची स्थापना झाली. मुंजाल बंधूंना लवकरच पुरवठ्याच्या भीषण तुटवड्याला तोंड द्यावं लागलं. सायकलींचे भाग हे पारंपरिकरीत्या ब्रिटनमध्ये (आणि युरोपमध्ये इतरत्र) तयार केले जात होते आणि तिथून ते भारतात आयात करण्यात येत होते. त्यानंतर भारतातील इंग्लिश एजन्सी हाउसेस या भागांचं वितरण करत होती. प्रत्येक उत्पादकाला ठरवून दिलेल्या कोट्यानुसार या भागांचा तितकाच पुरवठा केला जात होता. जर डनलॉप या जागतिक पातळीवरच्या बड्या कंपनीकडून सायकलींचे १,००० टायर आयात करण्यात आले असले तर तुम्हाला त्यांच्यापासून फक्त ५०० सायकलीच तयार करता येत होत्या. ब्रिटिश भारत सोडून गेल्यानंतर ही एजन्सी हाउसेस निवडक भारतीय साहाय्यकांना जवळजवळ भेट म्हणूनच मिळाली होती. त्यानंतर त्यांनी आपल्या स्वतःच्या नियमांनुसार कोटा यंत्रणा सुरू ठेवली होती.

उत्पादनावरच्या या कृत्रिम मर्यादेमुळे वैतागलेले मुंजाल बंधू आपल्या कुटुंबीयांकडे आणि मित्रांकडे वळले. त्यांनी सुट्या भागांच्या उत्पादनाचे कारखाने सुरू करावेत आणि हिरोचे पुरवठादार व्हावं, असं त्यांनी त्यांना सुचवलं. यात परस्पर सामंजस्याचा भाग असा होता की, हिरोकडून त्यांना निधीचा किंवा भांडवलाचा पुरवठा केला जाणार नव्हता किंवा हिरो त्यांचा व्यवसायही चालवणार नव्हती; परंतु परस्पर सहकार्यानं एकत्रितपणे काम केल्यामुळे सगळ्यांचाच फायदा होणार होता. यामधून तीन फलितं निष्पन्न झाली :

१. त्यामुळे जगातील सर्वाधिक सक्षम पुरवठा साखळ्यांची निर्मिती झाली.
२. यामुळे सायकलींचे सुटे भाग उत्पादित करणाऱ्या जगातील सगळ्यात मोठ्या उत्पादन केंद्रांपैकी एका केंद्राला प्रोत्साहन मिळालं.
३. यामुळे हिरोच्या प्रसिद्ध इनव्हेंट्रीरहित उत्पादन प्रणालीचा पाया घातला गेला.

आमच्या पुरवठा साखळीतून प्रत्येक दिवसासाठी जितका पुरवठा आवश्यक असत होता, नेमका तितकाच माल पुरवला जात होता. त्याहून एकही कमी किंवा जास्त

भाग पुरवला जात नव्हता. आम्ही कधीही आगाऊ रकमा दिल्या नव्हता; पण आमच्या विक्रेत्यांना त्यांची पेमेंट वेळेवर मिळतील याची आम्ही काळजी घेतली होती. पेमेंटबाबतची दिरंगाई खपवून घेतली जात नव्हती.

आमच्याकडचा तयार माल किंवा बाहेरून आमच्याकडे आलेला कच्चा माल ठेवण्यासाठी आमच्याकडे गोदामं नव्हती, कारण आमचं भांडवल असं अडकवून ठेवणं आम्हाला परवडणारं नव्हतं. तयार झालेल्या सायकली डीलरकडे रोजच्या रोज पाठवून दिल्या जात होत्या. ज्याप्रमाणे विक्रेत्यांना त्यांचं पेमेंट दर शनिवारी मिळणार याची खात्री होती, त्याप्रमाणेच डीलरनांही आपल्याकडे दिरंगाई न होता सायकली पोहोचतील, याची खात्री होती. त्याच वेळी आधीच्या देय रकमा पूर्णपणे दिल्याशिवाय त्यांना पुढचा माल मिळणार नाही, याचीही त्यांना खात्री होती. अखंड पुरवठ्याची खात्री मिळवण्यासाठी त्यांच्यापैकी अनेक जण आगाऊ रकमा भरत होते.

डीलरनी दिलेल्या या आगाऊ रकमांमुळे आम्ही कर्ज न काढता पुरवठादारांना वेळेवर पैसे देऊ शकत होतो आणि आम्हाला बँकांमध्ये मुदतठेवीही ठेवता येत होत्या. तुटपुंज्या भांडवलामुळे जी गोष्ट सुरू झाली होती तीच आमची ताकद झाली होती.

सुरुवातीच्या काळात व्यवसायाकडे कमी पैसा असल्यामुळे पुरवठा साखळीचं अचूक व्यवस्थापन करण्यात आलं होतं आणि करंट ॲसेट्स या जाणीवपूर्वक कमी ठेवण्यात आल्या होत्या. ही यंत्रणा इतकी सक्षम झाली की, ज्या वेळी कॅशफ्लोमध्ये सुधारणा झाली होती, तेव्हासुद्धा इनव्हेन्टरीज कमी ठेवण्याची प्रक्रिया तशीच सुरू ठेवण्यात आली होती. नकारात्मक खेळतं भांडवल असण्याची ही पद्धत अद्वितीय होती. खरं तर अगदी आजसुद्धा विशेषतः उत्पादनाच्या क्षेत्रात खेळत्या भांडवलाच्या गरजा अंतर्गत स्रोतांच्या माध्यमातून पूर्ण केल्या जात असल्याचं क्वचितच पाहायला मिळतं.

आमच्या त्यानंतरच्या सगळ्याच कंपन्यांची रचना आम्ही 'लीन' उत्पादन तत्त्वावर (कमीत कमी अपव्यय आणि जास्तीत जास्त नफा मिळवण्याचं तत्त्व) केली. जपानमधील काही थोड्याच कंपन्यांमध्ये या तत्त्वाचा वापर केल्याचं पाहायला मिळतं म्हणून ज्या वेळी जपानी लोक इथे आले त्या वेळी आमच्या यंत्रणा या त्यांच्या 'मुदा-मुरी-मुरा' किंवा टोयोटा ३एम मॉडेल म्हणून प्रसिद्ध असलेल्या मॉडेलशी मिळत्याजुळत्या असल्याचं त्यांना आढळलं.

अगदी २०१०मध्ये करण्यात आलेल्या पुनर्रचनेपर्यंत हिरो समूहाच्या कुठल्याही उत्पादक कंपनीत गोदामाची सुविधा नव्हती. त्यांच्यापैकी काही जागतिक पातळीवर काम करत असल्या तरी हे तत्त्व पाळण्यात आलं होतं. त्यानंतरच्या काळात आमची आघाडीची कंपनी असलेल्या हिरो मोटोकॉर्पनं राजस्थानमध्ये पूर्णपणे स्वयंचलित जागतिक पातळीवरचं सुट्या भागांचं केंद्र तयार केलं. त्यात रोबोटिक पिक अँड प्लेस तंत्रज्ञानासह सगळ्या अत्याधुनिक तंत्रज्ञानांचा वापर करण्यात आला होता.

हे केंद्र सुट्या भागांमधून मूल्य आणि महसूल मिळवण्यासाठी. तसंच कंपनीसाठी स्वतंत्र महसूल प्रवाह तयार करण्यासाठी बांधण्यात आलं होतं. या केंद्रातून 'ओरिजिनल इक्विपमेंट'चा (ओईचा) अधिक मोठा पुरवठा होण्याची हमीही देण्यात आली होती म्हणजेच आजच्या काळातील नकली सुट्या भागांची समस्या रोखण्यासाठी असली सुट्या भागांचा मोठा पुरवठा सुरू झाला होता. त्याबरोबरच ग्लोबल पार्ट्स सेंटरनं उत्तम सेवेची हमी दिली होती आणि डीलर आणि वर्कशॉप जाळ्याचा ग्राहकाला उत्तम अनुभव मिळावा, याची दक्षता घेतली होती. माझे वडील सक्रिय सहभागी होते, त्या काळात त्यांनी ग्राहकाला उत्तम अनुभव मिळालाच पाहिजे ही गोष्ट सातत्यानं सगळ्यांच्या मनावर बिंबवली होती.

लोक आणि त्यांच्याशी असलेले संबंध

माझ्या वडलांच्या दृष्टीनं व्यवस्थापन ही लोकांसह आणि लोकांच्या माध्यमातून काम करण्याची कला आहे. आम्ही कोणालाही कामावर घेतलं की, त्याचा दृष्टिकोन समूहाच्या दृष्टिकोनाशी मिळताजुळता आहे की नाही याचं मूल्यमापन करत होतो. ज्या लोकांचा दृष्टिकोन समूहाच्या दृष्टिकोनाशी सुसंगत नसे, ते सहसा सुरुवातीच्या सहा महिन्यांतच कंपनी सोडून जात; परंतु बहुतेक लोक अनेक दशकं कंपनीतच राहिले होते.

लोकांशी असलेले संबंध हाताळण्याची माझ्या वडलांची क्षमता दंतकथा बनून गेली आहे, असंच म्हणावं लागेल; पण वाटाघाटींच्या वेळी त्यांच्या संबंधांच्या ताकदीचा वापर करून घेण्याची त्यांची क्षमताही अद्वितीय होती.

माझ्या वडलांनी आणि काकांनी लोकांशी असलेल्या संबंधांना जे मूल्य दिलं होतं ते शेकडो घटनांमधून आणि 'बुक ऑफ लेटर्स'मध्ये उल्लेख करण्यात आलेल्या किश्श्यांमधून दिसून येतं. सीआयआयचे तत्कालीन मुख्य अर्थतज्ज्ञ ओंकार गोस्वामी यांनी लिहिलं आहे की : 'तुम्ही सीआयआयच्या राष्ट्रीय कौन्सिलच्या बैठकीसाठी बंगलुरूला भेट दिली होती. दुपारी तुम्ही तिथून हळूच बाहेर पडलात. त्यानंतर रात्री तुम्ही ज्या विमानातून परतत होतात, त्याच विमानात मीही होतो. मी तुम्हाला तुम्ही दुपारी कुठे होतात असं विचारलं. तुमचे केस विस्कटलेले होते. शर्ट चुरगाळलेला होता आणि तुम्ही जेवणही केलं नव्हतं. तुम्ही उत्तर दिलं, 'आमचा एक डीलर आजोबा झाला आहे म्हणून मी त्या बाळाला आशीर्वाद द्यायला गेलो होतो. दुसऱ्या एका डीलरच्या मुलाचा विवाह झाला आहे म्हणून मी त्या जोडप्यालाही आशीर्वाद द्यायला गेलो होतो. आमच्या आणखी एका डीलरच्या आईचा मृत्यू झाला म्हणून मी त्याच्याकडे सांत्वनासाठीही जाऊन आलो.'

माझे वडील आणि काका परस्पर संबंधांना इतकं महत्त्व देत होते.

तंटे सोडवण्यासाठीही माझ्या वडलांनी नेहमीच संबंधांचा आकर्षकपणे उपयोग करून घेतला होता. प्रख्यात वकील ज्योती सागर यांनी माझ्या वडलांना लिहिलेल्या पत्रात एका घटनेची आठवण सांगितली आहे. त्यांनी लिहिलं आहे की : 'एका आघाडीच्या सल्लागार कंपनीनं असा सल्ला दिला होता की, एका कटू घटनेकरिता हिरो-होंडानं एका विशिष्ट कंपनीवर दावा ठोकला पाहिजे; परंतु तुम्ही (ब्रिजमोहनजींनी) असं सांगितलं होतं की, जोपर्यंत मी जिवंत आहे, तोपर्यंत अशा प्रकारचे कटू वादविवाद आणि कोर्टात जाणं, खटले दाखल करणं वगैरे गोष्टी होणार नाहीत. कोणताही मुद्दा किंवा समस्या आपला आब राखून, समजुतीनं सोडवली पाहिजे.'

लोकांना आणि त्यांच्याशी असलेल्या संबंधांना आम्ही तेव्हाही महत्त्वपूर्ण मानत होतो आणि आजही मानत आहोत. काही प्रमाणात हे भावनाशीलपणे केलेलं कथन आहे, असं वाटू शकेल; पण आम्ही खरोखरच लोकांना किंवा कर्मचाऱ्यांना आमची एकमेव संपत्ती समजतो. कालौघात त्यांचं मूल्य वाढतच जातं. १९६०च्या दशकात भारतात औद्योगिक संबंधांची संकल्पना फारशी प्रचलित नव्हती; परंतु त्या वेळीसुद्धा आमच्याकडे कर्मचाऱ्यांसाठी चहा, बिस्किटं आणि समोसे यांनी भरलेल्या ट्रॉली रोज सकाळी ११ वाजता फॅक्टरीच्या सगळ्या मजल्यांवरून फिरत असत. यात एकजुटीची आणि चैतन्यपूर्ण आपलेपणाची भावना अंतर्भूत होती. कर्मचाऱ्यांनीसुद्धा त्याला असाच प्रतिसाद दिला होता.

व्यावसायिक व्यवहार करतानासुद्धा नेहमीच तुमच्या समोर टेबलाच्या दुसऱ्या बाजूला बसलेल्या व्यक्तीला मित्रत्वानं वागवा, असं माझ्या वडलांनी आम्हाला शिकवलं होतं. त्यातून तुम्ही एकत्रितपणे काम करण्याचा निर्णय घेतला तर तो लाभदायक ठरेल; पण जर तसं झालं नाही, तर निदान तुम्ही मित्र म्हणून एकमेकांचा निरोप घ्याल, असं ते आम्हाला सांगत असत.

चुका झाल्या तर माझे वडील आणि काका त्याविषयी क्षमाशील आणि औदार्यपूर्ण दृष्टिकोन बाळगत असत. त्यांच्या दृष्टीनं कुटुंबीयांसह व्यवस्थापनातील लोकांकडून झालेल्या चुका स्वीकारार्ह होत्या. इतकंच नव्हे, तर जोपर्यंत हेतू शुद्ध असेल, तोपर्यंत चुका ही शिकण्याची संधी असते, असंही त्यांना वाटत असे.

मात्र द्वेषभावनेनं किंवा आकसापोटी केलेल्या गोष्टी अगर गैरव्यवहार ते बिलकूल खपवून घेत नव्हते आणि त्यांना क्षमाही करत नव्हते. शिवाय माझे वडील आणि त्यांचे बंधू अप्रामाणिक लोकांना सहन करत नव्हते. आम्हीसुद्धा आज अशा लोकांना कंपनीत थारा देत नाही. आम्ही कदाचित उत्तम माणसं असलेले मालक असू; पण थोडंसं जरी लबाड वर्तन दिसलं तरी ते खपवून घेतलं जात नाही. मुंबईच्या शाखा व्यवस्थापकाला १०,००० रुपयांची अफरातफर केल्याबद्दल तुरुंगवासाची शिक्षा भोगावी लागल्याचं मला आठवतं. ही रक्कम किरकोळ असल्यामुळे अपराध

सौम्य ठरत नाही. तो व्यवस्थापक हा आमचा सार्वजनिक चेहरा होता आणि समूह म्हणून त्याच्या कृतींचा आमच्यावर आणि कंपनीच्या प्रतिमेवर परिणाम होत होता.

संबंध हे कधीच निव्वळ देव-घेवीच्या व्यवहारांवर अवलंबून नव्हते आणि खरं तर त्यांना नफ्याइतकंच महत्त्व देण्यात आलं होतं. माझ्या वडलांनी बहुतांश वेळा त्यांच्या ओळखीच्या लोकांशी किंवा ज्यांच्याबरोबर व्यवहार करताना त्यांना सहजता जाणवत होती, त्यांच्याबरोबर व्यवहार केले असले तरीही त्यांनी नेहमीच बाजारभावांपेक्षा अधिक चांगल्या पद्धतीच्या बोली मिळवण्यात आणि खर्चाच्या दृष्टीनं किफायतशीर सौदे मिळवण्यात यश मिळवलं होतं. त्याच वेळी हा व्यवहार म्हणजे आपल्या संबंधांची केवळ एक सुरुवात आहे आणि आपल्याला असे आणखी बरेच व्यवहार पार पाडायचे आहेत, असं समोरच्या पक्षाला पटवून देण्यातही ते कसं कोण जाणे; पण यशस्वी होत होते, त्यामुळे व्यवहार करून परतताना प्रत्येक जण आनंदानं बाहेर पडत होता. एकदा का एखाद्या भागीदारानं माझ्या वडलांच्या विश्वासाच्या अंतर्गत वर्तुळात प्रवेश केला की, माझे वडील आयुष्यभर ती भागीदारी टिकावी, यासाठी कष्ट घेत होते.

आधी उल्लेख करण्यात आला आहे त्याप्रमाणे अडचणीत असलेल्या डीलरना आणि विक्रेत्यांना आर्थिक साहाय्य केलं जात होतं. या संदर्भात विशेषतः ओमप्रकाशकाका मोठ्या मनाचे होते. त्यांना एकदा पश्चिम बंगालमधील सायकलच्या प्रमुख बाजारपेठेत भीषण आग लागल्याचं समजलं. या आगीत बाजारपेठ बेचिराख झाली. त्यात आमच्या अनेक चॅनेल भागीदारांच्या सायकलच्या मालाचं नुकसान झालं होतं, त्यामुळे त्यांना थकबाकी फेडणं शक्य नव्हतं. त्यांचं दिवाळं निघालं होतं. ओमप्रकाशकाकांनी त्या वेळी त्यांना साथ दिली आणि त्यांच्या पुनर्वसनाचे शक्य ते सर्व प्रयत्न केले. खरं तर ते लोक निव्वळ हिरो सायकल्सचंच काम करणारे डीलर नव्हते, तर अनेक कंपन्यांची उत्पादनं विकणारे विक्रेतेसुद्धा होते.

आपल्या डीलरना आणि विक्रेत्यांना आपली भेट सहज मिळावी याकडे माझे वडील आणि काका दक्षतेनं लक्ष देत होते. वैयक्तिक कारणासाठी असो किंवा व्यावसायिक कारणासाठी; पण त्यांना ते नेहमीच वेळेवर फोन करत. ओमप्रकाश चाचाजींच्या कार्यालयातून त्यांना भेटायला आलेली व्यक्ती कधीही भेटवस्तू घेतल्याशिवाय रिकाम्या हातानं परतत नसे. सहसा उपयोगाची वस्तूच भेट म्हणून दिली जात असे. ते नेहमीच अशा वस्तू मोठ्या प्रमाणात खरेदी करून ठेवत असत.

माझ्या वडलांकडे आणि काकांकडे समान संधी मिळवून देणारे संबंध आणि भागीदारी यांची निर्मिती करण्याची क्षमता होती. त्यांच्या वारशाचा हा मुख्य आधार होता. व्यवसायावर त्यांची संपूर्ण देखरेख असताना एकही डीलर किंवा पुरवठा साखळीतील भागीदार दिवाळखोर झाला नव्हता. ज्या वेळी पिढ्यांमधील परिवर्तन कळसाला भिडलं, त्या वेळीच हिरो-होंडानं (आताच्या हिरो मोटोकॉर्पनं) चॅनेल

आणि पुरवठा साखळी व्यवस्थापनाच्या अमेरिकन मॉडेलचा स्वीकार केला. या मॉडेलमध्ये जाहिरातींवर आणि तंत्रज्ञानावर भर दिला जात होता.

अशा स्नेहबंधांची कसोटी लागण्याच्या वेळाही निश्चितपणे आल्या होत्या. उदाहरणार्थ, ज्या वेळी सन २०१०मध्ये हिरो आणि होंडा यांची भागीदारी तुटली, त्या वेळी डीलरना आणि विक्रेत्यांना टिकवून ठेवणं ही आव्हानात्मक गोष्ट होती; पण तरीही यात कसलाच संघर्ष झाला नाही. कोणताही डीलर आम्हाला सोडून गेला नाही. त्यांच्या मनात निर्माण झालेल्या या वैयक्तिक विश्वासाचं आणि प्रामाणिकपणाचं मोठं श्रेय त्यांच्याशी असलेल्या दीर्घकालीन संबंधांनाच द्यावं लागेल.

न्याय्य आणि परस्पर-लाभदायक भागीदारीची उभारणी करण्यासाठी मुंजाल बंधूंनी लक्षणीय विचार केला होता आणि तितकेच कसोशीचे प्रयत्न केले होते. या भागीदारांनी अनेक वर्षं त्यांना त्याची भरपाई मिळवून दिली. चॅनेल भागीदारांकडून मालाविषयीची बांधिलकी मिळवण्यात ते यशस्वी झाले. इतरांना असं करणं शक्य झालं नव्हतं. मुंजाल बंधूंनी मिळवलेल्या विश्वासार्हतेला याचं श्रेय जातं.

डीसीएम समूह या उत्तर भारतातील एका आघाडीच्या समूहाच्या अजय श्रीराम यांनी असं निरीक्षण नोंदवलं होतं की, 'ब्रिजमोहनजी संबंधांचं जतन करण्याला महत्त्व देत असल्याविषयीची एक चर्चा मी ऐकली होती आणि अजूनही ती माझ्या लक्षात आहे. दोन्ही पक्षांना लाभदायक ठरेल, अशी परिस्थिती तयार करण्यावर ते भर देत होते. ही गोष्ट परिपक्वतेची आणि न्याय्य होती. ही अतिशय दूरदर्शीपणाचीही होती.'

माझ्या वडलांकडे मैत्री करण्याची आणि ती जोपासण्याची क्षमता होती. आम्हीही तसंच करावं यावर ते भर देत होते. खरं तर याबद्दल त्यांचे आभारच मानले पाहिजेत, कारण त्यामुळे मुंजालांच्या संपर्काचं व्यापक जाळं निर्माण झालं होतं. विशेषतः सरकारी पातळीवर ते दिसून येत असे. मात्र तरीही एखाद्याबरोबर बैठक करावयाची असेल, तरच आम्ही त्या जाळ्याचा उपयोग करून घेतला; पण इतर कुठल्याही गोष्टीसाठी आम्ही कधीही त्याचा वापर केला नाही. आम्ही नेहमीच संपूर्ण उद्योगाला किंवा संपूर्ण अर्थकारणाला लाभदायक ठरणारा प्रस्ताव मांडला आणि त्याचा आक्रमकपणे पाठपुरावा केला; पण कधीही वैयक्तिक उपकार घेतले नाहीत.

नेतृत्व आणि संघ भावना

माझ्या वडलांचा बुद्धिमान व्यक्तीला वाव देण्यावर आणि त्याच्याशी असलेल्या संबंधांची जोपासना करण्यावर भर होता. इतक्या सगळ्या वर्षांमध्ये अर्हताप्राप्त, गुणवंत, कुशल आणि अनुभवी कर्मचाऱ्यांना संचालक मंडळावर घेण्यात आलं होतं आणि टीमचा व नेतृत्व-कौशल्य गुणाचा विकसित करण्यावर मोठाच भर देण्यात आला होता.

माझे वडील त्यांनी निवडलेल्या लोकांचं वर्णन नेहमीच *हाथ की करछी* (हातातील पळीची) असं करत होते; परंतु त्यांच्या मनातील त्याचा अर्थ सकारात्मक असत होता. तसं पाहता स्वयंपाकी हातातील पळीच्या साहाय्यानंच सगळा स्वयंपाक तयार करतो.

सध्या हिरोच्या कंपन्यांमध्ये प्रमुख पदांवर असलेल्या अनेकांनी त्यांच्या करिअरची सुरुवात कुटुंबाच्या कुठल्या ना कुठल्या फर्ममधून केली होती आणि नंतर हळूहळू ते अधिकारपदाची शिडी चढून वरपर्यंत पोहोचले आहेत. श्री. राय म्हणाले, 'थेट वरिष्ठ पातळीवरचा अधिकारी म्हणून समूहात रुजू होणारा मी पहिलाच अधिकारी होतो. सुरुवातीच्या काळात व्यूहरचनात्मक दिशा वरून (बहुतांश वेळा मुंजाल बंधूंकडून) ठरवल्या जात होत्या. त्या वेळी कर्मचाऱ्यांवर विशिष्ट क्षेत्रातील जबाबदाऱ्या असत होत्या; पण कर्मचाऱ्यांमधून आदेश देण्याविषयीच्या कोणत्याही निर्धारित साखळ्या तयार करण्यात आल्या नव्हत्या.'

कालौघात स्पष्ट कार्यविभाजन करण्यात आलं, त्यामुळे प्रत्येकाला कोण कोणत्या गोष्टीसाठी जबाबदार आहे, ते व्यवस्थितपणे समजू लागलं. ही गोष्ट फक्त प्रवर्तकांच्या बाबतीतच लागू पडत नव्हती, तर कर्मचारी, अधिकारी आणि इतर प्रत्येकाच्या बाबतीत ती लागू पडत होती. व्यवस्थापनाचं उच्च पद नेहमीच अनेकांसाठी उपलब्ध असत होतं. फक्त त्यासाठी कर्मचाऱ्यांना योग्य प्रकारचा 'अजेंडा' घेऊन यावं लागत होतं.

प्रत्येक मैलाचा दगड ओलांडण्याबरोबर व्यवस्थापनाच्या क्षेत्राला एकेक धडा मिळत गेला. हिरो कंपनी जपानी लोकांकडून संघ (टीम) उभारणीवर भर देण्याचं तत्त्व शिकली. जर वातावरण एकतर्फी असेल आणि मालकांच्या किंवा व्यवस्थापकांच्या बाजूला झुकलेलं असेल तर तिथे संघ भावना निर्माण होत नाही. त्यानंतर हिरोनं सर्वांना कामाच्या ठिकाणी आरामदायक वातावरण मिळालं यावर भर दिला. त्यात वरिष्ठ कर्मचाऱ्यांपासून कनिष्ठ कर्मचाऱ्यांपर्यंतच्या सर्वांच्या गरजा लक्षात घेण्यात आल्या.

नेतृत्वाकडे विशेषाधिकार म्हणून पाहिलं जात होतं आणि ज्या लोकांवर जबाबदाऱ्या सोपवण्यात आल्या होत्या, ते उत्तरदायित्वापासून आपली सुटका करून घेऊ शकत नव्हते. प्रवर्तकांकडून आणि व्यवस्थापकांकडून निष्ठापूर्वक कर्तव्यपालन करण्याची अपेक्षा बाळगली जात होती. मला असाच एक प्रसंग आठवतो. त्या वेळी आपल्याकडे दिलेली कामं आपापल्या व्यवस्थापकांवर सोपवल्याबद्दल ओमप्रकाशकाकांनी मुंजाल कुटुंबाच्या दुसऱ्या पिढीला चांगलंच फैलावर घेतलं होतं. ते अतिशय अस्वस्थ झाले होते आणि व्यवस्थापकांवर अतिरिक्त कामाचा बोजा टाकल्याबद्दल त्यांनी त्यांना फटकारलं होतं.

माझ्या वडलांनीही नेहमीच त्यांच्या लोकांचं संरक्षण केलं होतं. ज्या वेळी त्यांच्या व्यवस्थापकांविषयी होंडाचे प्रतिनिधी किंवा इतर कोणी तक्रार किंवा कुरकुर करत, त्या वेळी हर एक प्रयत्नांनी ते आपल्या लोकांचा जोरदार बचाव करत. त्यातून त्यांच्या टीमवर त्यांचा विश्वास होता हे ते स्पष्ट करत.

साधेपणा, पारदर्शकता आणि प्रामाणिकपणा

'किस' (केआयएसएस – कीप इट सिंपल, स्टुपिड) हे रचना-तत्त्व येण्याच्या खूप आधीपासून हिरो समूहानं हे तत्त्व आत्मसात केलं होतं. व्यवस्थापकीय आणि कामकाजविषयक प्रक्रिया शक्य तितक्या सोप्या आणि साध्या ठेवण्यात आल्या होत्या. पूर्णपणे मूलभूत गोष्टींवर लक्ष केंद्रित करणं आणि गाभ्याच्या मूल्यांच्या मुळापर्यंत पोहोचणं या गोष्टी कुटुंबाच्या अंगभूत स्पष्टवक्तेपणाशी जुळणाऱ्याच होत्या. कुटुंबातील सदस्यांसह प्रत्येकालाच मोकळेपणानं; पण संयमानं बोलण्यासाठी आणि कृती करण्यासाठी प्रोत्साहन दिलं जात होतं.

अंतर्गत आणि बाह्य प्रक्रियांमधील पारदर्शकतेमुळे निःपक्षपातीपणाला प्रोत्साहन मिळालं होतं, तसंच सर्व स्टेकहोल्डरच्या विश्वासार्हतेत वाढ झाली होती. उद्योग क्षेत्राशी असलेल्या संबंधांना आणि व्यावसायिक संबंधांना समान पातळीवर जोपासण्यात आलं होतं. हिरो समूह इतर उद्योगांनाही अशाच प्रकारच्या पद्धती स्वीकारण्यास स्फूर्ती देत होता. उद्योग क्षेत्रातील अनेक मित्र त्यांच्या उद्योगांसाठी अतिरिक्त अंतर्दृष्टी मिळवण्यासाठी आणि त्यांच्यात वाढ करण्यासाठी आमचा सल्लासुद्धा घेत होते.

सन १९९०मध्ये डीसीएमची पुनर्रचना करण्यात आल्यानंतर अजय श्रीरामनी माझ्या वडलांचा उल्लेख 'माझे मार्गदर्शक' असा केला होता. त्यांनी म्हटलं होतं की : 'आम्ही तिघा बंधूंनी (विक्रम, अजय आणि मी) असं ठरवलं की, दर वर्षी आमचे विचार आणि भावना मोकळेपणानं मांडण्याकरिता आम्ही एखाद्या शांत ठिकाणी जावं. अशा बैठकांमध्ये मी नेहमीच ब्रिजमोहनकाकांच्या दृष्टिकोनाचा वापर करत असे आणि त्यांच्या कृतींचं अनुसरण करण्याचा प्रयत्न करत असे.'

पारदर्शकतेच्या तत्त्वाचं निरपवादपणे अनुसरण केलं जात होतं. सायकलींच्या आणि मोटरसायकलींच्या उद्योगात काही जणांनी बाजारपेठेत टेबलाखालून, गुपचूप प्रोत्साहनात्मक रक्कम देण्याची पद्धत आणली होती; पण मुंजाल बंधूंनी अशी तडजोड करणं नाकारलं होतं आणि मुळातच तशा विषयावर बोलण्याची कोणालाच मुभा देण्यात येत नव्हती. हा विषय सुरू होण्याची चिन्हं दिसताच त्याला रोखलं जात होतं. सगळ्यांना सारख्याच दरानं सारं काही दिलं जात होतं आणि समानतेच्या तत्त्वावरच नातेसंबंधाचं सार आधारित ठेवण्यात आलं होतं. व्यवस्थापक, कामगार

आणि चॅनेल भागीदार यांना हे समजलं होतं आणि या तर्कामागच्या तत्त्वज्ञानाची ते प्रशंसा करत होते, कारण ते त्यांच्या हिताचं होतं हे त्यांना माहीत होतं.

आमच्या दृष्टीनं व्यावसायिक पद्धतींमधील प्रामाणिकपणाबाबत कसलीच तडजोड होऊ शकत नव्हती. 'प्रामाणिकपणा आणि भारतातील व्यावसायिक' या परस्परविरोधी गोष्टी आहेत म्हणजेच भारतीय व्यावसायिक कधीही प्रामाणिक नसतो ही प्रचलित गोष्ट धादांत खोटी आहे हे मी आमच्या अनुभवावरून सांगू शकतो. हिरो फायबर्सइतकी इतरत्र कुठेही हिरोच्या तत्त्वांची कसोटी लागली नव्हती. हिरो फायबर्स ही मलेरकोटलामधील आमची अत्याधुनिक सूतगिरणी होती.

हा प्रकल्प स्थापन करण्याची जबाबदारी माझ्यावर सोपवण्यात आली होती. संस्थांतर्गत फंडातून उभारण्यात येत असलेला तो आमचा पहिलाच प्रकल्प होता. हे मी स्वतःच्या तोंडानंच सांगत असलो तरी या गिरणीसारखी दुसरी गिरणी नव्हती, हे खरं आहे; पण आम्हाला सुरुवातीलाच मोठी माघार घ्यावी लागली. कामगार नेते दत्ता सामंत यांनी सुरू केलेल्या १९८२च्या संपात मुंबईतील आणि अहमदाबादमधील सूतगिरण्या कायमच्याच बंद पडल्या. एकाच फटक्यात उद्योगातील आमचे भरपूर ग्राहक नाहीसे झाले. ज्या वेळी हिरो फायबर्स सुरू होत होती, त्याच वेळी हे सगळं घडलं होतं.

राज्य सरकारनं वचन दिलेलं वीज कनेक्शन आम्हाला दीड वर्ष उशिरा मिळालं; पण सुदैवानं आम्हाला जपानी बनावटीचं यानमार विद्युत जनित्र (जनरेटर) मिळालं होतं. ते आम्ही बसवलं होतं. मात्र ते वापरणं अतिशय महागडं असल्याचं सिद्ध होत होतं. विशेषतः वर्षभर दर आठवड्यातील सातही दिवस रोज २४ तास त्याचा वापर करावा लागणार होता.

आम्ही गैरप्रकारांचा किंचितसाही अवलंब करू शकत नव्हतो, ही आमची त्या वेळची सगळ्यात मोठी दुर्बलता ठरली होती. आमच्या एका स्पर्धकानं आम्ही ज्या पुरवठादाराकडून साधनसामग्री घेतली होती, त्याच्याकडूनच त्याची साधनसामग्रीही घेतली होती. तिच्यावर अर्थातच समान आयात कर लागू होत होता; पण तरीही त्याला आलेला खर्च आमच्या तुलनेत ३० टक्क्यांनी कमी होता. आकड्यांमध्ये फेरफार करण्याचा पर्याय आमच्या विचाराच्याही पलीकडचा होता.

मुंजालांच्या नेहमीच्या स्थितप्रज्ञतेचा वापर करून आम्ही परदेशातील खरेदीदारांचा शोध घेतला. दर वेळी कंटेनर बाहेर पडला की, इन्स्पेक्टरला त्यावर शिक्का मारून सही करावी लागत होती. आम्हाला फॅक्टरीच्या आत कंटेनरमध्ये माल भरण्याची परवानगी होती. इन्स्पेक्टर आमच्या फॅक्टरीच्या आत येऊन आवश्यक काम करत होता. आमच्याकडे इन्स्पेक्टरला अतिशय आदरातिथ्यानं आणि सौजन्यानं वागवण्याची गरज असल्याचं मानलं जात होतं. त्याला आमच्याकडच्या सगळ्या नोंदी आम्ही दाखवत होतो; पण बस्स! आमच्या दृष्टीनं फक्त तितकंच करणं योग्य

होतं. याशिवाय त्याला इतर काहीही देणं किंवा खरं तर चिरीमिरी देणं आमच्या तत्त्वात बसतच नव्हतं.

हिरो उद्योगाच्या सगळ्या फॅक्टऱ्यांमध्ये याच पद्धतीनं कामकाज चालत होतं हे आमच्या व्यवस्थापकांनाही माहीत होतं. एके दिवशी लेटर ऑफ क्रेडिटची (एलसीची –पतविषयक पत्राची) मुदत संपत होती आणि दुराग्रही इन्स्पेक्टरनं येण्यास नकार दिला होता. त्या वेळी व्यवस्थापक व्याकूळ झाले. त्यांनी मला या खास प्रसंगाचा विचार करून या एका वेळेपुरते आमचे नियम थोडे दूर सारावेत अशी विनंती केली. ग्राहक त्या एलसीची मुदत वाढवणार नाही आणि त्या दिवशीच्या जहाजातून आमचा माल गेला नसता, तर आमचं मोठं नुकसान झालं असतं हे मलाही माहीत होतं; पण मी थोडीशी चलबिचल होऊ न देता त्यांचं म्हणणं साफ नाकारलं.

योगायोगानं त्या वेळी मी मलेरकोटला इंडस्ट्रीज असोसिएशनचा अध्यक्ष होतो, त्यामुळे हे काम झालं. अधिकाऱ्यांनी दुसऱ्या इन्स्पेक्टरला पाठवून दिलं आणि माल पाठवून देण्यात आला; परंतु त्या वेळी आमचा माल अडकून पडण्याची चांगलीच शक्यता होती; पण मी त्याचे परिणाम सहन करण्यास तयार होतो. माझ्या वडलांनी आणि काकांनीही इतर कोणत्याही मार्गानं काही केलं नसतं आणि त्यांना आम्ही तसं केलेलंही आवडलं नसतं.

एकाग्रता आणि खुली मानसिकता

हिरोच्या कामकाजाच्या मोठ्या व्याप्तीमुळे रोजच्या रोज अनेक कल्पनांची देवाण-घेवाण होत होती. त्यापैकी काही कल्पना कुटुंबातील लहान सदस्य आणि कर्मचारी मांडत होते, तर इतर कल्पना या सल्लागारांकडून मिळत होत्या आणि आणखी काही कल्पना स्वयंघोषित सल्लागारांच्या झुंडींनी दिलेल्या आगंतुक सल्ल्यांमधून येत होत्या.

ज्येष्ठ मुंजाल बंधूंना साध्या संकल्पना आवडत होत्या. त्यांना लक्ष्य स्थानात (गोलपोस्टमध्ये) सतत बदल करत राहणं आवडत नव्हतं. ज्या क्रांतिकारक कल्पनांमुळे व्यवसायाची गाडी डगमगू शकेल, अशा कल्पनांना आणि विचारांना प्रोत्साहन दिलं जात नव्हतं. ते नेहमीच असं म्हणत असत की, कल्पना किंवा विचार प्रतीक्षा करू शकतात. ही गोष्ट विशेषतः तातडीच्या उद्दिष्टांशी सुसंगत नसलेल्या कल्पनांना आणि विचारांना लागू पडत होती. ओमप्रकाशकाकांच्या 'इथे आणि आताच्या आता' या लेसरसारख्या तीक्ष्ण लक्ष्यवेधी एकाग्रचित्ततेमुळे हिरोचं जहाज सुरळीतपणे पुढे जात राहिल होतं.

नवीन दृष्टिकोनाचं बारकाईनं मूल्यमापन केलं जात होतं, याचा अर्थ ज्येष्ठ मुंजाल बंधूंचा दृष्टिकोन लवचीक नव्हता असा नाही. त्यांच्याकडे कल्पनांच्या

अतिशयोक्त भराऱ्यांना आणि हवेत पत्त्यांचे बंगले बांधण्याच्या वृत्तीला थारा नव्हता; पण उत्तम, व्यवहार्य कल्पनांचं ते खुलेपणानं स्वागत करत होते आणि एकदा त्यांना त्या पटल्या की, त्यांची ते तातडीनं अंमलबजावणी करत होते. त्या बाबतीत ते बिलकूल वेळ दवडत नव्हते.

माझे वडील खूपच मोकळ्या मनाचे होते. वयाबरोबर येत असलेला दुराग्रहीपणा किंवा हट्टवादीपणा या गोष्टी त्यांच्या व्यक्तिमत्त्वात निर्माण झाल्या नव्हत्या. त्यांच्याकडे बदलांशी जुळवून घेण्याची तरुणांसारखी संयोगक्षमता होती. बदलाला ते क्वचितच घाबरत होते. प्रत्येक नवीन घडामोडीचं त्यांनी नवी सुरुवात म्हणून स्वागत केलं होतं. त्यांनी हातानं टाइप करावे लागणारे टाइपरायर पाहिले होते. त्यानंतर फॅक्स मशीन आली आणि नंतर स्मार्ट फोन आले. प्रत्येक टप्प्यावरच्या या सगळ्या बदलांशी त्यांनी व्यवस्थितपणे जुळवून घेतलं होतं.

महिलांच्या प्रत्यक्ष आणि रूपकात्मक चलनशीलतेमध्ये त्यांनी दिलेल्या योगदानाचा क्षणभरासाठी विचार करून पाहा. ग्रामीण भागातील महिलांसाठी सायकल हे स्वातंत्र्य मिळवून देणारं साधन झालं होतं, कारण सायकलचा वापर करून त्या शाळेत जाऊन शिक्षण घेऊ शकत होत्या. त्या सायकलवरून बाजारपेठेत किंवा कामाच्या ठिकाणी जाऊ शकत होत्या. त्यांना आता कुठेही सोडण्यासाठी पुरुष नातेवाईक सोबत असण्याची गरज उरली नव्हती. इतर काहीही नसलं तरी त्या मुलाला शाळेत सोडू आणि शाळेतून आणू शकत होत्या. नातेवाइकांकडे सहजपणे जाऊ-येऊ शकत होत्या. चलनशीलता, फिरण्या-हिंडण्याची मुभा म्हणजे त्यांना हव्या असलेल्या गोष्टी करण्याचं स्वातंत्र्य. आज ज्या वेळी सायकल, मोपेड, स्कूटर किंवा अगदी मोटरसायकल वापरून फिरणाऱ्या महिला आजूबाजूला दिसतात, त्या वेळी माझ्या मनात माझ्या वडलांनी साडी गार्डचा आणि महिला चालकांना आरामदायक वाटावं म्हणून पॉलीयुरेथीन सीटचा धरलेला आग्रह येतो आणि मी थक्क होतो.

आमच्या घरी नाष्ट्याच्या वेळी आणि रात्रीच्या जेवणाच्या वेळी होणाऱ्या चर्चांमध्ये तरुण पिढी पूर्णपणे सहभागी होऊ शकत होती. माझ्या वडलांना आणि ओमप्रकाशकाकांना न सांगता मी विविध कल्पनांचे प्रयोग करून पाहिले होते. त्यांना त्या संकल्पना उचित असल्याचा पुरावा देण्यासाठी मी ते केले होते. मला माहीत होतं की, त्या कल्पनेनं काम केलं तर त्यांनी तिला नाकारलं नसतं आणि एकदा त्यांनी निर्णय घेतला असता की मग त्यांना त्या कल्पनेविषयीचा अनुभव नसला तरीही त्यांनी तिचा वापर करण्यास परवानगी दिलीच असती. त्यांनी एकदा निर्णय घेतल्यानंतर प्रत्येक व्यक्तीनं तो स्वीकारलाच असता आणि सगळ्यांनी मिळून एकत्रितपणे त्यानुरूप काम करणं ही आवश्यक अपेक्षित गोष्ट ठरली असती.

उदाहरणार्थ, हिशेबवह्या आणि हातानं तयार करण्याच्या विवरणपत्रांच्या त्यांच्या जुन्या पद्धतीवर त्या वेळी त्यांचा पूर्ण विश्वास असला आणि नवीन तंत्रज्ञान

वापरणं त्यांना सहजशक्य नसलं तरीही त्यांनी संगणकीकरणाची गरज तत्काळ मान्य केली. त्या वेळी माझ्या वडलांसह बहुतांश सहकर्मचाऱ्यांना फारसा अनुभव नव्हता हे लक्षात घेतलं पाहिजे. संगणकामुळे कमी मनुष्यबळ लागेल आणि लोक बेरोजगार होतील ही भीती अनाठायी नव्हती, तरीही संगणकाविषयी अननुभवी असूनही त्यांनी संगणकाचा वापर करण्याचा प्रयोग सुरू ठेवण्याची परवानगी दिली होती.

मी संगणकीकरणाच्या उपक्रमाचं नेतृत्व स्वीकारलं होतं. माझ्या वडलांनी आणि काकांनी त्याकरिता मला खूपच मोकळीक दिली होती. या संकल्पनेची ओळख करून देण्यासाठी आणि तिच्याविषयीची भीती घालवण्यासाठी आम्ही हिरो प्रकल्पाच्या कॅफेटेरियात काही संगणक बसवले. त्यांच्यावर व्हिडिओ गेम ठेवण्यात आले होते. हळूहळू लोकांना त्यात रुची वाटू लागली आणि नंतर त्यांना संगणकांचं वेड लागलं.

संगणकाविषयीची भीतीही तशीच हळूहळू नाहीशी होऊ लागल्यानंतर मी हिरो सायकल्समध्ये एंटरप्राइज रिसोर्स प्लॅनिंग (ईआरपी) यंत्रणा बसवण्याचा विचार मांडला, त्यामुळे उद्योग क्षेत्रातील माझे मित्र अचंबित झाले. त्यांचं असं म्हणणं होतं की, स्वयंचलित वाहन उद्योगासाठी ईआरपी चांगलं होतं; परंतु सायकल कंपनीसाठी तू इतक्या महागड्या सॉफ्टवेअरमध्ये गुंतवणूक का करत आहेस? पण तरीसुद्धा आम्ही सिलिकॉन व्हॅलीचे गुरू चरणसिंग लोहारा यांच्या मदतीनं हे सॉफ्टवेअर इथेच तयार केलं.

आमची पहिली ईआरपी यंत्रणा अपयशी ठरली आणि 'मी तर तुला हे पहिल्यांदाच सांगितलं होतं,' असं मला अनेकांकडून ऐकून घ्यावं लागलं; पण तरीसुद्धा आम्ही हार पत्करली नाही आणि आणखी एक यंत्रणा नव्यानं तयार करण्यास आम्हाला मदत करण्याकरिता एसएपी म्हणजेच 'सॅप' या अग्रगण्य एंटरप्राइज सॉफ्टवेअर फर्मला पाचारण केलं. पुन्हा एकदा लोक हे अशक्य आणि अपयशी ठरणारंच काम कसं आहे ते सांगू लागले; पण आम्ही त्या वेळी फक्त ईआरपीमध्ये गुंतवणूक करत नव्हतो, तर तत्कालीन जगात उपलब्ध असलेल्या सगळ्यात अत्याधुनिक आणि नावीन्यपूर्ण तंत्रज्ञानात गुंतवणूक करत होतो. नंतर ही यंत्रणा जादूसारखी काम करू लागली; परंतु 'सॅप'च्या यशाच्या निकषांपेक्षाही माझ्या यशाचा मापदंड जास्त अवघड होता. ज्या वेळी भगतजींनी या यंत्रणेचा वापर केला असता, त्याच वेळी ही मोहीम यशस्वी झाली असं मी मानलं असतं.

अखेरीस तोही दिवस आला. भगतजी लवकरच की-बोर्डवरून बोटं फिरवू लागले. त्याच्या कीज दाबू लागले; पण ते नेहमीच संगणकाच्याही एक पाऊल पुढे असल्याचं दिसून येत होतं. आम्ही तंत्रज्ञान भागीदार म्हणून नेल्कोला आणि आणि नंतर एचसीएलला आणलं. त्यांनी आम्हाला सांगितलं की, इतर कोणत्याही उत्पादन कंपनीत त्यांना इतकी निर्दोष इन्व्हेंटरी यंत्रणा आढळून आली नव्हती. प्रत्यक्ष हातानं काम केलं जात असलेली यंत्रणा तर इतकी निर्दोष असणं ही लांबचीच गोष्ट होती;

पण आमच्याकडे भगतजींनी ती हातानंच तयार केली होती. नंतरच्या काळात संगणकानं तयार केलेली आकडेवारी पाहून भगतजी मान हलवत आणि म्हणत, 'हे चुकीचं आहे.' आम्ही त्यांना विरोध करत असू आणि म्हणत असू की : 'यह कॉम्प्युटर से आया है।' जणू काही संगणकानं दिलेलं उत्तर ही काळ्या दगडावरची रेघ असावी असा आमचा आविर्भाव असे; पण ते माघार घेत नव्हते आणि दर वेळी त्यांचं म्हणणं अचूक असल्याचं सिद्ध होत असे.

ओमप्रकाशकाकांच्या मनात डिजिटल तंत्रज्ञानाविषयी सुरुवातीला शंका असल्या तरी नंतर त्यांचं मत बदललं. ते संगणकाचा सक्रिय वापर करत नव्हते. (त्यांनी क्वचितच कधीतरी मोबाईल फोनही वापरला असेल आणि ते फारसे ई-मेलही पाहत नव्हते.) एका उत्साही तरुण व्यवस्थापकाविषयी सांगितला जात असलेला एक किस्साही मी ऐकला होता. ओमप्रकाशकाकांनी त्याचा लॅपटॉप त्याला बाजूला ठेवायला सांगितला होता आणि कशाचाही आधार न घेता त्याला त्या संपूर्ण प्रकल्पाची अगदी समोरासमोर थांबून खडान्‌खडा माहिती सांगितली होती. त्यांच्या संभाषणात त्यांनी संगणकाला मध्ये आणू दिलं नव्हतं.

पण नंतर कालौघात ओमप्रकाशकाकांना या तंत्रज्ञानात तथ्य असल्याचं दिसू लागलं. त्याचा फायदा त्यांच्या लक्षात आला. मग त्यांचा संगणकावर इतका विश्वास बसला की, अखेरीस त्यांनी आपल्या निष्कर्षांना पुष्टी मिळवण्यासाठी संगणकीय यंत्रणेकडून माहिती घेण्यास सुरुवात केली.

संवेदनशीलता

दीर्घकाळापासून मुंजाल बंधू त्यांच्या सगळ्या कर्मचाऱ्यांना त्यांच्या नावानिशी ओळखत होते. कंपनी सोडून जाणाऱ्यांची संख्या खूपच कमी असल्यामुळे कंपनीत खेळीमेळीचं वातावरण निर्माण करणं काही प्रमाणात जास्त सोपं होतं. हे बंधू शॉप फ्लोअरवर दिवसातून अनेक वेळा जात आणि सहसा तिथल्या प्रत्येकाशी गप्पा मारत. अर्थातच गप्पांमुळे त्यांच्या कामात व्यत्यय येऊ नये, याची ते काळजी घेत. कर्मचाऱ्यांशी संबंध वाढत गेले आणि नंतर तर व्यवसायाच्या पलीकडचे संबंध विकसित झाले.

फाळणीच्या वेळची बेबंदशाही सहन करावी लागल्यामुळे फाळणीच्या यातना भोगाव्या लागलेल्यांविषयी माझ्या वडलांना आणि काकांना खास प्रेम वाटत होतं. ते सहसा नेहमीच फाळणीच्या निर्वासितांमधूनच आपल्या विक्रेत्यांची, डीलरची आणि कर्मचाऱ्यांची निवड करत होते. त्यांना प्रामाणिकपणे रोजगार उपलब्ध करून देणं आणि निश्चित उत्पन्न देणं ही त्यांची त्यांच्याशी असलेली एकात्मता दाखवण्याची पद्धत होती.

यशामुळे त्यांची अंगभूत माणुसकी किंवा आंतरिक विनम्रता थोडीशीही कमी झाली नव्हती. व्यक्ती उच्च पदावरची असो किंवा कनिष्ठ पदावरची, ते सर्वांना सन्मानानं वागवत होते आणि तिला तिचं म्हणणं मांडण्याची मुभा देत होते. ते म्हणत की, तुम्ही जर दुसऱ्यांना सन्मानानं आणि आदरानं वागवलं नाही, तर त्यांनी तुम्हाला सन्मानानं आणि आदरानं का बरं वागवावं? चांगल्या कल्पनांवर कोणाचीही मक्तेदारी नसते, असा त्यांचा विश्वास होता. पुढची पिढी व्यवसायात आल्यानंतर तिनेही त्याच आचारसंहितेचं पालन केलं. (माझ्या वडलांनी आणि काकांनी या पिढीला इतर प्रकारे वागण्यास परवानगीच दिली नसती.)

संवेदनशीलतेचं प्रशिक्षण देण्यासाठी हिरोला एचआर (मानव संसाधन) अधिकाऱ्याची गरजच नव्हती. माझे वडील कशा प्रकारे वागत होते, तेवढं पाहणंही कर्मचाऱ्यांना पुरेसं होत होतं. त्यांना अध्यक्षपदाच्या डामडौलात आणि लाभांमध्ये कसलीच रुची नव्हती. हिरो-होंडामध्ये आणि नंतर हिरो मोटोकॉर्पमध्ये घंटी वाजवून आपल्या साहाय्यक अधिकाऱ्याला बोलावण्याच्याऐवजी ते स्वतः चालत बाहेर जाऊन त्याला आपल्याला काय पाहिजे आहे ते सांगत असत.

त्यांच्या या पद्धतीविषयी त्यांना भेटायला आलेल्या एका व्यक्तीनं विचारल्यानंतर त्यांनी उत्तर दिलं होतं की, 'यासाठी काहीही वेगळं करावं लागत नाही. तो किंवा ती माझ्या खोलीत येईपर्यंत मी निष्क्रियपणे बसलेला असतो. मग त्यांना आत बोलावण्याच्या ऐवजी मीच त्यांच्यापर्यंत गेलो तर कुठे बिघडलं? उलट असं केल्यामुळे त्यांना एखादी गोष्ट स्पष्ट करून सांगायची असेल तर तीही मी सांगू शकतो.' म्हणूनच त्यांच्याबरोबर काम करणाऱ्यांच्या मनात ते त्यांच्या 'हाताखाली' नव्हे, तर 'त्यांच्याबरोबर' काम करत असल्याची जाणीव निर्माण होत होती.

अनेक प्रसंगी आपल्या कर्मचाऱ्यांच्या मनोरंजनासाठी संपूर्ण चित्रपटगृहातील तिकिटं काढून मुंजाल बंधू आपल्याला लोकांचं किती महत्त्व वाटतं ते दाखवून देत असत. कर्मचाऱ्यांना चित्रपट पाहण्यासाठी त्यांच्या कुटुंबीयांसमवेत दोन किंवा तीन गटांमध्ये बोलावण्यात येत असे. क्रीडा स्पर्धाही घेतल्या जात होत्या आणि दर वर्षी डिसेंबरमध्ये जत्रा (कार्निव्हल) भरवली जात होती. या जत्रांमध्ये मुलांसाठी झोपाळे असत होते. त्या काळात या सगळ्या गोष्टी खूपच रोमहर्षक वाटणाऱ्या होत्या.

राहुल हा माझा पुतण्या. तो माझा दिवंगत बंधू रमण याचा मुलगा. तो त्याच्या आजोबांना परिपूर्णत्वाचा ध्यास घेतलेलं व्यक्तिमत्त्व (परफेक्शनिस्ट) म्हणतो. त्यांच्याबरोबर काम करत असलेल्यांकडून त्यांच्या नेहमीच उच्च अपेक्षा असत होत्या. त्यांनी कठीण डेडलाइन तयार केल्या होत्या आणि त्यांचं ते अतिशय काटेकोरपणे पालन करत होते; परंतु उचित कारणांमुळे त्यांचं पालन करणं शक्य झालं नाही, तरी त्यात काहीही वावगं वाटण्याजोगं नाही, असं मानलं जात होतं. ते

नेहमीच स्वतः कार्यालयातून वेळेवर बाहेर पडत, त्यामुळे त्यांच्याबरोबर काम करत असलेल्या लोकांनीही जास्त वेळ थांबून काम करत बसण्याची गरज नसे.

माझ्या वडलांनी आपल्या भाषणात हिरोच्या कामगारांना, कर्मचाऱ्यांना आणि चॅनेल भागीदारांना श्रेय दिल्याशिवाय कधीच कुठलंही भाषण संपवलं नाही. ते नेहमीच आपला उल्लेख *मुखिया* म्हणजे गावातील ज्येष्ठ व्यक्ती असा करत आणि बाकी सगळी आपली मुलं आहेत असं ते म्हणत. त्यांनी नेहमीच आपल्या कामकाजाच्या नीतिमूल्यांचं पालन केलं. ते असं जाहीर करत की : 'तुम्ही वाढत आहात म्हणूनच आमचीही वाढ होत आहे. हे यश जितकं आमचं आहे, तितकंच ते तुमचंही आहे.'

फॅक्टरीच्या वर्क फ्लोअरवर सगळे कर्मचारी समान असतात, असा मुंजाल बंधूंचा विश्वास होता. मॅकेन्झीनं उत्पादनाशी संबंधित योजनेचा प्रस्ताव पाठवला होता. तिच्यानुसार कर्मचाऱ्यांची कामगिरी त्यांच्या बढत्यांशी जोडण्यात आली होती. हे पाहिल्यानंतर ओमप्रकाशकाकांनी त्याला प्रखर विरोध केला. आवश्यक तितकं काम करू न शकणाऱ्या व्यक्तीनं टीमचा एक भाग म्हणून राहून विषम वागणूक सहन करण्याऐवजी टीम सोडून गेलं पाहिजे, असं त्यांचं म्हणणं होतं.

काही वेळा त्या बंधूंचे दृष्टिकोन भिन्न असत होते. माझ्या वडलांना भरपूर पारितोषिकं, बक्षिसं द्यायला आवडत असे, तर ओमप्रकाशकाकांना निवडक लोकांना बक्षिसं दिल्याचा काय परिणाम होईल याची काळजी वाटत असे, त्यामुळे टीममध्ये अस्थैर्य निर्माण होईल असं त्यांना वाटत असे.

कार्यालयाच्या पलीकडेही शिष्टाचाराचं पालन केलं जात होतं. घरात त्यांचं कुठलंही काम करणाऱ्या कर्मचाऱ्याचं स्वागत निश्चितपणे स्मित करून होत होतं आणि त्याला 'थँक यू बेटा' असं म्हणून प्रोत्साहित केलं जात होतं. हॉटेलमध्ये राहत असताना ते स्वतः आपलं अंथरूण आवरून ठेवत असत. तिथे कोणी राहतच नसावं असं वाटावं, इतकी त्यांची खोली स्वच्छ आणि टापटीप असे. ते खोलीत राहत असताना खोलीची देखभाल करणाऱ्या आणि खोलीत खाणं-पिणं आणून देणाऱ्या कर्मचाऱ्यांचं नेहमीच कौतुक करत.

पर्यावरण

मुंजाल बंधूंनी अगदी सुरुवातीपासूनच पर्यावरणाची काळजी घेण्याकडे लक्ष पुरवलं होतं. त्या बाबतीत ते अतिशय संवेदनशील होते. त्या सुरुवातीच्या काळात कोणीही पर्यावरण संरक्षणाची फारशी काळजी करत नव्हतं; पण ते यासंबंधी दक्ष होते. समुदाय हे परिसंस्थांचा अविभाज्य भाग असतात या युगानुयुगांच्या भारतीय विश्वासावर त्यांची पर्यावरणाविषयीची संवेदनशीलता आधारित होती. वर्ल्ड बिझनेस

कौन्सिल फॉर सस्टेनेबल डेव्हलपमेंटनं कंपन्यांना समाजाविषयीच्या उत्तरदायित्वाची जाणीव करून देण्याच्या कितीतरी वर्षांपूर्वीपासून मुंजाल बंधूंनी हा विचार केला होता. संसाधनांचे ग्राहक म्हणून त्यांचा उपभोग घेत असताना संसाधनाना टिकवणं, त्यांना सुस्थितीत राखणं आणि त्यांचं जतन करणं यांचं त्यांच्यावर नैतिक बंधन आहे असं त्यांना वाटत होतं. त्यानुसार चार दशकांपूर्वीच हिरोच्या अगदी पहिल्या सांडपाणी प्रक्रिया प्रकल्पाची (एफ्ल्युएंट ट्रिटमेंट प्लांटची - ईटीएफची) स्थापना करण्यात आली होती.

त्या काळात उद्योगपतींना सामाजिक जाणीव असणं अपेक्षित नव्हतं आणि बहुतांश उत्पादक आपण सोडलेल्या औद्योगिक सांडपाण्याचा नेमका काय परिणाम होईल याचा विचारही न करता, सार्वजनिक नाल्यांमध्ये आपल्या कारखान्यांमधील औद्योगीक सांडपाणी सोडून देऊन मोकळे होत होते. इलेक्ट्रोप्लेटिंग प्रक्रियांमधून निर्माण होणारं सांडपाणी तसंच कुठेही सोडून दिलं तर त्यामुळे अखेरीस जलाशय आणि कदाचित भूजल स्रोतही दूषित होतील ही गोष्ट मुंजाल बंधूंच्या लक्षात आली होती. ईटीपीची सुविधा महागडी असली तरी ती उभारण्यात आली आणि नंतर ज्या ज्या वेळी नवीन प्रकल्पाचा आराखडा तयार केला जात होता, त्या प्रत्येक वेळी त्यात पर्यावरणीय काळजीचा भाग समाविष्ट असत होता.

जपानमध्ये आणि जर्मनीत जलाधारित रंगांचा वापर केला जात होता. सुरुवातीच्या काळात अशा रंगांचा वापर करणाऱ्या पहिल्या काही कंपन्यांमध्ये हिरो-होंडाचा समावेश होता. त्या काळात असे रंग खूपच महागडे होते; परंतु ते पर्यावरणाच्या दृष्टीनं किमान हानिकारक होते. आमची कंपनी ही क्लच आणि ब्रेक यांच्यामध्ये ॲस्बेस्टॉसचा वापर थांबवणारी भारताच्या स्वयंचलित वाहन उद्योग क्षेत्रातील पहिलीच कंपनी होती. आम्ही हा वापर थांबवला होता, कारण ॲस्बेस्टॉस मानवी आरोग्यावर विघातक परिणाम करतो.

त्यानंतर अनेक वर्षांनी माझ्या वडलांनी एका नाट्यमय घटनाक्रमाद्वारे ईटीपीमधून बाहेर पडलेलं ग्लासभर शुद्ध पाणी प्यायल्यानंतरच हिरो-होंडाची पहिली मोटरसायकल बाहेर पडली होती आणि ते पाहून जपानी लोक आश्चर्यानं थक्क झाले होते. ज्या वेळी मुंजाल-शोवाचा आराखडा तयार करण्यात आला, त्या वेळी ईटीपीच्या माध्यमातूनच मुख्य प्रकल्पाला विद्युतपुरवठा केला जात होता. आपल्याला हे माहीत आहे की, आता ईटीपी स्थापन करणं बंधनकारक असल्यामुळे अनेक कंपन्यांनी ईटीपींची स्थापना केली आहे; पण तरीही अनेक जण हे प्रकल्प चालू करत नाहीत; पण ईटीपी कार्यरत झाल्याशिवाय आमचा प्रकल्पही कार्यरत होणार नव्हता, असा संदेश आम्हाला या निमित्तानं देण्याची इच्छा होती.

शाश्वतता हा आज उद्योगांसाठीचा परवलीचा शब्द झाला आहे; परंतु ज्या वेळी हिरो सायकल्सची स्थापना झाली होती, त्या वेळी ना तो बंधनकारक होता, ना

त्याच्यातून स्पर्धात्मक लाभ मिळू शकत होता. त्या अर्थानं मुंजाल बंधू हे काळाच्या पुढे होते. मी लहान वयातच हा धडा आत्मसात केला होता आणि ज्या वेळी हिरो फायबर्सचा आराखडा तयार करण्यात आला त्या वेळी तिथला परिसर हा कुठल्याही अर्थानं विचार केला तरी हिरवाईनं नटलेलाच असला पाहिजे याची मी खात्री करून घेतली होती. या प्रकल्पाच्या परिसरात सुमारे ४०,००० झाडं लावण्यात आली आणि पर्यावरण संरक्षणाच्या निकषांचं संपूर्ण पालन करण्यात आलं.

काम हीच पूजा

वयं वाढत गेली असली तरी माझ्या वडलांनी आणि काकांनी त्यांची प्रेरणा किंवा अंतःस्फूर्ती गमावली नव्हती. ते सतत असं म्हणत होते की : 'अजून बऱ्याच गोष्टी करायच्या राहिल्या आहेत.' ज्या वयात बहुतेक लोकांना निवृत्ती घेण्यात आनंद होतो, त्या वयात ते सातत्यानं नवनवीन क्षेत्रांचा आणि गोष्टींचा धांडोळा घेत राहिले होते.'

अगदी नव्वदी पार केल्यानंतरसुद्धा माझे वडील रोज काही तास कार्यालयात घालवत होते. आता आराम करा, असं कोणी त्यांना म्हटलं, तर ते निःसंदिग्धपणे असं म्हणत की, 'मी अजूनही काम करू शकत असेन, तर कार्यालयात न येण्यात काय अर्थ आहे? दिवसभर घरात बसून मी काय करणार आहे? मला कामासाठीच वेतन दिलं जातं. मी दिवसभराचं काम पूर्ण केलं नाही, तर मला संपूर्ण वेतन घेण्याचा काय अधिकार आहे? यातली सगळ्यात महत्त्वाची गोष्ट अशी आहे की, मला काम करायला आवडतं. मला कार्यालयात येऊन काम करायला आवडतं आणि त्यासाठीच मी रोज पुढच्या दिवसाची प्रतीक्षा करत असतो.'

विनयशीलता

इन्फोसिसचे माजी अध्यक्ष आर. शेषशायी यांनी एका जाहीर कार्यक्रमात माझ्या वडलांविषयी जे म्हटलं होतं ते मला आठवतं. त्यांनी म्हटलं होतं की : 'अगदी अत्यल्प लोकांनीच आपल्या आयुष्यात जितकं यश मिळवलं आहे तितकंच यश उद्योग-व्यवसायातही मिळवलं आहे. त्याहूनही कमी लोकांनी निष्कलंक व्यावसायिक चारित्र्यासह यश मिळवलं आहे; पण ज्या वेळी आपलं मस्तक ताऱ्यांना स्पर्श करणाऱ्या उंचीपर्यंत पोहोचलेलं असेल त्या वेळीही जमिनीवर घट्ट पाय रोवून उभी राहण्याची किमया करणाऱ्या व्यक्तीचा मी विचार करतो, त्या वेळी मला त्यांच्याहून (ब्रिजमोहन लाल मुंजालांहून) इतर कोणाचंही नाव आठवत नाही.'

समूह म्हणून आम्ही नेहमीच स्वतःविषयी कमी बोलत होतो आणि विनयशीलतेनं वागत होतो. माझ्या वडलांना लोकांशी संपर्क साधायला, गप्पा मारायला आवडत होतं; पण आपलं स्वतःचंच तुणतुणं वाजवायचा त्यांना नेहमीच तिरस्कार वाटत

होता. या गुणधर्माचा वारसा आम्हा सर्वांकडेच आला आहे असं मला वाटतं. आमच्याविषयी बोलायला आम्हाला आवडत नव्हतं. आमच्या लिस्टेड फर्म आणि आमचे ग्राहक यांच्या व्यतिरिक्त सार्वजनिक क्षेत्रात इतरांना आमच्या व्यावसायिक कामकाजाविषयी आणि वैयक्तिक आयुष्याविषयी फारसं काहीच माहीत नव्हतं.

उपभोगालाही कधीच प्रोत्साहन देण्यात आलं नव्हतं. कोणत्याही गोष्टीच्या उपभोगाकडे लोकांचं मोठ्या प्रमाणात लक्ष जाईल असं काही करता कामा नये, असं त्यांना वाटत होतं. राहुल या माझ्या पुतण्याला त्याचे आजोबा कार कशा खरेदी करत होते ते अजूनही आठवतं. आपण नवीन कार खरेदी केली आहे, असं कोणालाही वाटू नये म्हणून ते एकाच कंपनीकडून एकाच रंगाच्या कार खरेदी करत राहिले होते. याविषयीची आठवण सांगताना तो म्हणाला, 'त्यामुळे आमच्याकडे काळी मर्सिडीज होती आणि ती खराब झाली की लगेच दुसरी काळीच मर्सिडीज येत होती किंवा जास्तीत जास्त गडद निळी मर्सिडीज येत होती आणि तिच्या जागीही पुन्हा गडद निळी मर्सिडीजच येत होती.'

आपल्या मूल्यांच्या आणि दृष्टिकोनाच्या बाबतीत माझे वडील ज्ञानी होते आणि त्यांच्या काळाच्या पुढे होते. कुटुंबातील इतर लोकांनीही असंच वागावं यासाठी ते भरपूर प्रयत्न करत होते. *गुरुकुलमधील* सुरुवातीच्या प्रशिक्षणानुरूप आणि आर्य समाजावरील त्यांच्या विश्वासानुरूप ते नेहमीच मोहापासून दूर राहत होते. त्यांनी अनासक्तीवर भर दिला होता. व्यावसायिक किंवा कौटुंबिक दृष्टिकोनातून विचार करता कंपनीची विक्री किंवा भागीदारीतून बाहेर पडणं या गोष्टी शहाणपणाच्या वाटत असतील, तर अशा व्यूहरचनात्मक निर्णयांच्या संदर्भात कुटुंबातील सदस्यांनी अनासक्त भावनेनं काम करण्यासाठी इच्छुक असलं पाहिजे, असं त्यांना वाटत होतं.

वारशाचं जतन

गुरगावमध्ये आम्ही बांधत असलेल्या विद्यापीठाला त्यांचं नाव असलंच पाहिजे हे माझ्या वडलांना पटवून देण्यास मला तब्बल आठ महिने लागले होते. आयव्ही लीग शाळांना जॉन हार्वर्डनं आणि निकोलस ब्राऊननं त्यांची नावं दिली होती, याकडे मी त्यांचं लक्ष वेधलं. स्टॅनफोर्ड, कॉर्नेल आणि येल हीसुद्धा कोणाच्या ना कोणाच्या नावांवरूनच नावं मिळालेली विद्यापीठं होती. माझ्या वडलांनी नाइलाजानं दिलेल्या संमतीनंतर सन २०१४मध्ये बीएमएल मुंजाल युनिव्हर्सिटीची (बीएमयूची) स्थापना करण्यात आली. माझे वडील आयुष्याच्या विद्यापीठात शिकले होते आणि तिथूनच ते संपर्क, चर्चा, निरीक्षण, कृती आणि अंमलबजावणी यांविषयीची बहुतांश अवघड व्यवस्थापकीय कौशल्यंही शिकले होते. ते प्रामुख्यानं निरीक्षण आणि सराव यांमधून शिकले होते. व्यवहार्य आणि सुसंगत शिक्षण देण्याकरिता ही तत्त्वं

बीएमसीच्या अभ्यासक्रमात समाविष्ट करण्यात आली आहेत. याशिवाय हे विद्यापीठ तीन तत्त्वांवर आधारित आहे. नावीन्यपूर्ण कल्पना किंवा विचार, जिज्ञासूपणा किंवा चौकसपणा आणि समाजावर पडणारा प्रभाव ही ती तीन तत्त्वं होत.

आपल्या सध्याच्या शैक्षणिक यंत्रणेत व्यवहारात अत्यल्प प्रमाणात उपयुक्त ठरणाऱ्या शिक्षणावर भरपूर वेळ, कष्ट आणि पैसा खर्च केला जातो म्हणूनच या विद्यापीठातून विद्यार्थ्यांना त्यांच्या आवडीच्या व्यवसायांमध्ये यशस्वी होण्यासाठी आवश्यक असलेली सुसंगत माहिती, ज्ञान देणं, कौशल्य आणि मूल्यं शिकवणं यासाठी प्रयत्न केले जातात.

या सगळ्यापेक्षाही माझ्या वडलांच्या स्वतःच्या पद्धतीनुसार, जिज्ञासूपणाला प्रोत्साहन दिलं जातं. विद्यार्थ्यांनी योग्य उत्तरं शिकण्यापेक्षा योग्य प्रश्न विचारावेत अशी अपेक्षा असते. प्रायोगिक किंवा परीक्षणात्मक आंतर-विषय आणि मूल्याधारित दृष्टिकोन या गोष्टी मुळातच विद्यार्थ्यांना पहिल्यांदा विद्यापीठात आणि त्या पाठोपाठ कामाच्या ठिकाणी नेतृत्वाच्या जबाबदाऱ्या घेण्याची मुभा देतात.

या विद्यापीठात दिलं जाणारं शिक्षण अद्वितीय असतं. त्यात चौकसपणा, सर्जनशीलता, समस्या सोडवणूक, उद्यमशीलता आणि नावीन्यपूर्ण कल्पना यांवर भर दिला जातो. इथे उद्योगक्षेत्राशी जोडलं जाणं, नावीन्यपूर्ण कल्पना लढवणं आणि अंमलबजावणीसाठी त्यांना परिपक्वतेपर्यंत नेणं या गोष्टींचा विद्यापीठाच्या महत्त्वाच्या मुद्द्यांमध्ये समावेश होतो. विद्यापीठात ऑटोमेशन, रोबोटिक्स आणि मेकॅट्रॉनिक्स, ॲडव्हान्स मटेरिअल्स अँड डिव्हायसेस, हाय परफॉर्मन्स कॉम्प्युटिंग, इनक्युबेशन अँड इनक्लुझिव इनोव्हेशन या विषयांना वाहिलेली केंद्रं आहेत. सिमेन्स, शेल, आयबीएम, केआरएमजी, मायक्रोसॉफ्ट, हिरो मोटोकॉर्प आणि इतर अनेक कंपन्यांनी परिसरात उत्कृष्टता केंद्रांची स्थापना केली आहे.

माझे वडील कधीही महाविद्यालयात गेले नव्हते; परंतु त्यांना आयुष्याकडून मिळालेल्या धड्यांचा वारसा पिढ्यान्‌पिढ्या जपला जाईल, अशी मला आशा आहे. आमच्या अगदी थोड्याच विद्यार्थ्यांनी जरी त्यांच्या शिकवणुकी आत्मसात केल्या आणि आपल्या जीवनात समाविष्ट केल्या तरी त्यांच्या नावानं जाणीवपूर्वक सुरू करण्यात आलेला हा प्रकल्प सार्थकी लागेल.

उपसंहार

'मुखिया'चा सूर्यास्त

रोज सकाळी ग्रेटर कैलाशच्या शांत आणि पानांनी भरलेल्या गल्ल्यांमध्ये आदरणीय सद्गृहस्थ जमत होते. जीवन, जग आणि इतर अनेक गोष्टींविषयीचे आपले दृष्टिकोन आणि विचार यांची ते तिथे एकमेकांशी देवाण–घेवाण करत होते. ब्रिजमोहन लाल मुंजालांनी ही प्रथा पाडली होती. ते रोज सकाळी झपाझप चालत फिरायला जात होते आणि त्या वेळी फिरायला आलेल्या इतरांना भेटत होते. बगिचातील बाकड्यावर बसून त्यांच्या गप्पागोष्टी सुरू होत होत्या. कालौघात हा एक नियमच होऊन बसला होता.

माझे वडील वयामुळे अनेक बाबतीत संथ झाले होते; परंतु आपल्या मनमिळाऊ वागण्याच्या बाबतीत त्यांच्यात धीमेपणा आला नव्हता. नव्वदी पार केल्यानंतरसुद्धा ते नियमितपणे कार्यालयात येत होते. ते खूप जास्त काम करत होते याची माझ्या भावांना आणि मला चिंता वाटत होती; पण कामात व्यग्र राहिल्यामुळे ते खूश राहत होते हे आम्हाला जाणवलं होतं. त्यांना हवं असलेलं आणि जितकं करण्याची इच्छा असेल तितकं काम करू देणं हा यावरचा सगळ्यात चांगला उपाय होता.

हळूहळू त्यांनी आपोआपच आपल्यावरचा कामाचा बोजा हलका करण्यास सुरुवात केली. अखेरीस त्यांनी आपल्या कामकाजाचा ९० टक्के भार कमी केला. ते दुपारच्या आधी कार्यालयात जात होते आणि दुपारी उशिरा कार्यालयातून परत येत होते. आपल्याकडे आता फक्त मर्यादित ताकद आहे हे लक्षात आल्यानंतर त्यांनी कालचक्राच्या गतीशी संघर्ष करण्याचा प्रयत्न केला नाही. ज्या सुसंस्कृतपणे आणि उमदेपणानं त्यांनी हिरोच्या विभाजनाचा स्वीकार केला होता, त्याच सुसंस्कृतपणे आणि उमदेपणानं त्यांनी या गोष्टीचाही स्वीकार केला होता.

डीलरशिपसाठीची प्रत्येक मुलाखत स्वतःच घेण्याचा त्यांचा आग्रह होता. सध्याचे काही डीलर कोणत्या ना कोणत्या कारणानं कार्यालयात आले की, त्यांना माझ्या वडलांची काही मिनिटांसाठी तरी भेट घेता यावी, असं वाटत असे. माझे वडील कार्यालयातच असले तर त्यांची भेट नक्कीच मिळेल याविषयी डीलरची खात्री असे, कारण माझे वडील कधीही कोणाला भेटण्यास नकार देत नव्हते. जेवणाच्या वेळी कोणी भेटायला आलं तर ते त्यांना आपल्या डब्यातील खाद्यपदार्थ खाऊ घालत. घरातील स्वयंपाक करणाऱ्या कर्मचाऱ्यांना त्यांची ही सवय माहीत होती म्हणून ते त्यांच्या डब्यात त्या हिशेबानंच जास्त अन्न भरत होते.

माझे वडील कधीच भरपूर जेवत नव्हते; पण नंतर तर ते इतकं कमी खाऊ लागले की, अगदी त्यांच्या डॉक्टरांनीसुद्धा त्यांना जास्त अन्न खाल्लं पाहिजे, असं सांगितलं. त्यांच्या शरीरातील पाण्याची पातळी कमी होण्याची भीती होती, कारण ते नेहमीच कमी प्रमाणात पाणी पीत होते.

त्यांच्या आवडीनिवडी अगदी साध्या होत्या. त्यांनी कधीही सिगारेट ओढली नाही किंवा दारूला स्पर्शही केला नाही. आयुष्यभर ते डाळ-भाजी-भाकरी हे पारंपरिक जेवणच जेवत होते. त्यांना गोड पदार्थ खूप आवडत होते. जेवल्यानंतर मिठाई किंवा गोड पदार्थ खायला त्यांना आवडत होतं. त्यांना *गजक*, *रेवडी* किंवा *खुरमानी* हे पदार्थ जास्त आवडत होते. हे पदार्थ ते कार्यालयात आणि घरातही बरण्यांमध्ये भरून ठेवत होते. सहसा नेहमीच ते रात्रीचं जेवण लवकर करत होते आणि राहुल म्हणतो त्याप्रमाणे, 'जेवणाच्या आधी त्यांचं ताट जितकं स्वच्छ दिसत असे, तितकंच ते जेवणानंतरही दिसत असे.' सर्वोदयी लोकांमध्ये आपल्याला हा गुणधर्म दिसून येतो. (हे लोक महात्मा गांधींनी सुचवलेल्या मार्गावरून वाटचाल करत समाजाच्या उन्नतीसाठी काम करतात.)

त्यांचं व्यक्तिमत्त्व नेहमीच आकर्षक होतं. तरुण असताना त्यांनी खूपच स्टायलिश कपडे वापरले होते. हार्ली आणि इतर वेगवान कार चालवल्या होत्या. वयाची सत्तरी ओलांडल्यानंतरसुद्धा ते चांगल्या प्रकारे कार चालवत होते. सहसा नेहमीच ते ड्रायव्हरला प्रवासी सीटवर बसायला लावत आणि स्वतः कार चालवत. ते नेहमीच वेगानं कार चालवत. लुधियाना, चंडीगड आणि दिल्ली या दरम्यानच्या महामार्गावर वेगानं कार चालवणं त्यांना अतिशय आवडत असे.

त्यांना नवीन कपड्यांची खरेदी करायला लावणं हे मोठंच आव्हानात्मक काम होतं. ते आपले कपडे इतके सांभाळून ठेवत असत की, वीस वर्षांपूर्वीचा सूटही नवा कोरा असल्यासारखा दिसत असे. त्यांना दुसऱ्यांना भेटवस्तू द्यायला आवडत असलं तरी ते स्वतःसाठी कधीच काहीही खरेदी करत नव्हते. नंतरच्या काळात त्यांचं वजन खूपच कमी झालं होतं, त्यामुळे त्यांना आधीचे कपडे सैल होत होते म्हणून मी आमच्या कौटुंबिक शिंप्याला बोलावून घेतलं. मी त्याला सांगितलं की,

त्याने माझ्या वडलांना नवीन सूट शिवण्यासाठी कपड्यांचे काही नमुने दाखवावेत. माझ्या वडलांनी त्याला नकार देत सांगितलं, 'माझ्याकडे वॉर्डरोबमध्ये इतके कपडे पडलेले आहेत, की मला कपडे नको आहेत. मला सध्या कुठल्याही गोष्टीची गरज नाही.' म्हणून मग मीच त्यांच्यासाठी कपडे निवडले, कारण मला त्यांचा आवडता रंग माहीत होता. उन्हाळ्यातील त्यांच्या सफारीसाठी मी पांढरा आणि क्रीम रंगाचा कपडा निवडला. थंडीसाठी गडद करड्या, तपकिरी आणि नीळ्या रंगाचं कापड निवडलं. थोडीफार कुरकुर केल्यानंतर ते नवीन कपडे वापरायला तयार झाले.

ते पहिल्यापासूनच मनमिळाऊ व्यक्ती होते. १९६०च्या आणि १९७०च्या दशकांमध्ये ते लोकांमध्ये प्रचंड प्रमाणात मिसळत होते. माझ्या आईसोबत पार्ट्यांना जाण्यासाठी ते कसे उत्सुक असत ते मला अजूनही आठवतं. वय झाल्यानंतर ते घरातच अधिक वेळ घालवू लागले. आमचं कुटुंब इतकं मोठं होतं की, तेच एक सामाजिक वर्तुळ होतं. माझे दूरचे काका किंवा विवाह संबंधांमुळे काकाचं नातं निर्माण झालेले काका असे अनेक जण त्यांचे घनिष्ट मित्र झाले होते. सीआयआयमध्ये आणि रोटरी क्लबमध्ये ते कार्यरत असलेल्या काळातील अनेक जुन्या मित्रांशी त्यांनी उत्तम संपर्क राखला होता. लोकांमध्ये मिसळणं आणि लोक गोळा करणं हाच त्यांचा छंद होता.

ते सकाळी फिरून आल्यानंतर आणि माझ्या आईनं *हवन* पार पाडल्यानंतर मुलं शाळेत किंवा कामावर जाण्याच्या आधी ते त्यांच्या सोबत काही काळ घालवत. सकाळी अकराच्या सुमारास ते कार्यालयात जाण्यासाठी निघत. तिथे आल्यानंतर ते सगळे ई-मेल तपासत. पत्रं पाहत. त्यांच्यापैकी अनेक पत्रं ही निधीच्या शोधात असलेल्या लोकांकडून किंवा संघटनांकडून आलेली असत. कुठल्याही पत्रावर वरवर नजर टाकून ते बाजूला ठेवून दिलं जात नसे. काही वेळा त्या पत्रातील मजकुरावर त्यांच्या कर्मचाऱ्यांशी किंवा रेणूभाभीशी ते चर्चा करत. ती त्यांच्या कार्यालयात नेहमीप्रमाणेच काम करत होती.

लोक आत आले की, त्यांच्या संभाषणात अडथळा येत असे. त्यांनी कधीही दरवाजा लावून काम केलं नव्हतं. त्यांच्या कार्यालयाचा दरवाजा नेहमी उघडाच असला पाहिजे असं त्यांचं धोरण होतं. त्याचा फायदा घेऊन कोणीही आत येत असे. इतक्या मोठ्या कंपनीचे अध्यक्ष असले तरी त्यांची भेट घेणं तुलनेत सहजसोपं होतं. आलेल्या लोकांशी ते कोणत्याही विषयावर गप्पा मारत. अगदी त्या दिवशीच्या बातमीपासून ते त्यांच्या कुटुंबात काय चाललं होतं इथपर्यंतच्या कुठल्याही विषयावर ते बोलत.

अधूनमधून ते हिरो मोटोकॉर्पच्या शेअरच्या किमतींचा मागोवा घेत. त्या दिवशी जर क्रिकेटचा सामना असेल, तर कार्यालयातील कर्मचाऱ्यांच्या सोबत ते सामना पाहत. त्यांच्याबरोबर त्या सामन्याचं आणि खेळाडूंचं विश्लेषण करण्यात

त्यांना मोठाच आनंद होत असे. त्यांच्या या संभाषणाला विनोदाची फोडणी असे आणि हास्याची कारंजी उसळत राहत. ते आजूबाजूला असले की, तिथे नेहमीच वर्दळ असे आणि त्यांच्या उपस्थितीनं लोकांच्या चेहऱ्यांवर स्मित फुलत असे.

दुपारी उशिरा ते घरी परतत आणि मग माझ्या आईसोबत वेळ घालवत. ते दोघे एकत्र टीव्ही पाहत. बातम्यांमध्ये दिसणाऱ्यांपैकी अनेक जण त्यांचे मित्र असल्यामुळे ते अतिशय अचूकपणे घटनांचं विश्लेषण करत. त्यांनी भरपूर वाचन करण्यासही सुरुवात केली होती. विशेषतः ते आध्यात्मिक विषयांचं वाचन करत होते. अर्थपूर्ण परिच्छेदांना अधोरेखीत करण्याची, टीपा काढण्याची आणि आपले विचार लिहून काढण्याची माझ्या आईची सवय त्यांनी उचलली होती.

कालांतरानं त्यांची स्मृती क्षीण होऊ लागली. त्यांना नावं आणि चेहरे अंधूक आठवू लागले; पण त्यांना भेटलेल्या कोणालाही त्याचा अंदाज आला नव्हता. ते प्रत्येकाला प्रेमानं अभिवादन करत होते आणि त्यांच्या आरोग्याची व कुटुंबीयांची चौकशी करत होते. समोरच्या व्यक्तीला तिचं नाव त्यांना आठवत नसल्याचं जाणवूही न देता ते त्याच्याशी बराच वेळ छान गप्पा मारत असत.

सन २०१५च्या ऑगस्टमध्ये लुधियानातील डीएमसी हिरो हार्ट सेंटर या आपल्या प्रिय ठिकाणी वयाच्या सत्त्याऐंशीव्या वर्षी ओमप्रकाश काकांचा मृत्यू झाला. त्यानंतर लवकरच माझ्या वडलांनी निरवानिरव करण्यास सुरुवात केली. त्यांनी कार्यालयात येणं बंद केलं आणि त्याच वेळी त्यांची तब्येत खरोखरच बिघडली असली पाहिजे, हे आमच्या लक्षात आलं. माझ्या आईप्रमाणेच तेही मी सोबत असल्याशिवाय डॉक्टरकडे जात नसत म्हणून मी त्यांना मॅक्स हॉस्पिटलमध्ये घेऊन गेलो; पण तिथून ते पुन्हा कधीही घरी परत आले नाहीत!

त्यांनी आपल्या मागे एक संपूर्ण आणि समाधानी आयुष्य ठेवलं होतं. त्यांनी भारताच्या सामाजिक-आर्थिक कायापालटाच्या प्रक्रियेत भाग घेतला होता, खरं तर त्यांनी त्या प्रक्रियेला आकारच दिला होता. त्यांनी उद्योग क्षेत्रातील सगळ्यात मोठ्या कंपनीची उभारणी केली होती आणि कोट्यवधी लोकांच्या जीवनाला स्पर्श केला होता. त्यांची मुलं, नातवंड आणि पणतवंडही व्यवस्थित स्थिरस्थावर झाली होती. त्यांच्या आयुष्याचं उद्दिष्ट पूर्ण झालं होतं. त्यानंतर आता ते पुढच्या रोमांचक, धाडसी प्रवासाला निघून गेले होते.

मला खोलवर कुठेतरी ते गेल्याचं पूर्णपणे समजलं होतं; पण त्यांना जाऊ देणं कठीण होतं. त्यांचं व्यक्तिमत्त्व नेहमीच भव्यदिव्य होतं. ते कमालीचं व्यापक होतं. ते स्वतः कुटुंबाचं आणि व्यवसायाचं चैतन्य होते. जगभरच्या आमच्या सगळ्या संपर्क सूत्रांशी आम्ही संपर्क साधला. कदाचित, ते यातून उठतील आणि आम्हाला आणखी एखादं वर्ष, एखादा महिना किंवा एखादा दिवस तरी त्यांच्या सान्निध्याचा लाभ देतील, अशी आशा करणं व्यर्थ असलं तरी त्या आशेनं आम्ही

आरोग्य देखभालीच्या क्षेत्रातील आमच्या मित्रांशी संपर्क साधला. मी डॉ. इंदरबीर गिलना फोन केला. ते अमेरिकेत राहत होते आणि जगातील उत्तम मूत्ररोगतज्ज्ञ शल्यविशारदांपैकी एक होते. त्यांच्या वडलांनी लुधियानातील डीएमसी हॉस्पिटलमध्ये चीफ सर्जन म्हणून काम केलं होतं. माझ्या वडलांशी त्यांचे अतिशय जिव्हाळ्याचे संबंध होते, त्यामुळे त्यांनी तत्काळ विमान पकडलं आणि ते भारतात आले.

आपल्या आई-वडलांना आपल्या सोबत कितीही थांबवण्याचा आपण प्रयत्न केला तरी ते अमर नसतात. मला बायबलमधील ओळी आठवल्या : 'त्याने अखेरचा श्वास घेतला आणि चांगल्या वृद्धावस्थेच्या वयात त्याचा मृत्यू झाला. तो एक वृद्ध व्यक्ती होता आणि भरपूर आयुष्य जगला होता. तो आपल्या लोकांच्या मध्येच होता.' एक नोव्हेंबर २०१५ रोजी ९२ वर्षांचे असताना ब्रिजमोहन लालजी यांचं निधन झालं होतं. संपूर्ण कुटुंबानं मिळून असा निर्णय घेतला की, त्यांच्या अंत्ययात्रेत शोक न करता त्यांच्या जीवनाचा उत्सव साजरा करण्याच्या भावनेतून त्यांना अखेरचा निरोप दिला जावा. आम्ही श्रद्धांजली सभेसाठी दिल्लीतील इंदिरा गांधी स्टेडियम बुक केलं होतं, कारण आम्हाला हे माहीत होतं की, त्या वेळी हजारो लोक आले असते, तरीही आलेल्या लोकांची संख्या अचंबित करणारी होती. इंडिया गेटवर वाहतूक जवळजवळ रोखली गेली होती. पंडित शिवकुमार शर्मा आणि हरिप्रसाद चौरसिया यांच्यासारख्या भारताच्या संगीत क्षेत्रातील दिग्गज कलाकारांनी त्यांना संगीतमय श्रद्धांजली वाहिली. पवननं आणि मी जावेद अख्तर यांनी लिहिलेल्या चार कविता वाचून दाखवल्या.

त्यानंतर सहा महिन्यांच्या आतच सत्यानंदकाकाही आपल्या बंधूंच्या पाठोपाठ इहलोकाचा निरोप घेऊन गेले. ते ९९ वर्षांचे होते. १०० या पूर्णायुष्यापेक्षा फक्त एक वर्षानं कमी असलेलं आयुष्य त्यांना लाभलं होतं. बरोबर आठ महिन्यांच्या कालावधीत तिघाही मुंजाल बंधूंनी भौतिक जगाचा निरोप घेतला. त्यांनी आपल्या आयुष्यात एकमेकांशी भागीदारी केली होतीच; पण त्यानंतरही त्यांनी एकमेकांसोबतचा आपला प्रवास तसाच सुरू ठेवला होता. मी या पुस्तकाच्या पुनर्प्रकाशनासाठी काही किरकोळ फेरफार करत असताना माझी आई संतोष माझ्या वडलांच्या भेटीला निघून गेली. फुलांच्या महासागरानं आम्ही तिला आदरांजली वाहिली. प्रत्यक्ष प्रार्थना समारंभाच्या वेळी मित्रांनी आणि काही पिढ्यांमधील कुटुंबीयांनी अत्यंत आपुलकीनं तिच्या आठवणींना उजाळा दिला, त्यामुळे आम्ही अतिशय भारावून गेलो. ती माझ्या वडलांची जोडीदार होती. आयुष्यातील चढ-उतारांना त्यांनी दोघांनी मिळून तोंड दिलं होतं. प्रत्येक वेळी ती अविश्वनीय ताकदीनं, आत्मविश्वासानं आणि खंबीरपणे त्यांच्या सोबत उभी राहिली होती. आयुष्यभर ते एकमेकांचे जोडीदार होते आणि नंतरही ते एकमेकांचे जोडीदारच असतील आणि त्यांचा पुढचा प्रवासही एकत्रितपणे सुरू झाला असेल, याविषयी माझी खात्री आहे.

लेखकाविषयी

सुनील कांत मुंजाल हे उद्योजक आणि गुंतवणूकदार आहेत. विविध प्रकारचे व्यवसाय, प्रशासन आणि धोरणविषयक सल्ला यांमध्ये त्यांना रुची आहे.

हिरो समूहाचे संस्थापक ब्रिजमोहन लाल यांचे ते सगळ्यात लहान चिरंजीव आहेत. त्यांनी अनेक नवनवीन उद्योग-व्यवसायांची स्थापना केली आहे, तसंच हिरो कॉर्पोरेट सर्व्हिसचे अध्यक्ष म्हणून त्यांनी हिरो समूहाला व्यूहरचनात्मक विचार दिले आहेत. ते हिरो सायकल्सच्या व्यवस्थापकीय संचालकांपैकी एक होते. त्या पाठोपाठ हिरो मोटोकॉर्पचे (आधीच्या हिरो-होंडाचे) संयुक्त व्यवस्थापकीय संचालक म्हणूनही त्यांनी काम केलं आहे.

हिरो एंटरप्राइजचे अध्यक्ष म्हणून ते विविध क्षेत्रांमधील वैविध्यपूर्ण सेवांची आणि उत्पादन व्यवसायांची देखभाल करत आहेत, तसंच त्यांनी भारतातील आणि परदेशांतील ई-कॉमर्सपासून आदरातिथ्यापर्यंतच्या अनेक क्षेत्रांमध्ये अनेक गुंतवणुकी केल्या आहेत. इतर काही लोकांबरोबर त्यांनी डिजिटल अध्ययन, सामुदायिक परिवहन, आरोग्य देखभाल, महिला सक्षमीकरण आणि मुलांचं शिक्षण या क्षेत्रांमधील गुंतवणुकीच्या माध्यमातून भारतात जोखीम भांडवल (रिस्क कॅपिटल), अँजेल फंडिंग आणि व्हेंचर फंडिंग यांचा पाया घालण्यासाठी मदत केली आहे. सामाजिक-आर्थिक आव्हानांविषयी उद्योजकतेवर आधारित दृष्टिकोन बाळगणाऱ्या पर्यायी मालमत्ता व्यवस्थापन निधींमध्येही (अल्टरनेटिव्ह ॲसेट मॅनेजमेंट फंड्समध्ये) त्यांनी गुंतवणूक केली आहे.

त्यांनी बीएमएल मुंजाल युनिव्हर्सिटीची सहस्थापना केली आहे. हा ज्ञान प्रसाराच्या आणि विद्यार्थी विकासाच्या पुढील पद्धतींचा पाया घालणारा उच्च शिक्षणविषयक प्रकल्प आहे. लुधियानातील दयानंद मेडिकल कॉलेज अँड हॉस्पिटलचे ते अध्यक्ष आहेत. त्याला आघाडीचं नॉन-मेट्रो रुग्णालय आणि उत्तर भारतातील प्रथम क्रमांकाचं खासगी अध्ययन रुग्णालय अशा श्रेणीत ठेवलं गेलं आहे.

ते भारतातील आघाडीचं हायस्कूल मानलं जाणाऱ्या डून स्कूलचे अध्यक्ष आहेत. ते या शाळेचे माजी विद्यार्थीही आहेत. याशिवाय ते आयआयएम, अहमदाबाद (आयआयएमए), इंडियन स्कूल ऑफ बिझनेस (आयएसबी), श्री राम कॉलेज ऑफ कॉमर्स (एसआरसीसी) आणि युनिव्हर्सिटी ऑफ टोकियो या संस्थांच्या संचालक मंडळांवर काम करत आहेत. भारतासाठी व्यावसायिकदृष्ट्या सक्षम मनुष्यबळाची निर्मिती करण्यासाठी सरकारी आणि उद्योग क्षेत्राच्या पाठबळावर सुरू करण्यात आलेल्या एमईपीएससी या कौशल्य प्रकल्पाचे ते अध्यक्ष आहेत.

याशिवाय ते डीसीएम श्रीराम, एस्कॉर्ट्स, भारती फाउंडेशन, इंडियन इन्स्टिट्यूट ऑफ कॉर्पोरेट अफेअर्सच्या संचालक मंडळांवर आणि कोका कोला इंडिया, इंडियन अँजेल्स नेटवर्क फंड आणि यूके इंडिया बिझनेस कौन्सिल (यूकेआयबीसी) यांच्या सल्लागार मंडळांवर काम करत आहेत. आयआयटी रोपड, आयुर्विमा महामंडळ, (लाइफ इन्शुरन्स कॉर्पोरेशन -एलआयसी) आणि पीएनबी गिल्ट्स लि. यांच्या संचालक मंडळांवरही ते कार्यरत आहेत, तसंच ते पंजाब टेक्निकल युनिव्हर्सिटीच्या संचालक मंडळाचे अध्यक्ष आहेत.

ते कॉन्फिडरेशन ऑफ इंडियन इंडस्ट्रीचे (सीआयआयचे) आणि ऑल इंडिया मॅनेजमेंट असोसिएशनचे (एआयएमएचे) माजी अध्यक्ष आहेत. अद्यापही त्यांच्या कामकाजात ते सक्रिय सहभागी आहेत. १९९०च्या दशकात प्राइम मिनिस्टर्स कौन्सिल ऑन ट्रेड अँड इंडस्ट्रीवर त्यांनी काम केलं आहे. भारताच्या बँकिंग आणि आर्थिक क्षेत्रातील सुधारणांचा साचा तयार केलेल्या नरसिंहन समितीचे ते सदस्य होते. अप्रत्यक्ष करांवरच्या कृती दलात (टास्कफोर्स ऑन इनडायरेक्ट टॅक्सेस, केळकर समिती) त्यांचा सहभाग होता. कामगार सुधारणांकरिता स्थापन करण्यात आलेल्या आरबीआयच्या आयोगाचे ते सदस्य होते, तसंच बँकेच्या बोर्ड सदस्यांच्या भूमिका निश्चित करणाऱ्या समितीवरही त्यांनी काम केलं आहे.

*इंडिया टुडे*नं 'फेसेस ऑफ मिलेनियम' ('सहस्रकाचे चेहरे') यादीत त्यांचा समावेश केला होता. सन २०१६मध्ये त्यांना सामाजिक आणि औद्योगिक शांततेसाठी जहांगीर गांधी मेडल देण्यात आलं. त्याच वर्षी चेन्नईच्या एसआरएम युनिव्हर्सिटीनं त्यांना सन्माननीय डी.लिट दिली आणि इन्स्टिट्यूट ऑफ डायरेक्टर्सचे ते डिस्टिंग्विश्ड फेलो झाले. सन २०१८मध्ये पंजाब विद्यापीठानं त्यांना राज्याच्या औद्योगिक विकासात महत्त्वपूर्ण भूमिका बजावल्याबद्दल उद्योगरत्न पुरस्कारानं सन्मानित केलं.

सुनील कांत मुंजालांनी कलेवर आयुष्यभर प्रेम केलं असून, लुधियानातील ललितकलांना प्रोत्साहन देण्यासाठी 'लुधियाना सांस्कृतिक समागम' या सांस्कृतिक संस्थेची स्थापना केली आहे. त्यांनी एस. के. राय यांच्याबरोबर *ऑल द वर्ल्ड इज एक स्टेज* या कॉफी टेबल पुस्तकाचं सहलेखन केलं आहे. लुधियानात कार्यक्रम सादर

केलेल्या भारतातील दिग्गज संगीत आणि नाट्य कलाकारांविषयीच्या अनुभवांवर हे पुस्तक आधारित आहे. त्यांनी सेरेन्डिपिटी आर्ट्स फाउंडेशनची स्थापना केली असून, या फाउंडेशनकडून अद्वितीय शैक्षणिक कार्यक्रम, कला आणि सांस्कृतिक क्षेत्रातील संशोधन आणि रेसीडेन्सीज कार्यक्रम राबवले जातात. हे फाउंडेशन वार्षिक महोत्सवाचं (सेरेन्डिपिटी आर्ट फेस्टिव्हलचं) आयोजन करतं. व्याप्ती, गुणवत्ता आणि अनेक कला प्रकारांचं आयोजन यासंदर्भात हा महोत्सव अनेक क्षेत्रांतील विषयाचा समावेश असलेला जगातील सगळ्यात मोठा कला महोत्सव ठरला आहे.